கல்விக்கதைகள்

AF741873

தொகுப்பு : ச. தமிழ்ச்செல்வன்

எஸ்.ஆர்.வி. தமிழ்ப் பதிப்பகம்

Kalvik Kathaikal (In Tamil)
Compiled by : **S.Tamilselvan**
First Published : July, 2023

கல்விக்கதைகள்
தொகுப்பு: ச.தமிழ்ச்செல்வன்
முதற் பதிப்பு : ஜூலை 2023

வெளியீடு:
எஸ்.ஆர்.வி. தமிழ்ப் பதிப்பகம்
சமயபுரம்
திருச்சி - 6211 12

நூலாக்கம், விற்பனை உரிமை :
பாரதி புத்தகாலயம்
7, இளங்கோ சாலை, தேனாம்பேட்டை, சென்னை - 600 018.
✆ : 044 24332924
அட்டை : சந்தோஷ் நாராயண்

அச்சு : பிரிண்டெக், சென்னை - 600 005.

முன்னுரை

கல்விசார் கதைகள்

எஸ்.ஆர்.வி. கல்விக் குழுமப் பள்ளிகளின் ஆசிரியர்களும் பெற்றோர்களும் வாசிப்பதற்காக ஒரு கதைத்தொகுதி கொண்டுவரவேண்டும் என்று விவாதம் எழுந்தபோது, கல்வி குறித்தும் பள்ளி வாழ்க்கை குறித்தும் தமிழின் முக்கிய எழுத்தாளர்கள் எழுதிய கதைகளைத் தேடித் தொகுக்கலாம் என முடிவாகியது. அப்படித் தேடும்போது கதைகள் வந்துகொண்டே இருந்தன. தமிழ்ப்படைப்பாளிகள் பள்ளி வாழ்க்கை பற்றி மிகுந்த அக்கறையோடும் விமர்சனத்தோடும் தங்கள் கதைகளில் தொடர்ந்து பேசி வந்திருக்கிறார்கள்.

தாம் வாழும் காலத்தின் சகல துறைகளின் மீதும் கவனம் குவிக்கும் எழுத்தாளர் பெருமக்கள் மிக முக்கியமான பண்பாட்டு நிறுவனமான கல்விச்சாலைகள் பற்றி அக்கறை கொண்டதில் வியப்பில்லை. ஒவ்வொருவர் வாழ்விலும் ஆழமான தாக்கத்தைப் பள்ளி வாழ்க்கை ஏற்படுத்தியிருப்பதை இக்கதைகள் காட்டுகின்றன. புதுமைப்பித்தனின் ஒரு கதை ‘நிகும்பலை’ மட்டும் கல்லூரி வாழ்க்கையைப் பேசுகிறது. ஆனாலும் தேர்வுகள்-தேர்வு பயம்-என்பது எல்லாப் பருவத்துக்கும் ஒன்றுதானே என்பதால் அதனைச் சேர்த்துள்ளோம். ஆர்.சூடாமணி, அருள்மொழி இருவர் கதைகளும் கல்வியைத் தாண்டிய வாழ்வியலைப் பேசுகின்றன. பெண் கல்வி பரவலான இக்காலத்திலும் அது குடும்ப வாழ்வெனும் மீள முடியாப் பள்ளத்தில் வீழ்ந்தே கிடப்பதை அருள்மொழியின் கதை அழுத்தமாகப் பேசுகிறது.

இவை பெரிதும் குழந்தைகளின் மன உலகைப் படம் பிடிக்கின்றன. ஆகவே இவை ஆசிரியர்களுக்கும் பெற்றோர்களுக்கும் முக்கியமான கொடையாகத் திகழ்கின்றன. கு.அழகிரிசாமியின் ‘அன்பளிப்பு’, கி.ராஜநாராயணனின் ‘ஜெயில்’ பிரபஞ்சனின் ‘மரி என்னும் ஆட்டுக்குட்டி’ கிருஷ்ணன் நம்பியின் ‘சுதந்திர தினம்’ போன்ற காலத்தால் அழியாத கதைகள் பெற்றோர்களால் புரிந்துகொள்ளப்படாத குழந்தைகளின் மன உலகத்தைச் சிக்கெனப் பிடித்து நமக்குக் கையளிக்கின்றன.

இமையம் எழுதியுள்ள ‘அரசாங்கப் பள்ளிக்கூடம்’ இன்றைய நம் சமகாலத்தில் சிதைவுக்குள்ளாகியிருக்கும் சமூகத்தின் இருட்பகுதிகள் எப்படி நம் குழந்தைகளின் உளவியலில் தாக்கத்தை ஏற்படுத்துகின்றன என்பதைச் சொல்வதுடன், சமூகத்தைத் திருத்தாமல் குழந்தைகளை மட்டும் தண்டனைகள் மூலம் திருத்திவிட நினைக்கும் பெரியவர்கள் உலகத்தைப் பகடி செய்வதாகவும் அமைந்துள்ளது.

குழந்தைகள் மையக் கல்வி நம்மிடம் இல்லை என்பதையே ஆர்.ராசேந்திரசோழனின் ‘பறிமுதல்’ கிருஷ்ணன் நம்பியின் ‘கணக்கு வாத்தியார்’ போன்ற கதைகள் காட்டுகின்றன. நாம் காண விழைகிற கனவு ஆசிரியர்களை சுந்தரராமசாமி அவர்களின் ‘நாடார் சார்’, ‘எங்கள் டீச்சர்’ ஆகிய இரு கதைகளும் நம்முன் நிலைநிறுத்துகின்றன.

ஒவ்வொரு கதையும் ஒரு திறப்புத்தான். ஒவ்வொரு கதையும் அவ்வகையில் ஒரு சுரங்கம்தான். கேட்டவுடன் இக்கதைகளைப் பயன்படுத்திக்கொள்ள அனுமதி அளித்த எழுத்தாளர்களுக்கும் அவர்களின் வாரிசுகளுக்கும் நெஞ்சார்ந்த நன்றியைத் தெரிவித்துக்கொள்கிறோம்.

இத்தகைய பெருமுயற்சியின் பின்னணியில் இருந்து தூண்டுதலாகவும் ஆதரவாகவும் இருப்பவர்கள் எஸ்.ஆர்.வி. கல்விக் குழுமத்தின் இயக்குநர் பெருமக்களான தலைவர் திரு.ஏ.ராமசாமி, செயலாளர் திரு.பி.சுவாமிநாதன், துணைத் தலைவர் திரு.எம். குமரவேல், பொருளாளர் திரு.எஸ்.செல்வராஜன், இணைச் செயலாளர் திரு.பி.சத்தியமூர்த்தி, தலைமை நிர்வாக அலுவலர் திரு.க.துளசிதாசன் ஆகியோர். எஸ்.ஆர்.வி. தமிழ்ப் பதிப்பகம் என்று ஒரு பதிப்பகத்தையே பள்ளிக்காகத் துவக்கி நடத்தும் இந்தப் பெருமக்களுக்கு நன்றி.

வடிவமைத்து அச்சிட்டு உதவிய பாரதி புத்தகாலயத்துக்கு நன்றி.

22-06-2023

அன்புடன்,

ச.தமிழ்ச்செல்வன்

தொகுப்பாளர்

பொருளடக்கம்

புதுமைப்பித்தன்

தமிழ்ச் சிறுகதையின் பிதாமகர் என்று போற்றப்படுபவர். 1906ஆம் ஆண்டு பிறந்த இவர் 1948ஆம் ஆண்டு காலமானார். திருநெல்வேலியைப் பூர்வீகமாகக் கொண்ட இவர் கல்லூரிப் படிப்பு முடிந்ததும் சென்னைக்குப் பயணமானார். வாழ்நாளில் பெரும்பகுதியைச் சென்னையிலும் புனே நகரத்திலும் கழித்தார். அவர் வாழ்ந்த காலத்தைப் பிரதிபலிக்கும் கதைகளையே அவர் எழுதினார். கூர்மையான சமூக விமர்சனம் அவருடைய எல்லாக் கதைகளின் உள்ளுறையாக இருக்கும்.

1

நிகும்பலை

- புதுமைபித்தன்

விடிந்து வெகு நேரமாகிவிட்டது.

அந்த அறையில் மட்டும் சூரியனது திருஷ்டி செல்லவில்லை.

எதிரிலிருந்த மங்கிப் புகையடைந்த மண்ணெண்ணெய் விளக்கருகில் ஓர் மாணவன் கையிலிருந்த புத்தகத்தில் ஏகாக்கிர சிந்தையாக இருந்தான்.

அன்று இரவு அவனுக்குச் சிவராத்திரி; பரீட்சை நெருங்கினால் பின் மாணவர்களுக்குச் சிவராத்திரி ஏன் வராது?

வெளியே தடதடவென்று கதவைத் தட்டும் சப்தம் அவனது யோகத்தைக் கலைத்தது.

"மிஸ்டர் ராமசாமி! மிஸ்டர் ராமசாமி!" என்று அவன் நண்பனின் குரல். கதவைத் திறக்கிறான்.

"என்னவே! நீரெல்லாம் இப்படி 'ஸ்டடி' செய்தால் பரீட்சை தாங்குமா? 'கிளாஸ்'தான்!" என்று வந்தவன் சிரித்துக்கொண்டே உள்ளே வந்தான்.

"ஏது, ரொம்ப நேரமாகிவிட்டது போலிருக்கே? நீர் உள்ளேயிரும்; நிமிஷத்தில் ஜோலியை முடித்துவிட்டு வந்து விடுகிறேன்; 'இண்டியன் ஹிஸ்ட்ரி'யை முடித்துவிடலாம். 'எ மினிட்' " என்று சொல்லிக்கொண்டே உள்ளே ஓடினான்.

"உம்ம படிப்புக்கு நான் எங்கே?" என்றார் வந்தவர்.

இருவரும் பி.ஏ. பரீட்சைக்குப் பணம் கட்டியிருக்கிறார்கள். உள்ளே தங்கியவர் பெயர் நடேசன். இல்லை, மிஸ்டர் நடேசன்.

"என்னவே! அதுக்குள்ளையா குளித்துச் சாப்பிட்டு விட்டீர்?"

"ஆமாம், ஆமாம்!" என்று ஈரம் சொட்டிக்கொண்டிருந்த தலையைத் துடைத்துக்கொண்டே வின்செண்ட் ஸ்மித் என்பார் எழுதிய இந்திய சரித்திரத்தை எடுத்துப் புரட்டினான்.

'அடிமை அரசர்களினால் உண்டான நன்மைகள்' என்ற பகுதியைத் திருப்பி வைத்துக்கொண்டு நாலாயிரப் பிரபந்தத்திற்காகத் தொன்று தொட்டு ஏற்பட்ட ராகத்தில் வாசிக்க ஆரம்பித்தான்.

மிஸ்டர் நடேசனும் தனது மூளைக்குப் பக்கபலமாக ஒரு சிகரெட்டை எடுத்துப் பற்றவைத்துக்கொண்டு இருந்தவர், இரண்டு மூன்று நிமிஷம் கழித்து, "இதெல்லாம் 'எக்ஸாமினேஷனு'க்கு வராதுவே; வந்தாலும் ஜமாய்த்துவிடலாம். நம்ப புரொபெஸர் கொடுத்த நோட்ஸை எடுத்து நல்ல 'டாப்பிக்கலா' இரண்டு 'சப்ஜெக்ட்ஸ்' வாசியும்!" என்றார்.

இருவரும் ஐந்து நிமிஷமாகத் தேடினார்கள். அட்டைகள் இரண்டும் அந்தர்த்யானமாகி, பக்கங்கள் ஒன்றோடொன்று ஒத்துழையாமை செய்து கொண்டிருந்த ஒரு காகிதக் குப்பையை எடுத்தார்கள். அதை நோட்டுப் புஸ்தகம் என்பது உயர்வு நவிற்சி. எழுத்துக்கள் பிரம்மலிபி; ஆதியும் அந்தமும் இல்லாத சிவனார் போல் விளங்கியது.

இவ்வளவு அனந்த கல்யாண குணங்களும் நிறைந்த அந்த 'நோட்டுப் புஸ்தகத்தை'ப் பலவிதமாகப் புரட்டி, ஒரு மாதிரித் திருப்தியடைந்தவன்போல் 'பர்மிய யுத்தங்களின் சுருக்கம்' என்ற பகுதியைப் படிக்க ஆரம்பித்தான்.

"என்ன மிஸ்டர் இதைப் படிக்கிறீர்? போன செப்டம்பருக்கு கேட்டாச்சே. மேலும், இந்த 'லெவன்த் அவரில் தரோ ஸ்டடி' முடியுமா? 'வார்ஸ்' வந்த காரணங்களைப் படியும். 'ஈவண்ட்ஸ்' விட்டுவிடும்; 'எப்பெக்ட்ஸ்' படியும். 'பிரிப்பேர்' பண்ணவே தெரியலையே" என்று கடிந்து, சுருக்க வழி சொல்லித் தந்த மிஸ்டர் நடேசன் அதற்குள் அணைந்துபோன சிகரெட்டைப் பற்றவைத்துக் கும்பரேசக பூர்வமாக பிரம்ம பத்திரத்தின் சூக்ஷ்ம சக்தியை வெகு சுவாரஸ்யமாக ஆகர்ஷித்துக்கொண்டு இருந்தார்.

பரீட்சைப் பாராயணம் நடந்தது.

"என்ன மிஸ்டர்! மணி 'ஒன்' ஆகிவிட்டது போலிருக்கே! மத்தியானம் வந்து முடித்துவிடுவோமே!" என்றார் மிஸ்டர் நடேசன்.

"சரி."

★★★

மத்தியானம்

அகோரமான வெயில்.

“இந்த ‘ஹாட் ஸன்’லே வந்தது ரொம்ப ‘டயர்டா’க இருக்கு!” என்று சொல்லிக்கொண்டு உள்ளே நுழைந்த நடேசன், ஒரு பாயை விரித்துக்கொண்டு சாய்ந்தான்.

“எனக்கும் ‘டயர்டா’த்தான் இருக்கிறது. ஆனால் முடியுமா? சாயங்காலத்திற்குள்ளாவது ‘இண்டியன் ஹிஸ்டிரி’யை முடித்துக்கொண்டு ‘பாலிட்டிக்ஸ்’ ஆரம்பித்து விடலாம்!” என்றார் மிஸ்டர் ராமசாமி.

“ஸ்! இந்த ‘ஹெவி ஸன்’லே ‘சப்ஜெக்ட’ஸா? ஏதாவது ‘லைட்’டா ‘நான் டீட்டெயி’லை எடுத்துப் படி.”

ஒரு மேல்நாட்டு நாவலாசிரியர் எழுதிய நாவல் ஒன்றை எடுத்து முதலிலிருந்து ஆரம்பித்தான்.

“என்ன மிஸ்டர், உமக்குச் சொன்னாலும் தெரியவில்லையே. சட்டர்ஜி ‘நோட்ஸ்’ எடுத்துப் படியும். இதில் மூன்று ‘டாபிக்ஸ்’. அதை அவன் நல்லா ‘டீல்’ பண்ணியிருக்கிறான்.”

படிக்க ஆரம்பித்தான். கொஞ்ச நேரத்தில் மிஸ்டர் நடேசன் பரீட்சையை மறந்தார். இருவரும் சுவாரஸ்யமாகக் குறட்டைவிட்டார்கள்.

“ ‘ஹால் டிக்கெட்ஸ்’ வந்துவிட்டதாம்!” என்று இரைந்துகொண்டே உள்ளே வந்தார் ஒரு மாணவர்.

“என்ன தூக்கம்? ‘ஹால் டிக்கெட்ஸ்’ வந்துவிட்டதாம் ஸார்” என்று மறுபடியும் சொல்லி எழுப்பினான் வந்தவன்.

“எப்போ? எப்போ?” என்று எழுந்திருந்தார்கள் இருவரும்.

“மார்னிங்’தான் வந்ததாம்; போய் வாங்கிக்கொண்டு வந்துவிடுவோமே” என்றார் வந்தவர்.

“புறப்படுவோம், ‘எ மினிட்’...” என்று சொல்லிக்கொண்டு இருவரும் மேல்சட்டையைப் போட்டுக்கொண்டார்கள்.

“என்ன மிஸ்டர் சண்முகம்? ‘சப்ஜெக்ட்’ எல்லாம் முடிச்சாச்சா?” என்று கேட்டான் ராமசாமி.

“என்ன பிரதர், ‘சப்ஜெக்ட்ஸ்’ எல்லாம் அப்படியே இருக்கு;

இங்கிலீஷைத் தொடவே இல்லை. நீங்கள் எதுவரைக்கும் முடித்திருக்கிறீர்கள்?" என்றார் சண்முகம்.

"என்ன 'பிரதர்?' " அன்னிக்கே நீங்க 'ஹிஸ்டரி'யை எல்லாம் முடித்தாய்விட்டது என்றீர்களே!" என்று சிரித்தான் நடேசன்.

"ஒரு தடவை 'டச்' பண்ணா போதுமா? 'ஸ்டடி' பண்ண வேண்டாமா?" என்றார் சண்முகம்.

"எங்களுக்கு ஒரு தடவை 'ரிவைஸ்' பண்ணவே 'டயம்' இல்லையே. பிரதர்! கொஞ்சம் ஒங்க 'எக்னாமிக்ஸ்' நோட்டைக் கொடுங்கள். 'மார்னிங்' தந்துவிடுகிறேன்" என்றான் ராமசாமி.

"இல்லை 'பிரதர்'; அதைத்தான் இப்போ நான் 'ஸ்டடி' பண்றேன். நாளைக்குக் கொண்டுவாரேனே!"

"ஏன் பிரதர், நீங்களும் நம்ப ரூமிற்கு வந்தால் ராத்திரியிலேயே எல்லோரும் 'ஸ்டடி' செய்துவிடலாமே, எப்படி?" என்றான் நடேசன்.

"சரி."

"இப்படி ஹோட்டலுக்குப் போவோம். 'டய'மாகி விட்டது!" என்றான் ராமசாமி.

மூவரும் கலாசாலையை நெருங்கினார்கள். அப்பொழுதுதான் கலாசாலை ரைட்டர் தனது அறையைச் சாத்திப் பூட்ட எத்தனித்தார்.

"பிரதர், கொஞ்சம் தயவு செய்யணும்!" என்று சண்முகம் ஓடிப்போய்க் கையைப் பிடித்தான்.

"ஏன் சார், 'ஆபீஸ் அவர்'ஸில் வரக்கூடாது? எனக்குக் கொஞ்சம் 'பிஸினெஸ்' இருக்கிறது. சார்" என்று பிரமாதப்படுத்திக்கொண்டார் ரைட்டர் அனந்தராம் அய்யர்.

சண்முகத்தின் கையிலிருந்த ஏதோ ஒரு சிறிய விஷயம், ரைட்டர் பையில் 'கிளிங்' என்ற சப்தத்துடன் விழுந்தது. வேதாரண்யத்தில் கதவைத் திறக்கச் செய்யும்படி பாடினார்களாமே, அந்தப் பாட்டைவிடப் பன்மடங்கு சக்தி வாய்ந்தது! உடனே ரைட்டர் முகம் மலர்ந்து உபசரிக்க வேண்டுமென்றால் பார்த்துக்கொள்ளுங்களேன்!

மூவரும் தங்கள் ஹால் டிக்கெட்டுகளை வாங்கிக்கொண்டு வந்தனர்.

எதிரே இவர்களுடைய சரித்திர ஆசிரியர் வந்தார். இவர் மூளையில் இல்லாதது சரித்திரம் சம்பந்தப்பட்ட மட்டில் பரீட்சைக்கு அவசியமில்லாதது என்று சொல்லிவிடலாம். அட்சரம் பிசகாமல் அவர் படித்த புத்தகங்களின் கதம்பமாக இருக்கும் அவர் பிரசங்கங்கள், சரித்திரங்களை யூனிவர்சிட்டி கேள்விகளின் விடைகளாக மாற்றிக் கற்றுக்கொடுப்பதில் நிபுணர்; பரீட்சையில் மாணவர்கள் தோற்காதபடி பார்த்துக் கொள்வதிலும் நிபுணர்.

இவர்களைக் கண்டதும், "என்னடே! 'ஸ்ப்ஜெக்ட்ஸ்' எல்லாம் ஆகிவிட்டதா? 'இண்டியன் ஹிஸ்டரி' முடித்து விட்டீர்களா?" என்று கேட்டார்.

"ஆம் சார்" என்றான் நடேசன்.

"இந்த மார்ச்சில், 'டல்ஹௌஸி'யில் ஒரு கேள்வி வருமப்பா. படித்தாகிவிட்டதா?" என்றார்.

" 'பாலிஸி ஆப் லாப்ஸ்'தான் சார் அதில் முக்கியம்!" என்றான் நடேசன்.

"அதைச் சொல்லு பார்ப்போம்" என்றார் புரொபெஸர்.

நடேசன் தனது சொந்த இங்கிலீஷில் சொல்லிக்கொண்டு வந்தான்.

புரொபெஸர் இடைமறித்து, "இப்படி எழுதினால் உனக்குச் சுன்னம்தான். நீ என் 'நோட்ஸை'ப் படித்தாயா?" என்று கேட்டுவிட்டு, "ராமசாமி, நீ சொல்லு பார்ப்போம்" என்றார்.

ராமசாமி பிளேட் வைத்தான். இடையில் ஒரு வார்த்தை திக்கிற்று; புரொபெஸர் அதைத் தொடர்ந்தே பாராயணம் பண்ணி முடித்தார். "கேர்புல்லாகப் படியுங்க. இன்னும் ஒரு வாரந்தான் இருக்கிறது" என்று புரொபெஸர் விடைபெற்றுக் கொண்டார்.

"ராமசாமிக்குக் 'கிளாஸ்தா'ன்!" என்று சிரித்தான் நடேசன்.

"இதைத் தவிர தெரியாதே. நீயாவது சொந்தமா ஏதும் அடிச்சு விடுவாய்" என்றான் ராமசாமி.

"மிஸ்டர், ஓங்க நம்பர் என்ன?" என்றான் நடேசன்.

"உம்முடையதைச் சொல்லுமேன்" என்றார் சண்முகம்.

"நமக்கு கோளாத்தான்!" என்றான் நடேசன்.

"அதென்ன ஜோஸியம்?" என்றான் ராமசாமி.

"நம்பரில் உள்ள எண்களைக் கூட்டினால் ஒற்றை நம்பராக 1, 3, 5 உள்ளதாக வந்தால் பாஸ். இல்லாவிட்டால் கோளா?"

"என்னுடையது 8700" என்றான் ராமசாமி.

"கொளுத்திவிட்டீர். 'கிளாஸ்'தான். அப்பவே சொன்னேனே!" என்றான்

நடேசன்.

"என் நம்பர் 7743" என்றார் சண்முகம்.

"உமக்குப் பாஸ்தான், சந்தேகமா?"

"மிஸ்டர் நடேசன், உம்ம நம்பர் என்ன?"

"அப்பவே சொன்னேனே கோளா என்று."

"சொல்லுமையா. எங்கே இங்கு கொடும்" என்று ஹால் டிக்கெட்டைப் பிடுங்கிப் பார்த்தார்கள்.

நடேசன் நம்பர் 7744.

மூவரும் ஹோட்டலுக்குள் சென்றார்கள்.

2

ஒரு வாரம் கழித்து.

பரீட்சை தினம். பட்டம் பெறுவதற்கோ அல்லது திரும்பப் பணங்கட்டி அதிர்ஷ்ட தேவதையை வரிக்க முயலுவதற்கோ ஏற்பட்ட திருநாள். கிண்டிக்கும் சர்வகலாசாலைக்கும் ஒரே விதமான நியாயம், ஒரே விதமான போட்டி. ஜெயிக்கும்வரை அல்லது பணம் இருக்கும்வரை, வரையாது கொடுக்கும் வள்ளல்களாக இருக்க வேண்டும். அதுவும் தினம் சராசரி வருமானம் 01.3வாக இருக்கும் இந்தியப் பெற்றோரின் குழந்தைகள்.

நடேசன் கோஷ்டியார் வாசித்துவந்த கலாசாலையில் காலை எட்டு மணியிலிருந்தே ஆர்ப்பாட்டம். உண்மையில் கலாசாலை மைதானத்திலும் வராந்தாவிலுமே இந்த அமளி, இரைச்சல்.

உள்ளே பரீட்சைப் புலியைப் பத்து மணிக்கு மாணவர்களுக்காகத் திறந்துவிடுவதற்காகவோ என்று எண்ணும்படி, கதவுகள் சிக்கென்று அடைக்கப்பட்டிருந்தன. கலாசாலை வேலைக்காரன் பொன்னுசாமி. வேலைக்காரன் என்றால் பொன்னுசாமிக்குக் கோபம் வந்துவிடும்! 'பியூன்' என்று சொல்லவேண்டும் - ரைட்டர் அய்யரைப் பின்பற்றி ஒரு பெரிய காகித மூட்டையை எடுத்துச் செல்லுகிறான். உள்ளே எட்டிப் பார்க்க ஆசைப்பட்டு இரண்டு மூன்று மாணவர்கள் தொடருகிறார்கள். அந்தச் சிதம்பர ரகசியம் லேசாகக் கிடைத்துவிடுமா? மூக்குத்தான் தட்டையாகிறது.

★★★

இன்றுதான் மாணவர்கள் வெகு கோலாகலமாக உடுத்தியிருக்கிறார்கள். அதில் இரண்டு மூன்று முழுத் துரைகளையும் (உடுப்புவரைதான்) காணலாம். ஒவ்வொருவர் கையிலும் கத்தைப் புஸ்தகங்கள். இதில் சிலர், 'எப்பொழுதும்போல் இருப்பேன் இன்னும் பராபரமே!' என்பவர் போல் கவலையற்ற உடையுடன் வந்திருக்கிறார்கள். இந்த ரகம் மாணவர்கள்தான் அதிகப் படிப்பு. சிலர் 'என்ன வரும்' என்ற தர்க்கம்; 'வந்தால் என்ன எழுதுவது' என்ற பிரசங்கம். சிலர் புரொபெஸர்களை வளைத்துக்கொண்டு சந்தேகங்களை நிவர்த்தி செய்துகொண்டு இருக்கிறார்கள்.

ஒவ்வொருவர் கையிலும் ஒரு கைக்கெடிகாரம். ஒரு மாணவன் பிக்-பென் (Big-Ben)னையே தூக்கிக்கொண்டு வந்து விட்டான். ஒவ்வொருவர் வசத்திலும் குறைந்தது இரண்டு பௌண்டன் பேனாக்கள்; சிலரிடம் ஒரு பெரிய ஸ்வான் இங்க் புட்டி. மாணவர்களிலும் சில அபூர்வ பிரகிருதிகள் உண்டு. அவை, டார்வின் கூற்றுக்கு உதாரணமாக, மோட்டுக் கிளைகளில் உட்கார்ந்து புஸ்தகத்தை ஆழமதியுடனே படிப்பதைக் காணலாம்.

நடேசன் கோஷ்டியும் அதோ வருகிறார்கள்.

★★★

கலாசாலை மணி

பரீட்சை ஆரம்பமாகிவிட்டது!

சாயங்காலம் மணி ஐந்து; கலாசாலை மணியும், 'போர் முடிந்தது. இன்று போய் நாளை வா!' என்பது போல் தொனித்தது. ஒவ்வொரு

ஹாலிலும், "ஸ்டாப் பிளீஸ்" என்று காவலிருந்த புரொபெஸர்கள் கூவினார்கள். அதையும் கவனிக்காமல் மாணவர்கள் எழுதிக் கொண்டிருக்கிறார்கள். நான்கு வார்த்தை அதிகமாக எழுதிவிட்டால் பாஸாகிவிடும் என்ற நம்பிக்கை, ஒரு பையனைப் பண்டிதர் இழுப்பிற்கும் விடாமல் எழுதச் செய்கிறது.

சிலர் தங்கள் நம்பர்களைப் போட மறந்துவிட்டு வெளியேறி விடுவார்கள். ரைட்டர் அய்யர், பொன்னுசாமி முதலியோர் அவனைக் கண்டுபிடித்து நம்பரைப் போடச் செய்யுமுன் மூளை கலங்கிவிடும். இப்படி வெளியேறியவர்கள் ஒருவர், இருவர் தாங்களே வந்து போட்டுவிட்டு, கலாசாலைத் தொழிலாளிகளின் வசைமொழி பெற்றுத் திரும்புவார்கள்.

நடேசன் கோஷ்டியும் வெளியே வந்தார்கள். ஆனால் உற்சாகமில்லை. ஒருவேளை களைப்பாகவும் இருக்கலாம். "எல்லாம் 'டவுட் புல்'லாக இருக்கிறது!" என்று பேசிக் கொண்டார்கள். அவர்களுக்குள் ஒரு கேள்விக்கு எப்படி விடை எழுதுவது என்ற தர்க்கம்.

இப்படித்தான் மற்ற நாட்களும்.

பரீட்சை ரிஸல்ட் வந்துவிட்டது. மூவரும் தேறி விட்டார்கள்.

இப்பொழுது சர்வீஸ் கமிஷன் பரீட்சை எழுதுவதாகத் தீர்மானம். அதிலும் தேறிவிடுவார்கள்.

பின்குறிப்பு:

நிகும்பலை: இராமாயணத்தில் இராவணன் மகன் இந்திரஜித் நடத்தும் ஒரு யாகத்தின் பெயர். இந்த யாகம் முழுமையாக நடத்தப்பட்டு விட்டால், போரில் இந்திரஜித்தை யாராலும் தோற்கடிக்க முடியாது!

கு.அழகிரிசாமி

கோவில்பட்டியை அடுத்த இடைசெவல் கிராமத்தில் 1923இல் பிறந்த இவர் எழுத்தாளராக வேண்டும் என்பதற்காக கிடைத்த அரசு ஊழியர் வேலையை விட்டுவிட்டுச் சென்னைக்குப் பயணமானவர். பல பத்திரிகைகளில் பணியாற்றி பின், மலேசியாவுக்குச் சென்றார். அங்கும் பத்திரிகையில் பணியாற்றி அங்கேயே திருமணமும் செய்துகொண்டு மீண்டும் சென்னைக்கு வந்தார். எளிமையான நேரடியான மொழியில் கதை சொல்வது இவரது பாணி. வறுமையையும் பட்டினியையும் சொத்தாகக் கொண்ட மக்களைப்பற்றி இவர் அளவுக்கு யாரும் எழுதியதில்லை. குழந்தைகளின் மன உலகத்துக்குள் நுழைகிற கடவுச்சீட்டு இவருடைய எழுத்துக்களில் இருந்தது. 1970இல் காலமானார். சாகித்ய அகாதெமி விருது பெற்ற எழுத்தாளர்.

2

அன்பளிப்பு

- கு. அழகிரிசாமி

மறுநாள் ஞாயிற்றுக்கிழமைதானே என்று இரவு வெகுநேரம் வரையில் கண் விழித்துப் படித்துக் கொண்டிருந்துவிட்டேன். சனிக்கிழமை இரவு படுத்துக் கொள்ளும்போது மணி இரண்டிருக்கும். எவ்வளவு காலதாமதமாகித் தூங்கப் போனாலும், தூக்கம் வருவதற்கு மேற்கொண்டு ஒரு அரை மணி நேரமாவது எனக்கு ஆகும். ஆகவே இரண்டரைக்குத்தான் தூங்க ஆரம்பித்திருப்பேன். சுகமாகத் தூங்கிக்கொண்டிருக்கும் போது, முதுகில் நாலைந்து கைகள் வந்து பலமாக அடிக்க ஆரம்பித்துவிட்டன. அடிகளால் ஏற்பட்ட வலியைவிட, அவற்றால் ஏற்பட்ட ஓசை மிகப் பெரியதாக இருந்தது. தூக்கம் கலைந்து கண் விழிப்பதற்குள், வலது புஜத்தில் எறும்பு கடிப்பதுபோல இருந்தது.

"தூங்கு மூஞ்சி மாமா!..."

"மணி ஏழரையாகி விட்டது..."

"எழுந்திருக்கிறீர்களா, பலமாகக் கிள்ளவா?"

"முகத்தில் ஜலத்தைக் கொண்டுவந்து தெளித்து விடுவோம். இன்னும் இரண்டு நிமிஷத்துக்குள் எழுந்துவிட வேண்டும்..."

இப்படியே பல குரல்கள் பேசிக்கொண்டிருந்தன. பேச்சின் நடுவே இரண்டு அல்லது மூன்று பேர் சேர்ந்து 'சிரிடா சிரி' என்று சிரித்தார்கள். கண் விழித்துவிட்டேன்.

"யார் அது? உம்! இதோ வருகிறேன். தூக்கத்திலே வந்து..." என்று அதட்டிக்கொண்டே எழுந்து உட்கார்ந்தேன். ஒரு பையனைத் தவிர, அதாவது சாரங்கராஜனைத் தவிர, மற்ற எல்லாக் குழந்தைகளும் விழுந்து விழுந்து சிரிக்க ஆரம்பித்து விட்டார்கள்.

"கடிகாரத்தைப் பாருங்கோ மாமா! மணி எட்டு ஆகப் போகிறது! இன்னும் தூங்கு மூஞ்சி மாதிரி தூங்கிக்கொண்டு..." என்று சொல்லிவிட்டுச் சிரித்தாள் சித்ரா.

"அது இருக்கட்டும், விடிந்ததும் எங்கே இப்படிப் பட்டாளம் 'மார்ச்' பண்ண ஆரம்பித்துவிட்டது?" என்று கேட்டேன்.

“இரவில் வெகு நேரம் கண் விழித்தால் உடம்புக்குக் கெடுதல் என்று எங்கள் பாடப் புத்தகத்தில் போட்டிருக்கிறது, மாமா” என்றான் இதுவரையிலும் மௌனமாக இருந்த சாரங்கராஜன்.

“நான் படித்த பாடப் புத்தகத்திலும் அப்படித்தான் போட்டிருந்தது! என்ன செய்வது?” என்று எனக்கு நானே சொல்லிக்கொண்டேன். ஆனால் சிறுவன் சாரங்கனிடம் அவ்விதம் சொல்லாமல், “நாளை முதல் சீக்கிரமாகவே தூங்கிவிடுகிறேன். கண் விழிக்கவில்லை” என்றேன். அவனுக்குப் பரம சந்தோஷம் - அவன் சொன்னதை அப்படியே ஏற்றுக்கொண்டதற்காக.

மறு நிமிஷத்தில், எல்லோருமாகச் சேர்ந்து ஒருமிக்க, “என்ன புத்தகம் கொண்டு வந்திருக்கிறீர்கள்?” என்று கேட்டார்கள்.

“ஒரு புத்தகமும் கொண்டு வரவில்லை!”

“பொய், பொய். சும்மா சொல்கிறீர்கள்!”

“நிஜமாக, ஒரு புத்தகமும் கொண்டு வரவில்லை”

“நேற்று புத்தகம் கொண்டு வருவதாகச் சொன்னீர்களே!”

“நேற்று சொன்னேன்.

“அப்புறம் ஏன் கொண்டு வரவில்லை?”

“புத்தகங்கள் ஒன்றும் வரவில்லை. வந்திருந்தால்தான் கொண்டு வந்திருப்பேனே”

“பிருந்தா! மாமா பொய் சொல்கிறார்; கொண்டு வந்து எங்கேயாவது ஒளித்து வைத்திருப்பார். வாருங்கள், தேடிப் பார்க்கலாம்” என்றாள் சித்ரா.

அவ்வளவுதான், என்னுடைய அறை முழுவதும் திமிலோகப் பட்டது. ஒரே களேபரம். சித்ரா மேஜையைத் திறந்து உள்ளே கிடக்கும் பெரிய காகிதங்களையும் துண்டுக் காகிதங்களையும் கடிதங்களையும் எடுத்து வெளியே எறிந்தாள். துழாவித் துழாவிப் பார்த்தாள். மேஜையில் புத்தகம் எதுவும் இல்லாது போகவே, அதிலிருந்து சாவிக்கொத்தை எடுத்துப் பெட்டியைத் திறந்து தேட ஆரம்பித்துவிட்டாள்.

பிருந்தாவும் சுந்தரராஜனும் பீரோவைத் திறந்து புத்தகங்களை எடுத்துக் கண்டபடி கீழே போட்டார்கள்.

சின்னஞ்சிறு குழந்தையான கீதா கீழே உட்கார்ந்து, இறைந்து கிடக்கும் ஆங்கிலப் புத்தகங்களை அர்த்தமில்லாமல் திறந்து பார்த்துக் கொண்டிருந்தாள்.

சித்ரா பெட்டியில் உள்ள சலவைத் துணிகளை எடுத்து வெளியே போட்டாள். என்னுடைய பழைய டைரிகள், எனக்கு வந்த பழைய கடிதங்கள், இரண்டொரு புத்தகங்கள் - எல்லாம் ஒரே குப்பையாக வந்து வெளியே விழுந்தன.

பீரோவைச் சோதனை போட்ட பிருந்தாவும் சுந்தரராஜனும் ஜன்னல்களில் அடுக்கியிருந்த புத்தகங்களை ஒவ்வொன்றாக எடுத்துக் கீழே போட்டார்கள்.

சாரங்கன் ஒருவன்தான் என்னோடு அமைதியாக உட்கார்ந்து கொண்டிருந்தான். அவன் எப்பொழுதுமே குறும்பு பண்ணமாட்டான்; விளையாடமாட்டான். மற்ற குழந்தைகள் எல்லோரும் ஒரு விதம்; அவன் ஒரு விதம். என்னிடத்தில் பயபக்தியோடு நடந்துகொள்ளும் சிறுவன் அவன் ஒருவன்தான்.

ஜன்னலில் இருந்த புத்தகங்கள் ஒவ்வொன்றாக வந்து விழும்போது, ஒரே சந்தடியும் இரைச்சலுமாய்ப் போய்விடவே, சமையற்கட்டிலிருந்து என் தாயார் ஓடிவந்தாள். வந்து பார்த்தால் எல்லாம் ஒரே கந்தர் கோளமாகக் கிடந்தது.

“என்னடா இது, இந்தக் குழந்தைகள் இப்படி அமர்க்களம் பண்ணுகிறார்கள், நீ பேசாமல் பார்த்துக்கொண்டிருக்கிறாயே!” என்று என்னைப் பார்த்துக் கோபித்துக்கொண்டாள்.

“நீ வீட்டுக்குள் போ அம்மா. இது எங்கள் விவகாரம். நீ எதற்காக வேலையைப் போட்டுவிட்டு இங்கே வந்து நின்றுகொண்டிருக்கிறாய்?” என்று சொல்லிவிட்டுச் சிரித்தேன்.

“இவ்வளவு வயதாகியும் இன்னும் குழந்தைகளோடு குழந்தையாய் விளையாடிக்கொண்டிருப்பது ரொம்ப அழகாகத்தான் இருக்கிறது!” என்று சொல்லிக்கொண்டே அம்மா உள்ளே போய்விட்டாள். பாதி தூரம் போனதும் அங்கே நின்ற வாக்கிலேயே, “ஏண்டா, நீ எப்போ ஸ்நானம் பண்ணப் போகிறாய்?” என்று இரைந்து கேட்டாள்.

“இரண்டு நிமிஷத்தில் வந்து விடுகிறேன்” என்று அம்மாவுக்குப் பதில் குரல் கொடுத்துவிட்டு இந்தப் பக்கம் திரும்பும்போது, ஜன்னலிலிருந்து பத்துப் பதினாறு கனமான புத்தகங்கள் ‘தட தட’வென்று அருவி மாதிரி கீழே விழுந்தன. ஒரு பழைய தமிழ்

அகராதி அட்டை வேறு, புத்தகம் வேறாகப் போய் விழுந்தது. குப்புற விழுந்த சில புத்தகங்கள் மீது சில கனமான புத்தகங்கள் விழுந்து அமுக்கவே, கீழே அகப்பட்ட புத்தகங்கள் வளைந்து, ஒடிந்து, உருக்குலைந்துவிட்டன. புத்தகங்கள் ஒரே மொத்தமாகக் கீழே விழுந்துவிட்டதைக் கண்டு எல்லாக் குழந்தைகளும் பயந்துவிட்டார்கள். கீழே கிடக்கும் புத்தகங்களையும் என்னையும் திரும்பத் திரும்பப் பார்த்தார்கள். கீழே விழுந்தவை மொத்தம் அறுபது புத்தகங்களாவது இருக்கும். குழந்தைகளின் முகத்தில் பயத்தின் சாயல் படர ஆரம்பித்துவிட்டது. நான் என்ன சொல்லப் போகிறேனோ என்று எதிர்பார்த்துக்கொண்டு கண்ணிமைக்காமல் என் முகத்தையே பார்த்தார்கள். மற்ற குழந்தைகளின் பயத்தைப் பார்த்த ஐந்து வயது நிரம்பாத கீதாவும் பயந்துபோய் என்னைப் பார்த்தாள். நான் வேண்டுமென்றே மௌனமாக இருந்தேன். புத்தகங்களையும் குழந்தைகளையும் வெறித்த பார்வையோடு பார்த்தேன். மௌனம் நீடித்தது. ஒரு நிமிஷம், இரண்டு நிமிஷம், மூன்று நிமிஷம்.. குழந்தைகளுக்கு என் மௌனம் சித்ரவதையாக இருந்தது. ஒவ்வொரு குழந்தையும் மூச்சுப் பேச்சிழந்துவிட்டது. சித்ராவின் முகத்தில் வியர்க்க ஆரம்பித்துவிட்டது. பயம் அறியாத சித்ராவே பயந்துவிட்டாள். என்னை ஒட்டி உட்கார்ந்துகொண்டிருந்த சாரங்கன் நாலு அங்குலம் நகர்ந்து உட்கார்ந்துகொண்டான். என்னைத் தொடவே அவனுக்குப் பயமாகி விட்டது. அவனுடைய சலனத்தால் தூண்டப்பெற்று, "நான் வீட்டுக்குப் போகிறேன்" என்று கிளம்பிவிட்டாள் பிருந்தா.

"பிருந்தா! இங்கே வா" என்று யாதொரு உணர்ச்சிப் பிரதிபலிப்பும் இல்லாமல் சொன்னேன்.

நான் சொன்னபடி அவள் உள்ளே வந்தாள். இதற்கு மேல் குழந்தைகளைப் பயமுறுத்த நான் விரும்பவில்லை.

எழுந்து நின்றேன். என் அறையின் மற்றொரு ஜன்னல் பக்கம் சென்றேன். அங்குள்ள புத்தகங்களில் கை வைத்தேன். என் ஒவ்வொரு அசைவையும் குழந்தைகளின் கண்கள் சர்வ ஜாக்கிரதையுடன் கவனித்துக் கொண்டிருந்தன. புத்தகங்களின் நடுவில் பெரிய புத்தகங்களுக்குக் கீழே இருந்த பதின்மூன்று கதைப் புத்தகங்களை எடுத்துக்கொண்டு திரும்பினேன். கட்டிலில் வந்து உட்கார்ந்துகொண்டு, "தோற்றுப்போய் விட்டீர்களா? நீங்கள் தேடு தேடு என்று தேடினீர்களே, புத்தகங்கள் உங்களுக்குத் தட்டுப்பட்டதா? வாருங்கள், வாருங்கள்" என்று ஒரே உற்சாகத்துடன் சொன்னேன்.

குழந்தைகளுக்கு உயிர் வந்துவிட்டது. என்னைப் பார்த்து ஓடோடியும் வந்தன. சாரங்கன் என் பக்கம் நெருங்கி உட்கார்ந்தான். என் இடது கையில் சாய்ந்தும் உட்கார்ந்து கொண்டான். சித்ராவுக்கு ஏனோ என்மேல் கோபம் வந்துவிட்டது. வெகுநேரம் மௌனமாக இருந்து அவர்களைப் பயத்தில் ஆழ்த்தி வைத்ததை எண்ணிக் கோபப்பட்டாளோ? அல்லதுதான் பயந்ததற்காக வெட்கப்பட்டு, தான் பயப்படவில்லை என்பதாகக் காட்டிக்கொள்ளுவதற்கும் அதன் மூலம் வெட்கத்தை மறைப்பதற்குமாகக் கோபப்பட்டாளோ? ‘விறுவிறு’ என்று கட்டிலில் ஏறினாள். எனக்குப் பின்புறமாக வந்து, “பொய்தானே சொன்னீர்கள், புத்தகங்கள் கொண்டு வரவில்லை என்று? உம், இனிமேல் பொய் சொல்லாதீர்கள். சொல்லவில்லை என்று சொல்லுங்கள்” என்று சொல்லிவிட்டு, “சொல்லுங்கள், சொல்லுங்கள்” என்று எச்சரித்துக் கொண்டே முதுகில் தன் பலங்கொண்டமட்டும் அடித்தாள்.

“ஐயோ! ஐயோ! பொய் சொல்லவில்லை! இனிமேல் பொய் சொல்லவில்லை!” என்று வேதனையோடு சொல்கிறவன் மாதிரி சொன்னேன். குழந்தைகள் எல்லோரும் சிரித்தார்கள்.

சுந்தரராஜன் வந்து, “சாரங்கா, அந்தப் பக்கம் நகர்ந்துக்கோடா” என்று சொல்லி அவனைத் தள்ளிவிட்டு எனக்கும் அவனுக்கும் நடுவில் வந்து உட்கார்ந்தான். என் கையிலுள்ள அத்தனை புத்தகங்களையும் ‘வெடுக்'கென்று பிடுங்கிக்கொண்டு ‘விறுவிறு’ என்று ஒவ்வொன்றின் பெயரையும் உரக்க வாசித்தான். கடைசிப் புத்தகத்தின் பெயரை வாசித்ததும் ‘பளிச்’சென்று எழுந்து “இத்தனையும் எனக்குத்தான்” என்று சொல்லிக்கொண்டே வெளியே கிளம்பிவிட்டான்.

குழந்தைகள் உடனே அழுவதற்கு ஆயத்தமாகிவிட்டன. அப்பொழுது மௌனமாக இருந்தவன் சாரங்கன்தான்.

“சுந்தர்! இதோ பார் இந்தப் புத்தகங்களை எடுத்துக்கொண்டு ஓடினால் அப்புறம் உனக்குப் புத்தகங்களே கொண்டு வரமாட்டேன்” என்றேன்.

அவன் ‘கடகட’வென்று சிரித்துக்கொண்டே, “பாவம், மாமா பயந்துவிட்டார்!” என்று கூறிக்கொண்டு உள்ளே வந்தான்.

புத்தகங்களை என் கையில் வாங்கி ஏழு புத்தகங்களில், “என் பிரியமுள்ள சித்ராவுக்கு அன்பளிப்பு” என்று எழுதி என்

கையெழுத்தையும் போட்டுச் சித்ராவிடம் கொடுத்தேன். மீதியுள்ள ஆறு புத்தகங்களிலும் 'என் பிரியமுள்ள சுந்தரராஜனுக்கு அன்பளிப்பு' என்று எழுதி அவ்விதமாகவே கையெழுத்திட்டுச் சுந்தரராஜனிடம் கொடுத்தேன்.

பிருந்தாவும் தேவகியும், "எனக்கு?" என்று ஏககாலத்தில் கேட்டனர்.

"சித்ராவிடமும் சுந்தரிடமும் வாங்கிப் படித்துக்கொள்ளுங்கள். இதுவரையிலும் நீங்கள் மற்ற புத்தகங்களை எப்படி வாங்கிப் படித்தீர்களோ, அப்படியே இப்பொழுதும் வாங்கிப் படித்துக் கொள்ளுங்கள்" என்றேன்.

அந்த இரண்டு பெண்களும் நான் சொன்னதை ஆட்சேபமின்றி ஏற்றுக்கொண்டு விட்டார்கள்.

"மத்தியானத்துக்குள் இந்த ஏழு புத்தகங்களையும் படித்து விடுவேன். படித்து முடித்த பிறகு வருகிறேன் மாமா" என்று கூறிவிட்டுப் புறப்பட்டுவிட்டாள் சித்ரா. அவளைத் தொடர்ந்து, சாரங்கனைத் தவிர எல்லோரும் எழுந்து தத்தம் வீடுகளுக்குக் கிளம்பினார்கள். சாரங்கன் இரண்டொரு தடவை என் முகத்தையே ஏறிட்டுப் பார்த்தான். அவன் ஒன்றும் பேசவில்லை. அவன் என்ன நினைத்துக் கொண்டிருக்கிறான் என்பதை அறிவிக்கும் சலனமும் முகத்தில் இல்லை. அப்பொழுது அவன் அவ்வாறு பார்த்ததற்கு ஒரு முக்கியத்துவமோ, ஓர் அர்த்தமோ இருந்ததாக நான் கருதவும் இல்லை. நான் எழுந்து குப்பையாகக் கிடக்கும் புத்தகங்களையும் துணிமணிகளையும் எடுத்து அவையவை இருக்க வேண்டிய இடத்தில் வைக்க ஆரம்பித்தேன், சுருண்டு நசுங்கிக் கிடந்த புத்தகங்களை நிமிர்த்திச் சரிபண்ணினேன். அவற்றின் மீது பெரிய புத்தகங்களைப் பாரமாகத் தூக்கி வைத்தேன். இந்த வேலைகளைச் செய்யும்போது சாரங்கன் நான் எதிர்பாராமலே எனக்கு உதவி செய்து கொண்டிருந்தான்.

"எந்த வகுப்பு பாஸ் பண்ணினால் இந்தப் புத்தகத்தைக் கஷ்டமில்லாமல் படிக்கலாம்?" என்று ஒரு புத்தகத்தை எடுத்து வைத்துக் கொண்டு கேட்டான் சாரங்கன். அவன் குரலில், மூச்சைத் திணறவைக்கும் சங்கோஜம் நிறைந்திருந்தது. அதுமட்டுமின்றி, பயந்தவனைப் போல, முயற்சியில் தோல்வியடைந்து புண்பட்டவனைப் போல அவன் பேசினான்.

“சாரங்கா! நீ கெட்டிக்காரப் பையன். உன் வயதில் நான் இவ்வளவு கெட்டிக்காரனாக இருந்ததில்லை. அதனால் நீ எஸ்.எஸ். எல்.ஸி. வகுப்புக்கு வந்ததும் இந்தப் புத்தகத்தைச் சிரமமில்லாமல் படித்துப் புரிந்து கொள்ளலாம்” என்று பரிவோடு சொன்னேன்.

அவன் கையில் வைத்துக்கொண்டிருந்தது வால்ட் விட்மனின் கவித் தொகுதி.

“அப்படியானால் இன்னும் இரண்டு வருஷம் இருக்கிறது” என்று அவன் தனக்குத்தானே சொல்லிக்கொண்டான். பிறகு கையிலுள்ள புத்தகத்தை ஜன்னலில் கொண்டு போய் வைத்துவிட்டு வந்து உட்கார்ந்தான்.

என் தாயார் கோபமாக என்னென்னவோ சொல்லிக்கொண்டு அங்கே வந்தாள், “ஏண்டா, நான் எத்தனை தடவை உனக்குச் சொல்கிறது? வெந்நீர் ஆறி அலர்ந்து ஜில்லிட்டுப் போய்விட்டது” என்று சொல்லிவிட்டு, “இந்தப் பொல்லாத குட்டிகளை இப்படி அமர்க்களம் பண்ணவிடலாமா? என்ன பிரியமோ இது? ஊரார் குழந்தைகளுக்கு இத்தனை சலுகை காட்டுகிறவர்களை நான் பார்த்ததே இல்லை... நீ ஸ்நானம் பண்ணப் போடா, நான் எடுத்து வைக்கிறேன்” என்று வந்தாள் அம்மா.

“அம்மா! உனக்குப் புத்தகங்களை இனம் பிரித்து அடுக்கத் தெரியாது. நீ போ, நான் ஒரு நிமிஷத்தில் வந்து விடுகிறேன்”

“இன்றைக்கு அடுக்கி வைக்கவேண்டியது; நாளைக்கு அவர்கள் வந்து குப்பையாக்க வேண்டியது; அப்புறம் பழையபடியும் அடுக்கி வைக்க வேண்டியது. உனக்கு வேறு வேலை என்ன?” என்று சொல்லிவிட்டு அவள் சமையற்கூடத்துக்குச் சென்றுவிட்டாள்.

நானும் வெகு சீக்கிரத்திலேயே ஸ்நானம் பண்ணக் கிளம்பிவிட்டேன். அப்பொழுது என்னோடு நடுக்கூடம் வரையில் நடந்து வந்தான் சாரங்கன். அப்புறம் பளிச்சென்று மறுபக்கமாகத் திரும்பி, “போய்விட்டு வருகிறேன்” என்று சொல்லிவிட்டுப் போய்விட்டான்.

“அம்மா! குழந்தைகளை இப்படிக் கோபித்துக்கொள்ளுகிறாயே! அதுகள் ஒவ்வொன்றும் ஒரு பொக்கிஷம்!” என்று சொல்லிவிட்டு ஸ்நான அறைக்குள் சென்றேன். நான் சொன்னது புகை முட்டிய அடுப்பங்கரையில் திக்குமுக்காடும் அம்மாவுக்குக் கேட்டதோ என்னவோ?

ஒவ்வொரு குழந்தையும் ஒரு பொக்கிஷந்தான். மாம்பலத்துக்கு வீடு மாற்றிவந்ததை என் பாக்கியம் என்றே நான் கருதினேன். இங்கே வந்திராவிட்டால் இந்தப் பொக்கிஷங்களை நான் சந்தித்திருக்க முடியுமா? இங்கு வந்து நான்கு வருஷங்களாகின்றன. வீட்டில் நானும் என் தாயாருந்தான். ஒரு பெரிய வீட்டின் ஒரு பகுதியிலேதான் எங்கள் குடித்தனம். வந்து ஆறு மாதங்களாகும் வரையில் இந்தக் குழந்தைகளின் நட்பு எனக்கு ஏற்படவே இல்லை. ஒருநாள் திடீரென்று இரண்டு குழந்தைகள் – சுந்தரராஜனும் சித்ராவும் வந்தார்கள். அன்று வந்தது போலவே தினமும் வந்தார்கள். சில நாள்களுக்குள் சம்பிரதாய மரியாதைகள், நாசூக்குகள் எல்லாம் மறைந்தன. உண்மையான மனப்பாசம் கொள்ளத் தொடங்கினோம். ஒன்றாக உட்கார்ந்து கதைகள் படிப்பது, பத்திரிகைகள் வாசிப்பது, கதைகள் சொல்லுவது, செஸ் விளையாடுவது - இப்படிப் பொழுது போக்கினோம். நான் வேலை செய்யும் பத்திரிகாலயத்துக்கு மதிப்புரைக்கு வரும் புத்தகங்கள் சிலவற்றை எடுத்து விமர்சனம் எழுதும்படி தலைமையாசிரியர் என்னிடம் கொடுப்பார். அப்படி மதிப்புரைக்காக வந்த புத்தகங்கள் என்னிடம் ஏராளமாக இருந்தன. குழந்தைகளுக்கு அவை நல் விருந்தாக இருந்தன. ஒரே ஆவலோடு ஒரு சில தினங்களுக்குள் அத்தனை புத்தகங்களையும் சுந்தரராஜனும் சித்ராவும் படித்துத் தீர்த்துவிட்டார்கள். அவர்களுடைய புத்தகத் தேவையை என் மதிப்புரைப் புத்தகங்களைக் கொண்டு ஈடுசெய்ய முடியவில்லை. இதனால் அவ்வப்போது சில குழந்தைப் புத்தகங்களை விலைக்கு வாங்கிக்கொண்டு வந்து கொடுப்பேன். அதனால், அவர்கள் தினந்தோறும் நான் காரியாலயம் போகும்போது, "இன்று ஞாபகமாகப் புத்தகங்கள் கொண்டு வர வேண்டும்" என்று சொல்லியனுப்புவார்கள். சாயங்காலத்தில் வெறுங்கையோடு வீடு திரும்பினால் ஒரே கலாட்டாதான்.

சுந்தரராஜனும் சித்ராவும் நான் குடியிருக்கும் வீட்டுக்குப் பக்கத்து வீட்டுக் குழந்தைகள்; பணக்காரக் குழந்தைகள். குழந்தை என்று சொன்னாலும் சுந்தரராஜனுக்குப் பதின்மூன்று வயது; சித்ராவுக்கு ஒன்பது வயது. இந்த இருவரின் புத்திசாலித்தனம், களை நிறைந்த தோற்றம், எல்லாவற்றையும் விடச் சீரிய மனப்பாங்கு - எல்லாம் சேர்ந்து என்னை வசீகரித்தன; என்னை ஆட்கொண்டுவிட்டன. அவர்கள்மேல் நான் வைத்திருந்த அன்பு இம்மட்டு அம்மட்டு என்றில்லை. தினந்தோறும் அவர்களுக்கு ஏதேனும் ஒரு பரிசு கொடுக்கவேண்டும், தினந்தோறும் அவர்களுக்குப் புதியதொரு

மகிழ்ச்சியை உண்டாக்கவேண்டும் என்றெல்லாம் என் மனம் துடித்துக்கொண்டிருக்கும். இவர்களுடைய நட்பு தொடங்கிச் சில வாரங்கள் ஆவதற்குள்ளாக மற்ற குழந்தைகளின் பரிச்சயமும் எனக்கு ஏற்பட்டது. பிருந்தா, தேவகி, கீதா, சாரங்கராஜன் ஆகியவர்களும் வர ஆரம்பித்தார்கள். பிருந்தாவும் தேவகியும் சித்ராவுடன் ஒரே வகுப்பில் படிக்கும் சம வயதுக் குழந்தைகள். கீதா, தேவகியின் தங்கை. சாரங்கராஜன் சுந்தரராஜனுடைய பள்ளித் தோழன். எல்லோருடைய வீடுகளும் ஒன்றையடுத்து ஒன்றாக இருந்தன. இவர்களில் சாரங்கனுடைய வீட்டார்தான் வாடகை வீட்டில் குடியிருப்பவர்கள். மற்ற குழந்தைகள் சொந்த வீடு உள்ள பணக்காரக் குழந்தைகள்.

எல்லோரிடத்திலும் நான் ஒன்று போலவே அன்பாக இருந்தேன். சுந்தரராஜனும் சித்ராவும் எனக்கு முதலில் பரிச்சயமானவர்கள் என்பதற்காகவோ என்னவோ அவர்களிடத்தில் எனக்கு ஒரு அலாதிப் பிரியம் இருந்தது. ஆனால் வெளிப்படையான பேச்சிலும் நடவடிக்கைகளிலும் ஒரு குழந்தைக்கும் மற்றொரு குழந்தைக்கும் நான் வித்தியாசம் காட்டி நடந்துகொள்ளவில்லை. உள்ளன்பிலும் வேற்றுமை காட்டவில்லை. முன்னால் சொன்னதுபோல ஏதோ ஒரு அலாதிப்பிரியம் சித்ராவிடமும் அவளுடைய அண்ணனிடமும் ஏற்பட்டிருந்தது. ஆனால், குழந்தைகளோ என்னை ஒரே மாதிரி நேசித்தன. அவர்களுடைய பிரியத்தில் வேற்றுமை இல்லை. ஒவ்வொரு குழந்தையும் தனக்காகவே இந்த உலகத்தில் பிறந்த நண்பன் என்று என்னை நினைத்தது. ஒவ்வொன்றும், ஒரு மகத்தான நம்பிக்கையாக, ஒரு பெரிய ஆறுதலாக, ஒரு நல்ல வழிகாட்டியாக என்னைக் கருதியது. எந்த விதத்திலும் தனக்குச் சமதையான ஜீவன் என்று என்னைக் கருதியது. குழந்தைகள் என்னைப் பெரிய மனித பீடத்தில் தூக்கி வைக்காமல் நட்பு முறையில் கைகோத்துக்கொள்ள வந்தார்கள். இவர்கள் என்னோடு விளையாடினார்கள்; என்னோடு சண்டை போட்டார்கள்; என்னை அடித்தார்கள்; என்னைக் கண்டித்தார்கள்; என்னை மன்னித்தார்கள்; என்னை நேசித்தார்கள்.

உலகத்தில் எல்லோரும் குழந்தைகளைக் கண்டால் பிரியமாக நடந்துகொள்ளுவதும் அல்லது விளையாடுவதுமாக இருக்கிறார்கள். ஆனால் அவர்களுடைய அன்பில் ஒரு விளையாட்டுணர்ச்சியும் ஒரு நடிப்பும் கலந்திருக்கின்றன. குழந்தையைப் போலப் பேசி, குழந்தையைப் போல் ஆடிப்பாடி, குழந்தையை விளையாட்டுப்

பொம்மையாகக் கருதி அதற்குத் தக்கவாறு நடந்து கொள்கிறார்கள். ஆனால் அந்தச் சூதுவாதறியாத குழந்தைகளோ அப்படி நடிப்பதில்லை; அவர்களுடைய அன்பில் அந்த விளையாட்டுணர்ச்சி கலக்கவில்லை. அவர்கள் உண்மை யிலேயே அன்பு காட்டுகிறார்கள். இந்த உண்மை எனக்கு என்றோ, ஏதோ ஒரு சந்தர்ப்பத்தில் மனத்தில் தைத்தது. அன்று முதல் நான் அவர்களைக் குழந்தைகளாக நடத்தவில்லை; நண்பர்களாக நேசித்தேன். உற்ற துணைவர்களாக மதித்தேன். உள்ளன்பு என்ற அந்தஸ்தில் அவர்களும் நானும் சம உயிர்களாக மாறினோம். மாம்பலத்தில் எனக்கு இவர்கள்தான் நண்பர்கள். குழந்தைகளுடன் இம்மாதிரி பழகுவதும் இம்மாதிரி விளையாடுவதும் அம்மாவுக்கு அவ்வளவாகப் பிடிக்கவில்லை. ஐம்பது வயதுத் தாயாருக்குத் தன் மகனை மனைவி, மக்களுடன் குடித்தனம் செய்யும் தகப்பனாகக் காணத்தான் பிடிக்குமே தவிர, குழந்தைகளுடன் குழந்தையாக விளையாடிக் கொண்டும் சண்டைபோட்டுக் கொண்டும் இருப்பதைக் காணப் பிடிக்குமா? பதின்மூன்று புத்தகங்களை எடுத்துக்கொடுத்த அந்தத் தினம், அந்த ஞாயிற்றுக்கிழமை, கழிந்து இரண்டு வாரங்கள் ஆகியிருக்கும். பிருந்தா ஜுரத்தோடு படுத்துவிட்டாள். அவளுடைய பெற்றோரை எனக்கு நேரில் தெரியாது. அதனால் அவளைப் போய்ப் பார்த்துவிட்டு வர எனக்குச் சங்கோஜமாக இருந்தது. ஆனால் மற்ற குழந்தைகளிடத்தில், "பிருந்தாவின் உடம்பு எப்படி இருக்கிறது?" என்று தினமும் விசாரித்துக் கொண்டிருந்தேன். குழந்தைகள் அதற்கு எப்படிப் பதில் சொல்லும்! ஜுரம் அதிகமாகி இருக்கிறதா, குறைந்திருக்கிறதா என்று அவர்களுக்குச் சொல்லத் தெரியவில்லை. "பிருந்தா எப்போது பார்த்தாலும் படுத்துக் கொண்டே இருக்கிறாள்" என்று மட்டும் தெரிவித்தார்கள்.

ஒரு நாள் இரவு எட்டு மணி இருக்கும். வீட்டு முற்றத்தில் ஈஸிச்சேரைப் போட்டு காற்றாட நிலா வெளிச்சத்தில் படுத்துக் கொண்டிருந்தேன். அப்போது தெரு வழியாகப் போய்க்கொண்டிருந்த பிருந்தாவின் வீட்டு வேலைக்காரனை அழைத்து, "பிருந்தாவின் உடம்பு எப்படி இருக்கிறது? ஜுரம் குறைந்திருக்கிறதா?" என்று கேட்டேன்.

"இல்லை சார், நாளுக்கு நாள் அதிகமாகிக்கொண்டுதான் இருக்கிறது. எதுவும் சாப்பிடுவதில்லை. இந்த நான்கு நாள்களில் குழந்தை துரும்பாக மெலிந்து போய்விட்டது. தூக்கத்தில் உங்களை நினைத்துத்தான் என்னென்னவோ புலம்பிக்கொண்டிருக்கிறாள்" என்றான் வேலைக்காரன்.

“என்னை நினைத்துப் புலம்புகிறாளா!” என்று ஆச்சரியத்துடன் கேட்டேன்.

“ஆமாம் சார். நேற்று ராத்திரிகூட ‘மாமா புத்தகம் மாமா புத்தகம்’ என்று என்னென்னவோ சொல்லிக்கொண்டிருந்தாள்” என்றான்.

எனக்குத் தூக்கிவாரிப் போட்டது. இந்தக் குழந்தையைப் போய்ப் பார்க்காமல் இருந்ததற்காக மிகவும் வருத்தப்பட்டேன். என் சங்கோஜத்தை மூட்டை கட்டி வைத்துவிட்டு மறுநாள் காலையில் அவசியம் போய்ப் பார்த்துவிட்டு வரவேண்டுமென்று தீர்மானம் செய்துகொண்டேன். “போய் வா” என்று வேலைக்காரனை அனுப்பிவிட்டு, தனியாகப் படுத்து என்னென்னவோ யோசித்துக்கொண்டிருந்தேன். சிறிது நேரத்தில் என் மனம் அவசரப்பட ஆரம்பித்துவிட்டது. மறுநாள் காலைவரையில் என்னால் பொறுத்துக்கொண்டிருக்க முடியாது என்ற நிலைமை வந்துவிட்டது. அவ்வளவுதான், உடனே எழுந்து வீட்டுக்குள்போய் சட்டையை மாட்டிக்கொண்டு ‘விறுவிறு’ என்று பிருந்தாவின் வீட்டுக்குச் சென்றேன். அவளுடைய பெற்றோர் என்னை உள்ளே வரும்படி சொன்னார்கள். பிருந்தா படுத்துக்கொண்டிருந்தாள். அவளுக்குப் பக்கத்தில் கிடந்த நாற்காலியில் உட்கார்ந்துகொண்டேன். அவள் கண்களை வெறுமனே மூடிக்கொண்டிருந்தாள்.

“பிருந்தா!” என்றேன்.

கண் விழித்து என்னைப் பார்த்தாள். அப்போது அவளுடைய முகத்தில் யாதொரு மாறுதலும் ஏற்படவில்லை. அப்புறம் ஒருமுறை கண்களை மூடித் திறந்து என்னை நன்றாக உற்றுப் பார்த்தாள். ஒரு நிமிஷம் இப்படியே பார்த்துவிட்டு, திடீரென்று, “மாமா!” என்று உரக்கக் கூவினாள்; அப்படியே எழுந்து உட்கார்ந்துவிட்டாள்.

“பிருந்தா! படுத்துக்கொள் அம்மா” என்று சொன்னேன்.

அவள் கேட்கவில்லை. எழுந்து என் பக்கம் வந்தாள். என்னைக் கட்டிக்கொண்டு, என் தோள் மீது முகத்தைப் புதைத்துக்கொண்டாள். அவளுடைய உடம்பு அனலாகச் சுட்டது. அவளைத் தட்டிக்கொடுத்து, படுக்கையில் கொண்டுபோய்ப் படுக்க வைத்தேன்.

“எந்நேரமும் உங்கள் நினைப்புதான்” என்றாள் பிருந்தாவின் தாயார்.

என்னால் ஒன்றும் பேச முடியவில்லை. வாய் அடைத்துவிட்டது. மௌனமாக உட்கார்ந்துகொண்டிருந்தேன். சுமார் ஒரு மணி நேரம் அவள் பக்கத்தில் உட்கார்ந்திருந்துவிட்டு, வீட்டுக்கு வருவதற்காகப் புறப்பட்டுவிட்டேன்.

“போகவேண்டாம். இங்கேயே இருங்கள் மாமா!” என்று பிடிவாதம் பிடித்தாள் பிருந்தா. அப்புறம் அவளைப் பலவிதமாகச் சமாதானப்படுத்தி, “நாளைக் காலையில் வருகிறேன்” என்று சொல்லிவிட்டு வந்தேன்.

அவ்விதமே மறுநாள் காலையில் சென்றேன். வெகுநேரம் அங்கேயே இருந்தேன். அவள் ஜுரத்தினால் கஷ்டப்படுகிறவள் மாதிரியே இல்லை. என்னோடு பேசிக்கொண்டுதான் இருந்தாள். ஆபீசுக்கு நேரமாகி விட்டதென்று அவளிடம் கூறிவிட்டு வெளியே எழுந்து வந்தேன். தெருவோடு வந்துகொண்டிருக்கும்போது சாரங்கன் தன் வீட்டு ஜன்னல் வழியாக என்னைப் பார்த்துக்கொண்டான். அங்கிருந்த வாக்கிலேயே, “மாமா” என்று கூப்பிட்டான். நான் திரும்பிப் பார்ப்பதற்குள்ளாகத் தெருவுக்கு ஓடிவந்துவிட்டான்.

“எங்கள் வீட்டுக்கும் வாருங்கள்” என்று கையைப் பிடித்து இழுத்தான். “உங்கள் வீட்டுக்கு எதற்கு?”

“பிருந்தா வீட்டுக்கு மட்டும்...”

“பிருந்தாவுக்கு ஜுரம். அதனால் போய்ப் பார்த்துவிட்டு வந்தேன்; “ஊஹூம், எங்கள் வீட்டுக்கும் வரவேண்டும். ஆமாம்.”

“சாரங்கா! இன்னொரு நாளைக்கு வருகிறேன். கையை விடு. எனக்கு ஆபீசுக்கு நேரமாகிவிட்டது”

நான் சொன்னபடியே கையை விட்டுவிட்டான். தன் இடது கையில் வைத்திருந்த இரண்டு நெல்லிக்காய்களில் ஒன்றை எடுத்து, “இந்தாருங்கள்” என்று எனக்குக் கொடுத்தான். நான் சிரித்துவிட்டேன். “வேண்டாம், நீயே வைத்துக்கொள்” என்றேன். அவனோ கட்டாயப்படுத்தி என்னிடம் கொடுத்தான். நான் என்ன சொல்லியும் கேட்கவில்லை. அந்த நெல்லிக்காயை வாங்கிக்கொள்ளாவிட்டால் அவன் என் சிநேகிதத்தையே உதறித் தள்ளி விடுவான்போல் இருந்தது. அதனால் ஒன்றும் சொல்லாமல் வாங்கிக்கொண்டேன். அவனுக்கு அப்பொழுது சொல்ல முடியாத ஆனந்தம்.

நான் புறப்படும்போது, "எப்போது எங்கள் வீட்டுக்கு வருவீர்கள்?" என்று கேட்டுக்கொண்டே என்னைத் தொடர்ந்து நடந்து வந்தான்.

"அடுத்த ஞாயிற்றுக்கிழமை" என்று பேச்சுக்குச் சொல்லி வைத்தேன்.

"கட்டாயம் வரவேண்டும்"

"சரி"

அவன் வீட்டுக்குப் போய்விட்டான்.

அதற்குப் பிறகு நான் பிருந்தாவின் வீட்டுக்குப் போகும் போதெல்லாம், "ஞாயிற்றுக்கிழமை வரவேண்டும்; கட்டாயம் வரவேண்டும்" என்று எனக்கு ஞாபகமூட்டிக்கொண்டே இருந்தான்.

பிருந்தாவுக்கு மூன்று நாள்களில் ஜுரம் குணமாகிவிட்டது. இது ஓர் ஆச்சரியமாகவே இருந்தது. நான் தினமும் அவள் வீட்டுக்குப் போய் வந்ததுதான் அவளுக்கு மருந்தாக இருந்தது என்று அவளுடைய தகப்பனார் என்னிடம் கூறினார். நான் போய் வந்ததன் காரணமாக ஒரு குழந்தையின் நோய் குணமாகிவிட்டது என்று அவர் சொன்னதைக் கேட்க எனக்கு எப்படியோ இருந்தது. "எப்படியாவது உடம்பு குணமாயிற்றே, அது போதும்" என்றேன். அப்புறம், அவர் சொன்னது ஒருவேளை உண்மையாக இருக்கலாமோ என்றுகூட எனக்குத் தோன்றியது.

சனிக்கிழமையன்று குழந்தைகளுக்கு விடுமுறை. பிருந்தா உட்பட எல்லாக் குழந்தைகளும் என் வீட்டுக்கு வந்துவிட்டார்கள். புது வருஷம் பிறந்து இரண்டு மூன்று தினங்களே ஆகியிருந்தன. நான் வாக்களித்திருந்தபடி சுந்தரராஜனுக்கும் சித்ராவுக்கும் இரண்டு டைரிகள் வாங்கிக் கொண்டு வந்திருந்தேன். அவற்றில் வழக்கம் போல "அன்பளிப்பு" என்று எழுதி அந்த இருவர் கையிலும் கொடுத்தேன். மற்ற குழந்தைகள் தமக்கு டைரி வேண்டுமென்று என்னிடம் கேட்கவில்லை. நான் எத்தனை புத்தகங்கள் கொண்டு வந்தாலும், என்ன பரிசு கொடுத்தாலும் சுந்தரராஜனுக்கும் சித்ராவுக்கும்தான் கொடுப்பேன் என்று ஒவ்வொரு குழந்தைக்கும் தெரியும். அவர்கள் இருவர்தான் இப்படிப்பட்ட அன்பளிப்புக்குத் தகுதியானவர்கள், அவர்களுக்குக் கொடுப்பதுதான் நியாயம் என்று எல்லாக் குழந்தைகளும் ஒப்புக்கொண்டுவிட்ட பாவனையில் பேசாமல் இருந்தன. முதல் நட்பு என்ற காரணத்தினால் தானோ

என்னவோ, ஓர் அலாதிப் பிரியத்துடன் அவர்களுக்கு மட்டும் நான் புத்தகங்களைக் கொடுப்பது வழக்கமாகிவிட்டது. இந்த நெடுநாளைய வழக்கம் மற்ற குழந்தைகளுக்குப் பழகியும் போய்விட்டது.

டைரிகளை வாங்கிக்கொண்டு அந்த இருவரும் சாப்பிடப் போய்விட்டார்கள். அவர்கள் போன பிறகு மற்றவர்களும் புறப்பட்டார்கள். ஆனால் அன்று சாரங்கன் மட்டும் போகவில்லை. எல்லோரும் போன பிறகும்கூட அவன் உட்கார்ந்துகொண்டுதான் இருந்தான். என்னிடத்தில் அந்தரங்கமாக, “மாமா! நாளைக்கு எங்கள் வீட்டுக்கு வருவீர்களா? நாளைக்குத்தான் ஞாயிற்றுக்கிழமை” என்றான்.

“சரி சாரங்கா, எத்தனை தடவை சொல்லுகிறது? ஒரு தடவை சொன்னால் ஞாபகமிருக்காதா?” என்றேன்.

அவன் எழுந்து, வால்ட் விட்மனின் கவித் தொகுதியைக் கையில் எடுத்தான்.

“இந்தப் புத்தகத்தை எனக்குத் தருவீர்களா?” என்று கெஞ்சுதலாகக் கேட்டான். எனக்கு அது வேடிக்கையாக இருந்தது. சிரித்துக்கொண்டே, “இந்தப் புத்தகம் உனக்கு எதற்கு? அது உனக்கு இப்பொழுது புரியாது. நான் அன்றைக்கே சொல்லவில்லையா? நீ எஸ்.எஸ்.எல்.ஸி. வகுப்புக்கு வந்ததும் கேள், தருகிறேன்” என்றேன்.

நான் சொன்னதை அவன் கேட்கவில்லை. பதின்மூன்று வயதுப் பையன் ஐந்து வயதுக் குழந்தையைப் போல முரண்டு பண்ணிக்கொண்டு, அந்தப் புத்தகத்தை அவசியம் கொடுத்தாக வேண்டும் என்று பிடிவாதம் பிடித்தான்.

“சாரங்கா! உனக்குப் புரியாது. சொன்னால் கேள்” என்று சொன்னேன். அப்புறம் அவன் கையிலிருந்து புத்தகத்தை வாங்கி ஜன்னலில் கொண்டுபோய் வைத்தேன்.

சாரங்கனின் முகம் ஏமாற்றத்தினால் வெளிறிப் போய்விட்டது. வறண்ட பார்வையோடு என்னைப் பார்த்தான். ஒன்றுமே சொல்லாமல் எழுந்து வாசல் பக்கம் போனேன். சரி, வீட்டுக்குப் போகிறான் என்று நினைத்து, நான் என் வேலையைக் கவனிக்கலானேன். இரண்டு நிமிஷ நேரத்துக்குப் பிறகு, திடீரென்று ஓர் அழுகைக் குரல் கேட்டது. அழுதது சாரங்கன்தான். “சாரங்கா! ஏன் அழுகிறாய்!

சேச்சே, அழாதே ராஜா” என்று சொல்லிக்கொண்டே அவன் பக்கத்தில் எழுந்து சென்றேன். ஆனால் நான் போகும்வரையில் அவன் அங்கே நிற்கவில்லை. அழுகையை நிறுத்தினான். என்னைத் திரும்பிப் பார்த்துப் பெருமூச்சு விட்டான். அவனுடைய வயிறு அசாதாரணமாகக் குழிந்து புடைத்தது. அப்பொழுது முகம் ரத்தம்போலச் சிவந்துவிட்டது. இதெல்லாம் எதற்கென்றே எனக்குப் புரியவில்லை. அவன் பக்கமாகப் போய்க் கொண்டிருந்தேன். என்னைப் பார்க்கவே அவனுக்கு வெட்கமாகப் போய்விட்டது. நான் போய் கையை எட்டிப் பிடிப்பதற்குள் ஒரே ஓட்டமாக ஓடிவிட்டான்.

“சாரங்கா..! சாரங்கா!”

அவன் ஓடியே விட்டான். அன்று அவன் நடந்துகொண்ட விதம் எனக்கு ஒரு புதிராக இருந்தது. எப்பொழுதும் அவன் பிடிவாதம் பண்ணமாட்டான். என்னிடத்தில் பேசுவதற்கே கூசுவான். அப்படிப்பட்ட பையன் எதற்காகப் பிடிவாதம் பிடித்தான்? எதற்காக அப்படி அழுதான்? எதற்காகத்தான் அழுதானோ? அவனைப் பின்தொடர்ந்து சென்று, அழுத காரணத்தைக் கேட்காவிட்டால் என் நெஞ்சு வெடித்துவிடும்போல இருந்தது. ஆனால் அவன் வீட்டுக்குப் போகவும் என்னால் இயலவில்லை. அவனுடைய பெற்றோர், பிற பெற்றோரைப் போலவே எனக்குப் பரிச்சயமில்லாதவர்கள்.

பாவம்! ஏங்கி ஏங்கி அழுதான். அவமானப்பட்டவன் போல் அழுதான். பிற்பகலில் குழந்தைகள் என் அறைக்கு வந்தால், அவர்களை அனுப்பி அவனை அழைத்துவர வேண்டுமென்று தீர்மானித்தேன். மூன்று மணிக்கெல்லாம் முதல் ஆளாக சுந்தரராஜன் வந்து சேர்ந்தான். அவனைச் சாரங்கனிடம் அனுப்பிவைத்தேன். சாரங்கன் தூங்கிக் கொண்டிருப்பதாகச் சுந்தரராஜன் என்னிடம் வந்து தெரிவித்தான். அதற்குப் பிறகு அவனை வரவழைக்கும் முயற்சியை நிறுத்தினேன். மறுநாள் காலையில் அவன் வந்தால் பார்க்கிறது, இல்லையென்றால் நானே அவன் வீட்டுக்குப் போவது இதே தீர்மானத்துடன் மற்ற குழந்தைகளுடன் அன்றைய மாலைப் பொழுதைப் போக்கினேன்.

இரவில் சாப்பிட்டுவிட்டுப் படுத்துக்கொண்ட பிறகுதான் என் மனம் மிக மிகக் கஷ்டப்பட்டது. பக்கத்தில் யாருமில்லாத அந்தத் தனிமையில் மனத் துயரம் பெரிதாகிக்கொண்டே இருந்தது. உள்ளத்தில் எத்தனையோ துயரம் படிந்த சிந்தனைகள்: ‘ஏன் அழுதான்? நான் அவனை ஒன்றும் சொல்லவில்லையே! எல்லாக்

குழந்தைகளையும் போலவே அவனையும் என் கண்ணுக்குக் கண்ணாக வைத்துக் கொண்டிருக்கிறேன். வால்ட் விட்மன் கவித் தொகுதியைக் கேட்டான். அது அவனுக்குப் புரியாது என்று வாங்கி வைத்துவிட்டேன். இதற்காகவா அவன் அழுதிருப்பான்? அவன் விவரம் தெரிந்த பையன். எப்போதும் நான் சொல்வதை மறுதலிக்காமல் ஏற்றுக்கொள்ளுபவன். அப்படிப்பட்ட பையன் புத்தகத்தை நான் திரும்பி வாங்கிக் கொண்டதற்காக இப்படி அழுதிருக்க முடியாது. நான் திருப்பி வாங்கிக்கொண்ட காரியம், விம்மி விம்மி அழத்தக்க மன வேதனையைத் தர நியாயமில்லையே! சாரங்கா! எதற்காக அழுதாய்? எதற்காக அழுதாயடா?'

ஞாயிற்றுக்கிழமை...

நேற்றுப் பிற்பகலில் அவன் வராமல் இருந்து விட்டதால் இன்றும் வரமாட்டான் என்றே எண்ணியிருந்தேன். சப்த ரிஷி மண்டலம் போன்ற எங்கள் கூட்டத்தில் இந்த ஒரு நட்சத்திரம் மறைந்து நிற்பதை மற்ற குழந்தைகள் பொருட்படுத்தவில்லை. அத்துடன் அவர்கள் கவலைப்படுவதற்கும் இங்கே என்ன இருக்கிறது? ஒரு நாள் பிற்பகலில் அவன் வராமல் இருந்தது அவர்களுக்கு ஒரு பிரிவாகத் தோன்ற நியாயமில்லை. எனக்கும் மற்ற சமயங்களில் இது கவனத்தைக் கவரத்தக்க விஷயமாக இல்லாமல், சகஜமான காரியமாக இருந்திருக்கும். ஆனால் அவன் நேற்று எந்த நிலையில் என்னைப் பிரிந்து சென்றான், எந்த நிலையில் என்னை விட்டுவிட்டுச் சென்றான் என்ற விவரங்கள் எனக்கல்லவா தெரியும்?

காலை பத்து மணி இருக்கும். ஞாயிற்றுக்கிழமையானதால் சாப்பாட்டைப் பகல் ஒரு மணிக்கு ஒத்திப் போட்டுவிட்டு, காலையில் பலகாரம் பண்ணி நானும் என் தாயாரும் சாப்பிட்டோம். அப்புறம் நான் என் அறைக்கு வந்து ஏதாவது படிக்கலாம் என்று உட்கார்ந்தேன். மனம் என்னவோ அந்த வால்ட் விட்மனின் கவித் தொகுதியைத்தான் படிக்க விரும்பியது. அதைக் கையில் எடுத்து விரித்ததும் என் கண்களுக்குக் கவிதா வாசகங்கள் தென்படவில்லை; சாரங்கன்தான் காட்சியளித்தான்; அவனுடைய கண்ணீரும் ஏக்கமும்தான் காட்சியளித்தன. 'இது சோதனையாக இருக்கிறதே! அவனாவது இங்கு வரக்கூடாதா அல்லது வேறு குழந்தைகளாவது வரக்கூடாதா?' என்று மறுகிக்கொண்டு கிடந்தேன்.

சிறிது நேரத்திற்குப் பிறகு பிருந்தா வந்தாள். பாக்கிய தேவதை என ஒரு தெய்வ மகள் உண்மையிலேயே இருந்து, ஒரு தரித்திரனின் வீட்டில் அடியெடுத்து வைத்ததுபோல இருந்தது பிருந்தாவின் வரவு.

“வா பிருந்தா! பிருந்தா என்ற பெயரை மாற்றி ‘பிரியதர்சினி’ என்று பெயர் வைத்தால் உனக்குப் பொருத்தமாக இருக்கும் பிருந்தா!” என்றேன்.

என் பரவசம் அவள் உள்ளத்தைத் தொடவில்லை. என் சொற்கள் அவள் செவிக்கு எட்டவும் இல்லை.

“சுந்தரராஜனும் சித்ராவும் சினிமாவுக்குப் போய்விட்டார்கள்” என்று காரண காரியமில்லாமல் சொன்னாள் பிருந்தா.

“சாரங்கன்?” என்று ஆவலோடு கேட்டேன்.

“நான் பார்க்கவில்லை” என்று சொல்லிவிட்டாள்.

மேற்கொண்டு நான் சாரங்கனைப் பற்றி விசாரிக்கத் தொடங்கும் போது, பிருந்தாவின் வீட்டு வேலைக்காரன் வந்து, “அம்மா கூப்பிடுகிறார்கள்” என்று சொல்லி அவளை அழைத்தான். பிருந்தா உடனே, “போய் வருகிறேன்” என்று சொல்லிக் கிளம்பிவிட்டாள். அவள் போன பிறகு பழையபடியும் அந்தக் கவித் தொகுதியை எடுத்து விரித்தேன். அப்போது பிருந்தா வெகுவேகமாக ஓடிவந்தாள். வந்து, “சாரங்கன் வருகிறான்” என்று சொல்லிவிட்டு அந்தக் கணத்திலேயே தன் வீட்டை நோக்கி ஓடிவிட்டாள்.

என் இதயம் ‘படபட’வென்று அடித்துக்கொண்டது. அதிவேகமாக வால்ட் விட்மனின் புத்தகத்தை மறைத்து வைத்துவிட்டேன். அதைப் பார்த்தால் சாரங்கனுக்குப் பழையபடியும் அழுகை வந்துவிடுமோ என்று எனக்குப் பயம்.

சாரங்கன் வந்துவிட்டான்.

“சாரங்கா!..

“உம்”

“ஏன் நீ இவ்வளவு நேரம் வரையிலும் வரவில்லை? நேற்றும் வரவில்லை?”

அவன் அதற்குப் பதில் சொல்லவில்லை. அவன் முகத்தில் துயரமோ, வேறுவிதமான ஆழ்ந்த உணர்ச்சிகளோ பிரதிபலிக்கவில்லை. ஒரே சந்தோஷமாகத்தான் இருந்தான். இது

மகிழ்ச்சிக்குரிய மாறுதல்தான் என்று நான் நினைத்துக்கொண்டேன்.

“எங்கள் வீட்டுக்குப் போவோமா?”

“உங்கள் வீட்டுக்கா?”

“ஆம். நீங்கள் வருவதாக அன்றே சொல்லவில்லையா?”

“சும்மா வேடிக்கைக்குச் சொன்னேன், சாரங்கா! உங்கள் வீட்டுக்கு எதற்கு?”

“எதற்கோ? நீங்கள் வாருங்கள்” என்று இரண்டு கைகளாலும் என் கையைப் பிடித்து இழுத்தான்.

அவனுடைய வேண்டுகோள் எனக்கு ஒரு பிரச்னையாக மாறிவிட்டது. அன்று பிருந்தாவின் வீட்டிலிருந்து வரும்போது அவனுடைய கட்டாயத்தைப் பார்த்து, ‘ஞாயிற்றுக்கிழமை வருகிறேன்’ என்று சொல்லி வைத்தேன். அந்த விஷயத்தை அவன் இவ்வளவு தூரம் வற்புறுத்துவான் என்று தெரிந்திருந்தால் அப்படிச் சொல்லியிருக்கவேமாட்டேன். இந்தச் சிறுவனின் வேண்டுகோளுக்காக வேற்றார் வீட்டுக்குப் போவது எப்படி? போவதற்குக் காரணமும் வேண்டுமே! பிருந்தா வீட்டுக்குப் போனதற்காவது அவளுடைய தேக அசௌக்கியம் காரணமாக இருந்தது. இங்கே போவது எதற்காக? இவனுடைய அப்பாவை வீதியிலும் பஸ் ஸ்டாண்டிலும் ஆயிரம் தடவைகள் பார்த்திருக்கிறேன். ஒரு தடவைகூட நாங்கள் பேசிக்கொண்டதில்லை. ஒருவருக்கு ஒருவர் அறிமுகமானவர்கள் என்று எவ்வித சைகை, ஜாடையின் மூலமாகக்கூடக் காட்டிக்கொண்டதில்லை. அப்படியிருக்க அங்கு நான் எப்படிப் போவது?

சாரங்கன் மிகவும் அதிகமாக வற்புறுத்தத் தொடங்கினான். அவசரப்படவும் ஆரம்பித்தான். எனக்கு அது ஒரு தொந்தரவாகவே ஆகிவிட்டது. ‘இத்தனை நாளும் இவன் வாய்மூடி மௌனியாக இருந்ததும் போதும் இன்று பாடாய்ப் படுத்துவதும் போதும்’ என்று சலித்துக்கொண்டேன்.

“வாருங்கள் மாமா. சொல்லிவிட்டு மாட்டேன் என்கிறீர்களே!” என்று கெஞ்சினான்.

“சாரங்கா! நீ சிறு பிள்ளை. உன் பேச்சைக் கேட்டுக்கொண்டு நான் வருவது எப்படி? இந்த நாசூக்கு எல்லாம் உனக்குப் புரியாது. என்னை விட்டுவிடு” என்று பொறுமையிழந்து சொன்னேன்.

“ஏன் வரமாட்டேன் என்கிறீர்கள்?” என்று என் முகத்தைக் கூர்ந்து பார்த்துக்கொண்டு ஏக்கத்துடன் கேட்டான்.

“அங்கே எதற்கு?”

“அதென்னமோ, கட்டாயம் வரத்தான் வேண்டும்”

நான் கோபப்பட்டவன்போல் நடித்து, “என்னால் வர முடியாது. எனக்கு அவசரமான வேலை இருக்கிறது. இன்னொரு நாளைக்கு வேண்டுமானால் பார்த்துக் கொள்வோம்” என்று சொல்லிவிட்டு மறுபுறம் திரும்பிக்கொண்டேன். ஏதோ ஒரு புத்தகத்தைத் தேடுபவன்போல் மேஜையைத் துழாவிக்கொண்டிருந்தேன்.

சாரங்கன் ஒன்றும் சொல்லாமல் மௌனமாக இருந்தான்.

ஒரு நிமிஷம் கழிந்திருக்கும். அவனை ஒருமுறை திரும்பிப் பார்த்தேன். நான் பார்த்த மாத்திரத்தில் அவனும் ஒருமுறை பெருமூச்சு விட்டுக்கொண்டு, “வரமாட்டீர்களா?” என்று தடுமாறும் குரலில் கேட்டான்.

அவனுடைய இந்தக் கடைசி முயற்சியைத் தகர்த்துவிட்டால், பழையபடியும் அழ ஆரம்பித்துவிடுவான் என்பதற்குரிய அடையாளம் அவன் முகத்தில் தென்பட்டது. சாரங்கனைத் திரும்பத் திரும்ப அழவைத்துப் பார்க்க எனக்கு இஷ்டமில்லை. ‘தங்கமான பையனை ஏன் இப்படிக் கஷ்டத்துக்கு ஆளாக்க வேண்டும்? போய்விட்டுத்தான் வருவோமே! நம்மை வரவேண்டாமென்றா சொல்லப் போகிறார்கள்? அப்படியிருக்க ஒருமுறை போய் வருவதில் என்ன நஷ்டம்?’ என்று அதிசீக்கிரமாக யோசித்து முடிவு கட்டினேன். அவன் கண்ணீர் சொரிவதற்குள் என் சம்மதத்தைத் தெரிவித்துவிட்டேன்.

“சாரங்கா! வா! உன் வீட்டுக்கே போகலாம்.”

இருவரும் கைகோத்துக்கொண்டே சென்றோம். அவன் வீட்டுக்கு முன்னால் போனதும், என் கையை விட்டுவிட்டு வீட்டுக்குள்ளே வேகமாக ஓடினான். அப்புறம் வெளியில் வந்து வாசல் பக்கத்திலுள்ள அறையைத் திறந்து, “வாருங்கள், வாருங்கள்” என்று படபடப்பாக இரைந்து சொன்னான். என்னுடைய தயக்கத்தையும் என்னுடைய சங்கோஜத்தையும் அளவிட்டுச் சொல்ல முடியாது. வேறு வழியில்லாமல் அந்த அறைக்குள் சென்றேன். அறையின் சூழ்நிலையைக் கொண்டே சாரங்கனின் பெற்றோர் ஏழைகள் என்று எளிதில் தீர்மானிக்க முடிந்தது. நாற்காலியில் உட்கார்ந்துகொண்டு,

பக்கத்தில் கிடந்த அவனுடைய சரித்திரப் புத்தகத்தை எடுத்துப் புரட்டிக் கொண்டிருந்தேன். சாரங்கன் வீட்டுக்குள்ளே ஓடிவிட்டான். அப்போது வெளியிலிருந்து வந்த அவனுடைய தகப்பனார் அறைக்குள் எட்டிப் பார்த்தார். என்னைப் பார்த்து "வாருங்கள்" என்று சொல்லிவிட்டு, உள்ளே போய்விட்டார். "என்ன விசேஷம்?" என்று என்னை அவர் விசாரிக்காமல் விட்டது எனக்கு ராஜமரியாதை செய்ததுபோல இருந்தது.

சாரங்கன் திரும்பி வரும்போது, ஒரு தட்டில் உப்புமாவும் ஒரு டம்ளரில் காபியுமாக வந்து சேர்ந்தான். நான் திடுக்கிட்டுவிட்டேன்; என் சுவாசம் அப்படியே நின்றுவிட்டது.

"ஐயோ! இதெல்லாம் எதற்கு? நான் இப்போதுதானே சாப்பிட்டேன்!"

சந்தோஷப் படபடப்பில் ஒன்றுமே சொல்லாமல் வந்து அவன் என் வலது கையைப் பிடித்து இழுத்து உப்புமாத் தட்டில் கொண்டுபோய் வைத்தான். 'சாரங்கன் ரொம்பவும் சிறு பிள்ளையாக இருக்கிறான். இனிமேல் இவனிடம் கொஞ்சம் கண்டிப்பாகத்தான் நடந்துகொள்ள வேண்டும். இன்று மட்டும் ஏதோ கசப்பு மருந்தைச் சாப்பிடுவோம். வேறு வழியில்லை' என்று எண்ணிக்கொண்டே சாப்பிட ஆரம்பித்தேன். சிறு பையன் பேச்சைக் கேட்டு விருந்தாட வந்த என்னைப் பற்றி அவனுடைய பெற்றோர் என்ன நினைப்பார்களோ என்ற பயம் ஒவ்வொரு நிமிஷமும் எனக்கு அதிர்ச்சி கொடுத்தவண்ணமாக இருந்தது.

ஒரு வழியாகச் சாப்பிட்டு முடிந்தது. தட்டையும் டம்ளரையும் உள்ளே கொண்டுபோய் வைக்கப் போனான் சாரங்கன்.

'இந்தப் பையனுக்கு எதற்கு என்மேல் இவ்வளவு அன்பு? இவன் அன்பு என்னைத் திணற அடிக்கிறதே! இது தாங்கமுடியாத அன்பு! தாங்கமுடியாத பேதைமை! இரண்டும் சேர்ந்து என்னைக் குரங்காட்டம் ஆட்டுகின்றன... ஆனால், இவனைக் கோபிக்கக்கூடாது. இவன் இப்போது எனக்குக் கொடுக்கும் தொந்தரவே இவனுடைய அன்பை அளந்து காட்டுகிறது. ஏதோ ஒருநாள் என்னைக் கஷ்டப்படுத்துவதனாலாவது, இவன் திருப்தியடையட்டும். என்னுடைய முயற்சி எதுவும் இல்லாமல், என்னால் மட்டுமே ஓர் உயிர் சந்தோஷமும் திருப்தியும் கொள்ள முடிகிறது என்றால், அதை எந்தச் சமயத்திலும் தடுக்கக்கூடாது. தடுக்க முயலுவது அமானுஷிகம்' என்று எண்ணித் தேற்றிக்கொண்டேன்.

சாரங்கன் வெளியே வந்தான். மேஜையைத் திறந்து ஒரு பவுண்டன் பேனாவை எடுத்தான். என் முகத்துக்கு எதிரில் நிற்காமல் என் முதுகுப்புறமாக வந்து நின்றுகொண்டான். அங்கே நின்ற வாக்கிலேயே, நான் கையில் வைத்திருந்த சரித்திரப் புத்தகத்தை மெதுவாகப் பிடித்து இழுத்துத் தூரத்தில் வைத்தான். தூங்கும் குழந்தையின் கையிலிருக்கும் கிலுகிலுப்பையை எவ்வளவு ஜாக்கிரதையாகத் தனியே எடுத்து அப்புறப்படுத்துகிறோமோ, அதுபோல அதை அப்புறப்படுத்தினான். பிறகு அவன் வலது கையால் தன் கால்சட்டையின் பையில் கையை விட்டு எதையோ எடுப்பதுபோல் எனக்கு ஜாடையாகத் தெரிந்தது. அதை என் முன்பாக மேஜைமேல் வைத்தான்.

அது ஒரு டைரி. நான் சுந்தரராஜனுக்கும் சித்ராவுக்கும் அன்பளிப்பாகக் கொடுத்த டைரிகளைப் போன்ற ஒரு டைரி. அதே கம்பெனியில் செய்தது; அதே நிறமுடையது. அப்புறம் பேனாவை என் கையில் கொடுத்து "எழுதுங்கள்" என்றான்.

எனக்கு ஒன்றுமே புரியவில்லை. "என்ன எழுத?" என்று கேட்டேன்.

"என் பிரியமுள்ள சாரங்கனுக்கு அன்பளிப்பு" என்று எழுதுங்கள்.

3

குமாரபுரம் ஸ்டேஷன்

- கு. அழகிரிசாமி

குமாரபுரம் என்பது ஒரு காட்டு ஸ்டேஷன். அரை மைல் சுற்றளவுக்கு எந்த ஊரும் கிடையாது. ஆனாலும், ஸ்டேஷன் என்று கட்டிவிட்டால் பெயர் வைக்காமல் முடியுமா? இடுகுறிப் பெயரையாவது வைத்துவிடத்தானே வேண்டும்? அந்தக் கணக்கில்தான் குமாரபுரம் என்ற பெயரை வைத்திருக்கிறார்களே ஒழிய, மற்றபடி கிழக்கே ஒரு மைலுக்கு அப்பால் உள்ள குமாரபுரம் என்ற கிராமம் முக்கால் நூற்றாண்டாக ஸ்டேஷனைப் பகிஷ்காரம் செய்துகொண்டுதானிருக்கிறது. தாது வருஷப் பஞ்சத்தின்போது ஜனங்களுக்கு நிவாரணம் அளிக்கும் நோக்கத்துடன் திருச்சியிலிருந்து திருநெல்வேலி வரையிலும் ரயில் பாதை போடப்பட்டதாகச் சொல்லுவார்கள். அந்தப் பாதையில் கோவில்பட்டிக்குத் தெற்கே ஏழாவது மைலில் இருக்கிறது இந்த ஸ்டேஷன். சுற்றுக்கிராமவாசிகள் வாழ்நாளில் ஒரு முறையோ, இரு முறையோதான் கோவில், குளம் என்று யாத்திரை கிளம்புவார்கள். பத்து மைல் தூரத்தில் ஒரு மாரியம்மன் கோவில் இருக்கும். அதற்குப் போய்ப் பொங்கலிட்டுவிட்டு வருவது வழக்கம். இந்த க்ஷேத்திராடனத்துக்கு ரயிலும் வேண்டாம்; மோட்டாரும் வேண்டாம். பெரும்பாலான சமயங்களில் அவர்கள் போகவேண்டிய ஊர் ஸ்டேஷனை விடவும் அருகில் இருக்கும். நேரே ஊருக்கு நடந்து போகாமல் ஸ்டேஷனுக்கு வந்து யாரும் ரயில் ஏறுவார்களா?

இந்த ஸ்டேஷனின் வரலாற்றில் முதன்முதலாக வந்து இறங்கிய முக்கியஸ்தர் சுப்பராம ஐயர் என்றுதான் சொல்ல வேண்டும். கோவில்பட்டியிலிருந்து அவர் மூன்று நாள்களுக்கு முன் வந்திருந்தார். புதிதாக மாற்றுதலாகி வந்திருக்கும் ஸ்டேஷன் மாஸ்டருக்கு அவர் பால்ய நண்பர். சிறிது காலம்வரை பள்ளித் தோழர். சற்று எட்டிய உறவும்கூட. ஸ்டேஷன் மாஸ்டர் தன் நண்பருக்கு இந்தக் காட்டு ஸ்டேஷனில் வரவேற்பு அளித்து விருந்து உபசாரம் செய்ய இப்போது ஒரு சந்தர்ப்பம் கிடைத்தது. அவருடைய பிள்ளைக்கு ஆறாம் ஆண்டு நிறைவு வந்தது. அதை ஒரு சாக்காக வைத்து நண்பரை அழைத்தார். சுப்பராம ஐயரும்

அமைதியான சூழ்நிலையில் நண்பரோடு நிம்மதியாகப் பொழுது போக்கலாம் என்று வந்து சேர்ந்தார்.

ஆண்டு நிறைவு வைபவத்துக்கு வந்த ஒரே விருந்தினர் சுப்பராம ஐயர்தான்.

பால்ய நண்பர்கள் இருவரும் தத்தம் வாழ்க்கை வரலாறுகளையும், ஊர்விட்டு ஊர் மாற்றுதலாகிப்போன கதைகளையும், குடும்பச் செய்திகளையும் பற்றி விஸ்தாரமாக இரவெல்லாம் பேசிக் கொண்டிருந்தார்கள். "கோவில்பட்டியில் வசதிகள் எப்படி?" என்று ஸ்டேஷன் மாஸ்டர் கேட்டார். "குமாரபுரம் ஸ்டேஷனில் எப்படி நாள்களைத் தள்ள முடிகிறது" என்று சுப்பராம ஐயர் கேட்டார்... ஒரு நாள் கழித்து.

மறுநாள் ஸ்டேஷன் மாஸ்டர் அடிக்கொரு தடவை தம் வேலையைக் கவனிப்பதற்காக அவரிடம் விடைபெற்றுப் போய்க் கொண்டிருந்தார். முற்பகலில் ஸ்டேஷன் மாஸ்டர் இல்லாத சமயங்களில், அவருடைய பையனோடு உட்கார்ந்து தமாஷாகப் பேசிக் கொண்டிருந்தார் சுப்பராம ஐயர். பையன்களோடு விளையாடுவதோ பையன்களின் கூட்டுறவால் குதூகலம் அடைவதோ அவருக்கு வழக்கமில்லை. அவருடைய தொழில்தான் அதற்குக் காரணமோ என்னவோ! இருந்தாலும் பேச்சுத்துணைக்கு அங்கே அந்தச் சிறுவன்தானே இருக்கிறான்? அவனோடு ஒரு தினுசாக மத்தியானம்வரை பொழுதைக் கழித்தார். சாப்பாட்டுக்குப் பிறகு இரண்டு மணி நேரம் படுத்துத் தூங்கினார். மூன்று மூன்றரைக்கெல்லாம் எழுந்து, தாம் கையோடு கொண்டுவந்திருந்த ஒரு புத்தகத்தை எடுத்துக்கொண்டு ஸ்டேஷனுக்கு வந்துவிட்டார்.

பிளாட்பாரத்தில் ஐந்தாறு வேப்ப மரங்கள் இருந்தன. கோடைக்காலமானதால் நன்றாகப் பூத்துத் தரையில் படிக்கணக்கில் பூக்களை உதிர்த்திருந்தன. அடர்த்தியாகத் தளிர்த்திருந்த அந்த மரங்களிலிருந்து குளிர்ந்த காற்று சிறிது மலர் மணத்தோடு ஸ்டேஷனை நோக்கி வீசிக் கொண்டிருந்தது. அதனால் ஸ்டேஷன் கட்டடத்தில் காற்றுவரும் பக்கத்தில் ஒரு பெஞ்சில் உட்கார்ந்துகொண்டு புத்தகத்தை விரித்துப் படிக்க ஆரம்பித்தார்.

சிறிது நேரத்தில் தெற்கேயிருந்து வந்து ஒரு எக்ஸ்பிரஸ் வண்டி வழக்கம்போல் அந்த ஸ்டேஷனில் நிற்காமல் போய்விட்டது. இனி மாலை ஆறு மணிக்குமேல்தான் அங்கே வண்டிகள் வரும். ஆகவே ஸ்டேஷன் மாஸ்டர் நண்பரின் பக்கத்தில் வந்து

உட்கார்ந்தார். புத்தகத்தை மூடிக் கீழே வைத்த சுப்பராம ஐயர், “இந்த ஸ்டேஷனுக்குப் பிரயாணிகளும் வருவதுண்டல்லவா?” என்று சிரித்துக்கொண்டே கேட்டார்.

“வராமல் என்ன? நேற்றுக்கூட ஒரு பிரயாணி வந்து இறங்கினாரே?” என்றார் ஸ்டேஷன் மாஸ்டர். சுப்பராம ஐயர் உரக்கச் சிரித்தார்.நேற்று வந்து இறங்கிய பிரயாணி அவரேதான். “இப்படி இன்னும் பத்து ஸ்டேஷன்கள் இருந்தால் போதும், இரயில்வே பட்ஜெட்டில் வருஷம் தவறினாலும் துண்டு விழுவது தவறாது” என்று அவரோகணச் சிரிப்போடு சொல்லிப் பேச்சையும் சிரிப்பையும் ஏககாலத்தில் நிறுத்தினார் சுப்பராம ஐயர்.

“அப்படியும் சொல்லிவிடுவதற்கில்லை. நாளை திங்கட்கிழமை. கோவில்பட்டியில் சந்தை. பத்து டிக்கெட்டுகளுக்காவது ஆள் வந்து சேரும்.”

“அப்படியானால் நாளை ஸ்டேஷனுக்கு இரண்டு ரூபாய் வரும்படி இருக்கிறது என்று சொல்லுங்கள்!” இருவரும் சிரித்தார்கள். அப்போது போர்ட்டர் கருப்பையா வந்து ஒரு மூலையில் நின்று, இவர்கள் பேசுவதை ரசித்துக் கேட்டுக் கொண்டிருந்தான்.

“எதற்காகத்தான் இந்த ஸ்டேஷனைக் கட்டிப் போட்டானோ? இது இல்லையென்று எவன் அழுதான்?”

“இந்த ஸ்டேஷன் சுற்றுக் கிராமவாசிகளுக்கு வேறொரு வகையில் மிகவும் பிரயோஜனப்பட்டு வருகிறது. இப்படியும் ஸ்டேஷனால் ஒரு நன்மை இருக்கமுடியும் என்பதை இங்கு மாற்றுதலாகி வந்த பிறகுதான் பார்த்தேன்.”

சுப்பராம ஐயர் ஒன்றும் சொல்லாமல் கேட்டுக்கொண்டிருந்தார். ஸ்டேஷன்மாஸ்டர் தொடர்ந்து சொன்னார்:

“இது கோடை காலமாக இருப்பதனால்தான் சுற்றிலும் உள்ள இந்தப் புன்செய் நிலங்கள் இப்படிப் பயிர் பச்சையில்லாமல் வறண்டு கிடக்கின்றன. மற்ற சமயங்களில் இப்படி இருக்காது. நவதானியங்களும் விளையும் செழுமையான பூமிதான். நிலத்தில் வேலை செய்பவர்கள் குடிதண்ணீர் பிடிப்பதற்கு மண் கலயங்களோடு இங்கே வருவார்கள். இருபது கலயம் தண்ணீராவது தினமும் தேவைப்படும். அந்த வகையில் இந்த ஸ்டேஷன் பிரயோஜனப்பட்டு வருகிறது.”

"அப்படியானால் தண்ணீர்ப் பந்தல் கட்ட வேண்டிய இடத்தில் ஸ்டேஷனைக் கட்டியிருக்கிறான் என்று சொல்லுங்கள்!"

ஸ்டேஷன் மாஸ்டர் இப்போது தமாஷை நிறுத்தி விட்டு மனப்பூர்வமாகவே பேச ஆரம்பித்தார்.

"இப்படித்தான் ஒன்று இருக்க வேண்டிய இடத்தில் மற்றொன்றைக் கொண்டுபோய்க் கட்டுகிறான் மனிதன். ஒரு காரியத்துக்கென்று உண்டாக்கப்பட்டது, மற்றொரு காரியத்துக்குப் பிரயோஜனப்படுகிறது. நியாயமாகச் செய்த செலவு தண்டச்செலவாக மாறிக்கொண்டு வருகிறது. உலகமே அப்படி இருக்கும்போது இந்தக் குமாரபுரம் ஸ்டேஷனை மட்டும் பழித்துப் பேசுவானேன்?"

சுப்பராம ஐயர் பரிகாசமாகச் சிரித்துக்கொண்டு, 'உலகத்தையே உங்கள் ஸ்டேஷன் ஜன்னல் வழியாகப் பார்க்கிறீர்கள்! ஆறு மாதங்களுக்குள் இந்தக் கல் கட்டடத்தின்மேல் உங்களுக்கு இவ்வளவு பாசம் ஏற்பட்டுவிட்டது ஆச்சரியமாகத்தான் இருக்கிறது' என்றார்.

ஸ்டேஷன் மாஸ்டர் சற்று ஆவேசமாகவே பேச ஆரம்பித்தார்:

"கோவில்பட்டியில் பள்ளிக்கூடம் கட்டியிருக்கிறானே, எதற்காகக் கட்டியிருக்கிறான்? சொல்லுங்கள். பார்ப்போம்!"

"எதற்காகப் பள்ளிக்கூடம் கட்டுவான்? நூறு குழந்தைகள் படிப்பதற்காகத்தான் கட்டுவான்!"

"சரி, ஒப்புக்கொள்ளுகிறேன்! நூறு குழந்தைகளும் எதற்காகப் படிக்கிறார்கள்?" என்று கேட்டார் ஸ்டேஷன்மாஸ்டர்.

"இப்படியெல்லாம் கேள்வி போடுகிறீர்கள்?"

"காரியமாகத்தான் உங்களைக் கேட்கிறேன். பதில் சொல்லுங்கள்."

"...."

"பிள்ளைகள் அறிவு வளர்ச்சிக்காகப் படிக்கிறார்கள் என்றுதானே சொல்கிறீர்கள்?"

"நீங்கள் வேறு என்ன காரணத்தைச் சொல்லப் போகிறீர்கள்?"

"எந்தப் பைத்தியக்காரனும் அறிவு வளர்ச்சிக்காகப் பிள்ளைகளைப் பள்ளிக்கு அனுப்புவதில்லை. நீங்களும் நானும் அறிவு வளர்ச்சிக்காகவா படித்தோம்? படிக்காதவனுக்கும் உத்தியோகம்

உண்டு என்று சட்டம் செய்யட்டும், எவனாவது மழைக்குக்கூடப் பள்ளிக்கூடத்தில் வந்து ஒதுங்குகிறானா என்று பார்க்கிறேன்" என்று சவால் விட்டார் ஸ்டேஷன் மாஸ்டர்.

சுப்பராம ஐயர் சிரிக்கும்போது போர்ட்டரும் சேர்ந்து சிரித்தான். அவனை வைத்துக்கொண்டு தமாஷ் பேச்சுப் பேசுவது மரியாதை இல்லை என்று நினைத்தோ என்னவோ, சுப்பராம ஐயர் மேற்கொண்டு எதுவும் பேசாமல் புத்தகத்தைக் கையில் எடுத்துக்கொண்டார். "என்ன, பேசாமல் இருக்கிறீர்கள்?" என்று கிண்டினார் ஸ்டேஷன் மாஸ்டர்.

"உங்களிடத்தில் பேசி ஜெயிக்கவா? குமாரபுரம் ஸ்டேஷன் சந்திர, சூரியர்கள் உள்ளவரை நிலைத்திருக்கட்டும், எனக்கு ஒரு நஷ்டமும் இல்லை" என்று சொல்லிவிட்டு ஐயர், ஏதோ ஒரு பக்கத்தைத் தேடியவராய்ப் புத்தகத்தைப் புரட்டினார்.

ஸ்டேஷன் மாஸ்டர் போர்ட்டரை அழைத்து, "வீட்டுக்குப் போய்க் காபி போடச் சொல், கருப்பையா" என்று சொல்லி அனுப்பினார்.

"நாமும் போகலாமே" என்றார் ஐயர்.

சிறிது நேரத்தில், இருவரும் எழுந்து ஸ்டேஷனை அடுத்திருந்த வீட்டை நோக்கிப் புறப்பட்டார்கள். மூன்றாம் நாள் காலையில் எட்டு மணிக்கெல்லாம் வடக்கே போகும் பாஸஞ்சர் வண்டி ஒன்று இருந்தது. அன்று திங்கட்கிழமை. கோவில்பட்டிச் சந்தைக்குச் செல்லும் பிரயாணிகள் நாலைந்து பேர் ஏழு மணிக்கு முன்னதாகவே சாக்குப் பைகள் சகிதம் ஸ்டேஷனுக்கு வந்து உட்கார்ந்து வெற்றிலை, பாக்குப் போட்டவண்ணம் ஏதேதோ பேசிக் கொண்டிருந்தார்கள். ஏழேகால் மணிக்கெல்லாம், சுப்பராம ஐயரும் பலகாரம் சாப்பிட்டு வந்து பிளாட்பாரத்தில் உள்ள வேப்பமரங்களில் கீழே கிடக்கும் ஒரு பெஞ்சில் உட்கார்ந்து முந்தியநாள் கையில் வைத்துக்கொண்டிருந்த புத்தகத்தை எடுத்து, விட்ட இடத்திலிருந்து படிக்க ஆரம்பித்தார். ஆனால் நாட்டுப்புறப் பிரயாணிகளின் சுபாவமான உரத்த சம்பாஷணைகளால் அவரால் நிம்மதியாகப் படிக்க முடியவில்லை. சுகந்தமான வேப்பங்காற்றும் அவருடைய கவனத்தை திருப்பிக் கொண்டிருந்தது. 'இந்தப் பாலைவனத்திலும் இப்பேர்பட்ட ஒரு நறுமணம்! இந்த மாதிரியான ஓர் இளங்காற்று! பார்த்தால் ஒரே கருப்பு மண்ணாக இருக்கிறது. இங்கே இப்படிச் சில மரங்கள் முளைத்து, இப்படி ஒரு திவ்யமான வாசனையைக் காற்றில்

கலந்துகொண்டிருக்கிறது. இந்த வாசனை கூட இந்த மண்ணில்தான் உற்பத்தியாகியிருக்கிறது.'

அவர் கண்கள் தூரத்தில் தெரியும் கிராமங்களை ஏறிட்டு நோக்கின.

'இந்த ஊர்களில் வசிக்கும் நூற்றுக்கணக்கான ஆண்களும் பெண்களும் இந்த மண்ணை நம்பித்தான் வாழ்கிறார்கள். இந்தக் கரிசல் மண்ணிலிருந்து மணமும் கிடைக்கிறது; உயிரும் கிடைக்கிறது.'

அவருடைய சிந்தனைகளெல்லாம், அவர் படித்துக் கொண்டிருந்த புத்தகத்தின் வசனங்களைப்போல் சுவை பெற்றிருந்தன. தொடர்ந்து படிப்பது போலவே எதிர்பாராத சிந்தனைகள் ஓடிக்கொண்டிருந்தன. அப்போது மேற்கே சுமார் அரைமைல் தூரத்தில் நாலைந்து பேர் அவசரம் அவசரமாக ஸ்டேஷனை நோக்கி ஓட்டமும் நடையுமாக வந்துகொண்டிருப்பது தெரிந்தது. 'வண்டிக்கு நேரம் இருக்கிறது. இப்படி வேர்க்க விறுவிறுக்க ஓடிவருவானேன்?' என்று ஐயர் நினைத்தார். அதைவிட அப்பாவித்தனமாக இருந்தது, சிலர் ஒருமணி நேரத்துக்கு முன்னதாகவே வந்து ஸ்டேஷனில் காத்துக்கொண்டிருந்தது.

"சூதுவாதில்லாத ஜனங்கள்" என்று ஒருமுறை அவர் தமக்குத் தாமே சொல்லிக்கொண்டார். வேப்பங்காற்று இருக்க இருக்கச் சுகம் ஏற்றிக்கொண்டிருந்தது. இந்தக் காற்றுக்காகவே அங்கே கோடைகாலத்தைக் கழித்துவிடலாம் போல் அவருக்குத் தோன்றியது. இந்த அடிப்படையில், சுற்றிலும் உள்ள மண்ணிலும், புல்லிலும், புல் நடுவே பூத்துக் குலுங்கும் காட்டு மலர்களிலும், சாம்பல் நிறக் கற்றாழைகளிலும் அவருக்கு ஓர் அன்பும் அனுதாபமும் பிறந்தன. சிறிது நேரத்தில் ரயில் ஏறிவிடப் போகிறோம் என்ற நினைப்பில் அந்த அன்பும், அனுதாபமும் சற்று அழுத்தம் பெறவும் செய்தன.

'மனிதர்கள் எங்கெல்லாம் வாழ்கிறார்கள்! மனிதர்களாகவும் வாழ்கிறார்கள்!'

இரண்டு மூன்று பேர் பிளாட்பாரத்துக்கு வந்து, கைகாட்டி மரத்தை ஒருமுறை ஏறிட்டுப் பார்த்துவிட்டு, அங்கேயே ஒரு பக்கத்தில் ஒதுங்கி நின்றார்கள். எப்போதோ மாடு வாங்கிய செய்தியை ஓர் ஆசாமி கதையாகச் சொல்ல, மற்றவர்கள் கவனமாக "உம்" போட்டுக் கேட்டுக் கொண்டிருந்தார்கள்.

சுப்பராம ஐயர் அவர்கள் பேச்சை உற்றுக்கேட்டார். அந்தப் பேச்சில் உண்மை மட்டுமல்ல, அர்த்தமும் சுவாரஸ்யமுமே இருப்பது போல் அவருக்குத் தோன்றியது. அவர்களை அழைத்து வைத்துக் கொண்டு அவர்களுடைய வாழ்க்கை வரலாறுகளையெல்லாம் ஆதியோடு அந்தமாகக் கேட்டுத் தெரிந்துகொள்ளக்கூட அவர் ஆசைப்பட்டார்!

அரை மைல் தூரத்தில் வெள்ளை வேஷ்டிகளாகக் காட்சியளித்துக் கொண்டு ஓடிவந்தவர்கள், நான்கு சிறுவர்களும் ஒரு பெரியவருமாக இனம் காட்டிக்கொண்டு ஸ்டேஷனுக்கு வந்து சேர்ந்தார்கள். வந்ததும் வராததுமாக, "டிக்கெட் குடுத்தாச்சா?" என்று கேட்டார் ஓடி வந்த பெரியவர்.

பேசிக்கொண்டு நின்றவர்களில் ஒருவர், "இல்லை, இல்லை" என்றார்.

எல்லோரும் ஒரு மூச்சு விட்டுக்கொண்டார்கள். அந்த நான்கு சிறுவர்களின் கண்களும் ஏககாலத்தில் வேப்பமரத்தடியில் பெஞ்சில் உட்கார்ந்துகொண்டிருந்த சுப்பராம ஐயரைத்தான் பார்த்தன. பார்த்த மாத்திரத்தில் மிகுந்த மரியாதை கொடுத்து, மூச்சு விடுவதைக்கூடக் கொஞ்சம் மட்டுப்படுத்தினார்கள். இப்படிப்பட்ட ஒருவரை அவர்கள் வருஷத்தில் ஒரு தடவை காண்பதே அபூர்வம். அவர்களுடைய பள்ளிக்கூடத்துக்கு எப்போதாவது வரும், பெரிய இன்ஸ்பெக்டரைப் போல் காலில் பூட்ஸ் போட்டுக்கொண்டு குளோஸ் கோட்டும் ஜரிகை அங்கவஸ்திரமுமாகக் காட்சி அளித்தார் ஐயர். தலையில் விழுந்திருந்த வழுக்கையும் அவருடைய கௌரவத்தை உயர்த்திக் காட்டியது. இமை கொட்டாமல் பார்த்துக்கொண்டு நின்ற சிறுவர்களை ஐயரும் பார்த்துக்கொண்டார். நான்கு சிறுவர்களும் ஏறக்குறைய ஒரே பிராயமுடையவர்களாக இருந்தார்கள். பன்னிரண்டிலிருந்து பதினைந்து வயது வரையிலும் மதிக்கலாம். ஒவ்வொருவனுடைய கையிலும் இரண்டொரு புத்தகங்களும், சில வெள்ளைக் காகிதங்களும் இருந்தன. சட்டைப்பைகளில் சீவித் தயாராக வைத்திருந்த பென்சில்கள், பள்ளி மாணவர்கள் என்பதைச் சொல்லாமலே தெரிவித்தன. சிறுவர்களோ, ஐயரோ பரஸ்பரம் பார்த்துக்கொண்டிருந்தாலும் பேசுவதற்கு முயற்சி செய்யவில்லை. இந்தச் சமயத்தில் கை இறக்கப்பட்டது. ஸ்டேஷன் மாஸ்டரும் ஐயரிடம் டிக்கெட்டோடு வந்தார். "இந்த இடம் உங்களுக்கு ரொம்பவும் பிடித்திருக்கிறது போலிருக்கிறதே; இங்கேயே உட்கார்ந்து கொண்டிருக்கிறீர்கள்!"

“நல்ல காற்று!” என்றார் ஐயர். டிக்கெட்டையும் வாங்கிக் கொண்டார்.

“அப்படியானால் அடுத்த லீவுக்கு வந்துவிடுங்கள். இந்த மாதிரி மூன்று நாட்களில் புறப்பட்டுவிடாமல் சேர்ந்தார்போல், ஒரு பத்து நாட்களாவது இருந்துவிட்டுப் போகலாம்...”

“அப்படியே செய்யலாம்! பத்து நாட்கள்தானே? ராமன் பதினாலு வருஷம் வனவாசம் செய்திருக்கிறபோது நாம் பத்து நாட்கள் இங்கே இருக்க முடியாமலா போய்விடப் போகிறது?”

“அந்த வனவாசத்தில்தான், ராமன் தன் உயிர்த்துணைவர்களை யெல்லாம் சம்பாதித்துக் கொண்டான். அவனை ராமனாக்கியதே அந்த வனவாசம்தான்” என்று சொன்னார் ஸ்டேஷன் மாஸ்டர்.

“பள்ளிக்கூடத்தைவிட்ட பிறகு புராணங்களையெல்லாம் நன்றாக ஆராய்ச்சி செய்திருக்கிறீர்கள் போலிருக்கிறது!” என்று சுப்பராம ஐயர் தமாஷாகச் சொன்னார்.

ஆனாலும் நண்பரின் வார்த்தைகளில் ஏதோ ஒரு சுகமும் உண்மையும் இருப்பதுபோலவே அவருக்குத் தோன்றியது. மேற்கொண்டு சாவகாசமாகப் பேசச் சந்தர்ப்பம் இல்லை. வண்டி வரும் நேரம் நெருங்கிக் கொண்டிருந்ததால், காரியார்த்தமாக ஸ்டேஷனுக்குள் போய்விட்டார் ஸ்டேஷன் மாஸ்டர். சிறுவர்களை நிறுத்திவிட்டுப் பெரியவர் போய் டிக்கெட் வாங்கிக்கொண்டு வந்தார். எல்லாப் பிரயாணிகளுமே டிக்கெட்டோடு பிளாட்பாரத்துக்கு வந்து தயாராக நின்றார்கள்.

உரிய காலத்தில் வண்டியும் வந்துவிட்டது. ஐயர் ஏறிய பெட்டியிலேயே கிராமத்துப் பெரியவரும், அவரோடு வந்த சிறுவர்களும் ஒருவருக்குப் பின் ஒருவராக ஏறினார்கள். வண்டியில் நிறையக் காலியிடம் இருந்தது. ஒரு ஜன்னலோரத்தில் போய் உட்கார்ந்தார் ஐயர். அவருக்கு எதிர்வரிசைப் பெஞ்சில் நிறைய இடம் இருந்தபடியால் சிறுவர்கள் அங்கேயே உட்கார்ந்துவிட்டார்கள். பெரியவர் ஐயருக்கு வலது கைப்பக்கத்தில் வந்து அமர்ந்தார். பெரியவருக்கு வலதுபுறத்தில் பூதாகாரமான ஆகிருதி படைத்த ஒருவர் ஏராளமான சாமான்களோடு உட்கார்ந்திருந்தார். அவருக்கு எதிரே ஜன்னலை ஒட்டி, அவருடைய கனத்தில் முக்கால்வாசியாவது இருக்கும், ஓர் அம்மாள் இருந்தாள். அம்மாளின் பக்கத்திலும் என்னென்னவோ மூட்டை முடிச்சுக்கள், பண்டபாத்திரங்கள்...

குமாரபுரம் ஸ்டேஷனைவிட்டு வண்டி நகர்ந்துவிட்டது.

பையன்கள் இரண்டு பக்கத்து ஜன்னல்கள் வழியாகவும், மரம் மட்டைகள் எதிர்த் திசையில் ஓடத் தொடங்கியதை ரசித்துப் பார்த்துக் கொண்டிருந்தார்கள். அவர்கள் முகத்தில் தோன்றிய ஆச்சரியத்தையும், அங்கே தாண்டவமாடிய ஆனந்தத்தையும் பார்த்த சுப்பராம ஐயருக்கு, அந்தப் பையன்கள் வாழ்க்கையிலேயே அன்றுதான் முதல்முதலாக ரயில் பிரயாணம் செய்கிறார்களோ என்று நினைக்கத் தோன்றியது. அவர்களோடு ஏதாவது பேசவேண்டுமென்று ஆசை; அப்படியெல்லாம் அவரைப் போன்றவர்களால் சுலபமாகப் பேசிவிட முடிகிறதா? அவருக்கு அது கொஞ்சம் கஷ்டமாகவே இருந்தது.

சில நிமிஷங்கள் கழிந்தபின், பையன்களைப் பார்த்து முதலில் பேச ஆரம்பித்தவர், மேற்குப்புற ஜன்னல் பக்கம் இருந்த பூதாகாரமான மனிதர்தான். எடுத்த எடுப்பிலேயே சௌஜன்யமாகப் பேச ஆரம்பித்தார்.

"ஏண்டா, எங்கே பிரயாணம்?" என்று கேட்டார். அவருடைய குரல் அவருடைய உருவத்தைவிடக் கனமாக இருந்தது.

பையன்களுக்கு அதற்குப் பதில் சொல்லவே தோன்றவில்லை.

அவர்கள் சார்பில் பெரியவர்தான் பேசினார்:

"கோவில்பட்டிக்குப் பெரிய பள்ளிக்கூடத்திலே சேரப்போறாக."

பையன்கள் அவரை மேலும் கீழும் பார்த்தார்கள். அவருடைய வைரக் கடுக்கன், வைர மோதிரம், தங்கப்பொத்தான்கள், உள்ளங்கை அகலக் கைக்கடிகாரம் இத்தனையும் மாறி மாறி அவர்களுடைய கவனத்தைக் கவர்ந்து கொண்டிருந்தன.

"எந்தக் கிளாஸில் சேரப் போறாங்க?"

"நம்ம ஊரிலே ஆறு பாஸ் பண்ணியிருக்கிறாக. அங்கே ஏழிலே கொண்டுபோய்ச் சேர்க்கணும்." "எந்த ஊர்ப் பையன்கள்?"

"இடைசெவல் கிராமம்."

"இடைசெவலா? அங்கே ஏழாம் வகுப்பு இல்லையோ?"

"இல்லை; 'சர்க்கார் சாங்'னுக்கு எழுதிப் போட்டிருக்காக."

"பாஸ் பண்ணினதுக்கு சர்டிபிகேட் இருக்கா?"

“இருக்கு,”

“இருந்தாலும் பரீட்சை வெச்சுத்தான் சேர்ப்பாங்க,”

“அதுக்காகத்தான் பெரிய வாத்தியாரு ஒரு மாசமா வீட்டிலே வச்சிப் பாடம் சொல்லிக் குடுத்தாரு” என்றார் பெரியவர்.

பூதாகாரமான ஆசாமி ஒரு பையனைப் பார்த்து, “டேய், நான் மூணு கேள்வி கேட்க்கிறேன். நீ பதில் சொல்லிட்டா உன்னை ஏழிலே எடுத்துக்குவான்' என்றார், உடனடியாக, ‘வாட்டீஸ் யுவர் நேம்?’ ” என்று கேட்டார்.

“மை நேம் இஸ் ஸ்ரீநிவாசன்” என்றான் ஒரு பையன்.

“வாட்டீஸ் யுவர் பாதர் நேம்?” இது அவருடைய அடுத்த கேள்வி.

“மை பாதர் நேம் இஸ் ராமசாமி நாயுடு.”

“வாட் கிளாஸ் யூ பாஸ்?” என்று அவர் மூன்றாவது கேள்வியைக் கேட்டார்.

அவர் தப்பும் தவறுமாக ஆங்கிலம் பேசுவதைப் பார்த்துச் சுப்பராம ஐயர் வாய்க்குள்ளேயே சிரித்தார்.

“ஸிக்ஸ்த் கிளாஸ்” என்று அடக்கமாகப் பதில் சொன்னான் ஸ்ரீநிவாசன்.

“போதும்டா! கெட்டிக்காரப் பையனா இருக்கே. இப்படித்தான் ‘டக் டக்’னு பதில் சொல்லணும். நிச்சயம் நீ ஏழாம் வகுப்புத்தான்.”

பையனுக்கு ஒரே சந்தோஷம்.

பெரியவர், அந்த ஆசாமியைப் பார்த்து, “மத்தப் பையன்களையும் ஏதாவது கேளுங்க” என்று கேட்டுக் கொண்டார்.

“நம்ம இங்கிலீஷ் அவ்வளவுதான்! அதுக்குமேலே எங்க வாத்தியார் கத்துக்குடுக்கல்லே!” என்று சொல்லிவிட்டுத் தொப்பை வயிறு குலுங்கக் ‘கடகட’ வென்று சிரித்தார்.

எதிரே உட்கார்ந்திருந்த அவருடைய மனைவியும் சுப்பராம ஐயரும் இலேசாகச் சிரித்தார்கள்.

“நமக்கு எந்த ஊரோ?” என்று அவரை விசாரித்தார் கிராமத்துப் பெரியவர்.

“திருநெல்வேலி ஜங்ஷனிலே பங்கஜ விலாஸ் காபி கிளப் இருக்கில்லே, அது நம்ம கடைதான். பார்த்திருப்பேளே?”

“திருநெல்வேலிக்குச் சின்னப் பிள்ளையிலே ஒரு தரம் வந்தது தான்...”

“அது நம்ப கடைதான். இந்தப் பையன்களைப்போல் ஆயிரம் பையன்கள் நம்ம கடையிலே சாப்பிட்டுக்கொண்டு படிச்சிருக்கான்கள். ஜங்ஷனிலே நம்ப கடையை விட்டுக் காலேஜ் பையன்கள் வேறே எங்கேயும் போக மாட்டான்கள். இருபத்தஞ்சு வருஷமாய் பார்த்துண்டு வர்றேன்.”

“நல்ல கடையை விட்டு யார்தான் போவாக!”

அவர் பையன்களைப் பார்த்துத் திரும்பி, “டேய்! நீங்களும் காலேஜுக்கு வரப்போ நம்ம கடைக்குத்தாண்டா சாப்பாட்டுக்கு வரணும்...” என்றார்.

பையன்களுக்குச் சந்தோஷம் தாங்க முடியவில்லை. ஒரு நகரவாசி தங்களிடம் இவ்வளவு அன்பாகப் பேசுவது அவர்களுக்கு ராஜோபசாரமாக இருந்தது. “நமக்குப் பிள்ளைகள் எத்தனையோ?” என்று நாட்டுப்புறப் பாங்கில் விசாரித்தார் பெரியவர்.

“நம்ம கடையிலே சாப்பிட்டவன்களும், சாப்பிடப்போறவன்களும் நம்ம பிள்ளைகள்தான்” என்றார் அவர்.

பெரியவருக்கு அது விளங்கவில்லை. இதை ஹோட்டல்காரர் கவனித்துக்கொண்டார். இருந்தாலும் அவருடைய திகைப்பைப் போக்க முயற்சி செய்யாமல், “சொந்தப் பிள்ளைகளுக்குப் பணம் வாங்கிண்டா சாப்பாடு போடுவான்னு நீங்க நினைக்கலாம். என்ன செய்யறது! ஹோட்டல்காரன் தர்மம் பண்ணமுடியாது. ஆனால், என்னாலே முடிஞ்ச தர்மத்தைப் பண்ணாமல் இல்லை. எத்தனையோ பேருக்கு ஸ்கூல் பீஸ் கட்டப் பணம் கொடுத்திருக்கிறேன். அதிலே திருப்பி வாங்கினதும் உண்டு; வாங்காததும் உண்டு” என்று திருப்தியோடு சொன்னார். அடுத்த நிமிஷம் மனைவியைப் பார்த்துப் பலகாரங்களை எடுத்து வைக்கச் சொன்னார் அவர் சாப்பிடுவதற்குத்தான்.

“ரொம்பத் தூரப் பிரயாணமோ?” என்று கிராமத்துப் பெரியவர் கேட்டார்.

“மதுரை வரைக்கும் போகிறோம். ஒரு கல்யாணம்,”

திரும்பவும் அந்தப் பெரியவர், “நமக்கு எத்தனை குழந்தைகளோ?” என்று அதே கேள்வியைக் கேட்டார்.

“நான்தான் சொன்னேனே, எல்லாக் குழந்தைகளும் நம்ம குழந்தைகள்தான்னு. பெத்தால்தான் குழந்தையா? இந்த நாலு பையன்களும் என் குழந்தைகள்தான். என்ன சொல்றீங்க?”

பெரியவருக்கு ஒருவாறு புரிந்துவிட்டது. அதைக் காட்டிக் கொள்ளும் முறையில், “குழந்தைகள் இல்லை போலிருக்கு! அதுக்கென்ன, ஐயா சொன்னாப்லே!”

உலகத்திலே உள்ள குழந்தைகளெல்லாம் நம்ம குழந்தைகள்தான். இப்போ பாருங்க, இதிலே ஒருத்தன்தான் என் பேரன். மத்த மூணு பேரும் கூடப் படிக்கிற பையன்கள்தான். எல்லாரையும் சொந்தப் பிள்ளைகள் மாதிரி நான்தான் கோவில்பட்டிக்குக் கூட்டிக்கிட்டுப் போகிறேன். அந்தக் கடைசிப் பையன் குடும்பம் கொஞ்சம் ஏழைக் குடும்ப்பம். எப்படிப் படிக்கவைக்கிறதுன்னு அவனோட அப்பன் கொஞ்சம் யோசனை பண்ணினான். பையன்களோட பையனாகப் படிக்கட்டும், இப்போ ஆகிற செலவை நான் தர்றேன், பின்னாலே பார்த்துக்கிடலாம்னு நான்தான் தைரியம் சொல்லிக் கூட்டியாரேன். அவனுக்குப் படிப்பிலே அக்கறை. மேலே படிக்கப் போகணும்னு மூணு நாளாச் சாப்பிடாம அழுதிருக்கான்...” என்று கூறிக்கொண்டே போனார்.

ஹோட்டல் முதலாளியின் மனைவி பலகாரப் பாத்திரத்தைத் திறந்தாள். அதனுள் இருந்த பட்சணங்கள் ஒரு கல்யாணத்துக்கே போதும்போல் இருந்தன. இவர் சொல்லாமலே அந்த அம்மாள் ஒரு பெரிய இலையை ஐந்தாறு துண்டுகளாகக் கிழித்துப் பையன்களுக்கும், பெரியவருக்கும் சேர்த்து என்னென்னவோ பலகாரங்கள் எடுத்து வைத்துக்கொடுத்தாள். பையன்கள் வாங்கிக்கொள்ளத் தயங்கினார்கள்.

“டேய்! வயத்துக்கு வஞ்சகம் பண்ணாதீங்கடா. வாங்கிச் சாப்பிடுங்க” என்றார் ஹோட்டல் முதலாளி.

“உம், வாங்கிக்கோங்க” என்று பெரியவரும் சொன்னார்.

பையன்கள் கை நீட்டி அவற்றை வாங்கிக்கொண்டார்கள்.

ஹோட்டல்காரர் மற்றொரு இலையைச் சுப்பராம ஐயர் பக்கம் நீட்டினார். அவர் நாசூக்காக, “இப்போதான் காபி சாப்பிட்டேன். வேண்டாம், நீங்க சாப்பிடுங்கோ” என்று சொல்லிவிட்டுக் கோட்டுப் பையிலிருந்து புத்தகத்தை வெளியே எடுத்தார்.

ஹோட்டல் முதலாளி விடவில்லை. கட்டாயப்படுத்தி ஒரு டம்ளர் காபியைக் குடிக்க வைத்துவிட்டார்.

எல்லோரும் பலகாரம் சாப்பிட்டுக்கொண்டிருக்கும் போது, வண்டி நாலாட்டின்புத்தூர் ஸ்டேஷனில் வந்து நின்று, அதையும் விட்டு புறப்பட்டுவிட்டது.

சுப்பராம ஐயர் புத்தகத்தை விரித்துப் படித்துக் கொண்டிருந்தார். பையன்களும் எழுந்து போய்க் கையைக் கழுவிவிட்டு வந்து உட்கார்ந்தார்கள். சுப்பராம ஐயரின் கையிலிருந்த புத்தகத்தின் பெயரை எழுத்துக் கூட்டி, "அன்னா கரோனினா, லியோ டோல்ஸ்டோய்" என்று மெல்லிய குரலில் வாசித்தான் ஒரு பையன். அது ஐயர் காதில் விழுந்தது.

"டோல்ஸ்டோய்! அதுவும் சரிதான்! சொல்லிக் கொடுக்காத வரையில் யாருக்கும் டோல்ஸ்டோய் தானே ஒழிய டால்ஸ்டாய் எப்படி ஆகமுடியும்" என்று நினைத்துக் கொண்டார்.

சிறிது நேரத்தில் சிறுவர்கள் தங்கள் கையிலிருந்த காகிதங்களை விரித்துப் படிக்கத் தொடங்கினார்கள்.

"என்னடா அது?" என்று கேட்டார் ஹோட்டல்காரர்.

"எங்கள் ஹெட்மாஸ்டர் எழுதிப்போட்டது?"

"என்ன எழுதிப் போட்டிருக்கிறார்?"

ஒரு பையன் சொன்னான்: "பசுவைப்பற்றி இங்கிலீஷில் ஒரு வியாசம். 'நரியும் திராட்சையும்' கதை. 'ஓநாயும் ஆட்டுக்குட்டிகளும்' கதை. நண்பனுக்கு ஒரு கடிதம்."

"எல்லாம் இங்கிலீஷில்தான். பெரிய வாத்தியார் ரொம்பப் படிச்சவரு. நல்ல மனுஷன். பெத்த தகப்பன் மாதிரி இவுகளுக்குப் பாடம் சொல்லிக்கொடுத்து எழுதிப் போட்டிருக்காரு" என்றார் பெரியவர்.

"நன்னாப் படிங்கடா. இப்படித்தான் ஏதாவது எழுதச் சொல்லிப் பரீட்சை வைப்பாங்க" என்றார் ஹோட்டல்காரர்.

புத்தகத்தைப் படிப்பதுபோல் பாவனை செய்து கொண்டு, பேச்சுக்களைக் கவனமாகக் கேட்டுக்கொண்டிருந்தார் சுப்பராம ஐயர்.

ஹோட்டல்காரர் காபியைச் சாப்பிட்டுவிட்டு, "பையன்கள் நன்னாப் படிக்கக்கூடிய பையன்கள்னு தோணுது" என்று பெரியவரிடம் சொன்னார்.

"பட்டிக்காட்டுப் புள்ளைகளானாலும் படிப்பு நல்ல படிப்புத்தான். வாத்தியாரு அப்படி. அந்த மாதிரி ஒரு தகப்பன்கூடப் புள்ளைக மேலே பிரியமா இருக்கமாட்டான்னு சொல்றேன்!" என்றார் பெரியவர்.

"அது சரிதான். வாத்தியாரும் ஒரு தகப்பன்தானே?" என்றார் ஹோட்டல்காரர்.

இதைக் கேட்டதும் சுப்பராம ஐயரின் உடம்பு சிலிர்த்தது. பெரியவர், "அதில் சந்தேகம் வேறேயா? இந்தப் பையன்கள் படிப்பிலே மட்டுமில்லே, வேலையிலும் சூட்டிகைதான்" என்றார்.

"வேலையா?"

"ஆமாம்; வேலை செய்யாம எப்படி? பள்ளிக்கூடம் போக முன்னாலே, மாட்டைப் பத்திக்கிட்டுப்போய் மேய்ப்பாக. பருத்திக்கொட்டை ஆட்டுவாக. இப்படி வீட்டு வேலைகளைச் செஞ்சிட்டுத்தான் பள்ளிக்கூடம் போறது..."

"பேஷ்! அப்படித்தான் இருக்கணும். பொழைக்கிறவனுக்கு அதுதான் லட்சணம்!

அழுக்குப்படாத படிப்பு படிப்பிலே சேத்தியா? அவனாலே ஊருக்குப் பிரயோசனம் உண்டோ? அவனுக்குத்தான் என்ன பிரயோசனமாயிருக்கு? என்னை எடுத்துக்கோங்க... நான் இரண்டாம் கிளாஸுக்கு மேலே படிச்சதில்லே. பி.ஏ., எம்.ஏ., படிச்சிருந்தா உத்தியோகம் பார்த்திருப்பேன். பார்த்திருந்தா, இத்தனை வருஷமா பள்ளிப் பிள்ளைகளுக்குப் பண்ணி வந்த உபகாரத்தைப் பண்ணியிருக்க முடியுமா? நாலு பேருக்கு உபகாரமா இருந்தாத்தான் படிப்பிலே சேர்த்தி. ஊர்க்காரனை மெரட்டுற படிப்பு வேண்டவே வேண்டாம். நான் சொல்றது எப்படி?"

"அதிலே சந்தேகம் வேறயா?" என்றார் பெரியவர். இப்படியே பேசிக்கொண்டிருந்தார்கள். வண்டி கோவில்பட்டிக்கு வந்துவிட்டது. வாசிப்பதுபோல், விரித்து வைத்துக்கொண்டிருந்த புத்தகத்தை மூடிப் பழையபடியும் கோட்டுப்பைக்குள் வைத்தார் சுப்பராம ஐயர். எல்லோரும் இறங்குவதற்கு ஆயத்தமானார்கள்.

"தைரியமாய்ப் பரீட்சை எழுதுங்கடா! நான் வயசானவன். ஆசிர்வாதம் பண்ணறேன்; எல்லோரும் பாஸ், போய்ட்டு வாருங்க. திருநெல்வேலியிலே படிக்க வரப்போ, பங்கஜ விலாஸை மறந்துட

வேண்டாம். தெரிஞ்சதா?" என்று சொல்லி வழியனுப்பினார் ஹோட்டல் முதலாளி.

வண்டியை விட்டு சுப்பராம ஐயரும், அந்தப் பையன்களும், பெரியவரும் இறங்கினார்கள். போகும்போது ஐயர், ஹோட்டல் முதலாளியைப் பார்த்துப் புன்னகை ததும்பும் முகத்தோடு வணங்கி விடைபெற்றுக்கொண்டார். அவரைப் பின்தொடர்ந்து நடந்தார்கள் பையன்கள். முன்னே நடக்க ஒருவிதத் தயக்கம். அவ்வளவு தூரத்துக்கு அவரிடம் மரியாதை பிறந்துவிட்டது.

ஸ்டேஷனை விட்டு வெளியே வந்ததும், குதிரை வண்டியை எதிர்பார்த்துக்கொண்டு நின்றார் சுப்பராம ஐயர். கோவில்பட்டி ஸ்டேஷனில் போர்ட்டர் வேலை செய்யும் ஒருவன், அன்று தனக்கு இரவு வேலையானதால், வெளியே ஓரிடத்தில் நின்று கொண்டிருந்தான். பெரியவரையும், சிறுவர்களையும் பார்த்து, "வாங்க வாங்க" என்று சொல்லிக்கொண்டே வந்தான். அவர்கள் வந்த காரியத்தையும் விசாரித்துத் தெரிந்து கொண்டான். அவனும் இடைசெவல் கிராமத்தைச் சேர்ந்தவன்தான் என்பதைப் பேச்சிலிருந்து சுப்பராம ஐயர் ஊகித்துவிட்டார்.

பையன்களையும், பெரியவரையும், தன் வீட்டுக்கு அந்தப் போர்ட்டர் பலகாரம் சாப்பிட அழைத்ததோடு, அன்றிரவு தங்கிவிட்டு மறுநாள் ஊருக்குப் போகலாம் என்று சொன்னான்.

சுப்பராம ஐயருக்குக் குதிரை வண்டி கிடைத்துவிட்டது. அதில் ஏறிக்கொண்டு, வண்டி மூலை திரும்பும் வரையில் சிறுவர்களையே பார்த்துக்கொண்டு சென்றார். குமாரபுரம் ஸ்டேஷன், ஸ்டேஷன் மாஸ்டரின் தர்க்கங்கள், வேப்பம்பூ மணத்தோடு வீசிய காற்று, கரிசல் மண் மணமும் உயிரும் கொடுப்பது, ஹோட்டல்காரரின் தர்மகுணம், படிப்புக்கு அவரும் ஸ்டேஷன் மாஸ்டரும் கொடுத்த விளக்கம், கிராமத் தலைமையாசிரியர் தந்தையைப் போல் சிறுவர்களை நடத்தியது, டால்ஸ்டாயை 'டோல்ஸ்டோய்' என்று வாசித்த 'அறிவு', ஏழைப் போர்ட்டரின் விருந்துபசார அழைப்பு இப்படி, எல்லாமே அவருக்கு ஞாபகத்துக்கு வந்து கொண்டிருந்தன. இருபது நிமிஷ ரயில் பிரயாணத்தில், இருபது வருஷங்கள் படித்தாலும் தெரிந்துகொள்ள முடியாத எத்தனையோ அரிய விஷயங்களைத் தெரிந்து கொண்டது போன்ற ஆனந்தப் பரவசம்... கிராமத்து ஹெட்மாஸ்டரையும், ஹோட்டல் முதலாளியையும் போர்ட்டரையும்விடப் பெரிய வாத்தியார்கள் இந்த உலகில்

இருக்க முடியுமா என்றுகூட அவருக்கு ஒரு நிமிஷம் தோன்றியது. அவர்களிடம் படிக்காத படிப்பையா இந்தச் சிறுவர்கள் இனிமேல் படிக்கப் போகிறார்கள் என்று தமக்குள் சொல்லிக்கொண்டார். "குமாரபுரம் ஸ்டேஷனுக்குப் பிரயாணிகள் வராததைவிடப் பெரிய கேலிக்கூத்து, மேல்படிப்புக்காக இவர்கள் இந்தப் பள்ளிக்கூடத்துக்கு வருவது! அந்த ஸ்டேஷனுக்காவது தண்ணீர் பந்தல் என்ற மதிப்பு உண்டு ஆனால்..."

சுப்பராம ஐயர் குதிரை வண்டியில் வீடுபோய்ச் சேர்ந்தார்.

பெரியவரையும், பையன்களையும் அந்தப் போர்ட்டர் தன் வீட்டுக்கு அழைத்துச் சென்றான். ஊரிலேயே காலை ஆகாரம் பண்ணிக்கொண்டு வந்தவர்களானதால் அங்கே அவர்கள் ஒன்றும் சாப்பிடவில்லை. போர்ட்டருடைய கட்டாயத்துக்காகக் காபியை மட்டும் வாங்கிக் குடித்தார்கள்; மத்தியானம் சாப்பிட வருவதற்கும் சம்மதித்தார்கள். அப்புறம் எல்லோருமாக போர்ட்டர் உட்பட பள்ளிக்கூடத்துக்குப் போனார்கள். பள்ளிக்கூட வராண்டாவில் மற்றவர்களை நிறுத்திவிட்டுப் போர்ட்டர் மட்டும் நேரே தலைமையாசிரியரின் அறையை விசாரித்துத் தெரிந்துக்கொண்டு அங்கே போனான். இடைசெவல் கிராமத்திலிருந்து ஆறாவது வகுப்புத் தேறிய நான்கு பையன்கள் ஏழாம் வகுப்பில் சேர வந்திருக்கும் செய்தியை அவரிடம் தெரிவித்தான். அவர் உடனே ஓர் ஆசிரியரை வரவழைத்து, அவரிடம் இரண்டு மூன்று கேள்வித் தாள்களை எடுத்துக் கொடுத்து, அந்தக் கிராமத்துப் பையன்கள் ஏழாம் வகுப்புக்குத்தகுதி உடையவர்கள்தானா என்பதைச் சோதித்துப் பார்க்கும்படிச் சொல்லி அனுப்பினார்.

ஓர் அறையில் நான்கு சிறுவர்களும் தனித்தனியே உட்கார வைக்கப்பட்டார்கள். கேள்வித்தாளில் உள்ள கேள்விகளை எழுதிக்கொள்ளும்படிச் சொல்லி உதவி ஆசிரியர் வாசித்தார். எல்லாம் ஆங்கிலக் கேள்விகள். பையன்கள் எழுதிக்கொண்டார்கள். ஒரு மணி நேரத்துக்குள் பதில்களை எழுதிவிட வேண்டுமென்றும் சொன்னார் ஆசிரியர். பையன்களும் எழுதத் தொடங்கினார்கள். போர்ட்டரும் பெரியவரும் பள்ளியைவிட்டு வெளியே வந்து, ஒரு புளியமரத்து நிழலில் உட்கார்ந்து ஊர்ச் சமாச்சாரங்களைப் பற்றிப் பேசிக் கொண்டிருந்தார்கள்

பத்தரை மணிக்கெல்லாம் ஆங்கிலப் பரிகைஷ முடிந்தது. அப்புறம் கணக்கு, தமிழ், பொது அறிவு ஆகியவை சம்பந்தப்பட்ட பரீட்சைகள்.

எல்லாமே பன்னிரண்டு மணிக்குள் முடிந்துவிட்டன. பள்ளிக்கூடம் விட்டு எல்லாப் பையன்களும் மத்தியானச் சாப்பாட்டுக்காக வீடுகளுக்குப் போனார்கள். அவர்களை நான்கு சிறுவர்களும் மிரள மிரள விழித்துக்கொண்டு பார்த்தார்கள். உதவி ஆசிரியர் அவர்களை அந்த அறையிலேயே உட்கார வைத்துக்கொண்டு விடைத் தாள்களை வேகமாகத் திருத்தி மார்க் போட்டார். பிறகு எழுந்து தலைமை ஆசிரியரின் அறைக்குப் போனார். அப்போது பெரியவரும் போர்ட்டரும் அங்கே வந்து சேர்ந்தார்கள்.

"பரீட்சை நல்லா எழுதியிருக்கீங்களா?" என்று கேட்டான் போர்ட்டர்.

"கணக்குத்தான் கஷ்டமாக இருந்தது."

"இங்கிலீஷ்?"

"ரொம்ப லேசு."

"ஊரிலே ஹெட்மாஸ்டர் எழுதிப்போட்ட கேள்விகள்தான். ஒரு நொடியில் பதில் எழுதிவிட்டேன்" என்றான் ஒருவன். மற்றவர்களும் அப்படியே சொன்னார்கள்.

"இங்கிலீஷ் நல்லா எழுதினால் பாஸ்தான்" என்று போர்ட்டர் சொல்லிக்கொண்டிருக்கும்போதே பெரியவர், "ஊர் வாத்தியார் வாத்தியார்தான்! எப்பேர்ப்பட்ட மனுசன்! இங்கே என்ன கேப்பாங்கன்னு அங்கேயே தெரிஞ்சி சொல்லிக் கொடுத்திருக்கிறாரே, அதில்லே மூளை!" என்று இடைசெவல் கிராமத்துத் தலைமை ஆசிரியரை வானளாவப் புகழத் தொடங்கினார்.

"கெட்டிக்கார வாத்தியார் போலிருக்கு!"

"கெட்டிக்காரருன்னா, அப்படி இப்படியா! அதுக்கு ஏத்தாப்பலே கொணமும் அமைஞ்சுதே தம்பி, அதைச்சொல்லு. இப்படி ஒரு வாத்தியார் நம்ம ஊருக்கு வந்ததே இல்லை. பிள்ளைகள்கிட்டே பெத்த தகப்பன்கூட அவ்வளவு பிரியமா இருக்கமாட்டான்னா, அப்புறம் பார்த்துக்கோயேன்" என்றார் பெரியவர் பூரிப்புடன்.

எல்லோரும் வெற்றியை எதிர்நோக்கிக்கொண்டு கோலாகலமாகப் பேசிக்கொண்டிருந்தார்கள்.

சிறிது நேரத்துக்குள்ளேயே, பரீட்சை வைத்த உதவி ஆசிரியர் வந்து, சிறுவர்களையும், பெரியவரையும் போர்ட்டரையும் தலைமை ஆசிரியரிடம் அழைத்துக் கொண்டு போனார். அப்போதுதான்

அவர்களுடைய மனம் கோலாகலத்தை இழந்து, 'திக் திக்' என்று அடித்துக்கொள்ளத் தொடங்கியது.

"இப்படி வாருங்கள்" என்று அவர்களை ஓர் அறைக்குள் அழைத்துச் சென்றார் உதவி ஆசிரியர். எல்லோரும் உள்ளே போனார்கள். தலைமை ஆசிரியரைப் பார்த்ததும், போர்ட்டர் கும்பிட்டான். பெரியவருக்கோ கும்பிடப் போன கைகள் குவியாமல் நடுங்கின. பையன்கள் எதுவுமே செய்யாமல், அப்படியே நின்றுவிட்டார்கள். ஆச்சரியத்தினால் அவர்களுடைய கண்கள் அகல விரிந்துவிட்டன. மூடியிருந்த வாய்கள் தாமாகத் திறந்துகொண்டன. ஒவ்வொரு கையிலும் விரல்களை விரல்கள் பிசைந்துகொண்டிருந்தன.

குமாரபுரம் ஸ்டேஷனிலிருந்து டால்ஸ்டாய் புத்தகமும் கையுமாக அவர்களோடு பிரயாணம் செய்த அதே பிரமுகர்தான் இங்கே தலைமை ஆசிரியராக உட்கார்ந்து கொண்டிருந்தார்! இதைப் பையன்கள் எப்படி எதிர்பார்த்திருக்க முடியும்?

"வாருங்கோ" என்று சிரித்துக்கொண்டே அவர் வரவேற்றார்.

"பெரிய வாத்தியாரைக் கும்பிடுங்க" என்று போர்ட்டர் சொன்ன பிறகுதான், பையன்களும் பெரியவரும் வணக்கம் செய்தார்கள்.

"கேள்விகளெல்லாம் கஷ்டமாக இருந்ததா?" என்று கேட்டுவிட்டு மறுமுறையும் சிரித்தார் சுப்பராம ஐயர். அந்தச் சிரிப்பில் இருந்த அழகும், கவர்ச்சியும், அன்புப் பெருக்கும் ஒரு பையனுடைய கண்களில் கண்ணீரையே வரவழைத்துவிட்டன.

அவருடைய கேள்விக்குப் பதில் சொல்லாமல் எல்லோரும் வாயடைத்துப் போய்த் திகைத்து நின்றார்கள்.

அடுத்தாற்போல், "உங்கள் பெயர்களைச் சொல்லுங்கள்" என்றார்.

"நாராயணசாமி", "ஸ்ரீனிவாசன்", "சுப்பையா", "திருப்பதி"

"எல்லோரும் பாஸ்!" என்றார் சுப்பராம ஐயர். பையன்கள் நால்வருக்கும் ஆனந்தக் கண்ணீர் பொங்கிவிட்டது.

"எல்லோரும் ஏழாம் வகுப்பில் சேர்ந்துகொள்ளுங்கள். நன்றாகப் படியுங்கள். ஒவ்வொரு பரீட்சையிலும் நல்ல மார்க் வாங்கவேண்டும்" என்று கூறிவிட்டு, "உங்கள் ஊர் வாத்தியார் மட்டுமல்ல, இந்த ஊர் வாத்தியாருமே தகப்பனாரைப் போன்றவர்தான். பெரியவரே!

நான் சொல்லுவது சரிதானே?" என்று சிரிப்பும் பரவசமுமாகக் கேட்டார் தலைமை ஆசிரியர்.

"அதிலே சந்தேகம் வேறயா?" என்று கிராமியப் பாணியில் சத்தம் போட்டுச் சொல்லிவிட்டு ஒரு முறை கும்பிட்டார் பெரியவர்.

சுப்பராம ஐயர் மூன்றாவது தடவையும் அழகாகச் சிரித்தார்.

"போய் வாருங்கள்" என்று விடை அளித்து அவர்களை அனுப்பியபின், குமாரபுரம் ஸ்டேஷன்தான் அவர் மனக்கண்ணில் காட்சியளித்தது.

வாய்க்குள்ளேயே, 'அது பெரிய பள்ளிக்கூடம்!' என்று ஒரு முறை சொல்லிக்கொண்டார் சுப்பராம ஐயர்.

கி. ராஜநாராயணன்

செப்டம்பர் 1922இல் கோவில்பட்டியை அடுத்த இடைசெவல் கிராமத்தில் பிறந்த இவர் 2021 மே மாதம் புதுச்சேரியில் காலமானார். அரசு மரியாதையுடன் இவரது உடல் அடக்கம் செய்யப்பட்டது. பேச்சு மொழியை தன் எழுத்துக்குள் கொண்டு வந்து புதுமை சேர்த்தவர். கரிசல் இலக்கியம் என்கிற வகைமையை வலுவாக நிலைநிறுத்தியவர். கரிசல் வட்டார வழக்குச் சொல்லகராதியை தனி மனிதராக உழைத்து உருவாக்கியவர். 'கோபல்ல கிராமம்' என்கிற நாவலின் மூலம் மக்களின் நம்பிக்கைகள், வட்டார வழக்காறுகளை நவீன இலக்கியத்தில் பயன்படுத்தும் ஒரு வழக்கத்தைத் தோற்றுவித்தார். 99 வயது வரை வாழ்ந்த இவர் இறக்கும் காலம் வரை எழுதிக்கொண்டிருந்தார்.

4

ஜெயில்

- கி. ராஜாநாராயணன்

ராமசாமிக்கு நாலைந்து பெயர்கள் உண்டு. நெட்டைக்கொக்கு ராமசாமி, வளந்த பனை ராமசாமி, பீச்சாங்கை ராமசாமி, இன்னும் சுருக்கமாக ஒட்டகம், ஏணி, மண்டு... இப்படி! பயல் ஒசரமாய், ஒல்லியாய் இருப்பான். இப்போ நேரம் என்ன இருக்கும்; பள்ளிக்கூடம் விடுகிற நேரம் இருக்குமா? ராமசாமி வேப்பமரத்து நிழலைப் பார்த்தான். இன்னும் ஒரு நாலு விரக்கடை போகணும்.

அவன் மரத்தில் ஏறினான். தூக்குவாளியையும் பைக்கட்டையும் எடுத்துக்கொண்டான், பள்ளிக்கூடத்து மணி 'கணகண' என்று ஒலித்தது, ஆனந்த மிகுதியால் சிரித்துக்கொண்டான். தூரத்தில் பிள்ளைகளின் தலை தெரிந்தது. ஒற்றையடிப் பாதையூடே அவர்கள் வந்துகொண்டிருந்தார்கள். முன்னால் வருகிறது வீராசாமிதானே; ஆமா வீராசாமிதான். பைக்கட்டை இடத்தோளில் போட்டுக்கொண்டு, வலக் கையில் தொங்குகிற தூக்குவாளியை முன்பக்கத்துக்குக் கொண்டுவந்து, நடக்கும்போது இரண்டு முட்டுகளிலும் தட்டும்படி ஓசை எழுப்பிக் கொண்டே நடந்து வந்தான். நடுவில் வருகிறவன் சுப்பையா. வலு குட்டையன் நடந்துகொண்டே வரும்போது திடீரென்று 'சடன் பிரேக்' போட்டு நின்று விடுவான். பின்னால் வருகிற பையன்களெல்லாம் அவன்மீது மோதுவார்கள். இப்படி அடிக்கடி செய்கிறதில் அவனுக்கு ஒரு குஷி. கடைசியில் வருகிறது, டி.முருகன், கடை திருப்பதி செட்டியாரின் மகன். பயல்கள் அவனை சர்வ கேலி பண்ணுவார்கள். பள்ளிக்கூடத்தில் அவன்தான் முதல் மார்க். முன்பல் இரண்டு நீளமாக இருப்பதால் வாயைக் கையால் மூடிக்கொண்டு சிரிப்பான்.

ராமசாமி கிளையோடு கிளையாய்ச் சேர்ந்து மரநாய் போல் ஒட்டிக்கொண்டான். பையன்கள் கொஞ்சம் தொலைவு கடந்து போன பிறகு, மெள்ள இறங்கி வந்து தன் ஊருக்குப் புறப்பட்டான்.

காலையில் எழுந்ததும் ராமசாமி கால், கை கழுவிக்கொண்டு ஒரு லோட்டா நீத்துத் தண்ணீர் குடித்துவிட்டு, எருமை மாட்டை அவிழ்த்தான். ஊர்க்கம்மாய்க் கரையில் பத்தி விட்டுவிட்டு, கரையிலிருக்கும் நவ்வாப்பழ மரத்தின்மேல் ஏறிக்கொண்டான்.

பனிப்புல்லை மாடு சுகமாய் மேய்ந்துகொண்டிருந்தது. ராமசாமி பழங்களைப் பறித்துப் பை நிறையப் போட்டுக்கொண்டு பக்கத்திலுள்ள புன்னரசி மரத்துக்கு வந்தான். புன்னரசி மரத்தின் கிளைகளிலிருந்து நீள நீளமான விழுதுகள் சன்னமாக பெண்களுடைய கூந்தலைப்போல் தொங்கிக்கொண்டிருந்தன. நெருங்கிய கிளையிலிருக்கும் இரண்டு கோவைகளைச் சேர்த்து அவன் ஒரு படு முடிச்சுப்போட்டு, அதில் ஏறி உட்கார்ந்துகொண்டு, ஊஞ்சல் ஆடினான். ஆடிக்கொண்டே நவ்வாப் பழங்களைத் தின்றான். அவனுடைய சக மாடோட்டிகள் அப்பொழுது தான் அங்கு வந்து அவனோடு அந்த விளையாட்டில் கலந்து கொண்டார்கள். வெண்மை நிறமாக இருந்த காலை நேரம், கொஞ்சம் கொஞ்சமாகத் தங்கநிறத்துக்கு மாறிக்கொண்டிருந்தது. மேலே, நவ்வாப் பழத்துக்கும் அத்திப்பழத்துக்கும் சத்தமிட்டுக் கொண்டிருக்கும் பறவைக் கூட்டங்களின் ஒலிகள் வர வர முற்றிக்கொண்டே வந்தன. கம்மாய்த் தண்ணீரில் கண்ணைப் பறிக்கும் பிரகாசமான நீண்ட ஒரு கோடு தெளிவில்லாமல் அலைகளால் அலைக்கழிக்கப்பட்டுக் கொண்டிருந்தது. பையன்கள் எல்லோரும் கம்மாய்க்குள்ளிருந்து எருமை மாடுகளை ஒன்று சேர வெளியே பத்தினார்கள். நிலத்தில் ஈர நீர் சொட்ட 'கன்னங்கரேல்' என்று மந்தையாய் எருமைகள் அந்தக் கிராமங்களின் தெருக்களை அடைத்துக்கொண்டு சென்றன. ராமசாமி, தொழுவில் மாட்டைக் கட்டினான். செங்கமுட்டியை உரசிப் பல் தேய்த்துவிட்டு, கம்மஞ்சோற்றில் மோர்விட்டுக் கரைத்துச் சாப்பிட்டான். தாயார் தூக்குச்சட்டியில் சோறு வைத்துக் கொடுத்தாள். மத்தியானத்துக்கு வாங்கித்திங்க ஒரு கூறு பருத்தியும் கொடுத்தனுப்பினாள். அதற்கு முன்னதாகவே ராமசாமி வீட்டிற்குள் போய்க் கொஞ்சம் பருத்தி எடுத்து ஒளித்து வைத்திருந்தான். தாயார் கொடுத்த பருத்தியோடு அதையும் சேர்த்து பைக்கட்டுக்குள் திணித்து வைத்துக்கொண்டான். எண்ணெய் தேய்த்துத் தலை சீவிக்கொண்டு பக்கத்து ஊருக்கு படிக்கப் புறப்பட்டான். போகும்போது தாயார் புத்தி சொல்லி அனுப்பினாள். "வழியில் விளையாடிக் கொண்டிருக்காதே. பிள்ளைகளோடு சண்டை போடாதே. நல்லா படிச்சு கெட்டிக்காரன் ஆகணும்."

"சரிம்மா, சரி...சரி சரி" என்று தலையை ஆட்டிக்கொண்டே நடந்தான்.

வருகிற பாதையின் மத்தியில், - அதை இரண்டு ஊருக்கும் எல்லை என்று சொல்லலாம். கொஞ்சம் தள்ளி ஓர் அருமையான வேப்பமரம். தூரத்திலிருந்து பார்த்தால் ஒரு பெரிய பந்துமாதிரி

தெரியும். அந்த வேப்பமரத்துக்குப் பக்கத்தில் ஓர் ஓடை. அதில் எத்தனையோ நிறத்தில் அழகான மணல்கள். பல நிறமான 'சைஸ்'களிலும் பொடிப் பொடிக்கற்கள்; உருண்டையாக, கோழி முட்டைமாதிரி; தட்டாங்கல் விளையாடலாம்; ரப்பர் வில்லில் வைத்துத் தெறிக்கலாம். ஈரம் காய்ந்து போன தேறல்களில் மிதித்தால் சில இடங்களில் மண், இலவம் பஞ்சை விட மெதுவாக இருக்கும் பைக்கட்டையும் தூக்குவாளியையும் வேப்பமரத்தின் உச்சியில் உள்ள ஒரு கௌளியில் தொங்க விட்டுவிட்டு, கீழே இறங்கி வந்து அந்த ஓடையில் தனிமையில் நீண்ட நேரம் விளையாடிக் கொண்டிருப்பான். அப்புறம் வேப்பமரத்தின் மேலே ஏறிக்கொண்டு மூன்று கிளைகள் நெருக்கமாய்ப் பிரிகிற ஓர் இடத்தில் சொகமாகச் சாய்ந்து உட்கார்ந்துகொண்டு மணிக்கணக்காய்க் கீழே விழாமல் தூங்குவான். முழிப்புத் தட்டியபின் கண்களை வெறித்து வானத்தையே பார்த்துக்கொண்டிருப்பான். மனசு வெறிச்சோடிப் போய்க்கிடக்கும். இன்னதுதான் செய்கிறது என்று தெரியாது. கொஞ்சம் முயன்றால் போதும்; ஆனந்தமாக வெகுநேரம்வரை மனம்விட்டு அழுதுகொண்டே இருக்கலாம். இயற்கை என்னும் வாத்தியார் வானத்தில் இவனுக்குப் பல அருமையான படங்கள் வரைந்து காட்டுவார். கண்ணுக்குத் தெரியாத யாரோ ஒருவன் பஞ்சு வெட்டுகிறான். வெட்ட வெட்ட, தட்டுத் தட்டாய் வானத்தில் அது கிளம்பி வருகிறது. அந்தப் பஞ்சுக் குவியலின் ஊடே பார்த்துக்கொண்டிருக்கும்போதே ராமசாமிக்குப் பல உருவங்கள் தெரியும். அது தேயும்; தொய்யும்; நீளும்; நகரும்; உருமாறி உரு வரும்! நீல வானத்தில் இப்பொ ஒரு வெள்ளை யானை தெரிகிறது. அச்சு அசல் அப்படியே ஒரு யானை; தும்பிக்கையை உயரே தூக்கிக்கொண்டு பிளிறுகிறமாதிரி இருக்கிறது. இப்போது யானையின் முதுகில் கூனல் விழுகிறது. கால்கள் மெலிந்து எலும்பாகிவிட்டன. கூனல் உயர்ந்துகொண்டு வருகிறது. தூக்கிய துதிக்கையின் நுனி வளைவு கொஞ்சம் பருத்து அதில் ஒரு முகம் தோணுகிறது. "ஆ- ஹா; இப்போ ஒரு அருமையான ஒட்டகம்; மீனாட்சி அம்மன் கோயில் ஒட்டகம். ஓ..! ஒட்டகத்தின் தலை கழுத்தோடு போச்சு. அடாடாடா..., கால்கள் எல்லாம் ஒன்றுசேர்ந்து அந்தக் கூனலுக்குக் கீழே ஒரு தூண் ஆகிவிட்டது. ஆ! இப்பொழுது ஒரு நாய்க்குடை, அருமையான ஒரு நாய்க்குடை வந்துவிட்டது!" ராமசாமிக்கு மேகங்கள் இப்படிப் படம் போட்டுக்கொண்டிருந்தன. அப்படியே லயித்து, அசந்து, மீண்டும் ஒரு சின்னத்தூக்கம் போட்டான்.

கண் விழித்தவுடன் அவனுக்குத் தாகமும் கள்ளப் பசியும் வந்தன. கடைக்குப்போய் என்னதாவது வாங்கித் திங்கணும் போலிருந்தது. பருத்தியை எடுத்துக்கொண்டு கீழே இறங்கி ஊருக்கு வந்தான். ஒரு வீட்டில் தண்ணீர் வாங்கி ஆசைதீரக் குடிக்க நினைத்தான். அந்த வீட்டில் ஒரு கிழவனார் எந்தப் பள்ளிக்கூடப் பையன்களைக் கண்டாலும் கூப்பிட்டு, ‘எத்தனாவது வகுப்பு படிக்கிறாய்’ என்று கேட்டுவிட்டு உடனே ஒரு மனக்கணக்குப் போடுவார். அந்தச் சமயத்தில் அவரைக் கொல்லணும்போல இருக்கும். நல்லவேளை அவர் பார்க்கவில்லை. ஊர்க்கிணற்றில் ஒரு பெண் தண்ணீர் இறைத்துக் கொண்டிருந்தாள். வாளி நிறையத் தண்ணீர் வாங்கி, இரண்டு கைகளையும் சேர்த்து ‘கோரிக் கோரி’ குடித்தான். அப்புறம் அந்தக் கிராமத்தினுள் மூலையிலிருந்த ஒரு கடைக்குப் போனான். பருத்தியைப் போட்டு பக்கடா வேணுமென்று கேட்டான். கிராமாந்தரக் கடைகளுக்கே உண்டான ஒருவகை வாசனை அந்தக் கடையிலிருந்து அடித்துக்கொண்டிருந்தது; பக்கடாவை மடி நிறையக் கட்டிக்கொண்டு புறப்பட்டான். எங்கே போகிறது என்று தெரியவில்லை. அப்படியே பக்கடாவைத் தின்றுகொண்டே லாத்தலாய் நடந்தான். ஊருக்குத் தெற்கேயுள்ள கொட்டாரங் களொன்றில் சுற்றி முள்கம்பியால் கோட்டை வளைத்திருந்தார்கள். அதில் வடமேற்கு மூலையில் ஒரு சாளை. அந்தச் சாளையின் குளிர்ச்சியான சுவர் நிழலில் உட்கார்ந்து கொண்டு ராமசாமி பக்கடாவை ருசித்துத் தின்றுகொண்டிருக்கும் போது, திடீரென்று ஒரு சின்னக் குழந்தையின் சிரிப்புச் சத்தம் கேட்டு அவன் திடுக்கிட்டான். சுற்றும்முற்றும் பார்த்தான். சாளையை ஒரு சுற்றுச் சுற்றி வந்தான். ஒருவரையும் காணவில்லை. மறுக்கி வேகமாக ஒரு சுற்று வந்தான். அப்பவும் இல்லை, பழையபடியும் அந்த இடத்தில் வந்து உட்கார்ந்து மெதுவாக, உஷாராக, சுற்றுப்புறங்களைக் கண்களால் பார்த்துக் கொண்டே இருந்தான். இப்பொழுது திரும்பவும் அந்தச் சிரிப்புச் சத்தம் கேட்கவும், கண்டுபிடித்துக்கொண்டான். சாளையின் மேல் சுவரில், உயரத்திலே ஒரு சின்ன சதுர ஜன்னல் இருந்தது. கற்களில் உவர் தள்ளிய இடைகளில் கால் பெருவிரல்களைக் கொடுத்துப் பக்குவமாக ஏறி ஜன்னலைப் பிடித்து முகத்தை அதில் பதித்தான். உள்ளேயிருந்து ஏதோ வாடை ‘குப்’பென்று அடித்தது. உள்ளே சூழ்நிலையைக் கண்கள் பழக சில விநாடிகள் பிடித்தன. கூரை முகட்டிலிருந்து ஒரு தூளி தொங்கிக் கொண்டிருந்தது. கறுப்பு மண் சட்டிப் பானைகள் மூலைக்கு ஒன்றாகக் கிடந்தன. நெளிந்துபோன அலுமினியத்

தம்ளர், வாலொடிந்த அகப்பை, பிய்ந்துபோன கோரைப் பாய், துருப்பிடித்த தகர மண்ணெண்ணெய் விளக்கு, கிழிசல் துணிகள் இவையெல்லாம் தெரிந்தன. மூன்றுவயது ஆண்குழந்தை பிறந்த மேனியாக வாசல்கதவின் இடுக்கு வழியாக வெளியே பார்த்துக் கொண்டிருந்தது. பார்த்துக்கொண்டே இருக்க அந்தக் குழந்தை, திரும்பவும் சந்தோஷத்தால் சிரித்து ஆர்ப்பரித்தது. அந்த இடுக்கு வழியாக எதைக் கண்டு சிரிக்கிறது என்று தெரிந்துகொள்ள வேண்டு மென்று ராமசாமிக்கு ஆவலாக இருந்தது. இறங்கி, சுற்றி அந்தப் பக்கம் போய்ப் பார்த்தான். வேறொன்றுமில்லை; அங்கே நாலைந்து குஞ்சுகளுடன் ஒரு கோழி மேய்ந்து கொண்டிருந்தது. அந்தச் சின்னக் குஞ்சு களைக் கண்டுதான் அந்தக் குழந்தைக்கு தாங்க முடியாத ஆனந்தம்.

ராமசாமி திரும்பவும் ஜன்னல் மீது ஏறிப்பார்த்தான். அந்தக் குழந்தை வைத்த கண் வாங்காமல் கதவு இடுக்கு வழியே பார்த்துக் கொண்டிருந்தது. அவனுக்கு, அந்தக் குழந்தையைப் பயமுறுத்திப் பார்க்கவேண்டும்போல் இருந்தது. தொண்டைக்குழியையும் வாயையும் கோரமாக வைத்துக்கொண்டு, ஒரு பயங்கரமான சத்தம் கொடுத்தான். தனிமையில் இருந்த அந்தக் குழந்தை உண்மையிலேயே பயந்து துள்ளி விழுந்தது. ராமசாமி மீண்டும் அதே குரலில் ஒரு சத்தம் கொடுத்தான். பீதி நிறைந்த கண்களால் குழந்தை ஜன்னலைப் பார்த்தது. வீல் என்று கத்திக்கொண்டே சுவரின் மறைவுக்குள் போய் ஒளிந்துகொண்டது.

அந்த ஜன்னல் வழியாக இதுவரை இவ்வளவு பயங்கரமான ஒரு பூச்சாண்டியைப் பார்த்ததில்லை. இந்த ஜன்னல் வழியே சில சமயம் அம்புலி மாமாவைப் பார்த்ததுண்டு. எப்பவாவது சிலசமயம் ஒன்றிரண்டு ஊர்க்குருவிகள் உள்ளே வந்து மெல்ல எட்டிப்பார்க்கும். பார்த்தால் விருட்டென்று பறந்து போய்விடும். குழந்தையின் விசும்பல் ஒலி அவன் உள்ளத்தில் கருணை சுரக்கச் செய்தது. “பாப்பா இந்தா பாரு நான் பூச்சாண்டி இல்லை; அண்ணன் வந்திருக்கிறேன் அண்ணன்”. மறைந்துகொண்ட குழந்தை நகரவேயில்லை. அவன் தன் மடியிலிருந்த பக்கடாவில் கொஞ்சம் எடுத்து உள்ளே போட்டான். இப்பொழுதுதான் குழந்தை அவனை நம்பியது. ஆனால் பக்கடாவை எடுத்துக்கொண்டு திரும்பவும் மறைந்துகொண்டது. மீண்டும் ஒரு பக்கடாவைப் போட்டான். எடுத்துக்கொண்டு ஒளிந்துகொண்டது. இப்பொழுது ராமசாமி ஜன்னலைப் பிடித்துக்கொண்டு தலையை மட்டும் மறைத்துக்கொண்டான். மெல்ல எட்டிப் பார்த்தான். குழந்தை

தலையை பின்வாங்கியது. அவனும் தலையை மறைத்துக்கொண்டான். திரும்பவும் தலையை நீட்டிப் பார்த்தது. இப்படியாக ஒரு சின்ன விளையாட்டின் மூலம், அவர்களுடைய சிநேகம் ஆரம்பமாகியது. தினம் தவறாமல் ஒரு பாய்ச்சல் இங்கே வந்து விளையாடிவிட்டுப் போனால்தான் ராமசாமிக்குத் தூக்கம் வரும். நல்லா நெருங்கிப் பழகினதுக்கப்புறம் அந்தக் குழந்தையிடம் "ஓம் பேரென்ன?" என்று கேட்டான். "எம்பேடா? எம்பேடு துப்புடாச்" என்றது. கொஞ்சநேரம் வரை ராமசாமி சிரித்தான்.

"ஓஹோ! சுப்புராஜா? சரி சரி" என்று சொல்லிக்கொண்டே மீண்டும் சிரித்தான். இந்தச் சிரிப்பைப்பற்றி அது தப்பாக எண்ணிக் கொள்ளும் என்று நினைத்து அதை மறைக்க, "துப்புடாஜ்! நான் நாளைக்கு நிறைய இன்னும் பக்கடா கொண்டு வாரேன்" என்று சொன்னான்.

குழந்தை 'சரி' என்று தலையசைத்தது.

ஒரு சமயம் பக்கடாவில் இருந்த மிளகாயைத் தெரியாமல் குழந்தை கடித்துவிட்டுக் காரம் தாங்காமல் கூப்பாடு போட்டது. ராமசாமியால் ஒன்றும் செய்யமுடியவில்லை. அந்தச் சாளையைச் சுற்றிச் சுற்றித்தான் வர முடிந்தது. கதவைத் திறக்க முடியாது வெளியே கொண்டி போட்டு அமுக்குப் பூட்டு போட்டுப் பூட்டியிருந்தார்கள். பூட்டை இழுத்து இழுத்துப் பார்த்தான். கதவைத் திறக்கமுடியவில்லை. 'உள்ளே தண்ணீர் இருந்தால் குடி' என்று யோசனை சொன்னான். ஐயோ பாவம் இந்தக் குழந்தை! இனி சாயந்திரம்தானே அவனுடைய அம்மா வருவாள். அதுவரைக்கும் என்ன செய்யும், என்று யோசித்துக் கவலைப்பட்டான். வெளியே இருந்தவாறு அந்தக் குழந்தைக்குக் கதை சொல்லுவான். கதையென்றால் பள்ளிக்கூடத்தில் சொல்லித் தருகிற கதை இல்லை. தானே சொந்தத்தில் இட்டுக்கட்டி, கோழி, மயில், புறா, இவற்றை வைத்துக் கதை பின்னுவான். குழந்தை உள்பக்கம் இருந்து கொண்டே ஆவலாய், தாகத்தோடு கதை கேட்கும். சில சமயம் கதை கேட்டுக்கொண்டே தூங்கிவிடும். "அது கேட்டுக்கொண்டேதான் இருக்காக்கும்" என்று, இவன் சொல்லிக்கொண்டே போவான்; பதில் வராது, "சரி சரி, தூங்கிட்டியா; தூங்கு" என்று சொல்லிவிட்டு, வேப்பமரத்தை நோக்கி நடையைக் கட்டுவான். நடக்கும்போதே அந்த மீதிக் கதையை தனக்குத்தானே சொல்லிக்கொண்டே நடப்பான்.

ஒருநாள் ராமசாமியின் ஊரைச் சேர்ந்த ஆட்டுக்காரன் இவன் இருந்த வேப்பமரத்துக்கு தழை ஒடிக்க வந்தபோது, இவனைப்

பார்த்துவிட்டுப் போய்ப் பெற்றோரிடம் விஷயத்தைச் சொல்லி விட்டான். ராமசாமி அந்த வருஷமும் வழக்கம்போல் ஃபெயில் ஆனான், யாரோ 'துர் ஆத்மா'வின் யோசனைப்படி, ராமசாமியைப் பாளையங்கோட்டையிலுள்ள ஒரு கான்வென்ட்டில் சேர்த்துவிட் டார்கள். கவலை என்பதே இன்னதென்று அறியாத ராமசாமிக்கு இப்பொழுது பெருங்கவலை வந்து சூழ்ந்துகொண்டது. இந்தப் பள்ளிக்கூடத்தை விட்டு தப்ப அவனால் முடியாது. சர்க்கஸ் கூண்டு வண்டிக்குள்ளேயே சுற்றிச் சுற்றி வரும் புலியைப்போல் அவன் பள்ளிக்கூடத்துக் கோட்டைச் சுவருக்குள்ளேயே சுற்றி வந்தான். சில நாட்களுக்குள்ளாகவே அவன் தன்னுடைய, தான் பிறந்த கரிசல் மண்ணை நினைத்து நினைத்து ஏங்க ஆரம்பித்தான். அதிகாலையில் பையன்கள் வரிசையாக நடந்து ஆற்றுக்கு குளிக்கப் போவார்கள். அந்த ஒரு நேரந்தான் ராமசாமியின் முகத்தில் மலர்ச்சியைப் பார்க்கலாம். ஆற்றுக்குப் பக்கத்திலுள்ள இடத்தில் வானளாவிய மரங்கள் குடியிருக்கும் கொக்கிகுளம் அவன் மனசை மிகவும் கவர்ந்து இழுத்தது. அந்த இடத்தில் பிள்ளைகளோடு போய், ஓடிப்பிடித்து விளையாட அவனுக்கு இதயம் வேகமாக அடித்துக்கொள்ளும். அந்தக் காட்சியே அவனுக்கு ஊரைப் பற்றிய நினைவுக்குக் காரணமாக அமைந்தது.

இப்பொழுது இறக்கைகள் மட்டும் இருந்தால் மயிலைப்போல் பறந்து சென்று அதோ அந்த மரத்தின் குளிர்ச்சியான கிளையில் போய் உட்கார்ந்துகொண்டுவிடலாம். "டேய் ராமசாமி; சைத்தானே, வரிசையில் சேர்ந்து நட" பின்னாலிருந்து ஒரு பெரிய குரல் சொடுக்கியது.

வகுப்பில் ராமசாமி மிகவும் சோர்ந்துபோய் உட்கார்ந்திருந்தான். இடது முழங்கையை, டெஸ்கின் மேல் ஊன்றி அந்தக் கையால் முகத்தைத் தாங்கிக்கொண்டு ஜன்னலுக்கு வெளியே பார்த்துக் கொண்டிருந்தான். மரங்களின் தாடிக்கொப்புகளில், அணில்கள் ஓடிப் பிடித்து விளையாடிக் கொண்டிருந்தன. ஓயாமல் ஒலித்த அவற்றின் ஒலிகளில் தன் செவிகளை ஒப்படைத்திருந்தான்; இப்பொழுதோ கண்களையும் அதன் போக்கில் விட்டுவிட்டான். வகுப்பில் என்ன நடந்து கொண்டிருக்கிறதென்று அவனுக்குத் தெரியாது. கண்கள் அவனையறியாமல் சொருகின. கழுத்தடியில் வேர்வை துளிர்க்க ஆரம்பித்தது. அணில்கள் எழுப்பிய ஒலிகளுக்கு ஏற்ப, அவன் உட்கார்ந்து தூங்கிக் கொண்டே ஒரு கனவு கண்டான்.

அவர்கள் ஊர் குளக்கரையில் வைத்து பண்டிதன் அவனுக்கு முடி வெட்டுகிறான். குளக்கரை இப்பொழுது கொக்கிரக்குளத்திலுள்ள வெயில் முகமே பாராத மரத்தடியாக மாறுகிறது. அவனுடைய காதுக்குப் பக்கத்தில் முடிவெட்டுபவனின் கத்திரிக்கோல் ரோமக் கத்தைகளை ஓயாமல் வெட்டித் தள்ளிக்கொண்டு அணிலைப்போல் 'கறுச் கறுச், கச் கச் கச்; கறுச் கச் கச் கச்' என்று கத்திக்கொண்டே இருக்கிறது. அந்த வழியாகப் போகும் பையன்களெல்லாம் இவனைப் பார்த்துச் சிரிக்கிறார்கள். ஏன் சிரிக்கிறார்கள், என்று கவனித்தால், இவன் தலையில் சத்தம்போட்டுக் கத்திரித்துக்கொண்டிருந்தது கத்திரிக் கோல் இல்லை; அணில்! வேடிக்கை பார்த்துக்கொண்டிருந்த பையன்கள் "ஓ" என்று சிரித்தார்கள். ராமசாமியை ஒரு பையன் தலையைத் தொட்டு எழுப்பினான். ராமசாமி திடுக்கிட்டு விழித்தான். வகுப்பில் சிரிப்பு இன்னும் ஓயவில்லை. வாத்தியார் அவனைப் பெயர் சொல்லி மேஜைக்கு பக்கத்தில் அழைத்தார். "உன் உடம்புக்கு என்ன?" என்று ஆதரவோடு கேட்டார். "காய்ச்சல் சார்!" அவனை அறியாமலேயே அவனுடைய வாய் சொல்லிவிட்டது. கிட்ட அழைத்து அவனுடைய உடம்பைத் தொட்டுப்பார்த்தார் வாத்தியார். 'ஜில்'லென்று இருந்தது உடம்பு. "நிஜமாகவே எனக்கு வயிற்றை வலிக்கிறது சார்!" என்றான் பரிதாபமாக. வாத்தியார் அன்பான மனிதர். மனோதத்துவம் தெரிந்தவர். சிரித்துக்கொண்டே, சரி, போய்ப் படுத்துக்கொள் என்று சொல்லி அனுப்பினார். அவமானம் தாளாமல் வகுப்பிலிருந்து ஓடினான் ராமசாமி. அன்று நாளெல்லாம் யோசித்தான். இங்கிருந்து எப்படியாவது தப்பி ஓடிப்போய்விடுவது என்று முடிவு செய்தான். பகலிலேயே கோட்டையைச் சுற்றி நோட்டம் விட்டான். அந்தப் பள்ளிக்கூடக் கட்டடங்களைத் தீர்மானமாக வெறுத்தான். நேரம் ஆக ஆகத் தன் ஊரின் மேலுள்ள தாகம் மனசைப் பிடுங்கியது. வானத்தில் நாரைக்கூட்டங்கள் சுதந்திரமாக, போர் விமானங்களைப்போல் வரிசையாக அணிவகுத்துப் பறந்துகொண்டிருந்தன.

இரவு சாப்பாட்டு மணி அடித்தது. எல்லாப் பையன்களும் புறப்பட்டுப் போய்விட்டார்கள். தப்பித்துப்போக இதுதான் சரியான சமயம். மணிப்பர்சை மட்டும் எடுத்து கால்சட்டைப் பைக்குள் திணித்துக்கொண்டான். பூனைபோல் அடிமேல் அடிவைத்துப் பதுங்கிச் சென்றான். ஒரு மரத்தின்மீது ஏறி, வெளியே கைநீட்டிக் கொண்டிருந்த அதன் கிளை வழியாக வந்து, கோட்டைச் சுவருக்கு வெளியே குதித்தான். நல்லவேளை; முழங்காலில் ஒரு சிறாய்ப்பு, அவ்வளவுதான். துடைத்துவிட்டுக்கொண்டான். தான் தப்பிக்க கை கொடுத்து உதவிய அந்த மரத்துக்கு தன் கண்களால் நன்றி சொல்லி விட்டு வேகமாக நடந்தான்.

முழங்காலில் வந்த ரத்தத்தைத் துடைத்துக் கல்லில் தேய்த்தான். பிறகு, பிள்ளையைப் போட்டு பலாப்பழம் எடுத்த ஓடை வழியாக இறங்கி ஆற்றின் குறுக்கே கடந்து சிந்துபூந்துறை வந்தடைந்தான் இப்பொழுதுதான் மனசில் கொஞ்சம் நிம்மதி பிறந்தது அவனுக்கு. பஸ் நிலையத்திலுள்ள மிட்டாய்க் கடையில் மிட்டாய் வாங்கிக் கொண்டான். பழங்கள் வாங்கி உண்டான். ராவெல்லாம் பரபரப் போடு பொழுதைக் கழித்துவிட்டு, அதிகாலையில் கோவில்பட்டி போகும் முதல் பஸ்ஸில் ஏறி ஊர் வந்து சேர்ந்தான். பஸ்ஸிலிருந்து இறங்கி தரையில் கால் வைத்ததும் கோபாவேசம் நிறைந்த தன்னுடைய தகப்பனாரின் முகம் ஞாபகத்திற்கு வந்தது. ஏண்டா இங்கே வந்தோம் என்றிருந்தது. நேராக சுப்புராஜ் இருந்த சாளையை நோக்கிப் போனான். போகும்போதே சரியான நீளமான 'சீனிக்கல்' ஒன்றைத் தேடித் தேடிக் கையோடு எடுத்துக்கொண்டு போனான். போனதும் முதல் ஜோலியாக அந்த 'நாறப்பூட்டை' இடது கையினால் உடைத்து, சுப்புராஜை, விடுதலை செய்தான். அந்தக் குழந்தையைப் பாய்ந்து எடுத்து ஆரத் தழுவிக்கொண்டான். முத்தமிட்டான். "இந்தா தின்னு" என மிட்டாய்களைக் கொடுத்தான். "என்ன இது? இனிச்சிக்கிட்ட கிடக்கே" என்று கேட்டது குழந்தை. பின்பு அது ராமசாமியை ஆச்சரியத்தோடு பார்த்தது. "நீ இத்தனை நாள் எங்கே போயிருந்தே, என்னை விட்டுட்டு?" என்று கேட்டது. இந்தக் கேள்வியை, பரிசுத்த மான அன்பை ராமசாமியால் தாங்கமுடியவில்லை. கண்களில் நீர் முட்டிவிட்டது. "நான் இனி எங்கையும் போகமாட்டேன் உன்னை விட்டுவிட்டு. உன் பக்கத்திலேதான் இருப்பேன்" என்று சொன்னான்.

"கண் ஆணையா; சாமி சத்தியமாவா?" என்று கேட்டது குழந்தை "ஆமா கண்ணாணையா; சாமி சத்தியமாகத்தான்" என்று கையடித்துக் கொடுத்தான். குழந்தை நம்பிக்கொண்டது. மதியம் திரும்புகிற வரைக்கும் அவர்கள் விளையாடினார்கள். கதை பேசினார்கள். ஆனந்தமாகப் பொழுதைக் கழித்துக்கொண்டிருந்தார்கள். திடீரென்று சுப்புராஜ் தொலைவில் சுட்டிக்காட்டி "அதோ எங்க அம்மா வந்திட்டாளே" என்று பாடிக்கொண்டே குதித்தான்.

ராமசாமியின் முகத்தில் அருளில்லை. உடைத்து எறியப்பட்ட பூட்டைப் பார்த்தான். சுப்புராஜைப் பார்த்தான். ராமசாமி எழுந் திருந்து ஓட்டம் பிடித்தான். எங்கே ஓடுகிறோம் என்றே அவனுக்குத் தெரியவில்லை. கால்கள் போகிற போக்கில் திரும்பிப் பார்க்காமல் ஓடிக்கொண்டே இருந்தான்.

ஆனந்த விகடன்: அக்டோபர் 1963

5

விடுமுறையில்....

- கி. ராஜநாராயணன்

விடுமுறை என்றதுமே மாமனாரின் ஊர்தான் ஞாபகத்துக்கு வரும். இந்தத் தடவையாவது கட்டாயம் அங்கே போயிறவேண்டியதுதான். அடேயப்பா... எத்தனை நாளாச்சி அங்கே போயி...

நினைத்ததும் முதல் ஞாபகத்துக்கு வந்தது அந்த மலைதான். மூணு சின்ன மலைகள்; நெருக்கமாக அக்கன்னா எழுத்துபோல ஒட்டிப் பிறந்த பிறப்பு. உச்சியிலிருந்து கீழே வரையும் பெரிசும் சிறுசுமான பலவித உருண்டை வடிவிலான பாறைகள். மரமும் அல்லாத செடியும் அல்லாத உயரங்களில் நெடுகிலும் வளர்ந்து மண்டிக்கிடக்கும் தாவரக்கூட்டம். என்ன செடிகள் என்றே அடையாளம் தெரியாத பரட்டைத்தலைச் செடிகள்.

பாறை இடுக்குகளில் விரல் நீட்டிக்கொண்டிருக்கும் அகலச் சோகைகள் கொண்ட புல்லைக் கிள்ளி முகர்ந்து பார்த்தால் வரும் மணம் அவனுக்கு ரொம்பப் பிடிக்கும். எத்தனை தரம் முகர்ந்து பார்த்தாலும் அலுக்காது. அப்படி ஒரு ரஞ்சிதம். மலையின் நிறம் கருப்பு, மழைகளினால் காலங்காலமாக நனைந்த கன்னங்கருப்பு. பல்லாண்டு மழையில் நனைந்த சுண்ணாம்புக்காரை வீடுபோலக் கருத்துப்போயிருந்தது.

அடுத்து ஞாபகம் வருவது. அந்த உருண்டைப் பாறைகளின்மேல் நூற்றுக்கணக்கான மயில்கள் உட்கார்ந்துகொண்டிருக்கும்.

அவனுக்குச் சின்ன வயசிலிருந்தே அந்த மலையோடு சிநேகம் உண்டு. மாமனாரின் வீட்டில் சாப்பிடுகிற நேரம்தவிர மற்ற நேரங்களிலெல்லாம் அந்த மலையோடுதான் இருப்பு. படுக்கையில் முழிப்புத் தட்டியதும் பார்த்தால் ஜன்னல் வழியாக மலை தெரியும். படுக்கையில் உட்கார்ந்து காபி சாப்பிட்டுக்கொண்டே மலையைப் பார்ப்பான். முழு நிலாவில் இங்கிருந்து பார்த்தால் மலை எப்படி இருக்கும் என்று நினைத்ததுண்டு. அப்போது அவன் நடுநிலைப்பள்ளி மாணவனாயிருந்தான்.

பின்பு அவன் உயர்நிலைப்பள்ளி மாணவனாக ஒரு லீவில் போன போதுதான் திடீரென்று மலையின்மீது கணக்கில்லாத மயில்களைப் பார்த்துப் பிரமித்தது. அதுவரையில் அவன் மயிலைப் படத்தில்தான்

பார்த்திருந்தான்! வீட்டுக்கு வந்து மாமனாரிடம் கேட்டபோது. "ஆமாம்; அது இப்போ பெரிய்ய தொந்தரவு. எங்கயோ இருந்து கொஞ்ச நாளைக்கு முந்தி நாலைஞ்சு மயில் தட்டுப்பட்டமாதிரி இருந்தது. இப்போ கணக்கில்லாமப் பெருகிட்டது" என்றார் சலிப்புடன்.

மலையிலிருந்து அவன் சிரமப்பட்டுத் தேடி எடுத்துக்கொண்டு வந்த இரண்டு மூன்று மயில் இறகுகளை அவன் நினைத்ததுபோல் யாரும் அங்கே அதிசயமாகப் பார்க்கவுமில்லை, ஆர்வத்தோடு விசாரிக்கவும் இல்லை. அவனுக்கு மட்டுந்தான் அவை வியப்புறு பொருளாக அபூர்வமாக இருந்தது.

வண்ணம் அமைந்த அபூர்வப் பறவைகளின் இறகுகளைத் தலையில் அழகுக்காகச் சொருகிக்கொள்ளும் ரசனை மிகுந்த மலை வாழ் பழங்குடி மக்களின் படங்களை அவன் பார்த்திருக்கிறான். ஆனால் அவர்களில் யாரும் மயில் இறகுகளைச் சூடிக்கொண்ட ஞாபகம் இல்லை.

குழந்தைத் தெய்வங்களான பாலகோபாலனும் பாலமுருகனும் மயில் இறகைத் தலையில் அழகாகச் சூடிக்கொண்டிருப்பதைப் படங்களில் பார்த்திருக்கிறான்.

'பெண்டுகள் தலையில் பின்புறத்தில் ஒற்றை ரோஜாப்பூவைச் செருகிக் கொள்வதுபோல் இந்த மயில் இறகின் நுனிப்பகுதியைச் சொருகிக்கொண்டால் அழகாக இருக்குமே' என்று நினைத்தான்.

கையில் வைத்துக்கொண்டிருந்த இறகில் ஒன்றை மாமனாரின் மகளிடம் நீட்டினான். அப்போது அவள் ஏனங்களைச் சாம்பலால் துலக்கிக்கொண்டிருந்தாள். "என்னத்துக்கு இது?" என்று சிரிப்பை அடக்கிக்கொண்டு கேட்டாள். தலையில் வைத்துக்கொள்ள என்று சொல்ல, இவனுக்குச் சங்கோஜமாக இருந்தது. நீட்டிக்கொண்டே ஒன்றும் சொல்லாமல் வெளிச்சத்தில் மின்னும் இறகுகளின் மின்னாப்பைப் பார்த்துக்கொண்டிருந்தான். "அப்பிடி வையுங்க" என்று ஓர் இடத்தை முகத்திலேயே அசைத்துக் காட்டினாள்.

கட்டிலின்மேல் அந்த இறகை வைத்துவிட்டு மற்ற இரண்டு இறகுகளை நிலைக்கண்ணாடியின் பக்க வளையங்களில் சொருகி வைத்து அழகு பார்த்தான்.

அந்த மும்மலைக் கிராமத்தில் அவனுக்கு ஒரு சேக்காளி இருந்தான். முதல்முதலில் அந்த ஊருக்கு வந்ததிலிருந்து பழக்கம்.

வெங்கட்ராயலு என்ற அவன் பெயரைத் தெலுங்கில் எங்கட்ராயலு என்று சொன்னார்கள்.

ஒருதடவை மட்டும் அவன் இவனோடு மலையைச் சுற்றிப் பார்க்கத் துணைக்கு வந்தான். அந்தக் கிராமத்துப் பிள்ளைகளுக்கு இந்த மலை விஷயம் அவ்வளவு சுவாரஸ்யப்படவில்லை போலிருக்கிறது. மயில் விஷயமும் இப்போது அப்படித்தான் தோன்றுகிறது.

இவன் எங்கட்ராயலுவைத் தேடிப் போனான். அவனுடைய வீடு கீழக்கடைசியில் இருந்தது. இவன் போய்ச் சேர்ந்தபோது வீட்டில் மற்றவர்கள் யாரும் இல்லை. அவன் நீளமான வாலுள்ள பெரிய அகப்பையால் கோழிக்கூண்டுக்குள் இருக்கும் முட்டைகளை இழுத்து எடுத்துக்கொண்டிருந்தான். அந்தக் கூண்டின் அமைப்பு திண்ணையாகவும் கோழிக்கூண்டாகவும் அமைந்திருந்தது. அதில் எந்தப் பக்கமும் ஜன்னல் கிடையாது, ஒரு முழ உயரமும், முக்கால் முழ அகலமும் கொண்ட ஒரு வாசல் மட்டுமே உண்டு.

இவனைக் கண்டதும் எங்கட்ராயலு மகிழ்ச்சியில் சிரிக்க மட்டுமே செய்தான். இருவரும் ஒருவரையொருவர் பார்த்து ரொம்ப நாள் ஆச்சு, எங்கட்ராயலு அப்படியேதான் இருக்கான்! பள்ளி விடுமுறை நாட்களில் அந்தக் கிராமத்துப் பிள்ளைகள் பொழுதைக் கழிக்க எங்கேயும் போகிறது கிடையாது. அவர்களுக்கு செய்து முடிக்க வேண்டிய விவசாய வேலைகள் இருந்துகொண்டே இருந்தன. பள்ளி நாட்களில்கூடப் பள்ளி நேரம்தவிர மற்ற நேரங்களில் அவர்கள் வேலை செய்து பெற்றோர்களுக்கு உதவி செய்வார்கள். சனி ஞாயிறு லீவு நாட்களில் காட்டுவேலைக்குப் போவார்கள்; விறகு சேகரிக்கிறது, சாணம் பொறுக்கி உரம் சேர்க்கிறது, தொழுக்குப்பையை அள்ளிக் குப்பைக் கிடங்கில் கொண்டுபோய்க் கொட்டுகிறது, கோமியத்தைப் பானையில் கோரிக் குப்பையில் கொண்டுபோய் ஊற்றுகிறது, பால் மாடுகளைக் காலையிலும் மாலையிலும் சிறு மேய்ச்சலுக்கு ஓட்டிக் கொண்டு போய்வருவது, கண்மாயில் மாடுகளைக் குளிப்பாட்டுகிறது, காளைக்கன்றுகளை நடை பிடிக்கிறது, பருத்தி வெடிப்புக் காலங்களில் பருத்தி எடுக்கிறது, இப்படியாக அவர்கள் சம்சாரி வேலைகளைத் தங்கள் குடும்பத்துக்கு உதவியாகச் செய்துகொண்டே இருப்பார்கள். விடுமுறை நாட்களிலும்கூட அவர்கள் இப்படி விழுந்து விழுந்து வேலை செய்வது இவனுக்கு ஆச்சரியமாகவும் எரிச்சலாகவும்கூட இருக்கும். மலையைப் பார்க்கவோ, மயிலைப் பார்க்கவோ எந்தப்

பிள்ளையைப் கூப்பிட்டாலும் "நாங்க வரலை; வேலை இருக்கு" என்று சொல்லுகிறார்கள்!

கூட்டினுள் அகப்பையை விட்டு முட்டையை இழுத்து எடுத்துக் கொண்டே எங்கட்ராயலு "நேத்து ராத்திரி இதிலெ ஒரு நல்ல பாம்பு அடிச்சோம்" என்றான்.

"அநேகமாக மாசத்துக்கு ரெண்டு பாம்பாவது அடிப்போம்"

எதுக்காக, ஏன் என்று இவனுக்குப் புரியவில்லை.

"அடிக்கடி முட்டைகளைத் திங்க வருது. நேத்து ராத்திரி திடீர்னு கோழிக்கூண்டுக்குள்ளே கோழிகள்லாம் கலைஞ்சி கெக்கரிச்சது. லைட் அடிச்சுப் பார்த்தா... உள்ளே சரியான பாம்பு!"

"பெறகு?"

"பெறகென்ன, குத்துக் கரத்தை எடுத்துட்டு வந்து குத்தி இழுத்தா... ஏங்கப்போவ்... ஒரு பாகம் நீளமிருக்கும்" என்று அகப்பையைக் கீழே வைத்து அகலித்துக் காண்பித்தான் கைகளை.

அகப்பையால் இழுத்துச் சேகரித்த முட்டைகளை ஓலைப் பெட்டியில் எடுத்து வைத்துக் கொண்டுபோய் அரங்கு வீட்டுக்குள் வைத்துவிட்டு வந்தான். இருவரும் கம்மாக்கரை நிழலுக்குப் போனார்கள் உட்கார்ந்து பேச.

அப்போதுதான் இவன் சொன்னான்; மயில்களைப் பார்த்த தாகவும், மலைமேல் ஏறிப்போய் மயில் இறகுகள் கிடந்து எடுத்துக் கொண்டு வந்ததையும்.

"மயில் முட்டைகள்கூட இருக்குமே; பாத்தியா?"

"முட்டையா! நான் பார்க்கலையே, எப்பிடி இருக்கும்?"

"மூணு கோழிமுட்டைகளைச் சேர்த்தா எம்புட்டு இருக்குமோ அம்புட்டுப் பெரிசா இருக்கும்."

"அப்பிடியா? நான் பார்க்கலையே."

"இங்கே எல்லாரும் எடுத்துக்கிட்டு வருவாக."

"எடுத்துட்டு வந்து?"

"எடுத்துட்டு வந்து, முட்டையைப் பொரிச்சுச் சோத்துக்கு வெஞ்சனமாக வச்சித் திம்பாக."

அவனையே கொஞ்சநேரம் பார்த்துக்கொண்டிருந்தான் இவன்!

மறுநாள் இவன் எங்கட்ராயலுவைத் தேடிப் போனபோது அவன் வீட்டில் இல்லை. காட்டுக்கு வேலைக்குப் போய்விட்டதாக யாரோ அங்கிருந்தவர்கள் சொன்னார்கள். இவனுக்குப் பொழுது போகவில்லை. கம்மாய்க்கரைப் பக்கம் அப்படியே நடந்தான். அங்கே ஒரு மீசைக்காரர் - 'ராமரைப் போல்' - தோளில் தெப்பை வில்லைப் போட்டுக்கொண்டு மரங்களின் உச்சியை அண்ணாந்து பார்த்துக் கொண்டிருந்தார்.

'ஒவ்வொரு ஊரிலும் இப்படி வேட்டைக்காரர்கள் - ஒன்று போல! - இருப்பார்கள் போலிருக்கு' என்று நினைத்துக்கொண்டான்.

இந்த வேட்டைக்காரர்களோடு ஒரு சங்கடம். இவர்கள் யாரோடும் ஒட்டமாட்டார்கள். அவர்களுக்கு வேண்டியதெல்லாம் தனிமை; சளசளப்பில்லாத அமைதி.

நைசாய் அவரோடு பேச்சுக்கொடுத்துச் சினேகம் கொள்ள நினைத்தான்.

ஆனால் அவரோ மரங்களின் உச்சியைத்தான் பார்த்துக் கொண்டிருந்தார். இவனும் மேலே பார்த்தான்; அவர் என்னதான் பார்க்கிறார் என்று தெரிந்துகொள்ள. ஒன்றும் தெரியவில்லை! என்றாலும் அவர் கூடவே இவனும் மௌனமாகப் போய்க்கொண்டே இருந்தான். திடீரென்று அவர் தோளிலிருந்து வில்லை எடுத்தார். அப்புறம் என்ன நினைத்தாரோ, பழையபடி அந்த வில் தோளுக்கே போய் விட்டது. நடந்து போய்க் கொண்டிருக்கும்போதே மத்தியில் ஒன்றிரண்டு தடவை இவனையும் பார்த்துக்கொள்வார். ஆனால் பேசவில்லை.

மேலும் இரண்டு மரங்கள் கடந்ததும், இவனைப் பார்த்து, "யார் வீட்டுக்கு வந்திருக்கே?" என்று விசாரித்தார். இவன் சொன்னான். தலையை அப்படியா என்று அசைத்தாலும் பார்வை மரத்தில்தான் இருந்தது.

அவரே முதலில் பேச்சுக் கொடுத்ததால், இவனுக்குள்ள ஒரு சந்தேகத்தை அவரிடம் கேட்டான். "மயில் முட்டையைச் சாப்பிடலாமா?"

மரத்திலிருந்து முகத்தைத் திருப்பி இவனைப் பார்த்தார். திரும்பவும் மேலே பார்த்து "முட்டை என்ன, மயிலையே சாப்பிடலாம்" என்றார்!

என்ன சொல்லுகிறார்?

இவனுடைய திகைப்பு அவருக்குச் சந்தோஷத்தைக் கொடுத்திருக்க வேண்டும். இவனைப் பார்த்து ஆமாம் என்பதுபோலக் குறுஞ்சிரிப்புச் சிரித்தார்.

சில விநாடி இடைவெளிவிட்டு "வான்கோழிப் பிரியாணி சாப்பிடறோமில்லையா அதுமாதிரிதான் இதுவும்" என்றார்.

'கான மயிலாடக் கண்டிருந்த வான்கோழி' பாட்டு ஞாபகத்துக்கு வந்தது!

"நீங்க மயில் கறி சாப்பிட்டிருக்கிறீர்களா?"

"!"

"மயில் நம்ம தேசியப் பறவை இல்லையா?" அதைச் சாப்பிடலாமா என்ற அர்த்தத்தில் கேட்டான். அது அவருக்கு விளங்கவில்லை; தேசியப் பறவை என்றால் கிடைக்காத அபூர்வப் பறவைபோலிருக்கு 'பழவௌவாலை'ப் போல - என்று புரிந்துகொண்டு.

"அதுதான் இங்கே பெருவாரியாகக் கிடைக்கே" என்றார்.

பேச்சில் ஒரு தேக்கம் ஏற்பட்டது.

கொஞ்சம் கழித்து, "அது முருகனோட வாகனமில்லையா" என்றான்; அதைத் தின்பது பாவம் அல்லது தெய்வ குற்றம் என்ற அர்த்தத்தில்.

"ஆமா; முருகனோட வாகனந்தான். இல்லைன்னு யாரு சொன்னா? சேவலும்கூட முருகரோட கொடிதான்!" என்று சொல்லி விட்டு சிரித்தார்.

'சீ' என்று இருந்தது இவனுக்கு.

அங்கே நிற்கப் பிடிக்கவில்லை, மெல்ல மலையைப் பார்த்து நடந்தான்.

மலையைச் சுற்றிலும் ஒரு பகுதி கரிசல்காடு; ஒரு பகுதி இறவைத் தோட்டங்கள்; ஒரு பகுதி பண்படுத்த முடியாத மலையின் மிச்ச சொச்சங்கள்; ஒரு பகுதி கண்மாயும் கரை மரங்களும் கிராமமும்.

இறவைத் தோட்டங்கள் உள்ள பகுதியின் வழியாக இன்று மலைமீது ஏறவேண்டும் என்று போனான்.

தோட்டங்களில் மிளகாய்ச் செடிகள் காய்த்துக் குலுங்கின.

தோட்டங்களின் சொந்தக்காரர்கள் கைகளில் கவணும் கற்களும் வைத்துக்கொண்டு மயில்களைத் துரத்தியடித்துக் கொண்டிருந்தார்கள். கொஞ்சம் அஜாக்கிரதையாக இருந்தாலும் போச்சு; அவை பச்சையோடு பச்சையாய்த் திருட்டுத்தனமாய் நுழைந்து மிளகாய்ப்பழங்களைத் தின்றுவிட்டுப் போய்விடும் என்று சொன்னார்கள்.

இந்த மயில்களால் அவர்களுக்குத் தோட்டங்களிலும், காடுகளிலும் தாங்கிக்கொள்ள முடியாத, அழிவு ஏற்பட்டுக்கொண்டு வந்தது. அவைகளை ரொம்பவும் கீழ்த்தரமாகத் திட்டித் தீர்த்துக் கொண்டிருந்தார்கள். எழுத முடியாத தாழ்ந்த வசவுகளால் வைது கொண்டே ஒரு பெண் அவைகளை விரட்டியடிப்பதைப் பார்த்தான்.

ஒரு தோட்டத்தில் பால் கோத்திருந்த ஒட்டுக் கம்புக் கதிர்களை மயில்கள் மேய்ந்துகொண்டிருப்பதை இவன் பார்த்தான். மனசுக்குச் சங்கடமாக இருந்தது. சம்சாரிகள் மொழிகளில் அதைச் சொல்வதென்றால் ரத்தத்தைத் தண்ணீராகப் பாய்ச்சி உண்டாக்கினது; அது அவர்களுடைய ஒரு வருஷத்திய உணவு. என்னதான் இவன் அழகின் உபாசகனாக இருந்தாலும் இவனும் ஒரு சம்சாரி வீட்டுப் பிள்ளை. அதைப் பார்த்துக்கொண்டிருக்க முடியவில்லை. கற்களைப் பொறுக்கி எடுத்து அவைகளின்மேலே படாமல் வீசிக் கலைத்து விரட்டினான். ஒரு பெரியவர் நல்ல வயசாளி, அவர் ஓடிவருவதைப் பார்க்கவே வேடிக்கையாக இருந்தது. மயில்களின் பரம்பரைக்கும் அவைகளைப் பெற்ற தாய்களுக்கும் உடன்பிறந்த சகோதரிகளுக்கும் சேர்த்துக் கிடைத்த வசவுகள் அவைகளின் ஏழு ஜென்மங்களுக்கும் காணும்!

இவன் கற்களால் முதலில் எறிந்ததை அவைகள் துளிக்கூட சட்டை செய்யவில்லை. அந்த வயசாளியின் வரத்தைக் கண்டதும்தான் கூட்டமாகப் பறந்துபோய் மலை உச்சியில் உள்ள பாறைகளின்மேல் உட்காடர்ந்து கொண்டன. அவைகள் பறந்து போனபிறகும் அவருடைய சீற்றம் அடங்கவில்லை. மேல் மூச்சு, கீழ்மூச்சு வாங்கியது. அந்த மலையைப் பார்த்து ஒரு வசவையும் சேர்த்துக்கொண்டு சொன்னார். "இந்த மலைகதான் இதுகளுக்கு தாப்பு. வெடிமருந்து வச்சி இதைச் சுக்குச்சுக்கா ரவை ரவையா நொறுக்கி எறியணும். செத்த உக்காந்து கஞ்சி குடிக்க விடமாட்டேங்குதே. ம்-"

அப்பொழுதுதான் அவர் கையைக் கவனித்தான். கம்மங்கஞ்சியின் கரைசல் ஒட்டியிருப்பது தெரிந்தது. ஓடி வந்த அலுப்புத் தாங்க மாட்டாமல் உட்கார்ந்துவிட்டார் பாவம்.

இப்போது அந்தப் பெரியவர் இருக்காரோ என்னவோ. அநேகமாய்ப் போய்ச் சேர்ந்திருப்பார். அப்பவே அவருக்கு வயசு ரொம்ப.

அந்த மும்மலைக் கிராமத்தையும் அதன் மக்களையும், அந்த மலையையும் மயில்களையும் மீண்டும் பார்க்கவேண்டும் என்று தாகமாய் இருக்கிறது.

அவன் புறப்பட்டான்.

கல்கி, மே 1982 விடுமுறை மலர்

சுந்தரராமசாமி

*1931*இல் நாகர்கோவிலில் பிறந்த இவர் *2005*ஆம் ஆண்டு அமெரிக்காவில் காலமானார். தமிழ்ச் சிறுகதைக்கும் நாவலுக்கும் புதிய வண்ணங்களையும் வனப்பையும் சேர்த்தவர். 'காலச்சுவடு' என்னும் இலக்கிய இதழைத் தோற்றுவித்தவர். இவருடைய 'ஜேஜே சில குறிப்புகள்' என்கிற நாவல் இலக்கிய உலகில் பெரும் அதிர்வலைகளை ஏற்படுத்தியது. 'புளியமரத்தின் கதை' என்கிற இவரது நாவல் தமிழ் நாவல் வரலாற்றில் செவ்வியல் நாவல் என மதிக்கப்படுகிறது.

6

எங்கள் டீச்சர்

- சுந்தர ராமசாமி

அந்தக் காலத்து மகாராஜாக்கள்தான் கல்வித் தேவதைக்கு எத்தனை பெரிய மனசுடன் ஆராதனை செலுத்தியிருக்கிறார்கள்! இல்லாவிட்டால் இந்த பிரம்மாண்டமான கட்டடம் இங்கு எழும்பி விடுமா? ஒரு ஹைஸ்கூல் என்று சொன்னதும் 'ஆ!' என்று வியந்து போகிறார்கள். கல்லூரிகள் கூட எங்கும் இப்படி இல்லையென்று அயலூர்வாசிகள் சொல்லக் கேட்டிருக்கிறேன்.

அப்பொழுது நான் இந்தப் பள்ளியில் எட்டாவது வகுப்பு படித்துக்கொண்டிருந்தேன் - இரண்டாவது வருஷமாக. நான் தோற்க ஆரம்பித்தது அந்த வருஷத்திலிருந்துதான் என்று ஞாபகம்.

அந்த நாட்களில்தான் எலிசபெத் தாமஸ் வந்து சேர்ந்தார். வட திருவிதாங்கூரைச் சேர்ந்தவர். வருகிறார் வருகிறார் என்று கிடந்தது. வந்துவிட்டார்.

பத்மாவதி டீச்சருக்கு ஒரு பெண் துணையில்லாமல், முப்பது நாற்பது ஆசிரியர்கள் மத்தியில் ஒற்றைக்கு ஒருத்தியாய் வேலை பார்ப்பது நரக வேதனையாகத்தான் இருந்திருக்கும். வகுப்பிலேயே குறைபட்டுக் கொள்வாராம். 'பி' பிரிவைச் சேர்ந்த மாணவர்கள் எங்களிடம் சொல்வார்கள். "எப்படியும் இந்த ஸ்கூலை விட்டுப் போய்விட்டால் போதுமென்றாகி விட்டது" என்பாராம். இன்ஸ்பெக்டர் வருகிறபோது டீச்சர் தம்முடைய குறையை முறையிடப் போவதாகவும் அவர்கள் பேசிக்கொண்டனர். "எனக்கு என்னவோ, பத்மாவதி டீச்சர் ராஜினாமா செய்துவிட்டுப் போய்விடுவார் என்றுதான் படுகிறது" என்று நிலைமையைப் பல கோணங்களில் ஆராய்ந்ததின் விளைவாக முடிவுக்கு வந்த பாவனையில் சொன்னான் சேஷன். அவன் பாவங்களில் பெரியவன். உயரத்திலும் பெரியவன் தானே? சண்டை மூண்டு விட்டால் பென்சிலைத் தரையில் தேய்த்துக் கூராக்கி எதிரியைக் குத்திக் கிழிக்க வருவதில் வல்லவன், அந்த நாட்களில் அவனுடைய பெயர் ஸ்கூல் வட்டாரங்களில் மிகவும் பிரபலமாக இருந்தது.

பத்மாவதி டீச்சரின் குறை நிவர்த்தியாகி விட்டது. இன்ஸ்பெக்டரின் விஜயம் வீண்போகவில்லை. எலிசபெத் தாமஸ் வந்து சேர்ந்தார்.

அசெம்பிளி ஹால் முன்னால் மாணவர்கள் கும்பலாகக் கூடி விட்டனர், புது டீச்சரைப் பார்க்க. பெண்களோ, ஹாலுக்குள் பக்கவாட்டிலிருந்து கம்பீரமாக மேலே செல்லும் ஏணியின் விசாலமான படியின் விளிம்பில் நடுப்பாகத்தை மட்டும் அழுத்திப் பிடித்துக் கொண்டு, ஒருவர் மேல் மற்றொருவர் துவண்டு விழுந்தும், அருகில் நிற்கும் பெண்ணை விஷமத்தனமாகக் கீழ்ப்படிக்குத் தள்ளியும், கிலுகிலுவென நகைத்தும் அமர்க்களப்படுத்தியவாறு நின்றுகொண்டே உள்ளே பிரவேசித்த வாத்தியாரம்மாவை வெகு நுணுக்கமாக ஆராய்ந்தார்கள்.

பத்மாவதி டீச்சர், எதிர்சாரி ஏணிப்படி வழியாக, படிகளில் கால் இடறாது சாக்லேட் கலர் பட்டுச் சேலையை இடது கை விரலால் நாசூக்காகத் தூக்கிப் பிடித்தபடி இறங்கி, மிடுக்குடன் நடந்துவந்து எலிசபெத்தின் கைகளை அன்புடனும் முகத்தில் செட்டான சிரிப்புடனும் பற்றி, ஒரு குழந்தையை அழைத்துச் செல்வது போல் வெயிட்டிங் ரூமுக்கு அழைத்துச் சென்றார். நிகழ்ந்தது இவ்வளவுதான். அந்த வேளையின் சாமர்த்தியம்தானோ என்னவோ! எல்லாம் கடவுளின் ஜோடனை போல் கண்கொள்ளாக் காட்சியாக அமைந்து விட்டது.

“யாரடீ அழகு?” என்று ஒரு குட்டி, தோழியின் தோளைச் சுரண்டிக் கேட்டது. ஹெட்மாஸ்டர் பின்னால் நிற்பதை அது கவனிக்கவில்லை. அவர் கையை உயர்த்தி “இங்கே என்ன கூட்டம்?” என்று கத்தியதும், முட்டு வரையிலும் பாவாடையைச் சுருக்கியவாறு தெறித்தன அத்தனையும். (அடி அசடுகளே, எத்தனை நாட்கள்தான் இப்படியே இருக்கப் போகிறீர்கள்!)

ஆனால் அவ்விருவரும் ஜோடியாய் வருகையில், அந்தக் குட்டி கேட்ட கேள்வி யாருடைய மனசில்தான் எழவில்லை? பதிலோ நாளுக்கு ஒன்றாக, வேளைக்கு ஒன்றாக, கோணத்துக்கு ஒன்றாக மாறி மாறித் தோன்றும். இருந்த அழகு அத்தனையும் பாரபட்சமின்றி ஆளுக்குப் பாதியாகப் பங்கு வைக்கப்பட்டிருக்கையில் அதற்கு மேல் மனிதனுடைய குதர்க்கத்துக்கு விடை ஏது? ஆனால் பத்மாவதி டீச்சரின் அலங்காரம் ரொம்பவும் பகட்டாகி விட்டது.

இருவருக்கும் ஏறத்தாழ சம வயது. ஜோடியாக அவர்கள் வந்தால் சந்தோஷமும் துக்கமும் நெஞ்சை நிரப்பும். காலை இளம் வெயிலில் இருவரும் மெல்ல அசைந்தாடி வருவார்கள். பூவும் சிரிப்பும் மெல்லிய வார்த்தைகளுமாக இருக்கும். காம்பௌண்டைத் தாண்டி,

கட்டடத்தை வந்தடைய வெகு நேரமாகும். இடைவெளித் தூரம் குறையக்குறைய, முடிந்த மட்டும் ஒன்றாகப் பொழுதைக் கழிக்க விழையும் மனசின் உள்ளுணர்வில் கால்கள் பின்னிட்டு நடை பம்மும். இரண்டு எட்டுக்கு ஒரு தடவை நிற்பதும், பேசுவதும், நகர்வதும், நகர்வதுபோல் பாவனை கொள்வதும், நின்ற இடத்தி லேயே நிற்பதுமாக எத்தனை பொழுதைக் கழித்துவிட முடியும்? மாடி வராண்டாவின் தூவானக் கூரை ஜோடிக் கால்களை மறைக்கும் வரையிலும் அங்கேயே நிற்போம். அவர்கள் மறைந்த சில வினாடி களுக்கெல்லாம் 'பரீட்சை ஹால்' ஏணியின் வாயிலில் ஜோடிப் பூவும் தலையும் முளைத்தெழும் காட்சியின் வினோதம் எங்களுக்கு ஒரு நாளும் அலுத்ததில்லை.

எங்கள் மனசும் எண்ணமும் அவர்களைச் சுற்றிப் படிய, எங்கள் மேல் அவர்கள் கொண்டிருந்த பாசமும், பாடம் கற்றுத் தருகையில் வெளிப்பட்ட அவர்கள் திறமையும் மட்டுமல்ல காரணங்கள். அவர்கள் ஒருவருக்கொருவர் கொண்டிருந்த நேசமும் தோழமை உணர்ச்சியும் எங்கள் மனசை வெகுவாகக் கவர்ந்தன. அவர்கள் மனசுக்குள் மலர்ந்திருந்த அந்தரங்கம் எங்கள் இதயங்களிலும் எதிரொலித்தது. அவ்வெண்ணமே சுகந்தமாக இருந்தது. அவர்கள் மனப் பிணைப்புக்குத் தெய்வ சௌந்தரியம் ஏற்ற நிஜமும் கற்பனையுமாக மாணவர் உள்ளம் புனைந்த கதைகள் அநேகம்.

நட்பின் சுருதி கலையாமல் அப்படியே அவர்கள் இருந்திருந்தால் எவ்வளவோ நன்றாக இருந்திருக்கும். எனினும், எதுவும் நாம் ஆசைப்படுகிறபடி நடந்துவிடக் கட்டாயம் இல்லை.

எலிசபெத் தாமஸுக்கும் பத்மாவதிக்கும் நடுவில் வெப்பக் காற்று வீச ஆரம்பித்து விட்டது.

எங்களுக்கும் 'பி' பிரிவு மாணவர்களின் தரத்துக்கும் ஏணி வைத்தாலும் எட்டாது. எல்லாப் பரீட்சைகளிலும் சிகர எண் குத்தகை அவர்களுக்குத்தான். இதற்கு 'பி' பிரிவு தலையாய மூளைகளின் சேமிப்புக் கிடங்கு என்பது அர்த்தமல்ல. அவர்களுடைய விடைத் தாள்கள் பத்மாவதி டீச்சரின் திறமைக்கு அத்தாட்சி. மண்டை ஓட்டைக் கழற்றிப் பாடங்களை உள்ளே வைத்து மூடி விடுவதில் அவர் காட்டுகிற சாமர்த்தியம் அலாதியானது. அவருடைய திறமையை ஆசிரியர்கள் அனைவருமே பொறாமை அவர்கள் மனத்தைக் களங்கப்படுத்தியிராத வரை ஒப்புக்கொள்வார்கள். சென்ற வருஷம் 'சீதாலஷ்மி அம்மாள் நினைவுப் பரிசு' வழங்குகையில்,

“ஸ்ரீமதி பத்மாவதி அம்மாள் மனசு வைத்தால் ஒரு பெருச்சாளிக்குக் கூட ‘பித்தக்கோரஸ் தீர’த்தைக் கற்றுக் கொடுத்துவிடுவார்” என்று ஹெட்மாஸ்டர் சொன்னது முக்காலும் உண்மை.

அந்த ஆண்டும் கால் வருடப் பரீட்சையில் பத்மாவதி டீச்சரின் மாணவனான பி. ராமன்தான் கணக்கில் முழுசாக நூறு மார்க்கையும் தட்டிக்கொண்டு சென்றான். எங்கள் வகுப்பில், படிப்பில் சூடிகை என்று கருதப்படும் கண்ணாடிக்காரி சரோஜினிக்கு எழுபதுக்கு மேல் எம்பவில்லை. மொத்த மாணவர் நாற்பத்தியேழு பேரில் நான் உள்பட முக்கால்வாசி பெயில். ஒற்றை இலக்கம் ஒரு டஜனுக்கு மேல். இரண்டு மூன்று பேர்களுக்கு சைபர்!

இந்த நிலமையில்தான் நாங்கள் எலிசபெத் டீச்சரிடம் எங்களை ஒப்படைத்துக் கொண்டோம். வகுப்புக்கு வந்த முதல் நாளே, கால் வருடப் பரீட்சையில் எங்களுக்குக் கிடைத்த மார்க்குகளை வரிசையாகக் கேட்டுக் கொண்டு வந்தார். அவமானமாகத்தான் இருந்தது. எவ்வளவு ஏமாற்றம் ஏற்பட்டிருக்கும்! இருந்தாலும் வெளியே காட்டிக் கொள்ளாமல் ‘ஒரு சுலபமான கணக்கு’ என்று சொல்லியவாறு கரும்பலகையில் எழுத ஆரம்பித்தார். அந்தச் சுலபமான கணக்கும் எங்களைப் பெரும்பாடு படுத்திவிட்டது. அநேகருக்கு வழி வழியாய் வந்தும் விடை வரவில்லை. தொடர்ந்து சோதித்ததில் ஏழாம் வகுப்புக் கணக்குகள் கூடப் பலருக்கு எட்டவில்லை என்பதும் வெளிச்சமாயிற்று. எலிசபெத் தாமஸ் சிரித்தவாறு, “கீழ்வகுப்பிலிருந்து கைகளைத் தரையில் ஊன்றி நகர்ந்து நகர்ந்து வந்திருக்கிறீர்கள் போலிருக்கிறது” என்றார்.

அசட்டுச் சிரிப்புச் சிரித்தோம்.

“போனது போகட்டும். மேல் வகுப்புக்கு உங்கள் அத்தனை பேரையும் சிப்பாய் மாதிரி அணிவகுத்துப் போகவைக்க என்னால் முடியும்” என்றார்.

கை தட்டாத குறைதான். மகிழ்ந்து போனோம்.

கணநேர மௌனத்துக்குப்பின், “உங்கள் ஒத்துழைப்பும் கொஞ்சம் தேவை” என்று சொல்லி முடித்தார். வெகு அழகாக இருந்தது.

தலைகள் பலமாக அசைந்தன.

முதல் நாளே அவர் எங்களை முந்தானையில் கட்டிக் கொண்டு விட்டார்.

அன்றிலிருந்து அவர் மேற்கொண்ட உழைப்பு கடினமானது. அடியைப் பிடித்துச் சொல்லித்தர ஆரம்பித்தார். எத்தனை தடவை வேண்டுமென்றாலும் ஒரே பாடத்தைத்தான், திரும்பத் திரும்பச் சொல்லித் தர அலுக்காத மனசு அவருக்கு. வாரம் தவறாமல் வகுப்புப் பரீட்சைகள் நடந்தன. ஒவ்வொரு நாளும் வீட்டுப் பாடம். இதற்குமுன் கடமையிலிருந்து தவறிவிட்ட ஆசிரியர்களுக்காகவும் எங்களுக்காகவும் அவரே தண்டனை அனுபவித்துக்கொண்டார் போலும். அவர் மேற்கொண்ட சிரமமும் சிரத்தையும் எங்களைக் கடைத்தேற வைப்பதில் அவர் காட்டிய கரும வைராக்கியமும் அவர் பேரில் மிகுந்த அனுதாபத்தை ஏற்படுத்தின. அவருடைய திட்டம் வெற்றி பெறுவதற்காகவே நாங்கள் மனதைக் கொடுத்துப் படிக்க ஆரம்பித்தோம் என்றும் சொல்லலாம். அத்துடன் அவர் பாடம் சொல்லித் தந்த முறையும் கவர்ச்சிகரமானது. எண்களை ஜீவகாருண்யத்துடன் பார்க்கத் தெரிந்து கொண்டோம்.

ஒரு நாள் டீச்சர் பேசிய பேச்சு எங்களைத் திகைப்பில் ஆழ்த்தி விட்டது. "இந்த வருஷம் 'சீதாலக்ஷ்மி அம்மாள் நினைவுப் பரிசு' நமக்குத்தான் கிடைக்கப்போகிறது" என்று ஒரே போடாய்ப் போட்டு விட்டார். என்ன இது! எங்களால் அதைப் பெற முடியுமா? இறுதிப் பரீட்சையில் கணக்கில் முழுசாக நூறு மார்க்கையும் வாங்கிவிடுவது லேசான காரியமா?

நாங்கள் வாயைத் திறக்கவில்லை.

"என்ன ஒருவரும் பேசக் காணோம்... சரோஜினி என்ன?" என்று தூண்டினார் டீச்சர்.

சரோஜினி குண்டலம் அசையத் தலையைக் கவிழ்த்துக் கொண்டாள்.

"பரிசு இந்த வருஷம் நமக்குத்தான் கிடைக்கப்போகிறது. சர்வ நிச்சயம்" என்றார் மீண்டும்.

நாங்கள் குளிர்ந்துபோனோம். ஏன், அவர் வாக்கு பலிக்கக்கூடாது என்பதுண்டா? உறுதியினாலும் உழைப்பாலும் எதைத்தான் சாதிக்க முடியாது?

நாள் ஆக ஆகப் பரிசு அந்தத் தடவை எங்களுக்குத்தான் என்ற நம்பிக்கை எங்கள் மனத்திலும் பதிந்துவிட்டது. 'பி' பிரிவு மாணவர்கள் எதிர்ப்பட்டால் தலை நிமிர்ந்து நடந்தோம்.

இது காரணமாக ஒரு தடவை சண்டைகூட மூண்டது.

ஒருநாள் காலையில் எங்கள் வகுப்புக்கு முன்னால் நான், ரவீந்திரன் தம்பி, தேவேச சர்மா, கோலப்பன், கிருஷ்ணசாமி, அப்புக்குட்டன், சாமு ஆகியோர் நின்றுகொண்டிருந்தபோது சேஷனும் அவனுடைய சகாக்களும், பி. ராமனும் அவனுடைய விசிறிகள் சிலரும் அங்கு வந்து சேர்ந்தனர்.

ஏதோ பேச்சுவாக்கில் கிருஷ்ணசாமி, "இந்த வருஷம் பரிசை நாங்கள் கொத்திக்கொண்டு போகப்போகிறோம்" என்று சொல்லி வைத்தான். அவ்வளவுதான், சேஷன் ஆயத்தமாகிவிட்டான்.

"யார் சொன்னது?"

"டீச்சர்தான் சொன்னார்."

"உங்கள் டீச்சருக்கு ஜோஸ்யம் தெரியுமோ?"

கோலப்பன் முன்னால் வந்தான்.

"ஜோஸ்யம் தெரியாது. நன்றாகப் பாடம் சொல்லித்தரத் தெரியும். மாணவர் திறனை மதிக்கத் தெரியும். போய்விட்டு வா" என்றான்.

கோலப்பன் ஆகஸ்டு தியாகி. பிரிட்டிஷ் சாம்ராஜ்யத்தை எதிர்த்துப் புரட்சிசெய்ததையொட்டி ஒருநாள் இரவு சிறைவாசம் செய்தவன். அவன் வார்த்தைகளில் சொல்வதென்றால், 'தமிழின், ஓர் எளிய காதல'னும்கூட. அவனுக்கு எதிராக வருகிறவனை மாணவர் சமூகம் பகிஷ்கரிக்கும் நிலை அந்நாளில் இருந்தது.

சண்டை முற்றிவிட்டது.

"பி. ராமனைக் கணக்கில் முறியடிக்க இந்தியாவில் ஒரு பயலும் இல்லை" என்றான் சேஷன்.

"பி.ராமன் சாப்பிட்டான்" என்று கீச்சுக் குரலில் கத்திய சாமு, தொடர்ந்து, "சாப்பாட்டு ராமன்" என்று திருத்தமும் செய்தான்.

"பல்லை உடைத்துவிடுவேன்" என்றான் சேஷன்.

"உடை, பார்ப்போம்" என்று சொல்லியவாறு அவன் அசௌகரியப்பட வேண்டாம் என்று எண்ணியதுபோல் சாமு தன் முகத்தை சேஷன் முகத்தருகே கொண்டுசென்றான்.

சேஷன் சாமுவின் பல்லை உடைக்கவில்லை. சும்மாவும் இருந்தா னில்லை. சாமுவை பிடித்துத் தள்ளியவாறு, "பத்மாவதி டீச்சருக்கு ஜே!" என்று கத்தினான். அவனுடைய சகாக்களும் "ஜே!" என்று கத்தினார்கள். இதற்குமேல் ஆகஸ்டு தியாகியால் சும்மா

இருக்க முடியவில்லை. அந்தப் பள்ளிக்கூடமே அதிரும் குரலில், "எலிசபெத் டீச்சருக்கு..." என்றான். நாங்கள் அடிவயிற்றிலிருந்து, "ஜே!" என்று கத்தினோம்.

"மகாத்மா காந்திக்கு...!"

"ஜே!"

சேஷன் பென்சிலை உருவித் தரையில் தேய்க்க ஆரம்பித்து விட்டான். ரத்தம் சிந்தப்பட்டிருக்கும் என்றுதான் எண்ண வேண்டியதாக இருக்கிறது. நல்லவேளை, மணி அடித்துவிட்டது. நாங்கள் வகுப்புக்குள் புகுந்தோம்.

இந்த விஷயம் எலிசபெத் டீச்சர் காதில் விழுந்ததும் "எதற்கு அவசியமில்லாத சண்டை?" என்று எங்களை கடிந்துகொண்டார். அதுமட்டுமல்ல, நாங்கள் பத்மாவதி டீச்சரை கேலி செய்தோமென்று அவரே புகார் செய்ததாகவும் டீச்சர் சொன்னார்.

கோலப்பன் எழுந்து நின்று, "நம்மால் பரிசு பெற முடியாது என்கிறார்கள். இழிவுபடுத்துகிறார்கள்" என்று உரக்கச் சொல்லிவிட்டு "ரத்தம் கொதிக்குது" என்று முணுமுணுத்தான்.

எலிசபெத் டீச்சரின் தன்னம்பிக்கையும் எங்களுடைய உழைப்பும் வீண்போகவில்லை. அரைவருஷப் பரீட்சையில் மார்க்குகளை அள்ளிக்கொண்டு வந்துவிட்டோம். சரோஜினிக்கு நூற்றுக்கு நூறு. கண்ணாடிக்காரி கொடியை நட்டுவிட்டாள். விடைத்தாள்களைத் திருத்திய பத்மாவதி அம்மாளே தன் கையால் போடும்படி ஆகி விட்டது.

கணக்கு மன்னன் பி. ராமனுக்கு அந்தப் பரீட்சையில் கிடைத்த மார்க் இப்போது என் நினைவில் இல்லை. ஆனால் நூற்றுக்கு நூறு பெறவில்லை என்பது நிச்சயம். ஏனெனில் பி. ராமனும் அவனுடைய விசிறிகளும் சேஷன் கூட்டாளிகளும் எங்கள் டீச்சர் ரொம்பவும் கடினமாகக் கேள்வித்தாளை அமைத்துவிட்டதாகக் குற்றம் சாட்டினார்கள்.

"மூளை வேணும்டா மண்டுகளா!" என்றான் கோலப்பன்.

மீண்டும் சண்டைக்கும் சச்சரவுக்குமான சூழ்நிலைதான் நிலவி வந்தது.

"ஸ்கூல் விட்டு வெளியிலே வாங்க. அப்பொழுது தெரியும்" என்று கறுவினான் சேஷன்.

“ஹா, மூட்டை! ஹா, கொசு! ஐயோ பயமாயிருக்கே!” என்று கோலப்பன் ‘பி’ பிரிவு மாணவர்களின் வயிற்றெரிச்சலைக் கிளப்பி விட்டான்.

விடைத்தாள்களை விநியோகம் செய்த அன்று தலைமையாசிரியர் எங்கள் வகுப்புக்கு வந்து, எங்கள் முன்னிலையிலேயே டீச்சரை வெகுவாகப் பாராட்டினார். ஓர் ஆசிரியைக்கு இதை விடவும் ஓர் மகிழ்ச்சி அளிக்கும் விஷயம் ஏது? பூரித்துப்போய் விட்டார். நாணத்தால் முகம் சிவந்து பார்வை காலடியில் லயித்து விட்டது. தலைமையாசிரியரை வழியனுப்ப எழுந்து நின்ற எங்களை மீண்டும் உட்காரச் சொல்லவும் பிரக்ஞையின்றி, விழிகள் எங்கள் திசை பார்த்திருக்கையிலும் எதையும் உணராத ஒன்றாகி, காலமும் இடமும் மன வெளியிலிருந்து கழன்று போய்ச் சுயலயிப்பில் மிதந்தபடி நின்றுகொண்டிருந்தார். பெருமிதம் கண்களிலும் முகத்திலும் பிரவாகம் எடுத்து ஓடியது.

விழிகளில் பார்வை திரும்பியதும் டீச்சர் சிரித்தார். போகப் போகக் குழந்தை மாதிரி வாய்விட்டே சிரிக்க ஆரம்பித்து விட்டார். நாங்களும் சிரித்தோம். சிறந்த மாணவர்களுக்கு உதாரணமாக நாங்கள் திகழ்கிறோம் என்று தாராளமாகப் பாராட்டினார். சரோஜினியின் அருகே சென்று அவள் முதுகில் தட்டிக் கொடுத்தார். சரோஜினி எழுந்து நின்றாள். அப்பொழுது சரோஜினி முணுமுணுத்தது எங்கள் காதில் விழவில்லை. ஆனால் அவளுடைய உதடுகள் அசைய அசைய டீச்சரின் முகம் கோரமாக மாறியது. அவரால் நிற்கவும் முடியவில்லை. அப்படியே நாற்காலியில் உட்கார்ந்து கொண்டார். எங்கள் முன்னால் உடைபட்டுவிடக் கூடாது என்ற வீம்பில் துக்கத்தை விழுங்கிப் பார்த்தும் அது திமிறிக்கொண்டு வந்தது. கழுத்தும் முகமும் உப்பிச் சிவந்து விட்டன. “டீச்சர், என்ன இது?”

மணி அடித்தது.

டீச்சர் எழுந்து நின்றார்.

“சரோஜினி, டீச்சர் சொன்னதாகவா அந்தப் பெண் சொன்னாள்?” டீச்சரின் முகத்தையே பார்த்துக் கொண்டிருந்தோம்.

“ஆமாம், டீச்சர்!”

டீச்சரின் கண்கள் நிறைந்துவிட்டன. அவர் கண்கள் எங்கள் முகங்களைச் சந்திக்காமல் எதிர்ச் சுவரில் படிந்தன.

ஈனசுவரத்தில், "கேள்விகளைச் சொல்லித் தந்தேனா?" என்று கேட்டார். அந்தக் குரலே மனத்தைத் தொட்டது.

அவர் கேட்ட கேள்வியின் பொருள் அப்பொழுது எங்களுக்கு மட்டுப்படவில்லை. ஒன்றும் பேசக்கூடாமல், பிண்டம் பிண்டமாய் விழித்தபடியிருந்தோம்.

"சொல்லித் தந்தேனா?" என்று கேட்டார் மீண்டும்.

அவர் எங்கள் பதிலை எதிர்பார்த்து நிற்கையில், அமைதியில் கரைந்த அந்த ஒரு நிமிஷமும் மனத்தைப் பிழிந்து விட்டது. "உண்மை கடவுளுக்குத் தெரியும்" என்று முனகியவாறு அவர் வெளியேறிச் சென்று விட்டார்.

எங்கள் டீச்சர் மேல் மலை போல் ஒரு அபாண்டத்தைச் சுமத்த பத்மாவதி டீச்சருக்கு எப்படித்தான் மனசு வந்ததோ? கேள்விகளைப் பரீட்சைக்கு முன்னாலேயே எங்களிடம் சொல்லியிருக்கிறாராம். என்ன கொடுமையான வார்த்தை!

உண்மை எங்கள் மனசாட்சிக்குத் தெரியும். எங்களிடம் அவர் எதுவுமே சொல்லவில்லை. சொல்லப்போனால் எங்கள் டீச்சர்தான் கேள்விகளை அமைத்தார் என்பதுகூட அன்றுவரை எங்களுக்குத் தெரியாது. மறந்தும் இதுபற்றி அவர் பிரஸ்தாபித்தது இல்லை. மாதிரிக் கேள்விகளைப் போட்டுக் கோடி காட்டியதாகவும் நினைவு இல்லை. வெறும் அபாண்டம். முன்னால் சொல்லித்தந்து பின்னால் தட்டிக் கொடுத்துத் தன்னையே ஏமாற்றிக்கொள்ளும் அசடா எங்கள் டீச்சர்! மண்ணைப் பொன்னாக்கத் தெரிந்தவர் அவர். அவர் தண்ணீர் வார்த்தால் எருக்கில் ரோஜா மலராதா? ஆள் ஆளாய் வந்து எங்களைப் பார்த்து உதட்டைப் பிதுக்கிவிட்டுச் சென்ற ஆசிரிய சிகாமணிகள் எத்தனை பேர்? 'எடுத்த எடுப்பிலேயே உங்களால் எதைத்தான் சாதிக்க முடியாது?' என்று கேட்டு நம்பிக்கையின் ஒளியை எங்கள் இதயங்களில் பாய்ச்சியவரல்லவா அவர்! தலை நிமிரச் சொன்னார். நிமிர்ந்தோம். இது ஒரு தவறா?

நன்றாகச் செய்து விட்டோம் என்பதால் நம்ப முடியாமல் ஆகிவிடுமா? சாட்சாத் சரஸ்வதி, உங்கள் மாணவர்கள் அத்தனை பேரையும் மடியில் போட்டுக் கொண்டிருக்கிறாள் என்றே இருக்கட்டுமே. எங்களையும் அவள் ஓரக்கண்ணால் பார்க்கக்கூடாது என்பதுண்டா? சொன்னவர் திறமையும் கேட்டவர் உழைப்பும் காற்றிலா போய் விடும்? அசூயை... வெறும் அசூயை இல்லை டீச்சர், நீங்கள் சொல்லித்தரவில்லை.

மறுநாள் எலிசபெத் டீச்சர் வரவில்லை. இனிமேல் அவர் வரமாட்டார் என்று ஹேஷ்யம்கூட குப்பென்று கிளம்பி விட்டது. அப்படியானால் எங்கள் கதி என்னாகும்? பழையபடி ‘ரிங் மாஸ்டர்’ களிடம் அகப்பட்டு அல்லல்பட வேண்டும் என்பதுதான் எங்கள் தலைவிதியா?

நல்லவேளை. மறுநாள் மணி அடித்துக்கொண்டிருக்கையில், அலை அலையாய் எழுந்த மணியின் நாதத்துக்கு ஆட்பட்டு வரவேண்டாம் என்றிருந்த மனவுறுதி தளர்ந்து ஓடிவந்தவர் போல், டீச்சர் உள்ளே நுழைந்தார்.

அன்றும் சரி, அதற்குப் பின் வந்த நாட்களிலும் சரி, அவரையும் பத்மாவதி டீச்சரையும் எந்த சந்தர்ப்பத்திலும் நாங்கள் ஒன்றாகப் பார்த்ததில்லை. அவர் வேறு இவர் வேறு என்றாகிவிட்டது. பள்ளிக்கூடத்திலும் நடமாட்டம் ஆளுக்கொரு இடமாய்ப் பதிந்துவிட்டது. ஜோடிக்கால்கள் மறைந்ததும், ஜோடித்தலைகள் முளைத்ததும், நின்று நின்று பேசியதும், சேர்ந்து சிரித்ததும்... எல்லாம் பழங்கதைகள் ஆகிவிட்டன.

அன்று வகுப்புக்குள் நுழைந்த டீச்சர் ஒரு துயரச் சம்பவம் நடந்த சுவட்டையே காட்டிக்கொள்ளவில்லை. எப்பொழுதும் போல் சிரத்தையோடும் உற்சாகத்தோடும் பாடங்கள் எடுத்தார். கொப்புளிக்கும் பேச்சாகவே இருந்தது.

இறுதிப் பரீட்சை நெருங்கிக் கொண்டிருக்கும்போது டீச்சர் மீண்டும் ஒருநாள் அந்தப் பழைய பேச்சையே தூக்கிப் போட்டார். ஒரு துயரச் சம்பவத்தையும் ரசாபாசமான தூஷணையையும் ஞாபகப்படுத்தக் கூடிய அப்பேச்சு, சிறிதும் தயக்கம் இன்றி அவர் வாயில் பிறக்குமென நான் எண்ணவே இல்லை.

சீதாலக்ஷ்மி அம்மாள் நினைவுப் பரிசு எங்கள் வகுப்புக்குக் கிடைக்க வேண்டுமாம்!

“நமக்குத்தான் கிடைக்கும். வேண்டுமென்றால் பாருங்களேன்.” எங்களுக்கு எதிராகச் சவால் விடும் பாவனையில் சொன்னார்.

“இந்தத் தடவை பரிசு நமக்குத்தான் டீச்சர்!” என்றான் கிருஷ்ணசாமி.

“உனக்கும் அப்படித்தான் தோன்றுகிறதா? பேஷ், பேஷ்!” என்று சொல்லி சந்தோஷப்பட்டார்.

என்ன வேடிக்கை! இந்த அசட்டுக் கிருஷ்ணசாமி சொல்வதைக் கூடத் தேவ வாக்கு மாதிரி எடுத்துக் கொண்டு சந்தோஷப்படுகிறாரே!

“ஆனால் ஒரு விஷயம்” என்று சொல்லிவிட்டு, தம் கை நகத்தைப் பார்த்தபடி ஒரு கணம் மௌனத்தில் ஆழ்ந்தார். “கேள்வித் தாள்கள் இந்தத் தடவை வெளியூரில் தயாராகின்றன. முன்புபோல் சொல்லித் தர முடியாது” என்று சொல்லிவிட்டுத் துயரம் தோய்ந்த சிரிப்புச் சிரித்தார்.

நெஞ்சில் தைத்த முள் அப்படியேதான் இருக்கிறது என்பதை அன்று அவ்வார்த்தைகள் எனக்கு உணர்த்தின... காலம் முள்ளைப் பிடுங்க விட்டுவிடாமல் கையால் பொத்திப் பேணுகிறார் போலும்.

இறுதிப் பரீட்சையில் நாங்கள் பரிசு பெற்று விட்டோமென்றால் அவருடைய திறமையும் எங்களுடைய தரமும் நிரூபணமாகிவிடாதா? அவ்வாறு நிகழ்ந்து, பரிசைத் தலைமையாசிரியர் எங்கள் டீச்சரின் கரங்களில் அளிக்கும்போது எழும் கரகோஷம், அபாண்டத்தை உமிழ்ந்த ஆத்மாவை எத்தனை வலுவாய்த் தாக்கும்? அந்தக் கணத்திலேயே சத்தியம் வெளிப்பட்டு அவர்மீது படிந்திருக்கும் களங்கமும் ஓடிப்போய்விடாதா? இத்தனைக்கும் அவர் எங்களை அல்லவா அப்போது நம்பிக்கொண்டிருக்கிறார்?

பரீட்சையும் வந்துவிட்டது.

போர்முனைக்குச் செல்லும் யுத்த வீரர்களின் மனநிலையை டீச்சர் எப்படியோ எங்களுக்கு ஏற்படுத்தி விட்டார். எங்களுடைய வீரத்தையும் சாகசத்தையும் கடைசிக் கண்ணியாக நம்பி ஒரு தேசமே காத்துக்கொண்டிருப்பதுபோல் ஒரு பிரமை. பழைய பாடங்களைப் புரட்டிப் புரட்டிச் சொல்லித்தருவதும் தனித் தனியாக எங்கள் சந்தேகங்களைத் தீர்த்து வைப்பதும், சனிக்கிழமைகளைக்கூட விட்டுவைக்காமல் வகுப்புகள் நடத்துவதுமாக சதா சர்வ காலமும் இதே வேலையில் அழுந்திக் கிடந்தார் டீச்சர்.

எந்தக் கோணத்தில் அலசிப் பார்த்தாலும், அவருடைய ஆசை அவசியம் நிறைவேறியிருந்திருக்க வேண்டிய ஒன்று என்ற முடிவுக்குத் தான் வரமுடியும். அதிலிருந்து பிறக்கும் சந்தோஷத்தை அடைய அவர் முற்றிலும் தகுதியானவர். அவரைப் போன்ற ஒருவரின் ஸ்பரிசம் படுகிறபோதுதான் கிண்ணமோ, தம்ளரோ பரிசாகிறது. அவர் கையில் அதை அளிப்பதற்கும், அந்தக் காட்சியைப் பார்ப்பதற்கும், அந்த நிமிஷத்தில் கரகோஷம்

செய்வதற்கும் ஒருவருக்குச் சந்தர்ப்பம் கிடைப்பது கூட ஒரு விதத்தில் அதிர்ஷ்டம் என்றுதான் சொல்ல வேண்டும்.

எங்களுக்கு அந்த அதிர்ஷ்டம் வாய்க்கவில்லை.

இறுதிப் பரீட்சை என்பதே எங்களைவிடவும் எலிசபெத் டீச்சரை சோதிக்க வந்த ஒன்றாகிவிட்டது. கனவு பொய்த்துவிட்டது என்பது கூடப் பெரிசல்ல; அதைத் தாங்கிக்கொள்ளலாம். எல்லோர் முன்னிலையிலும் அவமானப்பட்டு, தலை கவிழ்ந்து நிற்கும்படி ஆகிவிட்டது. அந்தக் கணநேரப் பலவீனத்துக்கு அவர் ஆட்பட்டுவிட்டதை விதி என்று சொல்லலாம்; பலவீனம் என்றும் சொல்லலாம். இங்கும், எங்கும் போல் வார்த்தைகள் அர்த்தமற்றவைகளாகவே ஒலிக்கின்றன. ஆனால் எலிசபெத் டீச்சர் போன்ற ஒருவரின் வாழ்வில் இதுபோன்றதொரு அற்ப நிகழ்ச்சி ஊடுருவி விடுவதில் அமைந்திருக்கும் சோகம், இருபது ஆண்டுகளுக்குப் பின்னால் இன்று எண்ணிப் பார்க்கையிலும் மனசைத் தொடுகிறது.

கடைசி நாள் கணக்குப் பரீட்சை நடந்துகொண்டிருக்கையில் அந்தச் சம்பவம் நடந்தது.

பரீட்சை சமயம் முடிய ஐந்து நிமிஷங்கள்தான் இருந்தன. அப்பொழுது விடைத் தாள்களைக் கொடுப்பதற்காக சரோஜினி எழுந்து நின்றாள். அவள் அருகே வந்த எலிசபெத் டீச்சர் “இன்னும் ஐந்து நிமிஷம் இருக்கிறதே, மீண்டும் பாரு” என்று மெல்லிய குரலில் சொன்னது இரண்டொரு மேஜைகள் தள்ளியிருந்த என் காதில் விழுந்தது. டீச்சர் குரலில் வித்தியாசம் தொனித்த உணர்வில் நான் அவர் முகத்தைக் கவனித்தேன். முகம் எதையோ இழந்துவிட்டிருந்தது.

டீச்சர் சொன்னதற்காக மீண்டும் அமர்ந்து விடைத்தாள்களைப் புரட்டினாள் சரோஜினி.

கடைசி மணியும் அடித்தது.

எலிசபெத் டீச்சர் அவசரமாக சரோஜினி அருகில் வந்து, “கடைசிக் கணக்கு வரையும் பார்த்தாயா? என்ன அவசரம்?” என்று குளறியபடி, அருகே அமர்ந்திருந்த மாணவர்களிடம் விடைத் தாள்களை வாங்கிக்கொண்டே சென்றார்.

சரோஜினி சர்ரென்று கடைசிப் பக்கம் திருப்பி, கீழுதட்டைப் பல்லால் கடித்தபடி, ஏதோ திருத்தம் செய்வதைப் பார்த்தேன்.

"உங்கள் நடவடிக்கையை நான் ஆட்சேபிக்கிறேன்" என்ற குரல் ஹால் நெடுகிலும் எதிரொலித்தது.

பத்மாவதி டீச்சர் பத்ரகாளி மாதிரி நின்றுகொண்டிருந்தார். எலிசபெத் டீச்சர் அவர் நின்ற பக்கம் திரும்பிப் பார்க்கவில்லை. அவர் தம் முகத்தை யாரும் பார்க்க விடாமல் ஜன்னலைப் பார்த்தபடி நின்றுகொண்டிருந்தார்.

தடதடவென்று ஓசையெழ பத்மாவதி டீச்சர் மேலே சென்றார். எலிசபெத் டீச்சர் முதல்நாள் வந்த அன்று அதே ஏணிப்படியில் பத்மாவதி டீச்சர் இறங்கி வந்த சித்திரம் என் மனசில் விரிந்தது.

விசாரணை ஆரம்பமாயிற்று.

ஆரம்பத்தில் ஹெட்மாஸ்டர் கேட்ட கேள்விகளுக்கு எலிசபெத் டீச்சர் பதில் ஏதும் சொல்லாமல் அப்படியே சிலையாய் நின்று கொண்டிருந்தார். அவருடைய மனசு பாறையாய் உறைந்து விட்டாற் போல் இருந்தது.

"இதுதான் என்னுடைய கடைசிக் கேள்வி" என்று கூறிவிட்டு தலைமையாசிரியர், "கடைசிக் கணக்கு வரையிலும் பார் என்று சரோஜினியிடம் கூறியபோது அவள் தவறாக எழுதியிருந்த தவறான விடையைத் திருத்திவிட வேண்டும் என்ற எண்ணம் உங்கள் மனசில் இருந்ததா?" என்று கேட்டார்.

நீண்ட நேர மௌனத்துக்குப் பின் டீச்சர், "இருந்தது" என்று சொன்னார்.

ஹெட்மாஸ்டர் மாடிக்குச் சென்றுவிட்டார்.

நான் வராண்டாவுக்கு வருகையில், எங்கள் டீச்சர் கிழக்கோரச் சுவரண்டையில் ஒரு நிழல் மாதிரி நகர்ந்து கொண்டிருப்பதைப் பார்த்தேன்.

அதற்குப் பின் நான் அவரை சந்திக்கவில்லை. வேலையை ராஜினாமா செய்துவிட்டுக் கோட்டயத்துக்கே சென்றுவிட்டதாகப் பையன்கள் பேசிக்கொண்டனர்.

7
நாடார் சார்

- சுந்தர ராமசாமி

இப்போதெல்லாம் அடிக்கடி நாடார் சாரைப் பற்றிய ஞாபகம் வருகிறது. எனக்கும் முதுமை ஏறிக்கொண்டிருப்பதால் அவரை அள்ளிக்கொண்டு போன மரணம் போகிற போக்கில் என் மீதும் உரசிவிட்டு, மீண்டும் வரப் பதுங்கிக் கொண்டிருப்பதுபோல் ஒரு கற்பனை தோன்றிக்கொண்டிருக்கிறது. உறவிலும் நட்பிலும் நெருக்க மான எவ்வளவோ ஜீவன்களை இழந்துவிட்டேன். அரைமணி நேரப் பயணத்தில் சந்தித்துவிடும்படி இருந்தும் - அதிகம் பார்த்துக் கொள்ளவில்லை என்ற பச்சாதாபம் இப்போது மனதில் கவிழ்கிறது என்றாலும் - சார் கிராமத்தில் இருந்துகொண்டிருக்கிறார் என்ற எண்ணமே எனக்கு எவ்வளவோ ஆறுதலைத் தந்து கொண்டிருந்தது. இப்போது நானும் தனிமையும் கடந்தகால நினைவுகளும் மட்டும்தான்.

ஐம்பது வருடங்களுக்கு முன் நடந்த சம்பவங்கள். நான் சேது பார்வதி பாய் பள்ளியில் பத்தாம் வகுப்புப் படித்துக்கொண்டிருந்த காலம். இ.ஆர்.எஸ். தான் எங்களுக்கு கணக்கு வாத்தியார் (பட்டப் பெயர் காராப்பூந்தி.) அந்த மாதம் கணக்குப் பரிட்சையில் பதிமூன்று மாணவர்கள் -நான் உட்பட பூஜ்யம் வாங்கி இருந்தோம். ‘கேடு கெட்ட சனியன்களா! இந்த வாரத்தோட உங்களைக் கையைக் கழுவிடறேன். ஏகாம்பர நாடார் வர்றார். உங்களைக் கட்டிண்டு அவர் மாறடிக்கட்டும்’ என்று கத்தினார் இ.ஆர்.எஸ்.

நாடார் சாரை பற்றிப் பல கற்பனைகள் எங்கள் மனங்களில் ஓடத் தொடங்கின. “அவர் சைக்கிளில் வருவார்” என்றான் ஒரு மாணவன். நம்பவே முடியவில்லை. எங்கள் ஆசிரியர்கள் பலரும் குடையைப் பிடித்தபடி நடந்துதான் வருவார்கள். குடையை விரித்தால்தான் அவர்களால் நடக்கவே முடியும். ஒரு சிலசோனி? ஆசிரியர்கள் குதிரை வண்டியில் வருவார்கள். போரில் காயமடைந் ததுபோல் காலில் பெரிய கட்டுப் போட்டுக்கொண்டிருக்கும் எஸ்.பி. சார் ஒற்றைக்காளை வண்டியில் வந்து வராண்டாவில் தவழ்ந்து நாற்காலியில் சிரமப்பட்டு ஏறுவார். தெருவில் சைக்கிளை மிதித்துக்கொண்டு போவது ஓர் ஆசிரியருடைய கௌரவத்திற்குக் குறைவல்லவா? ஏன் நாடார் சாருக்கு இதுகூடத் தெரியவில்லை?

நாடார் சார் வகுப்புக்கு வந்தார். அவரைப் பார்ப்பதற்கே வேடிக்கையாக இருந்தது. எங்கள் மனங்களில் படிந்திருந்த ஆசிரியர் களின் தோற்றங்களே வேறு. குடுமி அல்லது கிராப். சந்தனப்பொட்டு அல்லது விபூதிப்பூச்சு. கோட்டும் பஞ்சகச்சமும் அல்லது இரட்டை வேட்டி. தலைப்பாகை. மணிக்கட்டின் அடிப்பக்கம் கைக்கடிகாரம் அல்லது சங்கிலியில் தொங்கும் பாக்கெட் கடிகாரம். முகத்தில் கடுகடுப்பு. குத்தல் பேச்சு. மதிப்பெண்கள் எவ்வளவு வாங்கினாலும் திருப்தியில்லாத விமர்சனங்கள். கட்டைவிரலின் கீழ் எங்கள் எல்லோரையும் அமுக்கி வைத்துக்கொண்டிருக்கும் சாமர்த்தியம்.

நாடார் சார் வகுப்புக்குள் நுழைந்ததுமே எல்லோரும் சிரித்தார்கள். மாணவிகள்கூட இடது கையால் வாயைப் பொத்தித் தலையைக் கவிழ்த்தபடி சிரித்தார்கள். தெருவழியாகப் போய்க்கொண்டிருந்த யாரோ ஒருவர் நுழைகிற இடத்தின் கௌரவம் தெரியாமல் வந்து நிற்பது மாதிரி இருந்தது. குச்சி குச்சியாக நிற்கும் தலைமயிர். வலதுகைக் கட்டைவிரலுக்கும் ஆட்காட்டி விரலுக்கும் இடையே நெற்றியை கொடுத்துக் கையை அழுத்திப் பின்னால் நகர்த்திக் கொண்டு போகும்போது நிமிர்ந்து விடுதலைபெறும் குச்சி மயிர்கள் முன்னால் ஓடி வருவதுபோல் தோன்றும். ஆனால், தான் வேடிக்கையாக இருப்பது சாருக்கு மட்டும் தெரியவில்லை. மேலே பார்க்கத் துடித்துக் கொண்டிருக்கும் முறுக்கிய மீசையின் ஊசி முனைகளை மூக்கோரம் விழிகளை ஒதுக்கிப் பார்க்க முயல்வார். கதர் வேட்டி, கதர் ஜிப்பா, முரட்டு டயர் செருப்பு. கைக்கடிகாரம் இல்லாத மணிக்கட்டின் வெறுமையைத் தாங்கிக் கொள்ளவே முடியவில்லை. பேனாவுக்குப் பதில் இருபுறமும் சீவிய பென்சில் (மறுபக்கம் பென்சிலைச் சீவக்கூடாது என்று எத்தனை முறை எங்களை அடித்திருக்கிறார்கள் ஆசிரியர்கள்.)

“முன்னப் பின்னச் சொல்லாம கணக்குல தூக்கிப் போட்டுட்டாங்க. சுத்தமா மறந்து போய்க் கிடக்கு. இப்பம் நான் படிக்கணும் முதல்ல” என்று சொல்லிவிட்டுச் சிரித்தார் சார்.

நாங்களும் சிரித்தோம்.

“உன் கணக்கு நோட்டெ எடம்மா” என்று முன்னால் உட்கார்ந்திருந்த விலாசினியிடம் கையை நீட்டினார்.

மாணவியை அவர் ‘அம்மா’ போட்டு அழைத்தது எங்களுக்கு நூதனமாக இருந்தது. மீண்டும் சிரிப்பலைகள் எழுந்தன.

“என்னைக் கண்டாலே சிரிப்பாணி பொங்குதா உங்களுக்கு?” என்று கேட்டபடி அவரும் சிரித்தார்.

கணக்கு நோட்டை ஒவ்வொரு பக்கமாகத் திருப்பிக்கொண்டே வந்தார். "என்னடேய் இது? ஒவ்வொண்ணும் பயங்கரமாட்டு இருக்கு" என்றார்.

சிரிப்பலைகள் நாற்புறமும் சுவரில்போய் மோதின. சார் எங்களைப் பார்த்துத் திருதிருவென்று விழித்தபடி நின்று கொண்டிருந்தார்.

"அவ்வளவு கஷ்டம் இல்லே சார். ஈசியா போட்டுப் பளகிக்கிட லாம்" என்றான் நாகராஜன்.

சார், நாகராஜனின் முகத்தைக் கூர்ந்து கவனித்தார்,

"கணக்குல எவ்வளவு மார்க் எடுப்பே தம்பி?" என்று கேட்டார்.

"நூறு" என்றான் நாகராஜன்.

"எப்பமும்?"

"எப்பமும்."

"நூறுக்குக் குறைவாட்டு அவன் எடுத்தது இல்லே சார்!" என்று கத்தினான் திருமலை.

"அப்போ உனக்கு லகுவாட்டுத்தானேடேய் இருக்கும்" என்றார் சார்.

ஏதோ ஓர் அதிசயத் திரவத்தில் வகுப்பே கரைந்துகொண்டிருப்பது போல் எங்களுக்குத் தோன்றத் தொடங்கிற்று.

"நீங்க பத்தாம் வகுப்புல எவ்வளவு வாங்கினீங்க சார்?" என்று கேட்டான் சக்ரபாணி.

வகுப்பிலேயே பெரிய கோழை அவன். என்ன கேள்வி போடு கிறான்! நம்பவே முடியவில்லை. ஒரு நிமிடத்தில் ஒரு யுகம் தாண்டி விட்டதா? ஆசிரியரிடம் அவர் வாங்கிய மதிப்பெண்ணைக் கேட்கிறான் மாணவன். அதுவும் சேது பார்வதி பாய் பள்ளியில். அதுவும் தலைமையாசிரியர் ராஜம் அய்யரின் தூள் பறக்கும் ஆட்சியில்!

"வெளில சொன்னா கொறச்சலு" என்றார் சார்.

மீண்டும் மாணவர்கள் சிரித்தார்கள்.

“இன்னிக்குக் கணக்குப் பாடம் எடுத்துக்கிடுவேன்னு தோணல. சில வெளயாட்டுக்களைப் பத்திச் சொல்லுதேன். கணக்கு நாளைக்கு” என்றார்.

“வகுப்புல வெளயாட்டைப் பத்திப் பேசலாமா சார்?” என்று கேட்டான் சேஷன்.

“அதுல ஒண்ணும் தப்பில்லேடேய்! வெளயாட்டும் ஒரு படிப்புத் தானே!”

கால்பந்து விளையாட்டைப் பற்றிச் சொல்ல ஆரம்பித்தார். வெகு உற்சாகமாகச் சொல்லிக்கொண்டு போனார். சொல்லச் சொல்ல அவருக்கு வகுப்பு என்பதே மறந்து போய்விட்டது. இரு கைகளையும் வேகமாக ஆட்டத் தொடங்கினார். அந்தரத்தில் வந்த பந்தை தலையால் முட்டுக்கொடுத்துத் தள்ளினார். அது மாடியிலிருந்து தோட்டத்துக்குள் போய் விழுந்ததுபோல் வெட்டவெளியைப் பார்த்து முறைத்தார். காலை உதைத்து எதிர்க் கட்சிக்குத் தொடர்ந்து கோல் போட்டபோது அவர் கதர் வேட்டி கிழிந்துவிடுமோ என்று எங்களுக்குப் பயமாக இருந்தது.

பையன்களால் உற்சாகத்தைக் கட்டுப்படுத்த முடியவில்லை. “கோல்”, “கோல்” என்று கத்தத் தொடங்கிவிட்டார்கள். சார் ஒரு சிறுவனைப்போல் வகுப்பின் வாசலை நோக்கிப் பதுங்கிப் பதுங்கிச் சென்று தலையை நீட்டி எட்டிப் பார்த்தார்.

மாடியில் முன் பக்கம் பெரும் தூண்கள் மீது நிற்கும் கற்களில் கம்பீரமான கட்டுமானம் அது. தன் உறுதியை வானத்துக்குப் பறைசாற்றுவதுபோல் நிற்கும் பெரிய அறை. மூன்று பக்கங்களிலும் திடமான உருட்டுக் கம்பிகளைக் காட்டிக் கொண்டிருக்கும் மிகப் பெரிய ஜன்னல்கள். அதில் கடும் பச்சை நிறப் படுதாக்கள். தலைமை யாசிரியரின் அறையின் வாசல் முன்னும் அகன்ற உயரமான பச்சைத் தட்டி இருக்கும். ஓர் ஆள் நெளிந்து நுழையும்படி சுவரோடு ஒட்டிப் போடப்பட்டிருக்கும்.

சார் கூர்ந்து கவனித்து விட்டு எங்களைப் பார்த்து குறும்பாகச் சிரித்தார்.

“சத்தம் போடாதீங்கடேய். கண்ண நோண்டி எடுத்துடுவாரு” என்றார் தலைமையாசிரியரின் அறையைப் பார்த்து கையைக் காட்டியபடி.

“எங்களால கால்பந்துலே கார்மல் ஸ்கூலே தோக்கடிக்க முடிய லையே சார்!” என்றான் கோவிந்தன் குட்டி.

“ஏண்டேய்? அவுங்களுக்குக் கொம்பு இருக்கா?” என்று கேட்டார் சார். அப்படிக் கேட்டபோது இடது கை ஆள்காட்டி விரலையும் பாம்பு விரலையும் விரித்து நெற்றிக்கு மேல் வைத்துக்கொண்டார்.

“பயிற்சி வேணும்டேய்! நெஞ்சுல வைராக்கியமும் வேணும்” என்றார்.

“கார்மல் ஸ்கூலே எங்களால தோக்கடிக்க முடியுமா சார்?” என்று மீண்டும் கேட்டான் கோவிந்தன் குட்டி.

“வெளயாட்டுக்கு மூளையும் ஒழுங்கும் வேணும்டேய். உங்ககிட்டே என்ன இருக்கு? மூளை இருக்கா? ஒடம்பு இருக்கா? ஒழுங்கு இருக்கா? வைராக்கியம் இருக்கா?” என்றார் சார்.

ஒவ்வொரு கேள்வியும் எங்கள் உச்சி மண்டையைத் தாக்குவது போல் இருந்தது.

“நீங்க சொல்லித் தந்தா நாங்க அளகாட்டு வெளயாடுவோம் சார்!” என்றான் வள்ளிநாயகம்.

“எல்லாரும் மேலிடத்திலே உத்தரவு வாங்குங்கடேய், மொதல்ல” என்று தலைமையாசிரியரின் அறையைப் பார்த்துக் கையைக் காட்டினார்.

“பயமாயிருக்கு சார்!” என்று எல்லாப் பையன்களும் கத்தினார்கள்.

“அப்பம் பயந்தாங்கொள்ளிகளுக்கு ஒரு வெளயாட்டு கண்டு பிடிக்கட்டும். பெறகு பார்த்துக்கிடலாம்” என்றார் சார்.

சாருக்குக் கோபமும் வரும் என்பது அப்போது எங்களுக்குத் தெரிந்தது. மணியடித்தது. சார் கையை விசிறியபடியே வேகமாக விடைபெற்றுச் சென்றார். எங்கள் மனங்களை உசுப்பிவிட்டுப் போய்விட்டார் நாடார் சார். நாங்கள் எவ்வளவு அவமானங்கள் பட்டிருக்கிறோம். விளையாட்டு என்று சொன்னாலே கோபம் பொத்துக்கொண்டு வரும் ஆசிரியர்கள் நிறைந்த பள்ளியில் நாங்கள் எப்படி அந்தக் கலையைக் கற்றுக்கொள்ள முடியும்? நாங்கள் ரோஷம்கூட இல்லாமல் ஆகிவிட்டோமே. அதுதான் எங்களுக்கு மிகப்பெரிய கஷ்டமாக இருந்தது.

ஒவ்வொரு வருடமும் கிறிஸ்துமஸ் விடுமுறை விடுவதற்கு முந்திய நாள் எங்களுக்கு அவமானம் காத்துக்கொண்டிருக்கும்.

கார்மல் பள்ளி எங்களை விளையாட்டுப் போட்டிக்கு அழைக்கிறது என்றால் அவர்களுக்கு அதற்குத் தகுதி இருக்கிறது. எங்கள் தலைமையாசிரியர் எதற்கு ஒப்புக்கொள்கிறார்? இந்தக் கேள்விக்கு எங்களுக்கு விடையே தெரியவில்லை. குமாரவேல் சாரிடம் போய்ச் சொன்னோம்.

“போட்டி வேண்டாம் சார்! அவமானம் தாங்க முடியலே” என்றோம்.

“அது எப்டிடா முடியும்? திருவிதாங்கூர்லேயே நம்ம ஸ்கூல்தானே பெரிசு. ராணியம்மா ஆசைப்பட்டு வெள்ளிக் கோப்பையெ நமக்குத் தானே அனுப்பி வைக்கிறாங்க. ஜெயிக்கிறவங்களுக்கு அதைக் கொடுக்க வேணாமா?” என்று கேட்டார் குமாரவேல் சார்.

“கார்மலுக்குக் கோப்பையைத் தூக்கித் தாறதுக்காக நாங்க வருஷம் தோறும் தோத்துக்கிட்டே இருக்கணுமா சார்?” என்று நாங்கள் கேட்டோம்.

“அவுங்க அளகாட்டு வெளயாடுறாங்க. கோப்பையெத் தட்டிட்டுப் போறாங்க. சோனி உடம்பெ வச்சுக்கிட்டு வெளயாடக் களியுமாலே உங்களாலே” என்றார் குமாரவேல் சார்.

“இந்த வருஷம் நாங்க வெளயாட வரலே சார்!” என்று நாங்கள் சொன்னோம்.

“உங்க பேரை எல்லாம் ஹெச்.எம். நோட்டீஸ் போர்டுல போட்டாச்சே. மறுத்துப் பேசதுக்கு ஒரு மீசை மொளச்ச பயல் இருக்கானா உங்க கூட்டத்திலே?” என்று சத்தம் போட்டுக் கேட்டார் சார்.

“மறுத்துச் சொல்லுதுக்கும் பயமாட்டு இருக்கு சார்! நீங்க சொல்லுங்க சார்!” என்றோம் நாங்கள்.

“நான் போய் சொன்னா, ‘அப்போ வெள்ளிக் கோப்பையை நீங்க உங்க வீட்டுக்குத் தூக்கிட்டுப் போகப் போறீங்களா?”னு திருப்பிக் கேட்பாரே” என்றார் சார்.

போட்டி நடக்கும் தேதியும் முடிவாகிவிட்டது.

“என்ன சார் இது? என்ன சார் இது?” என்று நாங்கள் குமாரவேல் சாரிடம் முறையிட்டுக்கொண்டே இருந்தோம்.

“முழுசாட்டு மூணு நா கோச்சிங் தாரேன்டேய்! போதுமா?” என்றார் குமாரவேல் சார்.

“பந்தில்லையே சார்!” என்றோம்.

“பந்து ஒருபாடு இருக்குடேய்! ஏளவு ரூம் சாவி தொலஞ்சி போச்சு. பூட்ட உடைக்கலாமான்னு கேட்டு ஹெச்.எம். திருவனந்தபுரம் இன்ஸ்பெக்டர் ஆபீஸுக்கு எழுதியிருக்காரு. பாவிக பதில் தாராமில்லே. ஒரு பந்தெ இரவல் வாங்கிட்டு வாறதுக்கு உங்களுக்கு சாமர்த்தியமில்லே. வாய் கிழியுது” என்று இரைந்தார் குமாரவேல் சார்.

“அஞ்சு வருஷம் கோச்சிங் எடுத்துட்டு வாராங்க. மூணு நா கோச்சிங் தாரேனு சொல்றீங்களே சார்! ‘எண்ணிக்கோ’, ‘எண்ணிக்கோ’ன்னு சொல்லிக்கிட்டே வருஷம் தோறும் கோலைத் தட்டறாங்களே.”

“டேய்! ஒண்ணு சொல்லுதேன் கேட்டுக்கிடுங்க. படிப்பு வாரவங் களுக்கு வெளயாட்டு வராது. வெளயாட்டு வாரவங்களுக்குப் படிப்பு வராது. திருவிதாங்கூர்லேயே படிப்புல நம்ம ஸ்கூல்தானேடே முதல்ல நிக்கு” என்றார் குமாரவேல் சார்.

நாங்கள் பதில் சொல்லத் தெரியாமல் நின்று கொண்டிருந்தோம்.

குமாரவேல் சார் சொன்னார்: “நான் ஒரு ஐடியா சொல்லுதேன் கேளுங்க. பூப்போல கார்மல் ஸ்கூலுக்குப் போய் அங்கன கோச்சிங் தாராங்கள்ளா அந்த டெக்னிக்க படிச்சிக்கிட்டு வாங்கடேய்! ஒரு மண்ணும் செய்யவும் களியாது. செயிக்கவும் வேணும். நல்ல கதெ” என்றார்.

மறுநாள் நாங்கள் மூன்று பேர் சென்றோம். நான், சுப்பிரமணிய சர்மா, இம்மானுவேல். கார்மல் பள்ளியில் நுழைந்ததுமே ஐந்தாறு பையன்கள் எதிரே வந்தார்கள். அவர்களைப் பார்ப்பதற்கே பயமாக இருந்தது. ஒவ்வொரு பையனும் எங்களைவிட ஓர் அதிக உயரம். முகத்தைத் தூக்கிப் பார்க்க வேண்டியிருந்தது. நெஞ்சு விரிசல்களில் அவர்கள் அணிந்திருந்த பனியன்கள் கிழிந்து விடுமோ என்று தோன்றும். மொந்தன் வாழைத்தண்டு மாதிரி நல்ல சதை, திரண்ட தொடைகள். இரும்பால் அடித்தது போல் முழங்கால்கள். பூட்ஸ் அணிந்திருந்தார்கள். அடிப்பக்கம் முள்ளாணிகள் இருக்கும் என்று கேள்விப்பட்டிருந்தோம்.

“கீரத்தண்டு ஸ்கூல் பிள்ளைகள்தானே?” என்று கேட்டான் அவர்களில் தலைவன் போலிருந்தவன்.

நாங்கள் மௌனமாக இருந்தோம்.

“கோச்சிங்கை கண்காணிக்க வந்தீங்களோ?” என்றான்.

கிண்டல், குரலிலும் முகத்திலும் வழிந்தது.

எங்கள் மனதிலிருந்ததை அந்தப் பாவியிடம் யார் போய்ச் சொல்லிவிட்டார்கள்.

தலைவன் தொண்டையைக் கனைத்துவிட்டுச் சொன்னான்: “கை, கால் ஜாயிண்டை அக்கக்கா கழட்டிருவேன். மரியாதையா ஓடிப்போயிடுங்க.”

நானும் சர்மாவும் இம்மானுவேலின் முகத்தைப் பார்த்தோம். இம்மானுவேலுக்குச் சிறிது குஸ்தி தெரியும். அவன் முகம் சிவந் திருந்தது.

“வசமாட்டு ஒரு நா என் கையில சிக்குவே. அன்னைக்குக் காட்டித் தாறேன் நான் யாருன்னு” என்றான் இம்மானுவேல்.

“போலே, நாய்க்குப் பொறந்த பயலே” என்றான் தலைவன், நான் இம்மானுவேலின் சட்டையை இலேசாக இழுத்தேன். மூன்று பேரும் நிதானமாக நடந்து வெளியே வந்தோம்.

“ஒரு துக்கடாக் காரியத்தைச் செய்யக் களியல மடசாம்பிராணி களுக்கு. வெள்ளிக் கோப்பை மட்டும் வேணும்” என்று குமாரவேல் சார் எங்களைத் திட்டினார்.

எங்கள் பள்ளியில் ஆறேழு கால்பந்து விளையாட்டு மைதானங்கள் இருந்தன. திருவிதாங்கூரிலேயே சிறந்த மைதானங்கள் அவைதான். பந்துகளும் எங்களிடம் ஏராளமாக இருந்தன. அறைச் சாவி தொலைந்து போயிருந்ததால் எங்களால் அந்தப் பந்துகளை நெடுங் காலமாகவே பார்க்க முடியாமல் இருந்தது.

இரவல் பந்து வாங்கி நாங்கள் மூன்று நாட்கள் காலையிலும் மாலையிலும் விளையாடினோம். எங்கள் விளையாட்டைப் பார்க்க சமஸ்கிருத முன்ஷிகூட ஒரு நாள் வந்திருந்தார். நெய் ஜாடியின் மூடிபோன்ற தன் குடுமியைத் திருகி விட்டபடியே பார்த்துக் கொண்டிருந்தார். நாங்கள் வேகமாக ஓடும்போது ‘பாத்து, பாத்து.’ கீழே விழுந்து கையைக் காலை ஒடிச்சுக்கப்படாது’ என்று கத்துவார். ஆசிரியர்களுக்குக்கூட கொஞ்சம் ரோஷம் வந்ததுபோல் இருந்தது. குமாரவேல் சார் மூன்று நாட்களும் கூடவே இருந்தார். அவருக்கு அதிக ரத்த அழுத்த நோய் இருந்ததால் எங்களுடன் சேர்ந்து விளையாட முடியவில்லை. ஆனால், ‘பந்தை வெட்டியெடு,

தட்டு, மூதேவி! அடிடேய் கோலுக்குள்ளே' என்றெல்லாம் கத்துவார். ஜோஸப் சாரும் வந்திருந்தார். அவர் சிறுவயதில் கார்மல் பள்ளியில் கால்பந்தில் பயிற்சி பெற்றிருந்தவர். அந்தக் காலத்தில் அவர் கொடுத்திருந்த கோல்களைப் பற்றி எப்போதும் பேசிக்கொண்டிருப்பார். ஆச்சரியம். தலைமையாசிரியர்கூட வந்து பார்த்தார். ஆனால் அவர் வராண்டாவில் நின்றபடி பார்த்துக்கொண்டிருந்தார். விளையாட்டு முடிந்ததும் நாங்கள் தலைமையாசிரியர் முன்னால் போய் நின்றோம்.

“எல்லோரும் நன்றாக விளையாடினீர்கள்” என்று ஆங்கிலத்தில் சொன்னார் தலைமையாசிரியர்.

சந்தர்ப்பத்தைப் பயன்படுத்திக்கொண்டு “எங்களுக்கு ஒரு பந்து வேணும் சார்” என்று நாங்கள் சொன்னோம்.

தலைமையாசிரியர் ஜோஸப் சாரைப் பார்த்தார். “நாளைக்கே ஸ்கூல் இன்ஸ்பெக்டருக்கு ஞாபகப்படுத்தி ஒரு அஞ்சல் எழுதனும். மறந்துடப்படாது” என்றார்.

‘போட்டி நடக்கிற அன்று எல்லோரும் மாலையில் நேந்திரம் பழம் சாப்பிட்டிட்டு வர வேண்டும்’ என்று குமாரவேல் சார் சொல்லியிருந்தார். அப்போதுதான் ஊக்கமாகப் பந்தை அடிக்க முடியுமாம். நாங்கள் எல்லோரும் ஒரு குலை நேந்திரம் பழம் வாங்கி ஆளுக்கு இரண்டு சாப்பிட்டுவிட்டு மைதானத்துக்கு வந்தோம். மைதானத்தை ஒட்டி விஸ்தாரமான, மேட்டுப்பாங்கான ஒரு திடல் இருந்தது. அதில் நாற்காலிகளை எடுத்துப் போட்டுக்கொண்டிருந்தார்கள் பியூன்கள் அருணச்சலமும் சொக்கலிங்கமும். சமஸ்கிருத முன்ஷி, ஜோஸப் சார், குமாரவேல் சார், மலையாள முன்ஷி உன்னிகிருஷ்ணன் நாயர், இ.ஆர். எஸ். வீரபத்திரன் செட்டியார், சிவராமகிருஷ்ண அய்யர், ஆர். எல். கேசவ அய்யர், அரபி முன்ஷி, சர்வோத்தம ராவ், சிவன் பிள்ளை, பன்னிருகைப் பெருமாள், அச்சம்மா தோமஸ், காந்திமதி டீச்சர் என்று நிறைய ஆசிரியர்கள் நின்று கொண்டிருந்தார்கள். பள்ளியின் முன்பக்கக் கேட்டுக்கு முன்னால் போட்டியில் கலந்துகொள்ளும் கார்மல் பள்ளி மாணவர்கள் ஒரு குழுவாக நின்று கொண்டிருந்தார்கள். சீருடை அணிந்திருந்தனர். நீலநிற அரை நிஜாரும் மஞ்சள் பனியனும் அவர்கள் நின்று கொண்டிருந்த இடத்திலிருந்து வெளிப்பட்ட கட்டுப்பலம் எங்கள் நெஞ்சைக் கரைத்துக் கொண்டிருந்தது.

“போட்டி தொடங்கப் பத்து நிமிஷம்தான் இருக்கு. ஏன் அங்கேயே நின்னுண்டிருக்கா?” என்று அதட்டலாகக் கேட்டார் தலைமையாசிரியர்.

“அவங்களுக்குப் பயிற்சி கொடுக்கும் ஃபாதர் சேவியர் வந்தப் பொறவுதான் அவங்க வருவாங்க” என்றார் குமாரவேல் சார்.

‘என்ன ஜபர்தஸ்து’ என்று முகத்தை வலித்தார் தலைமையாசிரியர். மோட்டார் சைக்கிள் சத்தம் கேட்டது. முன்வாசல் கேட்டில் நுழைந்து மேட்டில் ஏறி வேப்பமரத்தடியில் வந்து நின்றது அந்த மோட்டார் சைக்கிள். அதிலிருந்து இறங்கிய சேவியர் பாதிரியார் அவருடைய அங்கியின் அடி நுனி காற்றில் புஸ்ஸென்று அழகாகப் பறக்க, ஒல்லியாக விரைந்து வந்து எங்கள் தலைமையாசிரியர் வணங்குவதற்குக் கைகளைத் தூக்குவதற்குள் அவருடைய வலது கையைப் பிடித்துக் குலுக்கினார். இப்போது விளையாட்டில் கலந்து கொள்ளும் பையன்கள் அணிவகுத்து உள்ளே வந்தனர். அந்த அணிவகுப்பின் கச்சிதத் தன்மை எங்கள் மனச்சுவர்களை மேலும் இடித்தது.

“உட்காருங்கள் ஃபாதர்” என்றார் தலைமையாசிரியர்.

தலைமையாசிரியரும் ஃபாதரும் அடுத்தடுத்து உட்கார்ந்து கொண்டார்கள். நாங்கள் தலைமையாசிரியர் பக்கமும் கார்மல் பள்ளி வீரர்கள் ஃபாதர் பக்கமும் நின்று கொண்டிருந்தோம். அந்தப் பழைய தலைவன் எங்களைப் பார்த்து ஒரு தினுசாக முறைத்துக் கொண்டிருந்தான். எங்கள் ஆசிரியர்கள் முன்னால் எங்களைச் சுட்டு விரலால் சுண்டக்கூட அந்தப் பயலுக்கு தைரியம் இருக்காது.

“முதல் விசில் கொடுக்கலாமா?” என்று கேட்டார் குமாரவேல் சார்.

“கொடுக்கலாம்” என்றார் தலைமையாசிரியர்.

அப்போது தலைவன் பாதிரியாரைப் பார்த்து, “ஃபாதர்! எவ்வளவு கோல் கொடுக்கணும்?” என்று கேட்டான்.

ஃபாதர் ஒயிலாகத் தலையைத் தூக்கி, “போன தடவை எவ்வளவு கொடுத்தோம்?” என்று கேட்டார்.

“ஒம்பது” என்றான் தலைவன்.

“அப்படீனு சொன்னா அதே கணக்குல போடு. கூடவும் வேண்டா கொறையவும் வேண்டாம்” என்றார் பாதிரியார்.

நாங்கள் தலைமையாசிரியரின் முகத்தையும் ஆசிரியர்களின் முகத்தையும் பார்த்தோம். தலைமையாசிரியர் அசட்டுச் சிரிப்புச் சிரித்துக்கொண்டிருந்தார். அவருடைய உதட்டில் ஒரு கொசு ஒட்டிக் கொண்டிருப்பது போல் ஏதோ சேஷ்டைகள் காட்டினார். எங்கள் பள்ளி ஆசிரியர்கள் தலைகளைக் கவிழ்த்தபடி ஒருவருக்கொருவர் ஏதோ முணுமுணுத்துக் கொண்டிருந்தார்கள்.

இடைவேளைக்கு முன்னால் எட்டு கோல்கள் எங்களுக்குக் கிடைத்தன. இடைவேளையின்போது ஒரு பெரிய தோல் பெட்டியைத் திறந்து சலவை செய்த தேங்காய்ப்பூத் துண்டுகளை ஆளுக்கொன்றாக எடுத்து தங்கள் முகங்களையும் கைகளையும் துடைத்துக் கொண்டார்கள் கார்மல் பள்ளி வீரர்கள். பாட்டில்களை டப் டப்பென்று உடைத்து கலர் குடித்தார்கள். எங்களுக்குத் தகர வாளியில் தண்ணீர் வைக்கப்பட்டிருந்தது. நாங்கள் தகரக் குவளையில் தண்ணீரை மொண்டு குடித்துக்கொண்டிருக்கும்போது கார்மல் தலைவன் எங்களிடம் வந்து, ‘கடைசி கோலை வெளயாட்டு முடியதுக்கு மூணு நிமிஷம் முன்ன போடுவோம். கீரத்தண்டுகளா, ஓடியோடிச் செத்துப் போயிடாதீங்க’ என்று சொல்லிவிட்டுப் போனான்.

அவனுடைய வாக்கு நாணயத்தை மெச்ச வேண்டும். போட்டி முடிந்து பார்த்தபோது தலைமையாசிரியரும் ஆசிரியர்களும் உட்கார்ந்திருந்த நாற்காலிகள் எல்லாம் காலியாக இருந்தன. குமார வேல் சாரையும் காணவில்லை.

“நம்ம ஸ்கூலே இடிச்சித் தரை மட்டமாக்காட்டா என் நெஞ்சு வேகாது” என்று கத்தினான் இம்மானுவேல்.

அன்று வகுப்பில் சில புகைப்படங்களையும் நற்சான்றிதழ்களையும் எங்களிடம் காட்டினார் நாடார் சார். அவர் கல்லூரி நாட்களில் ஆடிய கால்பந்தாட்டக் குழுக்களின் படங்கள். ஒவ்வொன்றிலும் கோப்பையை கையில் வைத்துக்கொண்டிருக்கிறார் அவர். ராணியின் பக்கத்தில் பெரிய கோப்பையுடன் அவர் நிற்கும் படத்தைப் பார்த்த போது எங்கள் கண்களையே நம்ப முடியவில்லை. என்ன அழகான சிரிப்பு ராணியின் முகத்தில்.

சார் சொன்னார்: “இன்னிக்கு மதியத்துக்கு மேல் மூணு மணிக்கு ஹெச்.எம். என்னைப் பாக்குதாட்டுச் சொல்லியிருக்கிறாரு. கால் பந்தாட ஆசைப்படற பிள்ளைகளெல்லாம் பேரைத் தாங்கடேய்!” என்றார்.

“என்ன தகுதி சார்?” என்று நாங்கள் கேட்டோம்.

சார் சொன்னார்: “இரண்டு காலும் முட்டுத் தட்டாம ஒளுங்கா இருக்கணும். கடுமையா ஒழைக்கணும். இந்த வருஷம் தோத்துப் போனா உசிர் அந்த மைதானத்துலேயே பிரிஞ்சு போட்டு அப்பிடீங்கற வைராக்கியம் வேணும். அவுங்க எல்லாம் பேரைத் தரலாம்” என்றார்.

பிற்பகல் இரண்டே முக்காலுக்குப் பச்சைத் தட்டியின் முன்னால் வந்துவிட்டார் சார். நாங்களும் காத்துக்கொண்டிருந்தோம். தலைமை யாசிரியர் அறையில் மின்விசிறியின் சிறகுகள் பயந்து பயந்து மெதுவாகச் சுற்றுவது போல் தோன்றிற்று. சுவரில் பெண்டுலம் இல்லாத பெரிய கடிகாரம். நீள விநாடி முள் துள்ளித் துள்ளிப் போகிறது. நாங்கள் யாருமே அன்று வரையிலும் தலைமையாசிரியரின் அறையைப் பார்த்ததில்லை. இன்னும் சில விநாடிகளில் அந்த அறையின் தரையில் எங்கள் பாதங்கள் பதிந்து முன்னேறும் என்பதையும் அங்கு கையைக் கட்டியபடி நாங்கள் நின்று கொண்டிருக்கும் போது முழு அறையும் எங்கள் கண்களில் வழியும் என்பதையும் நினைத்தபோது பீறிட்ட உணர்ச்சியை எங்களால் கட்டுப்படுத்திக் கொள்ள முடியவில்லை.

சரியாக மூன்று மணிக்கு ‘ஏகாம்பரம்! ஏகாம்பரம்!’ என்ற குரல் கேட்டது.

“சார்! சார்!” என்று சொல்லிக்கொண்டே சார், தட்டியின் இடைவெளியில் உடம்பை நுழைக்கத் தொடங்கினார். சட்டென்று பின் திரும்பி “யாரும் ஒரு வார்த்தை பேசப்படாது” என்றார்.

தலைமையாசிரியர் சொன்னார்: “ஏகாம்பரம்! இந்த வருஷம் சில்வர் கப்பை நாம தட்டி எடுத்துடணும். என்ன செய்வீளோ, ஏது செய்வீளோ எனக்குத் தெரியாது. செலவப் பத்தித் துளி விசாரம் வேண்டாம். உங்க பின்னால நான் நிக்கறேன்; நின்னுண்டே இருக்கேன்” என்றார்.

“சார்! போட்டோவும் சர்ட்டிபிகேட்டும் கொண்டு வந்திருக்கேன்” என்றார் சார்.

“எனக்கு ஒண்ணும் பாக்க வேண்டாம். ஃபுட்பால்னு சொன்னா ஏகாம்பர நாடார். ஏகாம்பர நாடார்னு சொன்னா ஃபுட்பால். இது திருவிதாங்கூர் முழுக்கத் தெரியும்” என்றார்... எங்களைப் பார்த்து, “சார் சொல்றதெக் கேட்டு ஒழுங்கா வெளயாடலைன்னா காலை ஒடிச்சுடுவேன்” என்றார்.

“வெளயாட்டுல ரொம்ப ஆசையுள்ள பையன்ங்க!” என்றார் சார் எங்களைப் பார்த்து. அதன்பின் தலைமையாசிரியரைப் பார்த்து, “ஒரு விண்ணப்பம் சார்!” என்றார்.

“என்ன?” என்று கேட்டார் தலைமையாசிரியர்.

“ஒரு நல்ல நா பார்த்துச் சொன்னீங்கன்னா அன்னைக்கே கோச்சிங்கை ஆரம்பிச்சிருவேன்.”

“நல்ல நாளாவது, கெட்ட நாளாவது? இன்னிக்கே, இந்த நிமிஷமே கோச்சிங்கை ஆரம்பிக்கிறேள். கடைசி வகுப்பு என்னடா?” எங்களைப் பார்த்தார் தலைமையாசிரியர்.

“சரித்திரம்.’

“யாரு? சர்வோத்தம ராவ் தானே?”

“ஆமா.”

“அவனைப் பாத்து நான் சொல்லிக்கறேன். ஓடுங்கோ மைதானத்துக்கு. இந்த வருஷம் மட்டும் விளையாட்டுல தோத்துட்டு வந்தேள்னா ஒரு கழுதையைக்கூட பரீட்சையில் ஒக்கார விடமாட்டேன்” என்றார்.

ஏகாம்பர சார் வராண்டா வழியாக நிதானமாக நடந்து சென்றார். நாங்களும் பின்னால் சென்றோம். பெரிய படிக்கட்டுகளில் இறங்கி ஏணிப்படியின் அடியில் இருந்த குட்டி அறை முன்னால் வந்து நின்றார். பூட்டை இழுத்துப் பார்த்தார். இரண்டு எட்டுப் பின்னால் சென்று ஓடிவந்து வலது காலால் கதவை எட்டி மிதித்தார். பூட்டுத் தெறித்தது. “பந்தெயெல்லாம் அள்ளி வெளில போடுங்கடேய்!” என்றார். ஒவ்வொன்றாக வெளியே எடுத்துப் போட்டோம். சிறிதும் பெரிதுமாகப் பதினேழு பந்துகள் இருந்தன.

என் வீட்டிலிருந்து பள்ளிக்கு வரும் வழியில்தான் நாடார் சார் வீடு இருந்தது. இம்மானுவேல் சாந்தான்செட்டிவிளையிலிருந்து காலையில் சூரியோதயத்திற்கு முன்னால் எங்கள் வீட்டுக்கு முன் வந்து வாயில் விரலைக் கொடுத்து ஒரு விசில் அடிப்பான். காத்துக் கொண்டிருக்கும் நான் பாய்ந்து வெளியே குதிப்பேன். சார் அரை காக்கி நிஜாரும் வெள்ளைப் பனியனும் அணிந்து அவர் வீட்டு வாசலில் நின்று கொண்டிருப்பார். தொலைவில் எங்களைப் பார்த்த துமே படியிறங்கி நிதானமாக ஓடத் தொடங்குவார். உடற்பயிற்சி ஓட்டம். அவர் கற்றுத் தந்த விதமாகத்தான் நாங்கள் ஓடுகிறோமா

என்பதை அறிய அடிக்கடி பின்னால் திரும்பிப் பார்ப்பார். 'தலையைத் தூக்கி' என்று கத்துவார். பள்ளி மைதானத்துக்குப் போய்ச் சேரும்போது ஏழெட்டு சைக்கிள்கள் வேப்பமரத்தடிகளில் நின்றுகொண்டிருக்கும். இருபது பையன்களுக்குக் குறையாமல் வந்திருப்பார்கள். சாரும் கூடவே விளையாடுவார். சிலசமயம் நாங்கள் விளையாடுவது அவருக்கு முழுமையாகத் தெரிய கோவில் போய் நின்று கொள்வார்.

விளையாட ஆரம்பித்ததிலிருந்து கடைசி நிமிஷம் வரை எங்களுடைய ஒவ்வொரு அசைவும் எப்படித்தான் அவருடைய மூளையில் பதியுமோ அந்த ஆண்டவனுக்குத்தான் வெளிச்சம். விளையாட்டு முடிந்ததும் ஒரு மைதானத்திலிருந்து மற்றொரு மைதானத்துக்கு இறங்கும் பெரிய படிக்கட்டுகளில் வரிசையாக உட்கார்ந்துகொள்வோம். பந்தை மாறி மாறி இரு கைகளுக்கும் நகர்த்தியபடியே படிக்கட்டின் முன்னால் நின்று அரை மணி நேரம் பேசுவார் சார். சுய ஞாபகமே இருக்காது. நாங்கள் ஒவ்வொருவரும் விளையாடும்போதும் என்ன என்ன தவறுகள் செய்தோம் என்பதையும் அவற்றைச் சரி செய்து கொள்வது எப்படி என்பதைப் பற்றியும் சொல்வார். ஒரு வசை, ஒரு திட்டு இருக்காது.

'வெளயாடுது கால்க மட்டுமில்லேடேய்! ஒடம்பு முழுக்க வெளயாடுது. கண் வெளயாடுது. மூளெ வெளயாடுது. காது வெளயாடுது. இன்னொன்ணு. வாற இருப்பதெ முன்னால காணணும். நொடியில வியூகம் வகுக்கணும் மனசு. நாம சொல்லுத கேக்கக் காத்துக்கிட்டு இருக்குடேய் பந்து. காட்டாத ஒரு பலம் கையிருப்பிலே இருந்துகிட்டே இருக்கணும். எதிரியை இவ்வளவுதான்னு அளக்க விட்டிரப்படாது.'

குண்டு குண்டாகச் சொற்கள் வந்து கொண்டே இருக்கும். கிறிஸ்துமஸிலிருந்து பொங்கல் விடுமுறை வரையிலும் ஒரு நாள் தவறாமல் விளையாடினோம். காலையிலும் மாலையிலும். இதற்கு மேல் வாரத்தில் மூன்று நாட்கள் உடற்பயிற்சி. ஓட்டப் பயிற்சி. எங்களாலேயே எங்களுடைய விளையாட்டை நம்ப முடியவில்லை. உடலுக்கும் எங்களுக்குமான இணக்கமும், எங்களுக்கும் பந்துக்குமான இணக்கமும் வெகு இங்கிதமாகக் கூடிக்கொண்டிருந்தது. பந்து மாதிரி ஓர் அனுசரணை உள்ள பொருளைக் கடவுள் படைத்ததேயில்லை என்று சார் சொல்வது எவ்வளவு உண்மை. நாங்கள் ரொம்பவும் தாண்டிச் சென்றுவிட்டோம்

என்று நினைக்கும்போதெல்லாம் சார் சொன்னார்: ‘இப்பதான்டேய் மொதப் படியிலே காலை வச்சிருக்கோம். நினைப்பு வந்துரப்படாது. இன்னும் கடக்க ஒருபாடு தூரம் இருக்குடேய். விளையாடும்போது எங்களுக்குள் உருவான மனமொழி வெட்ட வெளியில் நாள்தோறும் கனம் பெற்று வந்தது. எதிரே வருபவனிடம் மோதி பந்தை எடுத்து பக்கத்தில் தட்டினால் அந்த இடத்தில் பந்தை அணைக்க நாங்கள் விரும்பும் கால்கள் கட்டாயம் இருக்கும். அங்கிருந்து அந்தப் பந்து நேராக கோலைப் பார்த்துப் பறக்கும். அங்கு எங்கள் தலைகளில் ஒன்று அதை முட்டி கோலுக்குள் கணக்காகத் தள்ளும்.

ஒருநாள் சேஷன் சாரிடம் சொன்னான்: “சார், வெளயாட்டுங்கறது வெளயாட்டில்லை சார்! அது வேறென்னமோ ஒண்ணா இருக்கு.” அவனுக்கு அதற்கு மேல் சொல்ல வரவில்லை.

சார் சொன்னார்: “வெளயாட்டுங்குது ஒரு தங்கச்சுரங்கம்டேய்! பாளம் பாளமாக வெட்டி எடுத்துக்கிட்டே இருக்கலாம்.”

அவர் அப்படிச் சொன்னது எங்கள் மனதிலும் இருந்ததைக் கண்டு சொன்னது போல் இருந்தது.

மாலைப் பயிற்சியைப் பார்க்க சக ஆசிரியர்களை சார் ஒவ்வொரு நாளும் அழைப்பார். ஆசிரியர்களுக்கு ஏற்பட்ட வியப்புக்கு அளவே யில்லை. எல்லோரும் எங்களை உற்சாகப்படுத்தினார்கள். ‘ஈர்க்குச்சி களையெல்லாம் ராமபாணங்களாக மாத்திட்டேளே ஏகாம்பரம்! செப்பிடுவித்தையான்னா இருக்கு’ என்று சமஸ்கிருத முன்ஷி சாரைப் புகழ்ந்தார்.

பள்ளிக்கு அது இருபத்து ஐந்தாவது வருடம் என்பதால் வெள்ளி விழா கொண்டாடுவதற்கான ஏற்பாடுகளைச் செய்து கொண்டிருந்தார் தலைமையாசிரியர். ராணியை எப்படியும் வரவழைத்துவிட வேண்டும் என்பது அவருடைய திட்டம். அதற்கான முயற்சிகளை ரகசியமாகச் செய்து கொண்டிருந்தார். ராணி கையிலிருந்தே கோப்பையை வாங்கிவிடவேண்டும். அதைவிடப் பெருமை தரும் விஷயம் வேறு என்ன இருக்க முடியும்?

போட்டி நாள் அன்று பிற்பகல் ஒரு காலி வகுப்புக்கு வரச்சொல்லி எங்களிடம் பேசினார் சார். இன்னும் சிறிது நேரத்தில் சாமி வந்து தீ மிதிக்கத் தொடங்கிவிடுவோம் என்று எல்லோருக்குமே தோன்றத் தொடங்கியிருந்தது. எங்களுக்கு ஊக்கம் அளித்துப் பேசிக்கொண்டே

வந்தார்: “இன்னைக்கி கண்டிப்பா ஜெயிக்கப் போறேங்கடேய்! எள்ளுப்போல சந்தேகம் இல்லே எனக்கு” என்றார். “திரும்பவும் சொல்லுதேன். மன தைரியம்தான் முக்கியம்டேய்! அசரவே அசரப்படாது. வெளயாட்டுத் தொடங்கி அஞ்சு நிமிஷத்துக்குள்ளே ஒரு கோலைத் தட்டிப்போடணும். உசிரு போனாலும் சரி அதை அடைக்கவிடப்படாது” என்றார்.

மைதானத்தில் இறங்கும்போது எங்களுக்கு உடல் பற்றிப் பிரக்ஞை இருக்கவில்லை. காற்றில் மிதப்பதுபோல் இருந்தது. கிளர்ச்சியூட்டும் மின்சாரம் உள்ளங்காலில் இருந்து உச்சந்தலை வரை வியாபிப்பது போலிருந்தது. தோற்றால் உயிர் பிரியட்டும் என்று மனம் புலம்பிக் கொண்டே இருந்தது.

போட்டி ஆரம்பித்து மூன்று நிமிஷங்களுக்குள் முதல் கோல் கொடுத்தோம். அந்தச் சூழலே - மரங்கள், கட்டிடங்கள், ஆட்கள், ஆகாயம் எல்லாம் - எகிறிக் குதிப்பது போல் இருந்தது. நாற்காலியில் உட்கார்ந்து கொண்டிருந்த ஃபாதர் ஆங்கிலத்தில் ஏதோ கத்தியபடி மைதானத்தைச் சுற்றி ஓடினார். பெரிய விஷயம் நடந்த மாதிரியே எங்களுக்குத் தோன்றவில்லை. எதிராளிகள் அறுந்து தொங்கும் சிலந்தி வலைபோல் எங்கள் கால்களுக்குத் தெரிந்தார்கள். உடனடியாக ஒரு கோலைத் தந்து தீர்க்க ஆவேசம் கொண்டு ஆடினார்கள். பந்தை எங்கள் பகுதிக்கே கொண்டு வர முடியவில்லை அவர்களால், அவர்களுடைய ஆவேசத்திற்குள்ளேயே ஆட்டம் கண்டுவிட்ட நிலையை எங்களால் உணர முடிந்தது. எங்கள் மனங்கள் எஃகு குண்டுகள்போல் இருப்பதையும் அந்த குண்டுகளிலிருந்து வெளிவரும் ஆவியைத் தாங்க முடியாமல் எதிராளிகள் வாடுவதையும் எங்களால் நன்றாக உணர முடிந்தது. பந்தை எடுக்க அவர்கள் உடலோடு உரசிய போதெல்லாம் அந்த உடல்களிலிருந்து பலவீனத்தின் செய்திகள்தான் எங்கள் உடல்களுக்குள் ஊடுருவின.

இடைவேளையின்போது சாரால் பேசவே முடியவில்லை. அவர் கண்கள் நிறைந்திருந்தன. தட்டுத்தடுமாறி “அளகாட்டு ஆடினீங்கடேய்” என்றார். “கூட ஒண்ணு கொடுத்துரணும். வசக்கேடா ஒண்ணு வாங்கிட்டாலும் நெளிச்சிக்கிட்டு போக விட்டிடப்படாது” என்றார். “இன்னொண்ணு கொடுக்கலாம்னு நிச்சயமா நம்பிக்கை இருக்கு சார்” என்றான் இம்மானுவேல்.

சார் எங்கள் முகங்களையெல்லாம் பார்த்தார். எங்கள் கண்களிலிருந்த நம்பிக்கையின் ஒளி அவரைத் தாக்குவது போல் தோன்றிற்று. இடைவேளை முடிந்து போட்டி தொடங்கி ஐந்தாவது நிமிஷத்தில் மீண்டும் ஒரு கோல் கொடுத்தோம்.

கூட்டம் பயங்கரமாக ஆர்ப்பரித்தது. எங்கள் ஆசிரியர்கள் தங்கள் கௌரவங்களை மறந்து துள்ளிக்கொண்டிருந்தார்கள். சின்னக் குழந்தைகள் மாதிரி நாற்காலிகள் மேல் ஏறி நின்று கத்தத் தொடங்கி விட்டார்கள். தலைமையாசிரியர் இரண்டு கைகளையும் தூக்கி வீசிக்கொண்டிருந்தார். போட்டி முடிந்ததும் தலைமையாசிரியரும் ஆசிரியர்களும் மைதானத்துக்குள் ஓடி வந்தார்கள். கூச்சமில்லாமல் எங்களை மாறி மாறித் தழுவிக் கொண்டார்கள்.

“ஏகாம்பரம்! முழு கௌரவமும் உங்களைச் சார்ந்தது” என்று தலைமையாசிரியர் ஆங்கிலத்தில் கத்தினார்.

“பையன்ங்க நல்ல வெளயாடினாங்க” என்றார் சார்.

எங்கள் பள்ளி மாணவர்கள் நின்றுகொண்டிருந்த மூலையிலிருந்து “ஏகாம்பர சாருக்கு ஜே” என்று சத்தம் கேட்டது. அப்படிக் கத்திய பகுதியில் மாணவர்கள் மேலும் திரண்டு அந்தக் கூட்டம் ஒரு ஊர்வலமாக மாறி மைதானத்தைப் பார்க்க வந்துகொண்டிந்தது. ஏகாம்பர சார் தலைமையாசிரியரின் முகத்தைப் பார்த்தார். ஆசிரியர் களின் முகங்களையும் பார்த்தார். அவர் உரத்த குரலில் “சேது பார்வதி பாய் ஸ்கூலுக்கு ஜே” என்று கத்தினார். ஆனால் அவருடைய கத்தல், பையன்களுடைய காதில் விழவில்லை. அவர்கள் தங்கள் கோஷத்தை மாற்றவுமில்லை.

அந்த வாரம் திருவனந்தபுரத்திலிருந்து பள்ளி இன்ஸ்பெக்டர்கள் வந்தார்கள். அவர்களுடைய வருகையை எதிர்கொள்ள எங்களை இரண்டு மூன்று நாட்கள் தயார்படுத்தினார்கள் ஆசிரியர்கள். சுத்தமாகத்தான் இருந்தது பள்ளி. அதை மேலும் எப்படி சுத்தப்படுத்த முடியும்? ஜன்னல் ஓரங்களிலும் அறைகளின் மூலைகளிலும் இருந்த சிறு சிறு அழுக்குகளை ஆசிரியர்கள் கண்டுபிடித்து எங்களை சுத்தம் செய்யச் சொன்னார்கள். மாலை நேரங்களில் நாங்கள் தோட்டங்களில் பாத்தி பிடித்து விட்டோம். ஒரு களை இல்லாமல் பிடுங்கினோம். தோட்டத்து மர வேலியில் கறுப்புச் சாயம் புதுசாகத்தான் இருந்தது. அமங்கல நிறம் என்று சொல்லிப் பச்சை வர்ணம் பூசச் சொன்னார் தலைமையாசிரியர்.

எங்கள் வகுப்பாசிரியர் இ.ஆர்.எஸ்., அன்று பதற்றமாக இருந்தார். முதல் வகுப்பில் ஆங்கிலம் எடுத்துக் கொண்டிருந்தபோது எங்கள் அறைக்கு இன்ஸ்பெக்டர்கள் வரவிருக்கிறார்கள் என்று அவர் சொன்னார். ஆனால் அவர்கள் வருவதற்குமுன் முதல் மணி அடித்துவிட்டது. பன்னிருகைப் பெருமாளின் தமிழ் வகுப்பின்போது இன்ஸ்பெக்டர்கள் வந்தார்கள். அவர்கள் மூவருக்குமே தமிழ் தெரியாது. அவர்களில் ஒருவர் "திருவள்ளுவர் எழுதியுள்ள திருக்குறளை நன்றாகப் படிக்கிறீர்களா?" என்று ஆங்கிலத்தில் கேட்டார். நாங்கள் "ஆமாம்" என்று சொன்னோம். எங்களுக்குப் பாடத்தில் மூன்று குறள்கள் இருந்தன. "சரி" என்று சொல்லிவிட்டு மூன்று இன்ஸ்பெக்டர்களும் போய்விட்டார்கள்.

பிற்பகல் ஏகாம்பர சார் கணக்கு எடுத்துக்கொண்டிருக்கும்போது மூன்று இன்ஸ்பெக்டர்களும் மீண்டும் வந்தார்கள். இதை சாரோ, நாங்களோ எதிர்பார்க்கவே இல்லை. இன்ஸ்பெக்டர்களுடன் தலைமையாசிரியரும் வந்தார்.

"உங்களிடம் சில விஷயங்களைச் சொல்வதற்காக வந்தோம்' என்றார் ஒரு இன்ஸ்பெக்டர், சாரைப் பார்த்து. அவர் அதைச் சொன்ன முறையில் கண்டிப்புத் தொனித்தது.

"ஏன் கணக்கில் எல்லாப் பிள்ளைகளும் குறைவான மார்க் வாங்குகிறார்கள்?" என்று இன்ஸ்பெக்டர் கேட்டார்.

"அப்படியில்லையே சார்" என்றார் ஏகாம்பர சார்.

மூன்றாவது இன்ஸ்பெக்டர் கையில் ஒரு பெரிய வெள்ளைத் தாளை வைத்துக் கொண்டிருந்தார். அவர் அதை மேஜைமீது விரித்தார். அதைப் பார்த்தபடியே அவர் சொல்லிக்கொண்டே போனார்: "இதற்குமுன் இந்த வகுப்பில் நூற்றுக்கு நூறு வாங்குபவர்கள் ஏழு. இப்போது ஆறு."

மூன்று இன்ஸ்பெக்டர்களும் சாரின் முகத்தைப் பார்த்தார்கள். மிகுந்த ஆச்சரியத்துடன் தலைமையாசிரியரும் சாரின் முகத்தைப் பார்த்தார்.

"இதற்குமுன் சராசரி மார்க் 54. இப்போது 51."

சார், தலைமையாசிரியர் முகத்தைப் பார்த்தார்.

"எப்போதும் 90க்கு மேலே வாங்கக்கூடிய பல பிள்ளைகள் இப்போது 85க்கு மேல் தாண்டவே இல்லை."

சார் தலையைக் கவிழ்த்தபடி நின்றார்.

முதல் இன்ஸ்பெக்டர் சாரைப் பார்த்து "இன்னும் நீங்கள் பொறுப்புடன் சொல்லிக் கொடுக்க வேண்டும்" என்றார்.

சார் மிகுந்த அவமானத்துடன் தலையைத் தூக்கிப் பார்த்தார். ஏன் தலைமையாசிரியர் ஒன்றுமே சொல்லவில்லை? அவருக்குச் சொல்ல ஒன்றுமே இல்லையா?

"இன்னும் இரண்டு மாதம் அவகாசம் தருகிறோம். பழைய இடத்துக்கு மாணவர்களைக் கொண்டு வந்துவிட வேண்டும்" என்று முதல் இன்ஸ்பெக்டர் எச்சரிக்கை செய்தார்.

சார் தலையை அசைத்தார்.

இன்ஸ்பெக்டர்கள் போனபின்பு சாரால் அன்று சரியாகப் பாடம் எடுக்கவே முடியவில்லை.

"நான் நல்லா பாடம் எடுக்காதது போல உங்களுக்குத் தோணுதா டேய்?" என்று எங்களைப் பார்த்துக் கேட்டார் அவர். குரல் பரிதாபமாக இருந்தது.

"இல்லே சார். நல்லாதானே எடுக்குறீங்க' என்றோம்.

நாங்கள் ஆமோதித்தபோது சாருக்கு மேலும் வருத்தம் வந்தது. அவர் ஜன்னல் வழியாக வெட்ட வெளியை வெறித்துப் பார்த்தார்.

அன்று பள்ளி முழுக்க ஏகாம்பர சாரைப் பற்றித்தான் எல்லா ஆசிரியர்களும் பேசிக் கொண்டிருந்தார்கள்.

அன்று மாலை சாரைத் தலைமையாசிரியர் கூப்பிட்டு விட்டாராம்.

"எல்லாரைப் பற்றியும் நல்ல குறிப்பு எழுதியிருக்கிற இன்ஸ்பெக்டர்கள் உங்களைப் பற்றி மட்டும் சரியா குறிப்பு எழுதலை" என்றிருக்கிறார் தலைமையாசிரியர்.

"நீங்க என்னைப் பற்றி என்ன நினைக்கிறீங்க சார்?" என்று கேட்டாராம் ஏகாம்பர சார்.

'அவர்கள் புள்ளிவிபரம் தரும்போது நாம் அதை ஏற்றுக் கொள்ளத்தானே வேண்டியிருக்கிறது, ஏகாம்பரம்!' என்றாராம் தலைமையாசிரியர்.

பள்ளிக்கூடமே பார்ப்பதற்கு ஜெகஜ்ஜோதியாக இருந்தது. மாலை மாலையாகத் தொங்கும் வண்ண விளக்குகள். எங்கு பார்த்தாலும் தோரணங்கள். இருபுறமும் வாழைக்குலைகள் கட்டிய

பல வளைவுகள். ஒரு தூசி, துரும்பு பார்க்கக் கிடைக்கவில்லை. கால்பந்தாட்ட மைதானத்தில் மிகப் பெரிய பந்தல். மிகப் பெரிய மேடை. ராணி மேடையில் உட்கார்ந்துகொண்டிருக்கிறார் சிரித்தபடி. தலைமையாசிரியர் அவருடைய நாற்காலியை ஒட்டி நின்று கொண்டிருக்கிறார். ஒன்றுக்கு இரண்டு தடவை தலைமையாசிரியரை உட்காரச் சொல்லியாயிற்று அவர். சொன்னது தன் காதில் விழாததுபோல் பாவித்தபடி நின்று கொண்டிருக்கிறார் அவர்.

நிகழ்ச்சி நிரல்படி காரியங்கள் வரிசையாக நடந்து கொண்டிருக்கின்றன. இசைப் போட்டிகள். நடனங்கள். மாறுவேடப் போட்டிகள். பேச்சுப் போட்டிகள். குழந்தைகளுக்குப் பரிசுகள்.

ராணி திடீரென்று தலைமையாசிரியரைப் பார்த்து "ஸ்ரீமான் ஏகாம்பர நாடார் எங்கே?" என்று மலையாளத்தில் கேட்டார்.

தலைமையாசிரியர் சுற்றும் முற்றும் பார்த்தார். "மிஸ்டர் ஏகாம் பரம்! மிஸ்டர் ஏகாம்பரம்!" என்று கத்தினார் அவர். முன் வரிசையில் உட்கார்ந்திருந்த ஆசிரியர்களைப் பார்த்து "ஏகாம்பரம் எங்கே?" என்று அதட்டினார். ஆசிரியர்கள் சுற்றும் முற்றும் பார்த்தார்கள். ஏகாம்பர சாரைக் காணவில்லை. தலைமையாசிரியர் இ.ஆர்.எஸ். ஐ பார்த்து "இன்னும் ஒரு நிமிஷத்துல அவர் இங்கே வரணும்" என்றார். இ.ஆர்.எஸ்., நாங்கள் இருக்கும் பக்கம் ஓடி வந்து இம்மானுவேலிடம், "நீ சைக்கிளில் போய் சாரைக் கூட்டிண்டு வா' என்றார். இம்மானு வேல் சைக்கிளில் ஏறியபோது நானும் பின்னால் ஏறிக்கொண்டேன். 'சைக்கிளை சாருட்டக் கொடுத்து அவரை வரச்சொல்லு முதல்ல' என்று கத்தினார் இ.ஆர்.எஸ்.

சாரின் வீட்டுக்குள் நுழைந்தோம். நார்க்கட்டிலில் சட்டையணி யாமல் படுத்துக்கொண்டிருந்தார் சார்.

"என்ன சார் இது?" என்றான் இம்மானுவேல்.

"தலை நோவு. அதான் வரலே" என்றார் சார்.

"கோப்பையை யார் சார் வாங்குது?" என்றான் இம்மானுவேல்.

"ஹெச்.எம். வாங்கலாம். தப்பில்லே" என்றார் சார்.

"சார்! ராணி உங்களைக் கேட்டாங்க சார்" என்றேன் நான்.

"ஞாபகம் வச்சிக்கிட்டிருக்காங்க போல" என்றார் சார்.

“நீங்க வராம எப்படி சார்?” என்றான் இம்மானுவேல். அவனுக்குத் தொண்டை அடைத்தது.

“நல்லா படிங்கடேய்! அதான் முக்கியம்” என்றார் சார்.

நாங்கள் இருவரும் சாரின் முகத்தைப் பார்த்தோம். அது அவருடைய முகமாகவே இருக்கவில்லை. இருள் அப்பிக் கிடந்தது. “சார்! வேறு யாருக்காக இல்லையின்னாலும் எங்களுக்காக வாங்க சார்” என்றான் இம்மானுவேல்.

படிக்கட்டில் நிழல்கள் ஆடின. திரும்பிப் பார்த்தோம்.

சேஷன், வள்ளிநாயகம், கோவிந்தன்குட்டி, மணிகண்டன் எல்லோருடைய முகங்களும் தெரிந்தன. ஜன்னல் வழியாக இன்னும் சில முகங்கள் தெரிந்தன. ஒவ்வொரு முகத்திலும் ஏமாற்றம் வழிந்தது.

சாரின் மனைவி அடுக்களை நிலைப்படியில் சாய்ந்தபடி நின்று கொண்டிருந்தார்.

“இந்தப் பிள்ளைங்களுக்காகத்தானே ராப்பகல் உசிரே விட்டீங்க. கூப்பிடறாங்க இல்லே” என்றாள்.

சார் அமைதியாகப் படுத்தபடி இருந்தார்.

“அப்டீனு சொன்னா நாங்களும் போகல சார்” என்றான் இம்மானுவேல்.

சார் எங்கள் முகங்களை ஒவ்வொன்றாகப் பார்த்தார்.

சாரின் மனைவி சுவரில் ஆணியில் தொங்கிக்கொண்டிருந்த ஜிப்பாவை எடுத்து சார் கையில் தந்தாள்.

சார் எழுந்திருந்தார்.

பிரபஞ்சன்

புதுச்சேரியைப் பிறப்பிடமாகக் கொண்ட பிரபஞ்சன் பிறந்தது 1946இல். 2018இல் காலமான அவரது உடல் முழு அரசு மரியாதையுடன் நல்லடக்கம் செய்யப்பட்டது. புதுச்சேரியின் வரலாற்றை அடித்தளமாகக் கொண்டு பல நாவல்களையும் சிறுகதைகளையும் எழுதியிருக்கிறார். அவரது 'வானம் வசப்படும்' நாவலுக்காக 1995இல் சாகித்ய அகாதெமி விருது வழங்கப்பட்டது. எஸ்.ஆர்.வி. பள்ளியுடன் நெருக்கமான உறவு கொண்டிருந்தவர். சென்னையிலும் புதுச்சேரியிலும் வசித்து வந்தவர். இளம் எழுத்தாளர்களை வரவேற்று உற்சாகப்படுத்துவதில் அவருக்கு நிகர் அவரே.

8

மரி என்ற ஆட்டுக்குட்டி

- பிரபஞ்சன்

“தமிழ் சார்... அந்த அற்புத மரிக்கு டி.சி கொடுத்து அனுப்பிடலாம்னு யோசிக்கறேன்.” என்றார் எச்.எம்.

“எந்த அற்புத மரி?” என்றேன் நான்.

“இந்த ஸ்கூல்ல தொள்ளாயிரத்துத் தொண்ணூற்றெட்டு அற்புத மரி இருக்காளா ஓய்? எந்த அற்புத மரிங்கறீர்? அதான் அந்த பத்தாம் வகுப்பு அற்புத மரிங்காணும்.”

தினத்தாளை மடித்து வைத்து விட்டு, அந்த அற்புத மரியின் முகத்தை மனசுக்கு கொண்டுவர முயற்சித்தேன். வந்துவிட்டாள். எப்போதும் சுயிங்கம் மெல்லுகிற, அப்படி மெல்லுவதன் மூலமாக இந்தப் பள்ளிக்கூடம், அதன் ஆசிரியர்கள், மாணவர்கள், மாணவிகள், சட்டதிட்டங்கள், ஒழுங்கு விதிகள் எல்லாவற்றையும் அலட்சியப்படுத்துகிற, ‘நான் உங்களையெல்லாம் ஒரு பொருட்டாகவே நினைக்கிறதில்லை. நீங்களெல்லாம் எனக்கு ப்பூ...’ என்கிற முகபாவமும் திமிர்த்தனமும் கொண்ட ஒரு சண்டைக்கார மாணவி என் நினைவுக்கு வந்தாள். எனக்கும் அவள் மாணவி தான்.

“என்னத்துக்கு சார் டி.சி?”

“என்னத்துக்கா? நீர் இந்த உலகத்தில்தான் இருக்கிறீரா? அவள் உம்ம ஸ்டூடண்ட்தானெங்காணும்?”

“ஆமாம். அப்பப்போ இஷ்டப்பட்டால், ஏதோ எனக்கு தயவு பண்ணுகிற மாதிரி கிளாஸுக்கு வரும். போகும்.”

“உம். நீரே சொல்கிறீர் பாரும்!” என்று சொல்லிவிட்டு இரண்டாள் சேர்ந்து தூக்க வேண்டிய வருகைப் பதிவு ரிஜிஸ்டரையும், இன்னும் இரண்டு மூன்று ஃபைல்களையும் தூக்கி என் முன் போட்டார்.

“பாரும். நீரே பாரும். போன ஆறு மாச காலத்திலே எண்ணிப் பன்னிரண்டே நாள் தான் ஸ்கூலுக்கு வந்திருக்கிறாள். வீட்டுக்கும் மாசம் ஒரு கடிதம் எழுதிப் போட்டுக் கொண்டுதான் இருக்கேன். ஒரு பூச்சி, புழு இப்படி எட்டிப் பார்த்து, அந்த கடுதாசி போட்ட கம்மனாட்டி யாருன்னு கேட்டுச்சா? ஊகூம். சர்தான் போடா நீயுமாச்சு உன் கடுதாசியுமாச்சுன்னு இருக்கா அவள். சரி ஏதாச்சும் மெடிக்கல் சர்டிபிகேட் கேட்டு வாங்கிச்சேர்த்துக்கலாம்னா, வந்தால்ல

தேவலாம். நம்ம டி.இ.ஓ மாதிரியில்ல ஸ்கூலுக்கு இஷ்டப்பட்டால் வருகிறாள். வந்தாலும் ஸ்டூடண்ட் மாதிரியா வர்றாள்? சே... சே...சே... என் வாயாலே அத எப்படிச் சொல்றது? ஒரு பிரஞ்சு சைக்கிள்ளே, கன்னுக்குட்டி மேலே உட்கார்ந்து வர்ற மாதிரி பாண்ட் போட்டுக் கொண்டு வர்றாள். பாண்டுங்காணும்... பாண்ட்! என்ன மாதிரி பாண்ட்டுங்கறீர்? அப்படியே 'சிக்'குன்னு பிடிச்சிக்கிட்டு, போட்டோவுக்கு சட்டம் போட்ட மாதிரி, அதது பட்பட்டுன்னு தெறிச்சுடுமோன்னு நமக்கெல்லாம் பீதியை ஏற்படுத்தற மாதிரி டிரஸ் பண்ணிட்டு வர்றாள். சட்டை போடறாளே, மேலே என்னத்துகுங்காணும் இரண்டு பட்டனை அவுத்துவிட்டுட்டு வர்றது? அது மேலே சீயான் பாம்பு மாதிரி ஒரு செயின். காத்தாடி வால் மாதிரி அது அங்கிட்டும் இங்கிட்டும் வளைஞ்சு வளைஞ்சு ஆடறது. கூட இத்தினி பசங்க படிக்கறாங்களேன்னு கொஞ்சமாச்சும் உடம்பிலே வெக்கம் வேணாம்? இந்த இழவெடுத்த ஸ்கூல்லே ஒரு யூனிபார்ம், ஒரு ஒழுங்கு, ஒரு மண்ணாங்கட்டி, ஒரு தெருப்புழுதி ஒன்றும் கிடையாது. எனக்கு தெரியுங்காணும்... நீர் அதையெல்லாம் ரசிச்சிருப்பீர்!"

"சார்..."

"ஓய்! சும்மா இருங்காணும். நாப்பது வருஷம் இதுல குப்பை கொட்டியாச்சு. ஐ நோ ஹ்யூமன் சைக்காலஜி மிஸ்டல் டமிள்! தமிழ் சார், எனக்கு மனத்தத்துவம் தெரியும்பா! உமக்கு என்ன வயசு?"

"இருபத்தொன்பது சார்!"

"என் சர்வீஸே நாற்பது வருஷம்."

"பேண்ட், சண்டை போடக்கூடாதுன்னு விதி ஒன்னும் நம்ம ஸ்கூல்ல இல்லையே சார்!"

"அதுக்காக, அவுத்துப் போட்டுட்டும் போகலாம்னு விதி இருக்கா என்ன? வயசு பதினெட்டு ஆகுதுங்காணும் அவளிக்கு! கோட்டடிச்சு கோட்டடிச்சு இப்பத்தான் டெந்த்துக்கு வந்திருக்கிறாள். எங்க காலத்துல பதினெட்டு வயசுல இடுப்பிலே ஒண்ணு, தோள்லே ஒண்ணு இருக்கும். போதாக்குறைக்கு மாங்காயைக் கடிச்சிட்டு இருப்பாளுக. போனவாட்டி, அதான் போன மாசத்திலே ஒரு நாள் போனாப் போவுதுன்னு நம்ம மேலே இரக்கப்பட்டு ஸ்கூலுக்கு வந்தாளே அப்போ, அவள் ஒரு நாள்லே, ஆறு மணி நேரத்துக்குள்ளாறே-ஹார்ட்லி ஸிக்ஸ் அவர்ஸ் சார்- என்ன என்ன பண்ணி இருக்காள் தெரியுமா? யாரோ நாலு தடிக்கழுதைகளோட - நீங்கள்லாம் ரொம்ப கௌரவமா சொல்லிப்பேளே பிரண்ட்ஸ்

அப்படீன்னு - நாலு தடிக்கழுதைங்களோட ஸ்கூல் வாசல்லே சிரிச்சு பேசிட்டு இருந்திருக்காள். நம்ம ஹிஸ்டரி மகாதேவன் இருக்கே... அது ஒரு அசடு. நம்ம ஸ்கூல் வாசல்லே, நம்ம ஸ்டூடண்ட் இப்படி மிஸ்பிஹேவ் பண்ணறாளேன்னு அவ கிட்ட போய் 'இப்படி எல்லாம் பண்ணக்கூடாது அற்புத மரி 'உள்ள வா'ன்னு கூப்பிட்டு இருக்கான். அவள் என்ன சொன்னாள் தெரியுமா?"

"சொல்லுங்க சார்?"

"உங்களுக்குப் பொறாமையா இருக்கா சார்ன்னு கேட்டுட்டாள். அந்தப்பசங்க முன்னால வெச்சு மனுஷன் கண்ணாலே ஜலம் விட்டுட்டு என்கிட்டே சொல்லி அழுதார். 'இந்த ஸ்கூல் காம்பஸுக்குள்ளே நடக்கிறதுக்குதான் நீங்க பொறுப்பு. வெளியிலே நடக்கிற விவகாரத்துக்கெல்லாம் நீங்க என்னைக் கட்டுப்படுத்த முடியாது சார்!னு மூஞ்சியிலே அடிச்ச மாதிரி சொல்றாள். யாருகிட்டே? இந்த நரசிம்மன்கிட்டே."

எச்.எம்.முக்கு முகம் சிவந்து மூக்கு விடைத்தது.

"இந்த அநியாயம் இத்தோடு போகலே. சாயங்காலம், பி.டி. மாஸ்டர்கிட்டே சண்டை போட்டுக்கொண்டாள். அவன் இப்படிப் பண்ணப்படாது, இப்படி வளையணும், இந்த மாதிரி கையை வச்சுக்கணும்னு அவளைத் தொட்டுச் சொல்லிக்கொடுத்திருக்கான். தொட்டவன், எசகுபிசகா எங்கேயோ தொட்டுட்டான் போலிருக்கு. இவ என்ன கேட்டிருக்கா தெரியுமா?"

"என்னைத் தொட்டுப் பேசாதீங்கன்னு சொல்லியிருப்பாள்."

"மனுஷ ஜாதின்னா அப்படித்தானே சொல்லியிருக்கணும்? இவள் என்ன சொன்னாள் தெரியுமா?"

எச்.எம். தலையைக் கையில் தாங்கிப் பிடித்துக் கொண்டார். அவர் முகம் வேர்த்து விட்டிருந்தது.

"சார்... உங்க பொண்டாட்டியோட நீங்க படுக்கறது இல்லையா?ன்னு கேட்டுவிட்டாள். பாவம்! நம்ம பி.டி. பத்மநாபன் லீவு போட்டு விட்டுப் போய்விட்டான். முடியாதுப்பா முடியாது. நானும் நாலு பெத்தவன். இந்த ராட்சஸ ஜென்மங்களையெல்லாம் வச்சிக்கிட்டு, ரத்தக் கொதிப்பை வாங்கிக்கிட்டு அல்லாட முடியாதுப்பா அந்தக் கழுதையைத் தொலைச்சுத் தலைமுழுகிட வேண்டியதுதான்."

"இப்போ போய் டி.சி. கொடுத்துட்டால், அவள் எஸ்.எஸ். எல்.சி. எழுத முடியாமல் போயிடும் சார்! அவள் வாழ்க்கை வீணாகப் போய்விடும்."

“அந்தக் கழுதைக்கே அதைப் பத்திக் கவலை இல்லை. உமக்கெதுக்கு?”

***

நமக்கெதுக்கு என்று என்னால் இருந்து விட முடியாது. அது என் சுபாவமும் இல்லை. அத்தோடு, அந்த மரி என்ற ஆட்டுக்குட்டி, ஒரு சின்னப்பெண். அப்படி என்ன பெரும் பாவங்களைப் பண்ணிவிட்டாள்? அப்படியேதான் இருக்கட்டுமே. அதற்காக அவளைக் கல்லெறிந்து கொல்ல நான் என்ன அப்பழுக்கற்ற யோக்கியன்?

நான் சுமதியிடம் சொன்னேன். எச்.எம். மாதிரிதான் அவளும் சொன்னாள்.

“உங்களுக்கெதுக்கு இந்த வம்பெல்லாம்? நீங்க சொல்றதைப் பார்த்தால், அது ரொம்ப ராங்கி டைப் மாதிரி தெரியுது. உங்களையும் தூக்கி எறிஞ்சு ஏதாச்சும் பேசிட்டால்?” என்றாள்.

அவளை சம்மதிக்க வைத்து, அவளையும் அழைத்துக்கொண்டு மரி வீட்டுக்கு ஒரு நாள் சாயங்காலம் போனேன்.

என் வீட்டுக்கு ரொம்ப தூரத்தில் இல்லை அவள் வீடு. ரயில் நிலையத்துக்கு எதிரே இருந்த வரிசை வீடுகளில், திண்ணை வைத்த, முன்பகுதி ஓடு போட்டு, பின் பகுதி ஓட்டிய பழங்காலத்து வீடு அவளுடையது. விளக்கு வைத்த நேரம். திண்ணை புழுதி படிந்து, பெருக்கி வாரப்படாமல் கிடந்தது. உள்ளே விலை மதிப்புள்ள நாற்காலிகள், சோபாக்கள் இருந்தன. ஆனாலும் எந்த ஒழுங்கும் இன்றிக் கல்யாண வீடு மாதிரி இரைந்து கிடந்தன.

“மரி!” என்று நான் குரல் கொடுத்தேன். மூன்று முறை அழைத்தபிறகுதான், “யாரு?” என்று ஒரு குரல் உள்ளிருந்து வந்தது. கலைந்த தலையும், தூங்கி எழுந்த உடைச் சுருக்கங்களோடும், சட்டையும் கைலியுமாக வெளிப்பட்டாள் மரி.

என்னைப் பார்த்ததில் ஓர் ஆச்சரியம், வெளிப்படையாக அவள் முகத்தில் தோன்றியது. என் மனைவியைப் பார்த்ததில் அவளுக்கு இரட்டை ஆச்சரியம் இருக்க வேண்டும்.

“வாங்க சார்.. வாங்க, உட்காருங்க.” என்று எங்கள் இருவரையும் பொதுவாக வரவேற்றுவிட்டு நாற்காலிகளை ஒழுங்குபடுத்தினாள். சோபாவில் நானும் சுமதியும் அமர்ந்தோம். எதிரே இருந்த ஒரு நாற்காலியில் அவள் அமரச் சொன்னதும் அமர்ந்தாள்.

“தூக்கத்தைக் கலைச்சுட்டேனாம்மா?” என்றேன்.

“பரவாயில்லே சார்” என்று வெட்கத்தோடு தலையைக் கவிழ்த்துக் கொண்டாள். முகத்தில் விழுந்த முடியை மேலே தள்ளிவிட்டுக் கொண்டாள்.

“நீங்க எப்படி இங்கே..?”

“சும்மாதான். பீச்சுக்குப் போய்க்கிட்டு இருந்தோம். வழியிலே தானே உங்க வீடு. பார்த்து ரொம்ப நாளாச்சேன்னு நுழைஞ்சிட்டோம். அழையாத விருந்தாளி. உடம்பு சரியில்லையா?”

“தைலம் வாசனை வருதா சார் லேசாத் தலைவலி. ஏதாச்சும் சாப்பிடறீங்களா சார்?”

“எல்லாம் ஆச்சு. வீட்டிலே யாரும் இல்லையா?”

“வீடா சார் இது..? வீடுன்னா அப்பா, அம்மா இருக்கணும். அப்பா எப்பவோ போயிட்டார். போயிட்டாருன்னா செத்துப் போயிடலே. எங்களை விட்டு விட்டுப் போயிட்டார். அம்மா என்னைச் சுத்தமாக விட்டுடலை. அப்பப்போ நாங்க சந்திக்கிறோம். சமயத்திலே இரண்டு நாளுக்கு ஒரு முறை நாங்க பார்த்துக்கொண்டால் அது அதிகம். அதனால்தான் இது வீடான்னேன். எனக்கு ஏதோ லாட்ஜிலே தங்கற மாதிரி தோணுது.”

எனக்குச் சங்கடமாய் இருந்தது. இரவுகளில், நசுங்கிய அலுமினியப் பாத்திரத்தை எடுத்துக்கொண்டு பிச்சைக்கு வருகிற குழந்தையைப் பார்ப்பது போல இருந்தது.

“சாப்பாடெல்லாம் எப்படியம்மா?”

“பெரும்பாலும் பசி எடுக்கறப்போ, எங்க தோணுதோ அங்கே சாப்பிடுவேன். ஓட்டல்லேதான். அம்மா வீட்டிலே தங்கியிருந்தா ஏதாவது செய்வாங்க. அம்மா சமையலைக் காட்டிலும் ஓட்டலே தேவலை. நல்லாயிருக்காதுன்னு சொல்லலை. அம்மான்னு நினைச்சு சாப்பிட முடியலே. பொண்ணுன்னு நினைச்சு அவங்களும் பண்ணலை.”

சுமதி என்னை முந்திக்கொண்டு கேட்டாள்.

“உன் அம்மாதானே அவங்க?”

“ஆமாங்க. இப்போ வேறு ஒருத்தரோட அவங்க இருக்காங்க. அவரை எனக்குப் பிடிக்கலை. என்னையும் அவருக்குப் பிடிக்கலை. சரி, அவங்க வாழ்க்கையை அவங்க வாழறாங்க. என் வாழ்க்கையை நான் வாழ்ந்து கொண்டு தீர்க்கிறேன்.”

ஓர் இறுக்கமான மௌனம் எங்கள் மேல் கவிழ்ந்தது. நான், சாவி கொடுக்காமல் எப்போதோ நின்று போயிருந்த கடிகாரத்தைப் பார்த்துக்கொண்டிருந்தேன்.

“மரி... ஸ்கூலுக்கு வந்தால், ஒரு மாறுதலாக இருக்குமில்லே?”

“நான் யாருக்காக சார் படிக்கணும்?”

“உனக்காக!”

“ப்ச்!” என்றாள் அவள். இதற்குமேல் எதுவும் பேசக்கூடாது என்று எனக்குத் தோன்றியது.

“பீச்சுக்குப் போகலாம். வாயேன்.”

“வரட்டுமா சார்?” என்று ஆச்சரியத்துடன் கேட்டாள்.

“வா.”

“இதோ வந்துவிட்டேன் சார்!” என்று துள்ளிக் கொண்டு எழுந்தாள். உள்ளே ஓடினாள்.

நான் சுமதியைப் பார்த்தேன்.

“பாவங்க!” என்றாள் சுமதி.

“யாருதான் பாவம் இல்லே? இந்தப் பெண்ணை விட்டுவிட்டு எங்கேயோ இருக்கிற அந்த அம்மா பாவம் இல்லையா? இத்தோட அப்பா பாவம் இல்லையா. எல்லோருமே ஒருவிதத்திலே பாவம்தான்!” என்றேன் நான்.

அப்போதுதான் பூத்த ஒரு பூ மாதிரி, மழையில் நனைந்த சாலை ஓரத்து மரம் மாதிரி, ஓடைக் கூழாங்கல் மாதிரி, வெளிப்பட்டாள் மரி. பேண்ட்தான் போட்டிருந்தாள். சட்டையை டக் பண்ணியிருந்தாள். அழகாகவே இருந்தது அந்த உடை. உடம்புக்குச் சௌகரியமானதும், பொருத்தமானதும்தானே உடை.

“ஸ்மார்ட்!” என்றேன்.

“தேங்க்யூ சார்,” என்றாள், பரவசமான சிரிப்பில்.

நான் நடுவிலும், இரண்டு புறமும் இருவருமாக, நாங்கள் நடந்தே கொஞ்ச தூரத்தில் இருந்த கடற்கரையை அடைந்தோம்.

கடற்கரை சந்தோஷமாக இருந்தது. ஓடிப் பிடித்துக் கல் குதிரைகளின்மேல் உட்கார்ந்து விளையாடும் குழந்தைகள். குழந்தைகள் விளையாட்டைப் பார்த்து ரசிக்கும் பெற்றோர்கள். உலகத்துக்கு ஜீவன் சேர்க்கும் யுவர்களும் யுவதிகளும். கடலைகள், கடல் மணலில் சுகமாக வறுபட்டன.

குழந்தைகள் வாழ்வில் புதிய வர்ணங்களைச் சேர்த்துப் பலூன்கள் பறந்தன. ஸ்டூல் போட்டுப் பட்டாணி சுண்டல் விற்கும் ஐயரிடம் வாங்கிச் சாப்பிட்டோம்.

“கார வடை வாங்கிக் கொடுங்க சார்!” என்றாள் மரி, கொடுத்தேன். தின்றாள்.

“மத்தியானம் சாப்பிடல்லே சார்! சோம்பேறித்தனமாக இருந்துச்சு. தூங்கிட்டேன்.”

“ராத்திரி எங்களோடுதான் நீ சாப்பிடறே!” என்றாள் சுமதி.

“இருக்கட்டுங்கா!”

“என்ன இருக்கட்டும். நீ வர்றே.”

வரும்போது, சுமதியின் விரல்களில் தன் விரல்களைக் கோத்துக்கொண்டு, சற்றுப் பின் தங்கி மரி பேசிக் கொண்டு வந்தாள். நான் சற்று முன்நடந்தேன்.

சாம்பாரும் கத்தரிக்காய் கறியும்தான். மத்தியானம் வறுத்த நெத்திலிக் கருவாடு இருந்தது.

“தூள்க்கா... தூள்! இந்தச் சாம்பாரும் நெத்திலிக் கருவாடும் பயங்கரமான காம்பினேஷங்க்கா!” என்றாள் மரி.

***

மரி இப்போதெல்லாம் காலையும் மாலையும் தவறாமல் எங்கள் வீட்டுக்கு வந்து போய்க் கொண்டிருந்தாள். காலை இட்டிலி எங்கள் வீட்டில்தான். வருஷம் 365 நாட்களும் எங்கள் வீட்டில் இட்டிலி அல்லது தோசைதான். “ஆட்டுக்கல்லை ஒளித்து வைத்து விட்டால், சுமதிக்கு ஹார்ட் அட்டாக்கே வந்துவிடும். மரி!” என்பேன். மரி விழுந்து புரண்டு சிரிப்பாள். சாயங்காலங்களில் எங்கள் வீட்டில்தான் அவள் வாழ்க்கை கழிந்தது. பேண்ட் போட்ட அந்தப்பெண், சிரமப்பட்டுச் சம்மணம் போட்டு உட்கார்ந்து சுமதிக்கு வெங்காயம் நறுக்கித் தருவதைப் பார்க்க வேடிக்கையாக இருக்கும்.

“ஏம்மா... சைக்கிள்ளே ஊரைச் சுற்றுகிற பெண் நீ. இங்கே இவளுக்கு வெங்காயம் நறுக்கித் தர்றியோ?” என்றேன்.

“இதுதான் சார் த்ரில்லிங்கா இருக்கு. கண்ணிலே நீர் சுரக்கச் சுரக்க வெங்காயம் நறுக்கிறது பயங்கரமான எக்ஸ்பீரியன்ஸ்.” என்றாள். ஐயோ இந்தப் பயங்கரமே!

“சார்! ஒண்ணு சொல்லட்டுமா?”

“ஊகூம். ரெண்டு மூணு சொல்லு.”

“சீரியஸாகக் கேட்கிறேன் சார்! நான் இங்கே வந்து போறதிலே உங்களுக்குத் தொந்தரவு இல்லையே சார்?”

“சத்தியமாகக் கிடையாது.”

கொஞ்ச நேரம் அமைதியாக இருந்துவிட்டு அவள் சொன்னாள்.

“ஏன் சார் - கெட்டுப் போனவள்னு எல்லோரும் சொல்கிற என்னை எதுக்கு உங்க வீட்டிலே சேர்த்து, சோறும் போடறீங்க?”

சிரிப்புத்தான் வந்தது.

“பைத்தியமே! உலகத்திலே யார் தான் கெட்டுப் போனவங்க? யாராலுமே கெட முடியாது, தெரியுமா? மனசுக்குள்ளே நீ கெட்டுப் போனவள்னு நினைக்கிறியாக்கும்? அதை விட்டுடு. நீயும் கெட்டவள் இல்லை, உங்க அம்மாவும், அப்பாவும் யாருமே கெட்டவங்க இல்லே.”

அவள் சொனாள்: “எங்க அம்மாவைப் பழி தீர்க்கணும்னுதான் அப்படியெல்லாம் நடந்துக்கறேன் சார்!”

“எனக்கும் தெரியும்!” என்றேன்.

பத்து நாள்கள் இருக்குமோ? இருக்கும். ஒரு நாள் மரி என்னிடம் கேட்டாள்.

“சார்..! நான் ஸ்கூலுக்கு வர்றதே இல்லைன்னு நீங்க ஏன் கேட்கவில்லை?”

நான் அவள் முகத்தைப் பார்த்தேன். இரண்டு மணிகள் உருண்டு விழத் தயாராய் இருந்தன, அவள் கண்களில்.

“என்னை நீங்க கேட்டிருக்கணும் சார், ஏண்டி ஸ்கூலுக்கு வரலைன்னு. என்னை அறைஞ்சு கேட்கணும் சார்! அப்படி யாரும் என்னைக் கேட்க இல்லேங்கறதுனாலதானே நான் இப்படி விட்டேத்தியா இருக்கேன்? என்மேல் இப்படி யாரும் அன்பு செலுத்தினது இல்லே சார்! அன்பு செலுத்தறவங்களுக்குத்தானே அதட்டிக் கேக்கவும் அதிகாரம் இருக்கு?”

“உனக்கே அது தோணனும்னுதானே நான் காத்திருக்கேன். அதனாலே என்ன? ஒன்றும் முழுகிப் போய்விடவில்லை. இன்னைக்குப் புதுசா ஆரம்பிப்போம். இன்னைக்குத்தான் டென்த் கிளாஸ்லே நீ சேர்ந்தன்னு வச்சுக்க. நாளையிலேர்ந்து நாம் ஸ்கூலுக்குப் போறோம்.” என்றேன்.

மரி, முகத்தை மூடிக் கொண்டு விசும்பி விசும்பி அழுதாள்.

9

இப்ராஹிம் என்கிற வள்ளல்

- பிரபஞ்சன்

மஹ்றஜபீன், தெருவே வந்து திண்ணைத் தூணில் சாய்ந்துகொண்டு, வீதியை வேடிக்கை பார்த்துக்கொண்டு நின்றாள். தெருவில் இன்னும் வெயில் விழவில்லை. வீட்டுக் கூரைகளில் முடங்கி நிழல் விழுந்து தெருவே குளிர்ச்சிப்பட்டு இருந்தது. எதிர்வீட்டு, பக்கத்து வீட்டுச் சுலைமானும், அகமதும், மதரசாவுக்குப் புறப்பட்டுக்கொண்டிருந்தார்கள். அட்டை போட்ட புஸ்தகத்தை கையில் வைத்திருந்தார்கள். கீழே கைலியும், மேலே சட்டையும், தலையில் தொப்பியும் அணிந்திருந்தார்கள்.

"என்னடா, சுலைமான், அகமது புது புஸ்தகமாக்கும்? எங்கே அக்காகிட்டே காட்டு..."

இருவரும் ஓடி வந்து போட்டி போட்டுக்கொண்டு தங்கள் புஸ்தகங்களை மஹ்றஜபீனிடம் கொடுத்தார்கள். ஆசை ஆசையாக, அவள் வலப்புறமிருந்து ஒவ்வொரு கூடாகப் புரட்டிப் பார்த்தாள். தங்க ரேகை மினுக்க அழகாக அச்சிடப்பட்டிருந்தது. இது மாதிரி புஸ்தகத்தை அவள் பார்த்தது இல்லையே. அத்தாவிடமும் கித்தாப் இருக்கிறது. அது ரொம்பவும் பழசு. கைபட்டுப் பட்டு, திட்டுத் திட்டாக அழுக்கேறிக் கிடக்கிற அது. அத்தாவுக்கு அப்பா கொடுத்ததாம் அது.

"உம்மா, மாமாவிடமும் சொல்லிவிட்டு, கீழக்கரையிலிருந்து கொண்டு வந்தது. எனக்கு, அகமதுக்கும்."

"அப்புறமா, எனக்குப் படிக்கத் தருவியா"

"செரி"

பையன்கள் இருவரும், பள்ளிக்கூடம் போவதையே பார்த்துக்கொண்டு நின்றிருந்தாள் மஹ்றஜபீன். பள்ளிவாசலில் தொழுதுவிட்டு திரும்பிக் கொண்டிருந்தார்கள் சிலர். எதிர்வீட்டில், ஜமிலா அக்கா, குழந்தைக்குச் சோறு ஊட்டிக்கொண்டிருந்தாள். கதவு மறைப்பில் நின்று வேடிக்கை பார்த்துக்கொண்டு நின்றிருந்த ஜமிலா அக்கா பார்வையில் மஹ்றஜபீன் பட்டாள். அக்கா சிரித்தாள்.

"சாப்பிட்டையா?" என்றாள் சைகையில்.

“இனிமேல்தான்” என்றாள் மஹ்ஜபீன்.

வலப்பக்கம் பார்த்தாள்.

இப்ராஹிம் வந்துகொண்டிருந்தார். கையில் ஒரு பெரிய திருவோடு.

ஒவ்வொரு வீட்டு வாயிலிலும் அவர் நின்றார். “அஸ்ஸலாமு அலைக்கும்” என்று வீட்டுக்குள் பார்த்துக் குரல் கொடுத்தார். யாரேனும் தெருவே வந்தால் “பள்ளிக்கூடம் கட்ட உதவி புரியுங்கள், மகா ஜனங்களே... பள்ளிக்கூடம் ஒன்று கட்ட வேணும்... உதவி புரியுங்கள்...” என்று சோற்றுக்குப் பிச்சை கேட்பது மாதிரி, வந்துகொண்டிருந்தார் இப்ராஹிம்.

மஹ்ஜபீன், “வாப்பா... உம்மா... இப்ராஹிம் மாமா வர்றாங்க...” என்று குரல் கொடுத்துக்கொண்டே உள்ளே ஓடினாள். வாப்பா கொடியில் தொங்கின துண்டை எடுத்துப் போர்த்திக்கொண்டார். பெட்டியில் இருந்த காசுகளைத் திரட்டி எடுத்துக்கொண்டு வெளியே வந்தார். உம்மாவும், உம்மாவோடு மஹ்ஜபீனும் தெருவுக்கு வந்து கொஞ்சம் உள்ளடங்கி நின்றார்கள்.

இப்ராஹிம், மஹ்ஜபீன் வீட்டுக்கு எதிரில் வந்து நின்றார்.

“அஸ்ஸலாமு அலைக்கும்... பள்ளிக்கூடம் கட்ட வேணும் என்று முடிவாகி இருக்கிறது. உதவி புரிய வேணும்...”

“அலைக்கும் சலாம்!” என்றார் வாப்பா. அவருடைய மூக்கு விடைத்தது.

“இப்ராஹிம்! இதென்ன கோலம்? அதுவும் திருவோடு எடுத்துக்கொண்டு நீரே தெருவில் வர வேண்டுமா” என்று கண்ணீர் வரச் சொல்லிக்கொண்டு காசுகளைத் திருவோட்டில் இட்டார்.

உம்மா தலையைப் போர்த்துக்கொண்டு இப்ராஹிம் முன்னால் வந்து நின்றாள்.

“தம்பி! இதென்ன கோலம். எல்லாரும் வந்து சொன்னாக, நான் நம்பலை. என்ன இருந்தாலும், நீங்க இப்படி ஓடு எடுத்துக்கிட்டு தெருவே வரலாமா..? போகட்டும், கொஞ்சம் உள்ளே வரணும். சித்தே நாழி இருந்தாபோதும். காலைப் பலகாரத்துக்கு பாச்சோறு பண்ணி இருக்கேன். ரெண்டு வாய் சாப்பிட்டு, பிறகே போகலாம். இப்படி தெருத் தெருவா போறீயளே...”

உம்மா அழுததைக் கண்டு, மஹ்ஜபீனுக்கும் அழுகை வந்தது.

“லாத்தா அழ வேண்டாம். வெறும் சோற்றுக்கா நான் பிச்சை எடுக்கேன்.. பள்ளிக்கூடம் கட்டத்தானே? நம் குழந்தைகள், நவீன படிப்பு படிச்சு, மற்றவங்களைப்போல வாழ வேணாமா? அதுக்காவத்தானே இது... பிச்சை எடுக்கிறதுகூட சில பேர் செய்தா அது உசந்தது லாத்தா. மகான்கள், ஞானிகள், சூஃபிகள் எல்லாரும் பிச்சை எடுத்திருக்காங்களே லாத்தா...”

“சரி, உள்ளே வாங்க... உண்டுட்டுப் போகலாம்...”

“இருக்கட்டும், என் லாத்தா வீட்டு உணவு என்றைக்கும் எனக்கு உள்ளதுதானே... இன்னும் நாலைந்து தெரு நான் போக வேணும். எனக்கு உத்தரவு கொடுக்க வேணும்...”

இப்ராஹிம், சலாம் பண்ணிக்கொண்டு நகர்ந்தார். வாப்பாவும், உம்மாவும் மனம் கசிந்து நிக்கறதைக் கண்டு விக்கித்து நின்றாள் மஹ்ஜபீன்.

அளவிலாக் கருணையாளனும், நிகரிலாக் கிருபையாளனுமான தெற்கு, மேற்குத் திசைகளின் அதிபதி, வானங்கள், பூமிகளின் படைப்பாளனுமான வல்ல அல்லாஹ்வின் கருணை அன்றி வேறென்ன இருக்க முடியும்? இப்ராஹிம் அன்று ராத்திரி ஓர் கனவு கண்டார். ‘திகுதிகு’வென்று எரிந்துகொண்டிருந்தது ஓர் அரளிச் செடி. ஒரு குரல் மிகத் தெளிவாக நீட்டி நீட்டி ஒவ்வோர் எழுத்தையும் சுவைத்துச் சுவைத்து, சொல்வதை அவர் காதுகொண்டு கேட்கிறார். “சீனா சென்றாகிலும் அறிவைத் தேடிக் கொள்ளுங்கள். அறிவு என்பது இறை நம்பிக்கையாளரின் தவறிப் போன பொருளாகும், தவறிப் போன பொருள் உடையவருக்கு மீண்டும் கிடைக்கும்போது அவர் எவ்வளவு மகிழ்ச்சியடைவார். கல்வி கற்கிற மகிழ்ச்சி அதற்குச் சமமானது. கல்விப் பயணம் என்பது உண்மையில் இறைப் பயணமே...” என்று ஓதுகிறது அந்த அற்புதக் குரல். அந்தக் காட்சி மறைய இசுலாமிய சிறுவர்கள், சிறுமிகள் கித்தாப்புகளோடு பள்ளிக்கூடம் போகிறார்கள். அங்கு அவர்கள் விஞ்ஞானம், அந்நிய மொழிகள் ஆகியவற்றைக் கற்கிறார்கள்.”

இப்ராஹிம் எழுந்து அமர்கிறார். என்ன ஆச்சரியமான கனவு! தம் பக்கலில் உறங்கிக்கொண்டிருக்கும் தம் மனைவி ஆயிஷாவை எழுப்பினார். திடுக்கிடு விழித்த அந்த அம்மாள், “என்னங்க?” என்றாள். இப்ராஹிம் தன் கனவைச் சொன்னார்.

“பள்ளிக்கூடம் கட்டணும்னு சொன்னியளே, அதை அல்லாஹ் அங்கீகாரம் பண்ணி இருக்கார்... என்ன ஆச்சர்யம், ஆண்டவரே...”

விடியும் வரைக்கும் அவருக்குத் தூங்க முடியவில்லை. விடிந்ததும் பள்ளிவாசலுக்குப் போய் மனம் கசிந்தபடி தொழுகையை முடித்தார். பின்பற்றத் தகுதி வாய்ந்தவராக வாழும் இமாமைப் போய்ச் சந்தித்து தன் கனவைச் சொன்னார். இமாம், கசிந்து சொன்னார்:

"ஜனாப் இப்ராஹிம் நீர், புண்ணிம் செய்தவர். அல்லாஹ் உம்மை அங்கீகரித்து இருக்கிறார் என்பதைக் காட்டிலும், அல்லாஹ்வே, உம் மனசில் இத்தன்மையான அபிப்பிராயத்தையும் ஏற்படுத்தி, அதைக் காண்பித்தும் கொடுத்து இருக்கிறார். பள்ளிக்கூடம், பள்ளிக்கூடம் என்று பல காலமும் அடித்துக் கொள்வீரே, அது சுபமாக முடியும் என்று நம்பிக்கை கொள்ளும்."

இப்ராஹிம் அத்துடன் நின்றுவிடவில்லை. மார்க்கத் தீர்ப்பு வழங்கும் அதிகாரம் பெற்ற அறிஞரான முஃப்தியிடமும் போனார். அவர் ஆனந்தம் அடைந்து சொன்னார்:

"அவன்தானே காரியம். காரியத்துக்குக் காரணமும் அவன்தானே. அவன் நினைக்கிறான். நம்போல் ஆள்களைத் தேர்வு செய்து நடப்பித்துக் கொள்கிறான். நல்லது, உம் அவா பூர்த்தி அடையும். எதற்கும் சமுதாயப் பெரியோர்களைக் கலந்து ஆலோசியும்."

அந்தப் படியே, ஊர்ப் பெரிய மனிதர்களைக் கூட்டினார். ஜனாப் அபூபக்கர் சித்திக் மாப்பிள்ளை மரைக்காயர், சின்ன அல்தாயீ ஹாஜி குத்தூஸ்லெப்பை முதலான பெரியோர்களும், இமாமும்கூட அந்தக் கூட்டத்தில் பிரசன்னம் ஆகி இருந்தனர். எல்லோருக்கும் ஒரு சந்தேகம்தான்.

"ஜனாப் இப்ராஹிம்... உமது எண்ணத்திலோ, வாழ்க்கை ஒழுங்குகளிலோ எந்தப் பிசகையும் எவரும் காண முடியாது. ஹராம் என்று விலக்கப்பட்ட எதனையும் நீர் செய்தது இல்லை என்பது திண்ணம். தோல் மண்டி வைத்துக்கொண்டு, ரொம்பவும் பிரபல்யம் இல்லாமல் போனாலும் சுமாரான சுகஜீவனம் பண்ணுகிறீர். பள்ளிக்கூடம் கட்ட பல ஆயிரம் ஆகுமே. என்ன பண்ணுவீர்?"

"ஜனாப் சித்திக் பெருமானே! இது சமுதாயக் காரியம். ஊர் கூடித் தேர் இழுக்க வேண்டும் என்று சொல்லடை சொல்வார்களே உங்களைப்போல பெரியவர்கள். சாமான்ய ஜனங்கள் எல்லோரும் உதவினால், எதுதான் ஆகாது. சிறு துளி பெருவெள்ளம் என்பதைத் தாங்கள் அறியாததா?"

"சரி, ரொம்ப சரி... நம் மார்க்கத்துக்கு என்று மதரஸாக்கள் இருக்கின்றனவே. அதுகளை என்ன பண்ணுவது?"

“அது அப்படியே இருக்கட்டும். நம் பிள்ளைகள், மார்க்கக் கல்வி பயிலட்டும். பயிலவும் வேணும். ஆனால் நவீன கல்வியை நம் பிள்ளைகள் கற்றால் அல்லவோ, முழுமையான இந்தியர்களாக அவர்களால் ஆக முடியும். எல்லா சாதியாரும் எல்லா மதத்தாரும் நவீன கல்வி கற்று மேல் நிலைமை அடைகையில், நம் பிள்ளைகள் கடைப் பையன்களாகவே எத்தனைக் காலம் இருப்பது? இருக்கலாமா என்பது பற்றி பெரியவர்கள் யோசிக்க வேண்டும்?”

“இங்கிலீஷும், விஞ்ஞானமும் படிச்சால், நம் பிள்ளைகள் கெட்டு விடுவார்களோ என்று அச்சமாக இருக்கிறதே.”

“அவ்வாறு நினைக்க எந்த நியாயமும் இல்லை மாப்பிள்ளை மலைக்கார்... அல்லாமா இக்பாலின் கவியை சொல்கிறேன், கேளுங்கள்.”

“ஒவ்வொரு சௌகர்யமான உடல், சுகத்திலும் மறு மயக்கத்திலும் திளைத்திருக்கிறீர்கள்.

நீங்கள் முஸல்மான்களா? முஸ்லிமின் லட்சணம் இது தானா?

அலியைப் போன்ற ஏழ்மையையோ, உதுமானைப் போன்ற செல்வச் செழிப்பையோ ருசித்ததுண்டோ நீங்கள்?

முன்னோர்களோடு உங்களுக்கு ஆன்மிகத் தொடர்பு ஏதேனும் இருக்கிறதா.?

அவர்கள் முஸ்லிம்களாகச் சிறந்து, அக்காலத்தில் பெருமை பெற்றார்கள். நீங்களோ, குர்ஆனைப் புறக்கணித்துப் பாழாய்ப் போனீர்கள்...”

“மாப்பிள்ளை... முஸ்லிம்களின் எழுச்சிக்கு மாகவி இக்பால் விதை போட்டது மாதிரி அண்மைக் காலத்தில் அவர் எழுதினார். அந்த மேதையின் கவித்துவத்துக்கு அவருடைய ஆங்கிலம் தடை போடவில்லையே. மாறாக செழுமை அல்லவோ செய்தது. உண்மை முஸல்மான் அந்நிய நாகரிகத்தை, அறிவை சிறகுகளாகக்கொண்டு பறப்பானே அன்றி, ஆத்மாவை அடகு வைக்க மாட்டான். கிறிஸ்துவ பாதிரிகளைப் பாருங்கள். அரசாங்கத்தை ஆள்கிற வெள்ளைக்காரர்களுக்கு கீழ்ப்பட்ட உத்தியோகஸ்தர்களை அந்த பாதிரிகள் அல்லவோ தயார் பண்ணுகிறார்கள். எவ்வளவு பெரிய சேவை அது? அவர்கள் கல்வியில்தானே, அறிவியல், விஞ்ஞானம், தொழில் நுட்பம், மருத்துவம் பொறியியல் இருக்கிறது? எத்தனைக்

காலம் நம் பிள்ளையைப் பொட்டலம் மடிக்க வைத்துப் பெருமை பேசப் போகிறோம்? யூனானியைப் பயில்பவர்கள் பயிலட்டும். மற்ற சாஸ்திரங்களையும் நம் பிள்ளைகள் பயிலத்தானே வேண்டும்? மாறிக்கொண்டு வருகிற உலகுக்கு ஏற்ப, நம் வாழ்க்கை முறையையும் நாம் மாற்றி அமைத்துக்கொள்ள வேண்டாமா? நபிகள் நாயகம், 'சீனாவுக்குப் போயும் அறிவைத் திரட்டுங்கள்' என்று மொழிந்தார்கள்? அரேபியா எங்கே... சீனா எங்கே? ஆயிரம் கல் தாண்டியும் அறிவைப் பெறுங்கள் என்று அவர்கள் சொன்னார்களே என்றால், கல்விமீது, நபிகளுக்கு இருந்த பற்றுதல்தான் என்ன?"

பெரியோர்கள் ஒரு மனதாக, இப்ராஹிமை ஒப்புக்கொண்டார்கள்.

"பெரும் செலவுக்கு என்னப் பண்ணப் போகிறீர்?"

"பிச்சை எடுக்கிறேன். எனக்காக என்றால் இழிவு. பொதுக் காரியத்துக்கு அது தகும்தானே?"

இப்ராஹிம், புல்கட்டு மேடையைக் கடந்து, ராவுத்தர் தெருவில் திரும்பினார். ராவுத்தர் தெரு, அரிசி மண்டித் தெரு, மசூதித் தெரு என்று மூன்று தெருவையும் இன்று காலை பார்த்துவிட வேண்டும் என்கிற முடிவில் வந்திருந்தார். அப்போதுதான், வகாப் பாய் அவர்க்கு முன் வந்து நின்று 'சலாம்' சொன்னார்.

இப்ராஹிமும் 'சலாம்' சொன்னார். இப்ராஹிம் மனைவி ஆயிஷாவின் அத்தாவும், அவருக்கு மாமாவும் ஆன பெரிய தெருப் பட்டணம் காதிரு அவர்களின் காரியஸ்தர் வகாப் பாய்.

"வகாப் நலமாய் இருக்கீரா?"

"ஆண்டவன் விருப்பம். நல்லா இருக்கேன்"

"மாமா, உடல் நலம் எப்படி?"

"உங்கள் மாமாவுக்கு என்ன? இரும்பைக் கஷாயம் பண்ணி, தண்டவாளத்தை விழுங்குவார் உங்கள் மாமா. அவர் சௌக்கியம்தான். உம்மைத்தான் கையோடு அழைச்சுக்கிட்டு வரச் சொன்னார். உம்மோடு அவசரமாக உரையாட வேண்டும்னு சொன்னார்.

"எனக்கு இன்னும் ரெண்டு தெரு இருக்கு ஓய்!"

"அது கிடக்கட்டும். உம் மாமா, ரொம்ப ஜல்தியாய், உம்மைக் கையோடு அழைச்சுட்டு வரணும்னு சொன்னாக. தாமசம் பண்ணாமல் உடனே புறப்பட்டு என்னோட வருவீராக்கும்."

மாமா அழைச்சு, போகாமல் இருந்தால் எப்படி? இப்ராஹிம் உடனே புறப்பட்டார்.

“மாமா எங்கே இருக்காக?”

“மண்டியிலே இருக்காக”

இப்ராஹிம் மண்டிக்கே நேராகச் சென்றார். மண்டியிலே திண்டில் சாய்ந்துகொண்டு இரவானத்தை முறைத்துப் பார்த்துக்கொண்டு அமர்ந்திருந்தார் காதிரு.

இப்ராஹிம் மாமாவுக்குச் ‘சலாம்’ பண்ணிக்கொண்டு நின்றார். காதிரு அவர் முகம் பார்க்காமலேயே, ‘சலாம்’ சொன்னார்.

“திண்டில் இரும்” என்றார் காதிரு.

இப்ராஹிம் திண்டில் அமர்ந்தார். திருவோட்டை, தன் முன்னால் பத்திரமாக வைத்தார்.

“மாமா! என்னைக் காண வேணும்னு சொன்னீங்களாம்”

காதிரு, தன் உள்ளங்கையைத் தேய்த்துக்கொண்டார். பிறகு எங்கோ பார்த்துக்கொண்டு சொன்னார்:

“இப்ராஹிம்! இப்படிப் பண்ணிப் போடுவீர்னு நான் கொஞ்சமும் எதிர்பார்க்கலை. சே... எவ்வளவு தலைக்குனிவு. பெரிய தெரு பட்டணம் காதிரு மாப்பிள்ளை... ஓடு எடுத்து பிச்சை எடுக்கிறார்னா என்ன தலைக்குனிவு? நான் செத்த பிறகு, இப்படிக் காரியம் நீர் பண்ணி இருக்கலாம். என் அருமை மகள் ‘ஆயிஷா’வோட புருஷன் பிச்சை எடுக்கிறார்? ரொம்ப நல்லா இருக்கு இப்ராஹிம்? இப்படி மானக்கேடு பண்ணிப் போட்டீரே. எப்படி நான் உடுத்துக்கொண்டு, கடைத்தெரு வழியா வீதியிலே நடப்பேன். என்ன அவமானம்? வல்ல அல்லாஹ்வே இன்னும் என்னை உயிரோடு வச்சிருக்கானே”

காதிரு தன் பாரியான உடம்பு குலுங்க திடீரென அழுதார்.

“மாமா!” என்று பதறினார் இப்ராஹிம்.

“என்னை இப்படி அழ வைச்சுட்டீரே? இந்த கடைத் தெருவிலே, முதலாளின்னு திண்டு போட்டு, சாய்ஞ்சுக்கிட்டு இருக்கிய பயல்கள், என்னண்டை பெட்டியடியில் பழகின பயல்கள் மாப்பிள்ளை அவர்கள் இடத்துல, என் மாப்பிள்ளை ஓடு ஏந்திக்கொண்டு போய் நிற்கிறீரே. எனக்கு அவமானமா இருக்காதா?”

“மாமா!” என்று பேசத் தொடங்கினார், இப்ராஹிம்.

“நீர் ஒன்றும் பேச வேண்டாம். நீர் யார், உம் வாப்பா யார்? யாரோட பரம்பரை நீர்? காஜியார் அப்பாஸ் விருது வாங்கியார் பரம்பரை நீர்! தெரியுமோ? சுல்தான் சையத் கான் என்கிறவர் நம் ஊருக்கு வந்திருந்தாரே, அந்தச் சமயத்துலே, ஒரு சிக்கலான வழக்கு அவரண்டை வந்து சேர்ந்தது. ஒரு பரம ஏழை, வாங்கின கடனைக் கொடுக்கலை. அவன் என்ன பண்ணுவான்? மழை இல்லை. வேலை இல்லே. விளைச்சல் இல்லை, கடன் கொடுத்தவனோ, கெடு பிசகிப் போச்சுன்னு நெருக்கறான். சுல்தான் ஏழை, சம்சாரியைச் சிறையிலே வைச்சார். அங்கே பிரசன்னம் ஆனார். உங்களுக்கு அப்பாவுக்கு அப்பா என்ன சொன்னாரு. சுல்தான் அண்டை கெடு பிசகினது தப்புதான். அதுக்குத் தண்டனை சரிங்கறது சட்டம். அதே சமயம், நியாயம் ஒண்ணு இருக்கு. அதையும் பார்க்கோணும் இல்லையா? நாயகமே சொல்லியிருக்கார்களே. அதையெல்லாம் எடுத்துச் சொல்லி, கடனை உங்க அப்பாவுக்கு அப்பா காஜியார் அப்பாஸ் விருது வாங்கி யார்தானே கொடுத்து அடைச்சார். சுல்தானுக்கு அப்பாஸ் அவர்களை ரொம்பவும் பிடிச்சுப் போச்சு. நியாயத் தராசு அப்பாஸ் அவர்களே பிடிக்க நீதம்னு, தன் கழுத்து முத்துமாலையைக் கொடுத்து நிலபுலன்கள் பட்டாவும் பண்ணி வெச்சான். அப்பேர்க்கொத்த பரம்பரை உமது பரம்பரை. வழி வழியா, உங்க குடும்பத்தார்கள்தானே காஜியார் பதவி வகிச்சது. மார்க்க சட்டங்களை, உம் பரம்பரை காப்பாற்றினது மாதிரி, யார் காப்பாற்றினது? நீர்! எந்த வகையில் என் அந்தஸ்துக்கு நிகராவீர்? சொல்லுமேன். என்னத்துக்கு என் பெண்ணை உமக்குக் கொடுத்தேன்? உமக்காகவா? சே, இல்லை. உமது பரம்பரைப் பெருமைக்காக அப்பாஸ் விருது வாங்கியார் பெருமைக்காக. நீர் அந்தப் பெருமையை தொலைச்சுப் போட்டீர். உமக்கு என் மகளைக் கொடுத்ததை விடவும், பாழும் கிணத்துல பிடிச்சு தள்ளி இருக்கலாம். உம்மைப் பார்க்கவே எனக்கு அவமானமாக இருக்கிறது.

இப்ராஹிம் ஏதோ பேச ஆரம்பித்தார்.

“வேணாம்... நீர் பேசி, நச்சுக் காற்றை வெளியே விடாதேயும்.”

மண்டி, மண்டியில் இருந்து தோல் மற்றும் பெட்டி, நாற்காலிகள், கூரை என்று எல்லாம் அனலாகக் கொதித்தன. மாமா, சீறிக்கொண்டு இருப்பதைப் பார்த்தபடி அமர்ந்திருந்தார், இப்ராஹிம்.

“எந்த ஷைத்தான் உம் முகத்தில் புகுந்தான்? உம்மை எப்படியெல்லாம் நான் கனம் பண்ணினேன் ஐயா, கல்யாணம்

பண்ணிக்கொண்டு, எம் வீட்டுக்கு வந்த புதிதில், உமக்கு செய்யத்தக்க எல்லா இனிப்பு, காரங்களையும் விருந்து பண்ணி வச்சேன். களறி சாப்பாட்டில் நீர் உட்கார்ந்திருந்தீர் என்றால், உம்மைச் சுற்றி எத்தனை உணவுத் திட்டங்களை வைத்தேன்? பாச்சோறு என்ன, வெங்காய பணியம் என்ன, குழல் சீப்பணியம் என்ன, வெள்ளரியாரம் என்ன, கோழி ஆப்பம் என்ன, புலவு என்ன, நெய்ச்சோறு என்ன, எல்லாம் இருந்தும் நீர், என் பிள்ளையிடம், வெறும் ரசமும் மாசிக் கருவாடும் இருந்தால் ரொம்ப சுகமாக இருக்கும் என்றீராம். அப்போ மணி பதினொன்று. அந்த நேரத்துல, ஜின் மாதிரி, நானும் பையன்களும் மூடின கடையைத் திறந்து கருவாடு வாங்கி வந்து உமக்கு இடிப்பு பண்ணிப் போட்டோமே, அதுக்கு, எனக்குப் பெருமை பண்ணிவிட்டீர். ஐயா... சே, உம்மை பார்க்கவே எனக்கு அருவருப்பாக இருக்கு. போம், கேவலமே போம்...''

இப்ராஹிம், மாமாவுக்கு சலாம் சொன்னார். திகைத்துப் போன, மாமாவும் சலாம் சொன்னார்.

காதிரு, வழக்கத்துக்கு மாறாக சீக்கிரம் வீடு திரும்பியது அவர் மனைவி சுபைதா அம்மாளுக்கு ஆச்சர்யமாக இருந்தது. அவர் வீட்டுக்கு வந்து நுழைந்தவுடனே, அவர் முகத்தில் கேள்வியை வீசி எறிய வேணாமே என்று இருந்தாள் அம்மாள். காதிரு, தோட்டத்துக்குச் சென்று முகம் சுத்தி செய்து திரும்பி, சாவதானமாக குரிச்சியில் அமர்ந்தார்.

“சாப்பாடு போடட்டுமா?'' என்றாள் அம்மா.

“வேணாம்? பசி இல்லை.''

“என்ன ஒரு மாதிரி இருக்கீங்க? ஏதேனும் சுகக்கேடா?''

“அது ஒண்ணும் இல்லை. இன்னிக்கு மாப்பிள்ளையை அழைச்சுப் பேசினேன்.''

“ஆயிஷா நல்லா இருக்காளாமா? பார்த்து ஒரு கிழமை ஆச்சு''

“அதைக்கூட நான் விசாரிக்கலை.''

“வேற என்னத்தைப் பேசினீக?''

“கோவத்துல ரொம்பவும் பேசிப் போட்டேன், ரொம்பவும்''

“ஐயோ...ஆண்டவரே... மாப்பிள்ளையைப் பேசலாமோ, நம் குழந்தையை அவருக்குக் கொடுத்து இருக்கிறது மறந்து போச்சோ...''

“நிறைய பேசிட்டேன். அவர் சிரிச்ச முகம் மாறாமே இருந்தார் அம்மா!”

“ஐயோ! என்ன பேசினீங்க... மனசு வெறுத்துடப் போறாக.”

“என்ன பேசியும், அவர் முகம் கொஞ்சமும் வாடலை. சிரிச்ச முகம் மனசுக்கு சங்கடமா இருக்கு.”

“ஐயோ... என்ன பேசினீங்க?”

“அவர், பிச்சைக்காரன் மாதிரி திருவோடு எடுத்துக்கிட்டு திரிஞ்சார் அல்லவா? அந்தக் கோபத்துல... ஆனா... என்ன மனுசன் அவர் என்னை எதிர்த்து ஒரு வார்த்தை பேசி இருந்தாலும் என் மனசு அமைதி அடைஞ்சு இருக்கும். பேசல்லையே... என்ன மனுசன்! ஒரு பக்கீர் மாதிரி இருந்தார் என் முன்னாடி...”

“ஐயோ பாவம்! ரொம்ப நல்ல மனுசனாச்சே? ரொம்பவும் புண்பட்டா மாதிரி பேசினீங்களோ?”

“ஆமாம்”

“ஐயோ ஆண்டவரே! இது என்ன கஷ்டம். மகனைப் பேசினாலும் மருமகனைப் பேசலாமோ?”

காதிரு மேலே பார்த்துக்கொண்டு இருந்தார்.

“சரி, கொஞ்சம் சாப்பிடுங்க. ரொம்பவும் களைப்பா இருக்கீங்க.”

“வேணாம்”

அன்று இரவு உறக்கம் வராமல் புரண்டுகொண்டிருந்தார் காதிரு. மறையை எடுத்து வைத்துக்கொண்டு ஓதிக்கொண்டிருந்தார். விடியவில்லை போர்வையை எடுத்துப் போட்டுக்கொண்டு புறப்பட்டார்.

ஆழ்ந்த உறக்கத்தில் இருந்தார் இப்ராஹிம். மிக நிம்மதியாக உறக்கம். கதவு தட்டப்படும் ஓசை கேட்டு, ஆயிஷாதான் கதவுக்கு அருகில் வந்து நின்றாள்.

“யாரு அங்ஙனே?”

“நான்தாம்மா! ஆயிஷா, வாப்பா...”

ஆயிஷா உடனே கதவைத் திறந்தாள்.

“வாங்க... வாங்க... என்ன வாப்பா! உம்மா சௌக்கியம்தானே?’

"எல்லாம் நல்ல சுகம். மாப்பிள்ளை எங்கே?"

"அசந்து உறங்கறாங்க."

"ஏதேனும் சொன்னாரா?"

"ஒன்னும் இல்லையே வாப்பா! என்ன சேதி? உள்ளே வாங்க. உட்காருங்க..."

"நேற்று காலையிலே, மாப்பிள்ளை நம்ம மண்டிக்கு வந்திருந்தாரே.. அது பற்றி ஏதானும் சொன்னாரா ஆயிஷா.?"

"சொன்னாங்க வாப்பா. அவங்க, பள்ளிக்கூடத்துக்குப் பணம் சேர்த்துக்கிட்டு திரியறாங்க. அந்தக் காரணமா, உங்களைப் பார்த்ததாகவும் நீங்களும் உதவுவதா சொன்னீங்கன்னு சொன்னாங்க."

"அப்படியா சொன்னாங்க!"

"ஆமாம்... என்ன சங்கதி வாப்பா?"

"ஒன்னும் இல்லம்மா... அவரைச் சாயங்காலமா மண்டிப் பக்கம் வரச் சொல்லு"

"அவங்களை எழுப்பறேன்..."

"சும்மா இரு... நல்ல மனுசன். நல்ல மனசு. அதனாலதான் உறக்கம் வருது. உறங்கட்டும். நான் வர்றேன்."

"இருங்க வாப்பா... சாப்பிட்டுப் போவீங்களாம்"

மேலும் இருந்தால், தான் அழுது விடுவோம் என்று அவருக்குத் தோன்றியது.

அவர் புறப்பட்டார்.

மாலை, விளக்கு வைத்திருந்தது. மண்டியில், இப்ராஹிம் காதிருக்குமுன் போய், 'சலாம்' சொல்லிக்கொண்டு நின்றார். காதிரு 'சலாம்' சொல்லி, "அமருங்கள்" என்று வேண்டிக்கொண்டார்.

இப்ராஹிம் அமர்ந்தார். பையன் ஒருவனை அனுப்பி ஷர்பத் கொண்டுவரச் சொன்னார்.

"மாமா! காலையில் வந்தீர்களாமே. என்னை எழுப்பியிருக்கலாமே...

"அசந்து உறங்கினீராம்"

"அதனால் என்ன? உங்களை விடவா எனக்கு உறக்கம் முக்கியம்?"

காதிரு தலைகுனிந்தார். அவர் கண்களில் கண்ணீர் வழிந்தது.

"மாமா என்ன இது?"

"மாப்பிள்ளை! என்ன மன்னிக்கணும் கொடுமையா பேசிட்டேன்."

"இல்லையே. சமூகத்தில் பெரிய மனிதர். தாங்கள் எனக்கு வாப்பாவை நிகர்த்தவர்கள். நீங்கள் பேசினது அப்படி ஒன்னும் தப்புயில்லைங்களே... அறிவுரை சொன்னீங்க, நான் புரிஞ்சுக்கிட்டேன்."

"மாப்பிள்ளை நீரு பெரிய மகான்"

"ஐயோ! நானா? என்ன இப்படியெல்லாம் பேசறீங்க மாமா?"

"அவ்வளவு பேச்சையும் கேட்டுக்கிட்டு, எப்படி அமைதி காக்க முடிஞ்சுது உங்களாலே?"

இப்ராஹிம் புன்னகையோடு அமர்ந்திருந்தார்.

"நீங்க என்னை மன்னிக்கணும் மாப்பிள்ளை"

"இந்த வார்த்தைதான் எனக்கு வருத்தம் தருது, மாமா.."

"ராத்திரி முழுக்க எனக்குத் தூக்கம் இல்லை, உங்களை இப்படிப் பேசிப் போட்டோம்னு எனக்கு வருத்தமான வருத்தம்..."

"அது தேவையில்லை மாமா."

"இல்லை, நான் பாவம் செய்தேன். உங்களைப்போல நல்ல காரியம் பண்றவங்களுக்கு நான் பாவம் செய்துட்டேன். அதுக்கு நான் பாவ மன்னிப்பு பெறணும்."

"தயவுசெய்து, இப்படியெல்லாம் பேசாதீங்க மாமா..."

"நான் நல்லா யோசிச்சுப் பார்த்தேன். எதை நான் இழிவுன்னு உங்களைக் கோவிச்சேனோ, அதையே பெருமைப்படுத்தறதுதான் எனக்குப் பாவ மன்னிப்பு, வர்றேன் இருங்க."

அறையில் இருந்து ஒரு பையை எடுத்து வந்தார் காதிரு. அந்தப் பையை திருவோட்டில் கவிழ்த்தார். பொற்காசுகள், ஓட்டை நிரப்பின.

"மாமா!"

"அல்லாஹ் கொடுத்த பணம், அவன் காரியத்துக்கே போகட்டும். அதுதான் நியாயம்"

"மாமா... இது பெரிய கொடை, ரொம்பப் பெரிசு... பள்ளிக்கூடம் எழுப்பியாச்சு."

இப்ராஹிம் கண்ணீரைத் துடைத்துக்கொண்டார். ஒளி வீசிக்கொண்டு காசுகள் மின்னின.

"மாப்பிள்ளை! பள்ளிக்கூடத்தை எங்கே கட்டப் போறீங்க"

"இங்கே வாணியம்பாடியிலதான் மாமா!"

"என்ன பேர் வச்சு இருக்கீங்க?"

"பெரியவங்களைக் கேட்டேன். 'இசுலாமியா பள்ளி'ன்னு வைக்கச் சொன்னாங்க..."

"இன்ஷா அல்லாஹ்... அது இஸ்லாமியா கல்லூரியா வளரட்டும் வளரும்"

"உங்களைப்போல பெரியவங்க ஆசி!"

"நானா? வேணாம் மாப்பிள்ளை, எனக்கு வெட்கமா இருக்கு"

ஷர்பத் வந்தது.

"மாப்பிள்ளை...இப்போ எனக்குள்ள சந்தோஷம்போல... நான் என்னிக்குமே இருந்தது இல்லை" என்றார் காதிரு.

திருவோடு ஏந்தி, சலாம் பண்ணிப் போகிற தன் மாப்பிள்ளையைப் பார்க்கப் பெருமையாக இருந்தது அவருக்கு.

கிருஷ்ணன் நம்பி

நாகர்கோவிலை ஒட்டிய பூதப்பாண்டி கிராமத்தில் 1932இல் பிறந்த இவர் 1976இல் காலமானார். ஏழை எளிய மக்களைப்பற்றியே மிக நுட்பமான உணர்ச்சிகரமான கதைகளை எழுதியவர். கலை அமைதி கூடிய கதைகளைப் படைத்தவர். குழந்தைகளுக்கான பாடல்களும் எழுதியிருக்கிறார். ‘யானை என்ன யானை’ என்கிற நூலாக அது வெளிவந்துள்ளது. ‘கண்ணன்’ என்கிற சிறார் இதழில் சசிதேவன் என்கிற புனைபெயரில் குழந்தைப் பாடல்களை எழுதி வந்தார். எழுத்தாளர் சுந்தரராமசாமியுடன் நெருக்கமான நட்புக்கொண்டிருந்தவர்.

10

சுதந்திர தினம்

- கிருஷ்ணன் நம்பி

"ஒரு கொடி செஞ்சு கொடு, அண்ணாச்சி!" "என்ன கொடி கேக்கிறே?" அலுப்புடன் முகத்தைத் திருப்பிக் கேட்கிறான் பாண்டியன். ஓடிப்போய்த் தன் மூன்றாம் பாடப் புத்தகத்தை எடுத்துக் கொண்டு வருகிறான் கருப்பையா. ஒரு பக்கத்தைத் தன் அண்ணனிடம் நீட்டிக் காட்டுகிறான். தேசக் கொடி என்று தலைப்பு; வர்ணம் எதுவும் இல்லாமலே காகிதத்தின் வெண்மையிலும், அச்சு மையின் கருமையிலும் 'மூவர்ணக் கொடியின் படம் அந்தப் பக்கத்தில் இருக்கிறது. "இந்தக் கொடி செஞ்சு கொடு! அண்ணாச்சி. நாளைக்கு இஸ்கூலுக்குக் கொண்டுக்கிட்டுப் போகணும். நாளைக்கு எல்லாரும் கொண்டுக்கிட்டுப் போகணும்" என்று சொல்லுகிறான் கருப்பையா. அவன் முகத்தில் களிப்பும் ஆர்வமும் மின்னுகின்றன. இருபக்கமும் கூராக்கப்பட்டிருக்கும் மஞ்சள் நிறத் துண்டுப் பென்சில் ஒன்றினால் சுவரில் உழவு நடவுக் கணக்குக் குறித்துக் கொண்டிருக்கும் பாண்டியன், "இரு, வாறேன்" என்று மேலும் சிறிது நேரம் சில எண்களைக் கிறுக்கி விட்டு, பென்சிலைக் காதில் மாட்டிக்கொண்டபடி திரும்புகிறான். "ஆத்தாகிட்டே கேட்டுக் கொஞ்சம் மோர்த் தண்ணி வாங்கிட்டு வா" என்று தன் தம்பிக்கு உத்தரவிடுகிறான். சில நிமிஷங்களுக்கு முன்புதான் வயற்காட்டிலிருந்து திரும்பி வந்திருக்கிறான் பாண்டியன். சமையற்கட்டுக்கு ஓடிப்போய் ஈயச்செம்பு ஒன்றில் வழிய வழிய நீர்மோருடன், தூக்க முடியாததைத் தூக்கிக் கொண்டு வரும் சிரமத்துடன் வருகிறான் கருப்பையா. அவன் கையிலிருந்து செம்பைச் சிரித்தபடி வாங்கி மடமடவென்று, அண்ணாந்து, ஒரே மூச்சில் குடித்துவிட்டுச் செம்பைக் கீழே வைக்கிறான் பாண்டியன்.

"எப்போ செஞ்சு கொடுப்பே அண்ணாச்சி?"

"நீ வெளையாடப் போ; ராத்திரி செஞ்சு வெக்கிறேன். காலையிலே எந்திரிச்சுப் பாரு. ஓம் பக்கத்திலே கொடி இருக்கும்" என்று சிரித்தபடி சொல்லிவிட்டுக் கொல்லைப்பக்கத்தை நோக்கிப் போகிறான், பாண்டியன். எவ்வளவோ வேலை அவனுக்கு. ஆனாலும் தன் தம்பிக்குக் கொடி செய்து கொடுக்காமலிருக்க மாட்டான். அந்த அண்ணனுக்கும் தம்பிக்கும் தாய், தந்தையர்

இல்லை என்றாலும், அந்தத் தம்பிக்குத் தாயும் தந்தையுமாக இருக்கிறான் அந்த அண்ணன். அந்த அண்ணனுக்கும் தம்பிக்கும் சோறு பொங்கிப்போட அந்த வீட்டுக்கு வரவழைக்கப்பட்டிருக்கிறாள் ஓர் ஆத்தாள். தூரத்து உறவினளான அவள் மிகுந்த சலுகையுடன் இருக்கும் ஒரு சமையற்காரி என்பதற்கு மேலாக எதுவுமில்லை.

கொடிக்கு வர்ணக் காகிதம் எந்தக் கடையில் கிடைக்கும் என்று யோசித்தபடி மாடுகளுக்கு வைக்கோல் பிடுங்கி வைக்கிறான் பாண்டியன்.

விளையாடிவிட்டு வீட்டுக்கு வரும் கருப்பையா, ஆத்தாளிடம் போய், "அண்ணாச்சி எங்கே?" என்று கேட்கிறான். கடைத்தெருவுக்குப் போயிருப்பதாகத் தெரிவிக்கிறாள் அவள். சோறு சாப்பிட்டுவிட்டு மிகுந்த சந்தோஷத்துடன் படுக்கப் போகிறான் கருப்பையா.

பாண்டியன் கடைத்தெருவுக்குப் போய்விட்டுத் திரும்பி வருகையில் மணி ஒன்பது அடிக்கிறது. அவன் கையில் வர்ணக் காகிதங்களின் ஒரு சுருள். "பய தூங்கிட்டான் போல் இருக்கு" என்று முணுமுணுத்தபடி தன் தம்பியின் அருகே செல்லுகிறான் அவன். குறுநகை இதழில் விளையாட, நித்திராதேவியின் அரவணைப்பில் ஆழ்ந்து கிடக்கும் தன் தம்பியின் பட்டுப் போன்ற அழகிய கிராப்புக் கேசத்தை மிகுந்த கனிவுடன் வருடுகிறான். பிறகு எழுந்து சாப்பிடப் போகிறான். ஆத்தாளிடம் கோந்து காய்ச்சிக் கொண்டுவரச் சொல்லிவிட்டு நடுக்கூடத்தில் வந்து அமர்கிறான்.

பொன் வர்ணக் காகிதங்கள் விரிந்து சலசலக்கின்றன. கத்தரிக்கோல் கிராரிடுகிறது. கோந்து பசபசக்கிறது. வெகு நாட்களாகத் துணி உலர்த்தும் கொடியாகத் தொங்கிக் கிடக்கும் மெல்லிய, பலமான ஒரு மூங்கிற்கழி இரண்டு துண்டாக, இரண்டில் ஒன்றின் கூர்ந்த நுனிப்பாகத்தைப் பாரததேவியின் வெற்றிச் சின்னமான மூவர்ணக்கொடி தழுவி அலங்கரிக்கிறது. கொடி அம்பெங்கும் வர்ணக் காகிதங்களைச் சுற்றிச் சுற்றி ஒட்டி எழிலூட்டுகிறான் பாண்டியன். எல்லையற்ற பக்தி சிரத்தையுடன், இறைவனுக்கு மலர் தூவும் அடியவரின் வினயத்துடன் கொடி செய்து முடிக்கிறான் அவன். செய்து முடித்த கொடியைச் கருப்பையாவின் படுக்கையருகில் சுவரில் சாய்த்து வைத்து விட்டு அவன் நித்திரைக்குச் செல்லுகையில் மணி ஒன்றோ ஒன்றரையோ!

கருப்பையா காலையில் கண் விழிக்கும்போது அருகில் சுவரில் சாய்ந்து ஓய்வு கொண்டிருக்கும் அந்த அழகிய மூவர்ணக் கொடியைப் பார்க்கிறான். அவன் மனசு துள்ளிக் கிளுகிளுக்கிறது.

"அண்ணாச்சி அளகாக் கொடி செஞ்சிட்டாரு. பொத்தசுத்திலே கொடி நல்லால்லே. இது ரொம்ப நல்லா, அழகா இருக்கு. பச்சை, வெள்ளை, சேப்பு சொப்பனத்திலே வந்தாப்ல தங்கச் சக்கரம், கொடி ஜோராயிருக்குடோய்!"

விருட்டென்று படுக்கையை விட்டு எழுந்திருக்கிறான் கருப்பையா. அவசர அவசரமாகப் படுக்கையைச் சுற்றி வைக்கிறான். கொடியைக் கையில் எடுத்துக்கொண்டு பின்கட்டுக்குப் போகிறான். கிணற்றில் நீர் மொண்டு கொண்டிருக்கும் ஆத்தாளிடம் பெருமையாகக் கொடியைக் காட்டி, "அண்ணாச்சி செஞ்சி கொடுத்தாரு!" என்கிறான்.

"எதுக்குடா இது?"

"எதுக்கா? என்ன ஆத்தா நீ! இஸ்கூலுக்கு இன்னைக்கு மத்தியானம் கொடி கொண்டுக்கிட்டுப் போகணும், எல்லாரும் கொண்டுக்கிட்டுப் போகணும்" என்கிறான் அவன். "எதுக்குக் கொண்டுகிட்டுப் போகணும்?"

"சொதந்திர தினமில்லா? அதுக்கு" என்று சொல்லிவிட்டுக் கொல்லைப் பக்கத்தைப் பார்த்து நடக்கிறான் அவன். ஆத்தாளுக்கு ஒன்றும் புரியவில்லை, "சொதந்திர தெனமாமே; அது என்ன தெனமோ?" என்று முணுமுணுக்கிறாள் அவள்.

கொடியை வலக்கையில் சற்றுத் தோள் மீது சாய்த்தபடி பிடித்துக்கொண்டு கம்பீரமாக, பட்டாளத்துச் சிப்பாயைப் போல் நடக்கிறான் அவன். அவனுக்கு ஒரே உற்சாகமாக இருக்கிறது.

மத்தியானம் இரண்டு மணிக்கு எல்லா மாணவர்களும் பள்ளிக்கூடத்துக்கு வந்து சேர வேண்டும். எல்லாரும் நன்றாக 'டிரஸ்' பண்ணிக்கொண்டு வரவேண்டும். தவறாமல் எல்லாரும் கொடி பிடித்துக்கொண்டு வரவேண்டும். அந்தக் கிராமத்துக்கு, அந்தச் சின்னப்பள்ளிக்கூடத்துக்குக் கலெக்டர் வருகிறார். அவர் கொடியேற்றி வைப்பார். கலெக்டர் வரும்போது எல்லா மாணவர்களும் ஒழுங்காக அணிவகுத்து நிற்க வேண்டும். எல்லாருக்கும் டீ பார்ட்டி. எல்லா மாணவர்களும் தலைக்கு நாலணா கொடுத்திருக்கிறார்கள். பள்ளிக்கூடத்தின் கதவு இல்லாத 'கேட்டில்' வாழைக்குலைகள் இரண்டு, கொண்டை ஆட்டுகின்றன. எங்கும் தோரணங்கள். சின்னக் காம்பவுண்ட்டின் மத்தியில் ஓங்கி வளர்ந்த ஓர் கம்பம். அந்தக் கம்பத்தின் உச்சியில் மிகப் பெரிய தேசக்கொடியை ஏற்றிவைக்கக் கலெக்டர் வருகிறார். அவர் அழகான காரில் வருவார். அந்த அழகான காரை எல்லாரும் பார்க்கலாம்.

பள்ளிக்கூடத்துச் சுவரெல்லாம் புதிதாக வெள்ளையடித்திருக் கிறார்கள். அசிங்கம் பிடித்த ஒரு கிழட்டுப் பிச்சைகாரனுக்குப் புத்தாடை உடுத்தி விட்டது போல் காட்சியளிக்கிறது, அந்தப் பழைய கிராமப் பள்ளிக்கூடம். பள்ளிக்கூடத்துப் பெஞ்சுகள், மேசை நாற்காலிகள் எல்லாம் கழுவித் துடைத்துச் சுத்தமாக வைக்கப்பட்டிருக்கின்றன. வாத்தியார்களின் பெரிய கரும்பலகைகளில் புதிதாகக் கறுப்பு வர்ணம் பூசியிருக்கிறது. தேசப்படங்கள் தூசி தட்டப்பட்டுப் பளபளவென்று இருக்கின்றன. ஹெட்மாஸ்டரின் அறையிலுள்ள காந்தி மகாத்மா திருவுருவப் படத்துக்கு அன்று பெரிய ரோஜாமாலையும் கதர் மாலையும் அணிவித்திருக்கிறார்கள். சேவகன் அருணாசலம் எல்லா வேலைகளையும் கச்சிதமாகச் செய்து முடித்திருக்கிறான். டீ பார்ட்டிக்குச் சிற்றுண்டிகள் தயாரிக்க ஒரு கெட்டிக்காரச் சமையல்காரரை ஏற்பாடு செய்திருக்கிறார்கள். மணி பன்னிரண்டுக்கு மேலாகிவிட்டது. சமையல்காரர் ஜிலேபி செய்து முடித்துவிட்டார். பள்ளிக்கூடத்தின் பின்பக்கம் ஒரு சிறிய கீற்றுக் கொட்டகை போட்டிருக்கிறார்கள். அதில்தான் எல்லாம் செய்கிறார்கள். சமையல்காரருக்கு உதவியாக அருணாசலம் ஓடியாடி வேலை செய்கிறான். வடைகள் கொதிக்கும் எண்ணெயில் முங்கி முங்கி எழுந்து நீந்துவதைச் சில மாணவர்கள் எட்டிப் பார்த்துக் கொண்டிருக்கிறார்கள். அவர்கள் கொஞ்சம் முன்னாலேயே பள்ளிக்கூடத்துக்கு வந்துவிட்டார்கள். புது வடையின் மணத்தை அவர்கள் சுகமாக உள்ளே இழுத்து ரசிக்கிறார்கள். ‘போங்க, போங்க’ என்று சமையல்காரர் அவர்களை விரட்டுகிறார். போவது மாதிரி போய்விட்டு மீண்டும் மீண்டும் வந்து அவர்கள் எட்டிப் பார்க்கிறார்கள்.

கருப்பையா பள்ளிக்கூடத்துக்குப் புறப்படத் தயாராகிறான். அண்ணன் பாண்டியன் பன்னிரண்டு மணிக்கெல்லாம் வயற் காட்டிலிருந்து வீடு திரும்பிவிடுகிறான்.

காக்சி நிஜாரும், நீலச்சட்டையும் அணிந்துகொண்டு பறப்படுகிறான் கருப்பையா. அந்த டிரஸ் அவனுக்கு எவ்வளவு பொருத்தமாக இருக்கிறது! கிராப்புச் சரியாக இல்லை என்று மீண்டும் வகிடு எடுத்து வாரி விடுகிறான் அண்ணன்.

மணி ஒன்றடிக்க ஐந்து நிமிஷம் இருக்கிறது. கருப்பையாவை யும் அழைத்துக்கொண்டு போவதற்காக அடுத்த தெருவிலிருக் கும் அவனுடைய சிநேகிதன் முத்தையா வருகிறான். அவனும் நன்றாக உடை அணிந்து கொண்டிருக்கிறான். அவன் கையிலும்

ஒரு மூவர்ணக் கொடி. "வாறியா கருப்பையா, நேரமாச்சு" என்று அவசரப்படுத்திக்கொண்டே வருகிறான் அவன்.

"வா தம்பி!" என்று தன் தம்பியின் சிநேகிதனுக்கு அன்பாக முகமன் கூறுகிறான் பாண்டியன். அந்தப் பையன் சற்று வெட்கத்துடன் சிரித்துக்கொண்டு வாசலிலேயே நிற்கிறான்.

"உள்ளே வாடா, தம்பி!" என்று கனிவாக அழைக்கிறான், பாண்டியன். முத்தையா கொடியும் கையுமாக உள்ளே வருகிறான். "கொடி யாரு செஞ்சு கொடுத்தது" என்று வினவுகிறான் பாண்டியன்.

"எங்க அக்கா செஞ்சு கொடுத்தா."

"ஒங்க அக்காளா? தங்கமா!? நல்லா செஞ்சிருக்காளே!" என்று புன்னகை செய்கிறான் பாண்டியன்.

உடனே, கருப்பையா ஓடிப்போய்த் தன் கொடியை எடுத்து வந்து, சிநேகிதனிடம் காட்டுகிறான். இரண்டு கொடியும் ஏறக்குறைய ஒன்று போலவே இருக்கின்றன.

"எது நல்லாருக்கு, அண்ணாச்சி?" என்று கேட்கிறான் கருப்பையா.

"ரெண்டுமே நல்லாருக்கு!" என்று சிரிக்கிறான் பாண்டியன்.

முத்தையாவின் கொடியை ஒரு முறை கூர்ந்து நோக்கி விட்டு கருப்பையா சட்டென்று சொல்லுகிறான்; "அந்தக் கொடீல சக்கரம் இல்லேண்ணாச்சி!"

கண்களை அகல விரித்தபடி 'என்ன?' என்று பார்க்கிறான். ஆம், முத்தையாவின் கொடியில் சக்கரம் இல்லை. அவனுடைய அக்காள் சக்கரம் வைக்க மறந்துவிட்டாள் போல இருக்கிறது.

முத்தையாவின் முகத்தில் ஓர் அசட்டுச் சிரிப்பு.

"ஏண்டா?" என்று ஆச்சரியப்படுவதுபோல் கேட்கிறான் பாண்டியன்.

"எங்கக்கா இப்படித்தான் செஞ்சு கொடுத்தா" என்கிறான் அந்தச் சிறுவன்.

உடன், தானே எழுந்துபோய் அலமாரியைத் திறந்து, பொன் வர்ணக் காகிதம் ஒன்றையும் கத்திரிக்கோலையும் எடுத்து வந்து பரபரப்பாக ஒரு சக்கரம் கத்தரித்து, ஆத்தாளிடம் கொஞ்சம்

சோற்றுப்பசை வாங்கிவந்து முத்தையாவின் கொடியின் மத்தியில் சக்கரத்தைப் பதிக்கிறான் பாண்டியன். இதனால் தனக்கு ஏதோ தோல்வி ஏற்பட்டதுபோல் நினைக்கிறான் கருப்பையா. “நேரமாச்சு அண்ணாச்சி; இப்பப் போய் இதை ஒட்டிக்கிட்டுருக்கிறியே” என்று முகத்தில் கடுகடுப்பைக் காட்டுகிறான் தம்பி.

“சரி சரி, பொறப்படுங்க; மணி ஒண்ணுதானே களிஞ்சிருக்கு; நேரமிருக்குல்லா? போங்க” என்று இருவரையும் வீட்டு வாசல்வரை கொண்டுபோய் விட்டு உள்ளே திரும்புகிறான் பாண்டியன். கருப்பையா வாசலில் நின்றபடியே, “ஆத்தோவ், இஸ்கூலுக்குப் போறேன்” என்று கத்துகிறான்.

முடிந்தவரையில் குரலை உயர்த்தி, “சரி, போயிட்டு வா” என்கிறாள் கிழவி; பிறகு, “போறேன்னு சொல்லப்படாது. போயிட்டு வாறேன்னு சொல்லணும்” என்று கருப்பையாவுக்குச் சொல்லுவதுபோல் தனக்குள் தானே சொல்லிக்கொள்கிறாள்.

கும்பல் கும்பலாக மாணவர்களும் மாணவிகளும் பள்ளிக் கூடத்தை வந்தடைகிறார்கள். விதவிதமான அளவுகளில், வித விதமான வர்ணங்களில், விதவிதமான காகிதங்களில் கொடிகள் தாங்கி விதவிதமாக வருகிறார்கள். சில கொடிகள் மூன்றாம் பாடப்புத்தகத்துக் கொடியைப் போலவே இருக்கின்றன - கறுப்பும் வெள்ளையுமாக. வேறு சில கொடிகளில் கொடி என்று பெரிதாக எழுதியிருக்கிறது. இன்னும் சில கொடிகள் நியூஸ் பேப்பர் கொடிகள், இன்னும் பிரௌன் பேப்பர் கொடிகள், அட்டைக்கொடிகள், பழைய நினைவில் பிறந்த ராட்டை போட்ட கொடிகள் - எல்லாம் வருகின்றன.

ஓ! எத்தனை விதமான கொடிகள்; எத்தனை குதூகலம், எத்தனை அட்டகாசம்! எத்தனை விதமான குழந்தைகள்! ஓ! எத்தனை உற்சாகம்!

அன்று இயற்கையும் வெகு உல்லாசமாக, மாமனார் வீட்டுக்கு வந்திருக்கும் புது மாப்பிள்ளை மாதிரி இருக்கிறது; தண்மை நிறைந்த மாருதம் சிலுசிலுத்துக் குழைகிறது. மழை முகில்கள் பொதிபொதியாக வானில் கவிந்து நீந்தி மிதக்கின்றன. இடையிடையே, சூரியன் சோதிமயமான வெண்பற்களைக் காட்டிச் சிரிக்கிறான். காற்றை முத்தமிட இதழ் குவிப்பதைப் போன்று மரக்கிளைகள் காற்றின் திசையில் குவிந்து நீளுகின்றன.

பள்ளிக்கூடத்துக் காம்பவுண்ட்டுக்குள் அநேகமாக எல்லா மாணவர்களும் வந்துசேர்ந்துவிட்டார்கள். ஐயரின் கீற்றுக் கொட்டகையைச் சுற்றி முன்னைவிடவும் கும்பல் இப்போது அதிகமாக இருக்கிறது. மிக்ருஸக்காகச் சயைற்காரர் வறுக்கும் வேர்க்கடலையின் அற்புதமான மணம் கமகமவென்று சுற்றிலும் நிறைந்து சூழ்கிறது. டீ பார்ட்டியைச் சமாளிப்பதற்காக மத்தியானச் சாப்பாடு சாப்பிடாமல் வந்திருக்கும் பையன்களை இப்போது பசி அரிக்கத் தொடங்குகிறது.

கருப்பையாவும் சாப்பிடாமல்தான் வந்திருக்கிறான். ஆத்தாளிடம் 'வேண்டாம்' என்று சொல்லிவிட்டான்; முத்தையாவை நெருங்கி, "நல்லா பசிக்கிடா!" என்கிறான் அவன். "எனக்குப் பரிக்கல்லே; வூட்லே சோறு திண்ணுட்டுத்தான் வந்தேன்" என்று திருப்தியோடு கூறுகிறான் முத்தையா. தீனியைப் பொறுத்தவரையில் மிகுந்த முன்னெச்சரிக்கையுள்ள பையன் அவன்.

காம்பவுண்ட்டின் ஒரு மூலையில் அளிசமரம் ஒன்று நிற்கிறது. சில பையன்கள் அதன் கிளைகளில் தவழ்ந்தபடி அளிசம் பழம் பறித்துத் தின்று கொட்டைகளைத் துப்பிக் கொண்டிருக்கிறார்கள். கருப்பையாவும் அளிச மரத்தை நோக்கி நடக்கிறான்.

மாணவர்களும் மாணவிகளும் அங்கங்கே நின்று பேசிக் கொண்டும் விளையாடிக்கொண்டும் இருக்கிறார்கள். ஓங்கி வளர்ந்திருக்கும் கம்பத்தைச் சில மாணவர்கள் சுற்றிச் சுற்றி அண்ணாந்து பார்க்கிறார்கள். கொடிக்கம்பத்தில் வர்ணக் காகிதங்கள் நெளிந்து நெளிந்து உயரே ஏறுகின்றன. கீழேயிருந்து ஒரு கெட்டியான நீண்ட நூல் கயிறு மேலே நோக்கி வளைந்து குழைந்து போயிருக்கிறது.

கருப்பையா அளிச மரத்தை நெருங்குகையில் மணி இரண்டு அடிக்கிறது. அதாவது, பியூன் அருணாசலம் ஒரு ரெயில் தண்டவாளத் துண்டில் ஒரு சம்மட்டியால் இரண்டு தரம் ஓங்கி அடிக்கிறான். அன்றும் மணியடிக்கும் என்று எதிர்பாராத குழந்தைகள் பதறி வெலவெலக்கிறார்கள்.

மணி அடித்ததும், அந்த மணியோசைக்கு மணி இரண்டு என்பது தவிர, அன்று வேறு எதுவும் பொருள் இருக்காது என்று அந்தக் குழந்தைகள் நினைக்கையில், ஹெட்மாஸ்டர் திடீரென்று வராந்தாவுக்கு வருகிறார்.

அளிச மரத்துப் பையன்கள் பொத்துப் பொத்தென்று மே குதிக்கிறார்கள்.

ஹெட்மாஸ்டர் அன்று வெகு அழகாக உடை உடுத்திருக்கிறார். புதிய கோட்டு, புதிய பஞ்ச கச்சம், புதிய உத்தரீயம், புதிய கடுகடுப்பு இவற்றுடன் ஹெட்மாஸ்டர் பிரசன்னமாகிறார்.

"எல்லாரையும் அவரவர் வகுப்புக்குப் போய் பேசாமலிருக்கச் சொல்லு" என்று பியூன் அருணாசலத்திடம் கூறுகிறார்.

அந்த உத்தரவை உடனே எல்லா மாணவர்களுக்கும் அஞ்சல் செய்கிறான் அருணாசலம்.

குழந்தைகள் திடுமென்று வந்து கவிந்த ஒரு திகிலுடன் வகுப்புகளுக்கு வந்து உட்காருகிறார்கள். சளசளவென்ற பேச் சரவமும், காகிதக் கொடிகள் இளங்காற்றில் 'பிர்ர்ர்'ரிடும் மெல்லரவமும், வகுப்பறைகளில் நிறைகின்றன. மிக நீளமான ஒரு சத்திர மாடல் ஹாலை ஏழெட்டுப் பிரிவுகளாக ஓலைத் தட்டிகளால் பிரித்து வகுப்பறைகள் பண்ணியிருக்கிறார்கள். ஐந்து அறைகள் ஐந்து வகுப்புகளுக்கு. மற்றவை ஆசிரியர்களுக்கும் ஹெட்மாஸ்டருக்கும். பள்ளிக்கூடமே அவ்வளவு தான்.

கருப்பையாவுக்குப் பசி தாங்கமுடியவில்லை. எப்போது டீ பார்ட்டி என்பது அவனுக்கோ, முத்தையாவுக்கோ, மற்ற மாணவர்களுக்கோ தெரியவில்லை. "கலெக்டர் எப்ப வருவாரு?" என்று முத்தையாவிடம் கேட்கிறான் கருப்பையா. கலெக்டர் வருவதற்கும் டீ பார்ட்டி கிடைப்பதற்கும் ஏதோ தொடர்பு இருப்பதாக அவன் உணர்கிறான். "எனக்கும் பசிக்கிடா!" என்று முத்தையாவுக்கு அடுத்தாற்போல் உட்கார்ந்திருக்கும் வேறொரு பையன் துணைக்கு வருகிறான். மாணவர்கள் ஜன்னல் வழியாக வெளியே எட்டி எட்டிப் பார்க்கிறார்கள். கலெக்டர் இன்னும் வரக்காணவில்லை. கலெக்டர் வரவுக்குக் காத்திராமலே உண்ட பதார்த்தங்கள் ஜீரணமாகின்றன. உண்ணாத வயிறுகள் உணவை அழைக்கின்றன.

"அளிசம் பழம் பறித்துத் தின்றாலாவது தேவலையே!" என்று எண்ணுகிறான் கருப்பையா. ஆனால், அவன் இப்போது, வெளியே போக முடியாது. முன்பே அவன் பறித்துத் தின்றிருக்க வேண்டும். இப்போது என்ன செய்வது? எல்லாரும் அவரவர் வகுப்பில்

இருக்க வேண்டும். அது ஹெட்மாஸ்டர் உத்தரவு. வாசலில் ஏதோ மோட்டார் வருகிறாற்போல் சப்தம் கேட்கிறது. "வந்தாச்சு, வந்தாச்சு", மாணவர்கள் கூச்சல் போட்டுக் குதிக்கிறார்கள். உள்ளும் வெளியுமாக உலாத்திக் கொண்டிருக்கும் ஹெட்மாஸ்டர் பரபரவென்று வாசலுக்குப் போகிறார். வேறு ஏதோ ஒரு கார், வேறு யாரையோ தாங்கிக் கொண்டு, வேறொரு பக்கமாகப் போகிறது. ஏமாற்றத்தில் முகத்தில் அசடு வழிவதைக் கட்டுப்படுத்த முடியாமல் திணறுகிறார் ஹெட்மாஸ்டர். அந்த வேகத்தில், "பையன்களைச் சத்தம் போடாமல் இருக்கச் சொல்லும்" என்று முதல் வகுப்பு ஆசிரியரைப் பார்த்துச் சிடுசிடுக்கிறார் அவர். முதல் வகுப்பு வாத்தியார் சரசரவென்று பிரம்பும் கையுமாக, சூறாவளி வேகத்தில் ஐந்து வகுப்புகளையும் ஊடுருவுகிறார். பளீர் பளீர் என்னும் ஒலி வகுப்பறைகளைப் பிளந்து கொண்டு எழ, ராட்ச சத்தனமான அமைதி திடுமென்று குடிகொள்ள, திக்விஜயத்தை வெற்றிகரமாக முடித்துக்கொண்டு ஹெட்மாஸ்டர் அறைக்குத் திரும்புகிறார் அந்த ஆசிரியர். அவர் முகம் என்னவோ போல இருக்கிறது. அவருக்கும் பசிக்கிறதோ என்னவோ? யாராவது, காதும் காதும் வைத்தாற்போல், அளிசம் பழம் பறித்துக் கொண்டு வந்து கொடுத்தால் அவரும் சாப்பிடுவாரோ என்னவோ? இப்ப அழுதுகொண்டிருக்கிற அந்தப் பையனைப் பரிதாபமாகவும் ஒருவிதப் பீதியுடனும் மற்ற மாணவர்கள் பார்க்கிறார்கள். மூன்றாம் வகுப்பு வாத்தியாரின் அடியில் மூன்றாம் வகுப்புப் பையன் அழுவதை மூன்றாம் வகுப்புப் பையன்கள் பார்த்திருக்கிறார்கள். ஆனால், முதல் வகுப்பு வாத்தியாரின் அடியில் மூன்றாம் வகுப்புப் பையன் விசித்து விசித்து அழுவதை அன்றுதான் மூன்றாம் வகுப்புப் பையன்கள் பார்க்கிறார்கள். அது அவர்களுக்கு என்னவோ போல இருக்கிறது.

"அந்தப் பிரம்பு ரொம்பப் பெரிசு, நம்முடைய சாரின் பிரம்பைவிட பெரிசாம்" என்கிறான் முத்தையா, கருப்பையாவின் காதில், மிக மெல்லிய குரலில்.

"நம்முடைய சாரின் பெரம்பைவிட மூணு பங்கு நீளமல்ல இது? ஏண்டா, அந்தப் பெரம்பிலே கொடி செஞ்சா நல்லா இருக்குமல்ல?" என்றான் கருப்பையா.

சிறிது நேரம் வாயை அடைத்துக்கொண்டிருந்துவிட்டு மீண்டும் சளசளக்கத் தொடங்குகிறார்கள் பையன்கள். பேச்சரவம் 'நொய்' என்று வகுப்பறைகளில் நிறைகிறது.

இந்தச் சமயத்தில் நாலாம் வகுப்பில் பெரிசாக ஏதோ சந்தடி. இரண்டு பையன்கள் ஒருவரையொருவர் அடித்துக் கொள்வது மூன்றாம் வகுப்புப் பையன்களுக்குக் கேட்கிறது. சண்டையை வேடிக்கை பார்க்க அவர்களுடைய மனதில் ஏகமாய்த் துடிப்பு. எல்லாரும் எழுந்து நிற்கிறார்கள். 'நாலாம் வகுப்பில் சண்டை' என்று ஹெட்மாஸ்டரிடம் ரிப்போர்ட்' செய்வதற்காக ஒரு பையன் கிளம்ப ஆயத்தமாகிறான். அதற்குள் இரண்டாம் வகுப்பு வாத்தியாரின் குரல் நாலாம் வகுப்பில் கணீரென்று கேட்கிறது. அதைத் தொடர்ந்து பிரம்பின் பளீர் பளீர் விளாசல் வகுப்பறைகளிலெல்லாம் எதிரொலித்து எதிரொலித்து மடங்குகிறது.

மறுபடியும் பேய்த்தனமான அமைதி குடிகொள்ளுகிறது. அளிச மரத்திலிருந்து அப்போது கிளம்பிய ஓர் ஒற்றைக் காகத்தின் 'காகா' சப்தம் இனம் தெரியாமல் ஒரு பயத்தை அங்கே சிருஷ்டிக்கிறது.

திடுதிப்பென்று அருணாசலம் ஒவ்வொரு வகுப்பாக வந்து அறிவிக்கிறான்; "எல்லோரும் கீழே வரிசையா உக்காருங்க. இப்போ டீ பார்ட்டி!"

சமையல்காரர் வருகிறார். அவரும் அருணாசலமுமாகப் பெஞ்சுகளைத் தூக்கி வராந்தாவில் கொண்டுபோய் அடுக்கு கிறார்கள். பையன்கள் எழுந்து ஒதுங்கி ஒதுங்கி நிற்கிறார்கள். "அந்தப் பக்கம் போங்க. இந்தப் பக்கம் போங்க" என்று சொன்னபடி பெஞ்சுகளை மளமளவென்று கிளப்புகிறான் அருணாசலம். ஏதோ முணுமுணுத்தபடி சமையல்காரரும் அவனோடு ஒத்துழைக்கிறார்.

அடுத்தாற்போல் வகுப்பறைகளைப் பிரிக்கும் ஓலைத் தட்டிகள் ஒவ்வொன்றாக அகற்றப்படுகின்றன. அந்த வேலையையும் அருணாசலமே செய்கிறான். அவனுக்கு உதவியாக யாரோ ஒரு கிழவன் இப்போது வந்திருக்கிறான். "கொள் கொள்" என்று அவன் வாய் ஓயாமல் இருமுகிறான். அவன் யார் என்று பையன்கள் யோசிக்கிறார்கள்.

அருணாசலத்தின் உடம்பு வேர்த்து ஊற்றுகிறது. சிறிது நேரத்துக்கெல்லாம் வகுப்பறைகள், வாத்தியார், ஹெட்மாஸ்டர் அறைகள் எல்லாம் மறைகின்றன. பெரிசாக ஒரு ஹால்! மாணவர்களுக்கு இது மிக மிக வேடிக்கையாக இருக்கிறது. ஒருவரை ஒருவர் பார்த்துச் சிரித்துக்கொள்ளுகிறார்கள். ஐந்து வகுப்புப் பையன்களும் இப்போது ஐந்து வகுப்புப் பையன் களுடனும் கலந்துவிடுகிறார்கள்.

“எல்லாரும் உக்காருங்க” என்று கோடியிலிருந்து கத்துகிறான் அருணாசலம். ஹெட்மாஸ்டரும் கையமர்த்துகிறார். ஆசிரியர்களும் அப்படிச் செய்கிறார்கள்.

ஹெட்மாஸ்டர் அறையிலிருக்கும் சுவர்க் கடிகாரம் எல்லோருக்கும் இப்போது தெரிகிறது. அந்தக் கடிகாரத்தைச் சில மாணவர்கள் தாம் பார்த்திருக்கிறார்கள். அந்த அதிர்ஷ்டக்கார மாணவர்கள் ஹெட்மாஸ்டரின் அறையிலேயே, அவருடைய அடிகளைப் பெற்றுக்கொண்டிருக்கிறார்கள். அந்தக் கடிகாரம் மூன்று அடிக்கிறது.

எல்லா மாணவர்களும் தங்கள் தங்கள் கொடிகளை முதுகுப்பக்கம் சுவரில் சாய்த்து வைத்துவிட்டுத் தரையில் வரிசையாக அமர்கிறார்கள். அருணாசலம் சரசரவென்று சிறுசிறு வாழையிலைகளை ஒழுங்காக, துரிதமாகப் போட்டுக் கொண்டே போகிறான். மாணவர்களின் முகங்கள் களிப்பில் பாக்கு மலர்கின்றன. முத்தையா, கருப்பையாவைப் பார்த்துச் சந்தோஷத்துடன் சிரிக்கிறான். கருப்பையாவுக்கும் சந்தோஷந்தான். பரபரவென்று ஒவ்வோர் இலையிலும் ஜிலேபி வைக்கிறார் சமையல்காரர். தலைக்கு இரண்டிரண்டு பூவன் பழமாக வீசிக்கொண்டு ஓடுகிறான் அருணாசலம். பிறகு வடை வருகிறது. மிக்ஸ்சர் வருகிறது. ஆளுக்கு இரண்டு வடை. பேஷ்! மிக அருமையான டீ பார்ட்டி. எல்லாக் குழந்தைகளும் நாக்கைத் நீட்டிச் சாப்பிட ஆரம்பிக்கிறார்கள்.

ஆசிரியர்கள் குறுக்குநெடுக்குமாக நடந்து மேற்பார்வை செய்கிறார்கள்.

ஹெட்மாஸ்டர் கைக்கடிகாரத்தைப் பார்க்கிறார், “சீக்கிரம் ஆகட்டும்” என்று உரக்கச் சொல்லுகிறார்.

“மடமடன்னு சாப்பிடணும்” என்று பையன்களை லேசாக முடுக்குகிறார் மூன்றாம் வகுப்பு ஆசிரியர்.

“சட்னு, சட்னு” என்று விரலைச் சொடுக்கிக்கொண்டு போகிறார் ஐந்தாம் வகுப்பு வாத்தியார். குழந்தைகள் நிமிர்ந்து நிமிர்ந்து ஆசிரியர்களின் முகங்களைப் பார்க்கிறார்கள். ஒன்றும் ஓடமாட்டேன் என்கிறது அவர்களுக்கு.

ஜிலேபியைச் சாப்பிட்டுவிட்டு வாழைப்பழத்தைச் சாப்பிடத் தொடங்குகிறான் கருப்பையா. முத்தையா பழத்தை விழுங்கி விட்டு, பழத்தோலின் சுவையான பிரதேசத்தைப் பல்லால் பிடுங்கிக்கொண்டிருக்கிறான்.

“சீக்கிரம், சீக்கிரம்” என்று வேகமாக ஓடி ஓடி நடக்கிறார் மூன்றாம் வகுப்பு வாத்தியார்.

சமையல்காரர் ஒரு பெரிய பாத்திரத்திலிருந்து மற்றொரு பெரிய பாத்திரத்துக்கு அருவியாகக் காபி ஆற்றுகிறார்.

வாசலில் ‘ஹார்ன்’ சத்தம் கேட்கிறது. ஓ! கலெக்டர் வந்துவிட்டார்!

“சீக்கிரம் ஆகட்டும்” என்று கத்திவிட்டுக் ‘கிடுகிடு’வென்று வாசலுக்கு ஓடுகிறார் ஹெட்மாஸ்டர்.

“வேகமாகச் சாப்பிடுங்க” என்று அருணாசலம் கூச்சலிடு கிறான். வடையைக் கையில் எடுக்கிறான் கருப்பையா. அவனுக்கு வடை பிடிக்கும்; ஆனால் கை உதறலெடுக்கிறது. கையிலிருந்து வடையை அருணாசலம் பிடுங்கிக்கொண்டு போய்விடுவானோ என்று தோன்றுகிறது அவனுக்கு. முத்தையாவின் இலையில் மிக்ஸர் மட்டுந்தான் மீந்திருந்தது. பறந்து உள்ளே அள்ளித் திணிக்கிறான் அவன். ‘ஹக்’ என்று தொண்டையில் விக்கல் குறுக்கிடுகிறது. தண்ணீர் வேண்டும் என்று அருணாசலத்தைப் பார்த்துக் கையைக் காட்டுகிறான். “தண்ணி இப்போ கொண்டு வர முடியாது; கலெக்டர் வந்தாச்சு, எந்திரிங்கோ” என்கிறான் அருணாசலம். அவனும் கலவரம் அடைந்திருக்கிறான். பசி அவன் முகத்திலும் பிடுங்கியிருக்கிறது. இனிமேல் எப்போது சாப்பிடுவது? ஒரு மணி நேரம் ஆகிறதோ, இரண்டு மணி நேரம் ஆகிறதோ?

ஆசிரியர்கள் சாப்பிட்டார்களா, இல்லையா என்பது தெரியவில்லை. குழந்தைகள் கலவரத்துடன், பயந்து போய், போட்டது போட்டபடி எழுந்திருக்கிறார்கள். இரண்டொரு மாணவர்கள் தங்கள் நிஜார்ப் பைகளில் வடைகளையும் ஜிலேபியையும் திணித்துக்கொள்கிறார்கள்.

இரண்டாம் வகுப்பு வாத்தியார் வெளியே இருந்து உள்ளே வருகிறார்: “எல்லோரும் எந்திருங்க; போதும் போதும்” என்று விரட்டுகிறார். ம் கருப்பையா பாதி வடையையும், மிக்ஸரையும் அப்படியே போட்டுவிட்டு விக்கிக்கொண்டே எழுந்திருக்கிறான். பின்புறம் திரும்பி அவன் தன் கொடியைக் கையில் எடுக்கையில் வேறொரு சிறுவன் ஊடே பாய்ந்து ஓடுகிறான். அவன் கால்கள் கருப்பையாவின் கொடியில் தட்டி மறைகின்றன. “கொடி கிளிஞ்சி போச்சுடா!” என்று தொண்டை அடைக்கக் கூறுகிறான் கருப்பையா. போர் அம்புபோல் பாய்ந்து வரும் இரண்டாம் வகுப்பு வாத்தியார் இதைப் பார்க்கிறார். “பயல் கொடியைக் கிழித்துக் கொண்டு நிற்கிறானே! ஏண்டா முட்டாக் களுதே ஒழுங்கா

வெச்சிக்கிறதுக்கென்ன? மூளை கீளை இருக்காலே ஒனக்கு?" என்று உணர்ச்சிவசப்பட்டவராய் அந்தக் கொடி இழந்த கழியைப் பிடுங்கி, கருப்பையாவின் துடையில் பளீரென்று விளாசிவிட்டுக் கழியைக் கீழே வீசிவிட்டு ஓடுகிறார். ஓ! அவசரம்; அவசரம்.

கருப்பையா அழுதுகொண்டே அந்தச் கழியைக் கையில் எடுக்கிறான். அது கொடி இல்லாமலே அழகாக இருப்பது அவனுக்குத் தெரிகிறது. அவனுடைய அண்ணன் வெட்டி ஒட்டியிருக்கும் காகிதங்களில் தான் என்ன கவர்ச்சி. என்ன வசீகரம்!

எல்லாப் பையன்களும் கையைக் கழுவிவிட்டுக் கொடியும் இதயுமாக வெளியே ஓடிவருகிறார்கள். ஹெட்மாஸ்டரும் ஆசிரியர்களும் கலெக்டருக்குப் பள்ளிக்கூடத்தைச் சுற்றிக் காட்டிக்கொண்டிருக்கிறார்கள். காட்டுவதற்கு அங்கே எதுவு மில்லை, ஆனாலும் எதையோ காட்டிக்கொண்டுதான் இருக்கிறார்கள். பஞ்சாயத்துப் போர்டுத் தலைவர் கைகளைக் கட்டிக் கொண்டு கலெக்டர் பின்னால் பவ்யமாகப் போகிறார். வேறு சிலரும் போகிறார்கள்.

அருணாசலமும் அந்தக் கிழவனும் பள்ளிக்கூடத்தை அதிவேகமாகச் சுத்தம் பண்ணுகிறார்கள். கிழவன் இலைகளில் கிடைக்கும் பதார்த்தங்களையெல்லாம் சுறுசுறுப்புடன் ஒரு பாத்திரத்தில் சேகரிக்கிறான். அவனுக்கு அசாத்தியமான உற்சாகம். எத்தனை ஜிலேபிகள், வடைகள், எவ்வளவு மிக்ஸர்! வாழைப் பழங்களும் குறைவில்லை.

சமையல்காரர் ஓர் எவர்சில்வர் தட்டைத் துண்டால் அடைத்துக்கொண்டு, அதில் ஒரு வெள்ளித் டம்பளர் பாலும், இரண்டு பூவன்பழமும் வைத்து எடுத்துக்கொண்டு ஓடுகிறார், கலெக்டர் நிற்கும் இடத்தை நோக்கி.

எல்லா மாணவர்களும் தூரத்தில் நின்றபடியே கலெக்டரைப் பார்க்கிறார்கள். அவர் சிரித்துச் சிரித்துப் பேசுகிறார். வெள்ளை வெளேரென்று சட்டையும் வேட்டியும் அணிந்திருக்கிறார். உயரமாகக் கருகருவென்று, கம்பீரமாக இருக்கிறார். சிரிக்கையில் அவருடைய பற்கள் வெளீரென்று பிரகாசிக்கின்றன.

அழகிய நீலநிறக் கார் ஒன்று காம்பவுண்ட்டின் ஓரத்தில் கேட்டை ஒட்டினாற் போல் நிற்கிறது. பக்கத்தில் ஒருவன் தன் தலையிலிருக்கும் சப்பைத் தொப்பியை நிமிஷத்துக்கு ஒரு தரம் சரி செய்தபடி காரில் முதுகைச் சாய்த்தபடி, முன்னால் வளைந்து நிற்கிறான். வெள்ளை நிஜாரும், பெரிய பித்தளைப் பொத்தான்கள்

பளபளவென்று பிரகாசிக்கும் கோட்டும் அணிந்துகொண்டு நிற்கும் அவன் மோட்டார் ஓட்டியாகத்தான் இருக்க வேண்டும். அவனைச் சில மாணவர்கள் வேடிக்கை பார்க்கிறார்கள்.

கருப்பையா இப்போது அழவில்லை. அவனும் கலெக்டரைக் கவனிக்கிறான். "வூட்டுக்கு எப்போ போகலாம்?" என்று விசனத்துடன் கேட்கிறான் முத்தையா. அவனைப் பசி பிடுங்கித் தின்கிறது. கருப்பையாவுக்கும் நல்ல பசிதான்; துடை வேற வலிக்கிறது. ஆனாலும் எல்லாவற்றையும் மறந்து கலெக்டரைப் பார்த்துக் கொண்டு நிற்கிறான் அவன்.

ஹெட்மாஸ்டர் ஐந்தாம் வகுப்பு வாத்தியார் காதில் ஏதோ ரகசியம் பேசுகிறார். அவர், உடனே ஓடோடியும் வருகிறார்.

"எல்லோரும் 'லைனா' வரிசையா நில்லுங்க. ம்..." என்கிறார் அவர். அந்தப் பள்ளிக்கூடத்துக்கு டிரில் வாத்தியாரும் அவர் தாம். உயர வாரியாக மாணவர்களை வரிசைப்படுத்தி, அணிவகுத்து நிறுத்த முனைகிறார் அவர். பையன்கள் ஒழுங்காக நிற்கிறார்கள். வரிசை ஒரு பக்கமாகக் கோணுகிறது. டிரில் வாத்தியார் தட்டிச் சரிப்படுத்துகிறார். கொடியைத் தோளில் லேசாகச் சாய்த்து மாணவர்கள் ஜோராக நிற்கிறார்கள். கருப்பையா இடப்பக்கமும் வலப்பக்கமும் ஒரு கண்ணோட்டம் விடுகிறான். மிகவும் ஜோராக இருக்கிறது. முத்தையா சற்றுக் குட்டையாதலால் கோடிக்கு அவன் தள்ளப்பட்டிருக்கிறான். அமைதியாக அவர்கள் நிற்கிறார்கள்.

டிரில் வாத்தியார் அந்த அணிவகுப்பிலிருந்து பதினைந்து பேரைப் பொறுக்கி எடுக்கிறார். இடக்கைச் சுட்டுவிரலை நீட்டி நீட்டிச் சுட்டிப் பொறுக்கி எடுக்கிறார். அந்தப் பதினைந்து பேரையும் கொடிக் கம்பத்தைச் சுற்றி வட்டமாக, அழகாக, போலீஸ்காரன் மாதிரி விறைப்பாக நிறுத்துகிறார் வாத்தியார். அவர் அண்ணாந்து மேலே பார்த்துக் கம்பீரமாக 'சல்யூட்' பண்ணுகிறார். அவரைப் போல் அந்தப் பதினைந்து பேரும் 'சல்யூட்' பண்ணுகிறார்கள். அது பார்க்க வெகு அழகாக இருக்கிறது. அந்தப் பதினைந்து பேரில் தானும் ஒருவனாக இல்லையே என்று கருப்பையா வருந்துகிறான். தன்னை ஏன் டிரில் வாத்தியார் அழைக்கவில்லை என்பது அவனுக்குப் புரியமாட்டேன் என்கிறது. அவனும் நல்ல உயரம் அல்லவா? அவனும் கட்டுமஸ்தாக, ஜோராகத்தானே இருக்கிறான்? அவனும் நன்றாகத்தானே டிரஸ் பண்ணிக்கொண்டிருக்கிறான்? அவனை விடவும் ஒருபிடி குட்டையான பையன்கள் கூட இரண்டு

மூன்றுபேர் அந்த வட்டத்தில் நிற்கிறார்களே! அது ஏன் என்று துக்கத்துடன் யோசிக்கிறான் கருப்பையா. தன்னைவிடவும் அவர்கள் எப்படி உயர்ந்தவர்கள் என்பது அவனுக்குப் புலப்படவில்லை. ஒரே ஒரு வித்தியாசத்தை மட்டும் அவன் லேசாக உணர்கிறான். அந்தப் பதினைந்து மாணவர்களும் அவனைப் போல் கறுப்பாக இல்லாமல் சிவப்பாக இருக்கிறார்கள். தான் கறுப்பாக இருப்பதால்தான் டிரில் வாத்தியார் தன்னைத் தெரிந்தெடுக்கவில்லை என்று கருப்பையாவின் மனம் நம்ப மறுக்கிறது. ஆனாலும் அந்த எண்ணம் பீறிப்பீறிக் குதிக்கிறது. கொடிக்கம்பத்தின் அருகில் நின்று அவர்களோடு சேர்ந்து 'சல்யூட்' பண்ணினால் எவ்வளவு நன்றாக இருக்கும். கருப்பையாவுக்கு அழுகையாக வருகிறது; துடை வலிக்கிறது.

எல்லாரையும் அப்படி அப்படியே நிறுத்திவிட்டு டிரில் வாத்தியார் மீண்டும் கலெக்டர் நிற்கும் இடத்துக்கு ஓடுகிறார். மாணவிகளை ஒரு தனி வரிசையாகப் கொடிக் கம்பத்துக்குச் சற்றுத் தள்ளி நிறுத்தியிருக்கிறார்.

அடுத்தாற்போல என்னவென்று குழந்தைகளுக்குத் தெரியவில்லை. அங்கும் இங்கும் பார்த்தபடி சளசளவென்று பேசிக் கொண்டு நிற்கிறார்கள். எல்லோருக்கும் அதிக கால்வலியெடுக்கிறது.

பொழுது ஏறி, லேசாகக் காய்கிற வெயில் இன்னும் லேசாகிறது. காற்று இன்னும் தன்மை ஏறிச் சிலிர்க்கிறது. அந்தக் காற்று விருட்சங்களைக் கவ்விக் குடைந்து 'உய்ய்' என்று இலைகளினூடு சீறிப் பாய்கிறது. மழை மேகங்கள் பெரிய பெரிய பொதிகளாக எங்கிருந்தோ மோதிக் குமைந்து கொண்டு இறங்கிச் சாய்கின்றன.

குழந்தைகள் மேலே பார்க்கிறார்கள். மழை வருமா? அவர்கள் பரபரப்படைகிறார்கள். கால் கடுத்து, கால் மாற்றிக் கால் மாற்றி நின்று கால்வலி எடுக்கிறது.

வேகமாக டிரில் வாத்தியார் வருகிறார். மீண்டும் அவர்களைத் தட்டி ஒழுங்குபடுத்துகிறார். சிறு கும்பல் ஒன்று புடைசூழ கலெக்டர் கம்பீரமாகத் தங்கள் பக்கமாக வருவதை எல்லாக் குழந்தைகளும் கண்கொட்டாமல் பார்க்கிறார்கள். கலெக்டருடைய புன்னகையில்தான் எத்தனை வசீகரம்! கருப்பையாவுக்கு அவரை மிகவும் பிடித்துவிடுகிறது. அவனைப்போல் அவரும் நல்ல கறுப்பு; இன்னும் அதிகமான கறுப்பு. ஆனாலும் அவர் அழகாகவே இருக்கிறார். மிகவும் அழகு.

அணிவகுத்து நிற்கும் மாணவர்களைத் தாண்டி, சிரிப்பும் முகமுமாய்க் கொடிக்கம்பத்தின் அருகே அவர் வருகிறார். அவர் கொடியேற்றப் போகிறார்.

பாரத மணிக்கொடி வெகு கம்பீரமாக மேலே மேலே ஏறுகிறது. கம்பத்தின் உச்சியைச் சென்று தழுவி ஒளிவீசிப் பறக்கிறது, அந்தக் காட்சியை வைத்த விழி வாங்கமுடியாமல் எல்லாருடைய கண்களும் நோக்கிச் சிலிர்க்கின்றன. கருப்பையா உணர்ச்சிவசப்படுகிறான். பாடப் புத்தகத்தில் தேசக்கொடியைப் பற்றிப் படித்ததெல்லாம் அவன் நினைவில் வந்து குவிகின்றன.

கலெக்டர் மிகுந்த கம்பீரத்துடன் நின்று பாரத மணிக்கொடிக்கு 'சல்யூட்' செய்கிறார். மாணவிகள் ஜனகணமன கீதம் பாடுகிறார்கள். அந்தப் பதினைந்து மாணவர்களும் விறைப்பாக நின்று, ஜோராக சல்யூட்' செய்கிறார்கள். கருப்பையாவும தன் இடத்திலேயே விறைப்பாகச் சிப்பாய் போல் நின்றபடி கொடிக்கு ஒரு 'சல்யூட்' பண்ணுகிறான்.

திடுதிப்பென்று மழை தூறத்தொடங்கிவிடுகிறது. கலெக்டர் அவசர அவசரமாகத் தம் காரை நோக்கி விரைகிறார். மற்றவர்கள் அவர் பின்னால் ஓடுகிறார்கள். குழந்தைகளை நோக்கிப் புன்னகை பூத்தபடி கையை அசைக்கிறார் கலெக்டர். பிறகு ஹெட்மாஸ்டரிடமும் மற்றவர்களிடமும் விடைபெற்றுக் கொண்டு காரில் ஏறுகிறார். அந்த ஜோரான டிரைவர் ஸ்டைலாகத் தன் ஸீட்டில் ஏறி உட்காருகிறான். மறு நிமிஷம் விர்ரென்று அந்த அழகிய நீலக்கார் பறக்கிறது. குழந்தைகள் அந்தக் காட்சியை ஆனந்தமாகப் பார்த்து மகிழ்கிறார்கள். அந்தக் காரின் எண்ணைச் சில பையன்கள் மனசில் இருத்திக் கொள்ளுகிறார்கள். கருப்பையாவும் அந்த எண்ணை நினைவில் பதித்துக்கொள்ளுகிறான். கலெக்டருடைய காரை அந்தக் கிராமத்துப் பள்ளி மாணவர்கள் பார்த்திருக்கிறார்கள். அவர்களில் சிலருக்கு அந்தக் காரின் எண் என்ன என்பது தெரியும். கருப்பையா தன் அண்ணனிடம் அந்த எண்ணைச் சொல்லுவான்.

ஹெட்மாஸ்டர் கலெக்டரை அனுப்பிவிட்டு வருகிறார். அவர் முகத்தில் சிரிப்பு தவழ்வதை அன்றுதான் அந்தப் பள்ளி மாணவர்கள் பார்க்கிறார்கள்.

எல்லா மாணவர்களையும் வீட்டுக்குப் போகச் சொல்லும்படி ஹெட்மாஸ்டர் அருணாசலத்தினிடம் கூறுகிறார். - "எல்லாரும் போங்க. மழை வருது; ஓடுங்க!" என்று கத்துகிறான் அருணாசலம். அவன் முகத்திலும் ஒரே மகிழ்ச்சி.

மாணவர்கள் 'ஊஊ' என்று ஊளையிட்டபடி தங்கள் வீடுகளை நோக்கிக் குருவிகளைப்போல் பறக்கிறார்கள். மழை 'சோ' வென்று பெய்யத் தொடங்குகிறது. ஆனாலும் வெயில் ஊடே பளிச்சிடுகிறது. மழைக்கோடுகளில் பரிதியின் ஒளி வெள்ளம் கொட்டிப் பளபளக்கிறது. குழந்தைகள் தெப்பமாய் நனைந்தபடி ஓடுகிறார்கள். அவர்களின் காகிதக் கொடிகள் நனைந்து குளிக்கின்றன. முத்தையாவின் கையைக் கெட்டியாகப் பிடித்துக்கொண்டு 'சர்க் சர்க்' என்று நீர் தெறிக்க ஓட்டமாய் ஓடுகிறான் கருப்பையா

சுதந்திர தினத்தன்று, அந்த தினத்தின் பொருளே போன்று, 'இதோ, இதுதான் அது' என்று சுட்டிக்காட்ட முடிவதே போன்று, ஒரு சுவையான, கரும்பின் அடிக் கரும்பு போல் ஏதோ ஒன்றைப் பெற முடியும் என்று எதிர்பார்த்திருந்தான்.

கருப்பையா, அன்று அதுவரை கிட்டாத அந்த ஏதோ ஒன்று அந்த மழையில் நனைந்துகொண்டு ஓடுகையில் கிட்டிவிட்டது போல் உணர்கிறான் அந்தச் சிறுவன்.

மழை நிற்கவில்லை; அன்னை பாரத தேவியின் ஆனந்த பாஷ்பமே போன்று, மழை அந்தக் குழந்தைகள் மீது சொரிகிறது. அவளுடைய அன்புமயமான, மோகனப் புன்னகையே உருகி சொட்டு மலர்வதுபோன்று கீழ்வானில் வர்ணக் களஞ்சியமாக ஒரு வானவில் அப்போது தோன்றுகிறது.

11

கணக்கு வாத்தியார்

- கிருஷ்ணன் நம்பி

பெரிசாக அன்று சாயங்காலம் மழை பிடித்துக்கொண்ட போது அந்தப் பள்ளிக்கூடத்தை நோக்கி ஓடினேன். சட்டை, வேட்டி, சுருட்டைத்தலை நனைய மழை ஊசி முகத்தில் படாதபடி தலையை குனிந்துகொண்டு ஒரே ஓட்டத்தில் அந்தப் பள்ளிக்கூட வராந்தாவில் தாவி ஏறி ஓடினேன். மழை, காற்றுடன் முயங்கி மிகுந்த கோபத்துடன் 'உஸ்ஸு உஸ்' என்று கொட்டி வீசுகிறது. ஆடியும் ஓடியும், தளர்ந்தும் விரைந்தும், பாய்ந்து பாய்ந்தும், துருதுருவென்று பறக்கும் உலகத்தின் மண்டையில் மழையையும் காற்றையும் குழைத்தடித்து, 'கொஞ்சம் நேரம் சும்மா முடங்கிக் கிட; போதும், போதும், நீ ஒன்றும் புறப்பட வேண்டாம்' என்று கடவுள் போலீஸ்காரனைப் போல் அதட்டிச் சொல்லுவதாக எனக்குத் தோன்றுகிறது. எனக்குத் தோன்றுவதிருக்கட்டும். உண்மை என்ன தெரியுமா? நான் நின்ற பள்ளிக்கூடத்தை நனைத்து, கட்டிடத்துச் சுவரையெல்லாம் குழந்தை வாய் பிஸ்கோத்து மாதிரித் தொய்த்து, பொதுக் என்று விழப் பண்ணி, கூரை ஓடுகளைப் 'பூ பூ' என்று விசிறிப் பறக்கடிக்கப் பண்ணி, பள்ளிக்கூடப் பெஞ்சுகள், மேசை நாற்காலிகள், கரும்பலகை, தேசப் படம், வாத்தியார் பிரம்பு, பேனா மைக்கூடு, வாத்தியாரின் உலக உருண்டை எல்லாவற்றையும் பொடியாக, சூர்ணமாக அடித்து 'குளோஸ்' பண்ணத்தான் கடவுள் அந்த மழையை அன்று ஏவியிருந்தான். அவன் செய்வது சரி. அது அவனுக்குத் தெரியும். எல்லாப் பள்ளிக்கூடங்களையும் அவன் அப்படிப் பண்ணுவான் மனிதர்களுக்கென்று, தான் படைத்திருக்கும் ஒரே பள்ளிக்கூடத்துக்குள் மனிதர்கள் படைத்திருக்கும் எண்ணற்ற பள்ளிக்கூடங்களைச் சூர்ணம் பண்ணி அவன் நாசிக்குப் பொடியாகப் போட்டுக்கொள்வான் அல்லது பிரளயத்துக்கு முன் அவன் நடத்தபோகிற ஒத்திகைப் பிரளயத்தில் பள்ளைக்கூடங்களையெல்லாம் மூழ்கடித்துக் கரையவைப்பான், அதோ, அந்தப் பிரளய நீரில் மிதந்து போகும் எண்ணற்ற பிரம்புகளின் நுனியில் கண்ணீர்க்கறை கட்டிப் பிடித்து ஒட்டிக் கொண்டிருப்பதைப் பார்த்தீர்களோ? அந்தப் பிரம்புகளை மீண்டும் பற்றிக்கொள்ள நீருக்குள்ளிருந்து கரங்கள் மேலே மேலே உயர்ந்து, தோற்று முழுகுகின்றன. என்னுடைய

அந்தக் கணக்கு வாத்தியாரின் மயிர் நிறைந்த கறுப்புக் கை, உலகத்துக் குழந்தைகளின் பரம வைரியான ஏதோ ஒரு ராட்சதனின் கையைப் போல், பிரம்பைப் பிடிக்க பிரளய நீருக்கு மேலே உயருகிறது பாருங்களேன்!- "இன்னமுமா உனக்கு ஆசை? எத்தனை அடி அடிச்சே. எனக்குக் கணக்குப் போடத் தெரியாது, நான் மக்கு மண்டடுகம். நீ கணக்குப் படிச்சு, படிப்பிச்சு, அடிச்சு ரொம்பக் கிழிச்சே, போ போ. பிரளயத்தில் மூழ்கற போதும் ஒனக்குப் பெரம்பைப் பிடிக்க வராது; நீ செஞ்ச பாவம் அடிக்கிறதுக்கா பொறந்தாய்? எனக்குக் கணக்குப் போடத் தெரியாது. ஆனா நன்னா கவி பாடுவேன், சார்? அன்னிக்கி அடி அடீன்னு அடிச்சு என் கையையும், முதுகையும், மூஞ்சியையும், என் கண்ணையும் சிவக்க அடிச்சியே, அன்னிக்கு ராத்திரி - பௌர்ணமி நெலாவிலே எங்க வீட்டு மொட்டை மாடீலெ ஒக்காந்துண்டு ஆகாசத்தைப் பார்த்து 'சந்திரா', நீ மஞ்சளா அப்பளாம் போல இருக்கே, நீ செவப்பா இருந்தா எனக்கு ஒன்னை ரொம்பப் பிடிக்கும். நாளைக்கு எங்க கணக்கு வாத்தியார் கிட்டே வாயேன். கணக்குப் போடச் சொல்லு வார். என் கையைப் பாரு.. இது போல நீ செவப்பா ஆயிடுவே. ரொம்ப அழகா இருப்பே. நீ செவப்பா இருந்தா எனக்கு ரொம்ப ரொம்பப் புடிக்கும்' - இப்படிக் கவி பண்ணினேன். நீ அடிச்சாலும் பாதகம் இல்லையேோன்னு லேசாத் தோணித்து. நீ அடிக்கிற போது வலிவலீன்னு வலிக்கிறது. நீ அடிச்சதை நினைச்சுப் பாக்கறபோது பாட்டு வராது. ஆனா, அடிக்கிறதுக்கும் ஒரு லிமிட் வேணும் சார். ரொம்ப ரொம்ப அடிச்சா, போலீஸ் ஸ்டேஷன்லே திருடனைப் போட்டு அடிக்கிற மாதிரி அடிச்சா, பையன்கள் மனசெல்லாம் ரொம்ப உடைஞ்சி போயிடும். எங்களை எல்லாம் போட்டு அடிச்சு அடிச்சு என்னத்தைக் கண்டுப்புட்டீர் கடேசிவரை எனக்குக் கணக்கு வந்துதா நீர் அடிக்க அடிக்க, எங்கிட்டே கொஞ்ச நஞ்சம் இருந்த கணக்கு - மூளைகூட எங்கோ ஓடிப்போயிடுத்தே சார்!"

கணக்கில் எத்தனை பூஜ்யம் நான் சம்பாதித்திருக்கிறேன்! பூஜ்யங்கள் எனது நண்பர்கள். வாத்தியார் கொடுக்கிற பூஜ்யத் துக்குள் இரண்டு கண்கள் போட்டு, ஒரு மூக்கு போட்டு, ஒரு வாய் போட்டு, இரு பக்கமும் காது வைத்து மனிதனாக்கி விடுவேன். பிறகு அந்த மனிதனைக் கோணல் மாணலாக, கோரமாகப் பண்ணி படத்துக்குக் கீழே கணக்கு ராட்சசன் என்று எழுதுவேன். கணக்கு ராட்சசனின் பிள்ளை எங்கள் கணக்கு வாத்தியார். இல்லை, கணக்கு ராட்சசனின் அப்பா எங்கள் கணக்கு வாத்தியார்.

கறுப்புப் போர்டில் சாக்குக் கட்டியால் 5, 8, 13, 25,-,x,+, என்றெல்லாம் கீச்சி விட்டு, 'எழுந்திருடா! இங்கே வா; இந்தக் கணக்கைப் போடு... எப்படி... சொல்லு...' என்று ஏதோ ஒரு வெற்றி எக்களிப்புடன் கணக்கு வாத்தியார் அசையும் பிரம்பும் கையுமாகக் கூப்பிடும்போது என் கால்கள் உதறும்; உடம்பில் ரத்தம் மிக வேகமாகச் சுற்றிச் சுற்றி ஓடும்; தலைக்குள் ஒரே உஷ்ணமாகத் தகிக்கும். பரக்கப் பரக்கக் கறுப்பு போர்டுக்குப் பக்கத்தில் போகும்போது வாத்தியார் கேள்விக்கு ஏதேதோ வாய்க்குவந்த எண்களை நான் புலம்பும்போது, கெட்டிக்காரப் பையன்கள் சிரிக்கும்போது, 'போர்டைப் பாருடா!' என்று வாத்தியார் சாக்குக் கட்டியால் 'டம்' என்று போர்டில் குத்தும் போதும், ரொம்ப நீண்ட அநியாயமான பிரம்பு பளீர் பளீரென்று முதுகிலும், கையிலும், காலிலும்... 'அம்மா! அம்மா! எனக்குக் கணக்கு போடத் தெரியல்லேம்மா, அசட்டுப்பிள்ளையா என்னை ஏன் பெத்தே? வலி தாங்க முடியல்லேம்மா!'

மழை இன்னும் ஓயவில்லை. என் உடம்பு வெடவெட வென்று உதறுகிறது. மார்பை இரண்டு கைகளாலும் இறுக்கிக் கொண்டு, பள்ளிக்கூட வராந்தாவின் ஒரு கால் தூணோடு சாய்ந்து ஒட்டிக்கொண்டு, ஏதோ ஆத்திரத்தைக் தீர்த்துக் கொள்ளுவது போல் வெறிகொண்டு பொழிந்த மழையின் கோரமான வீச்சை வியந்துகொண்டு நின்றுகொண்டிருக்கிறேன். சொரியும் மழைநீர்க் கோடுகள் கோடானுகோடியாக விழுந்து விளாசும் பொடிப்பொடிப் பிரம்புகளாகவே எனக்குப் படுகிறது. அப்படியானால் சூல்கொண்ட கருமேகங்கள் எல்லாம் கணக்கு வாத்தியார்தானோ? உலகமும், உலகத்தின் மரங்களும், மட்டைகளும் மற்றவைகளும் மேக வாத்தியாரின் புத்திகெட்ட கோபத்திற்கு ஆளான மாணவர்கள் தானோ?

இப்படித்தான், இருபது இருபத்திரண்டு வருஷங்களுக்கு முன்னால், ஒரு நாள் காலை மழை பெய்தது. 'இதோ என் ஒத்திகைப் பிரளயம்' என்று கடவுள் அணை உடைத்துவிட்டது போல் அந்த மழை அன்று பெய்தது. மூணாவது வகுப்பு விட்டு நான் நாலாவதுக்குப் போய் உடன்தானே அந்த நாலாவதிலிருந்து மூணாவதுக்கு இரண்டாம் வருஷம் படிக்க நான் துரத்தப்பட்ட அன்று காலையில், எங்கும் கவிந்த இருள் மூட்டத்துடன், பிரபஞ்சத்தையே பாளம் பாளமாக வெட்டிப் பிளந்தெறிந்த இடியின் மூர்க்கத்துடன், வானத்தில் வெளிச்சம் கீறி ஓடி ஊழியின் நகையாய் நெளிந்த

மின்னலின் கவர்ச்சி மிக்க அச்சுறுத்தலுடன் இப்படித்தான் அன்று அந்த மழை பெய்தது.

அன்று கோடை விடுமுறை முடிந்து பள்ளிகூடம் திறக்கிறார்கள்.

“நாளைக்குப் பள்ளிக்கூடம் திறக்கிறாம்மா” என்று முன் தினம் அம்மாவிடம் போய்ச் சொன்னேன். எப்போது பள்ளிக்கூடம் திறக்கிறார்கள் என்பது எனக்கு அடியோடு மறந்து போயிருந்தது. விடுமுறையின் ஆனந்தத்தில் முங்கிக்கிடக்கும் எந்தப் பையனாவது மீண்டும் பள்ளிக்கூடம் போவது பற்றி யோசித்துப் பார்ப்பானா? நான் யோசித்துப் பார்க்கவில்லை. மணி, முத்தையன், கிச்சா- இவர்களும் யோசித்துப் பார்த்ததாகத் தெரியவில்லை. சீனு யோசித்துப் பார்த்தானோ என்னவோ! ஆனால், அவன்தான் அன்று சாயங்காலம் சொன்னான். மேலக்கோயில் தெற்குப் பிரகாரத்தில், பவழவல்லி மரத்தின் அருகில் கோலி விளையாடிக்கொண்டிருந்த போது, பாதி விளையாட்டின்போது, “நாளைக்குப் பள்ளிக்கூடம் திறக்கிறாடா” என்று அவன்தான் சொன்னான். சொல்லிவிட்டு பக்கத்தில் கிடந்த கிச்சாவின் கோலியை ‘ணச்’ என்று நிறுத்தி அடித்து விட்டு நடுக்குழியில் தன் காயை வெகு லாவகமாக உருட்டி விட்டு, ‘ராசி’ என்று கையைத் தட்டி உதறிவிட்டுத் துள்ளி எழுந்து நின்றான்.

அவன்தான் முதலில் ஜெயித்தான்.

அடுத்தாற்போல் கிச்சா ஜெயித்தான்.

அடுத்தாற்போல் மணி ஜெயித்தான்..

அடுத்தாற்போல் முத்தையன் ஜெயித்தான்...

அடுத்தாற்போல் நான் எனது வலதுகை இடது கை முஷ்டிகளில் ‘ணக் ணக்’ என்று கோலிக்குண்டுகளின் தாக்குதலுக்கு உதட்டைக் கடித்துக்கொண்டு ஈடு கொடுத்தேன்.

இடது கை முஷ்டி எலும்புகள் ‘விண் விண்’ என்று தெறித்தன. முட்டடி இல்லாமல் வெறுமனே விளையாடினால் என்ன? “முட்டு வைக்காம விளையாடினா ஜாலியாக இருக்காதுடா” என்றான் கிச்சா. ஆமாம், அவனுக்கு ஜாலியாகத்தான் இருக்காது. அவன் ஜெயிக்கிறவன்; அவன் ஜெயிக்கிறவன்.

கடைசி முட்டடியை வாங்கிக்கொண்டு மனசில் தளும்பிய துக்கத்துடன் இடது கை முஷ்டியைப் பிரித்து விரல்களை விறைப்பாக

நிமிர்த்தினேன். அப்போது இரண்டு மூன்று பவழமல்லிப் பூக்கள் மரத்திலிருந்து உதிர்ந்தன. அந்தப் பூக்கள் அப்போது எனக்காக உதிர்ந்தது போன்றே உதிர்ந்தன. கிச்சாவின் அந்த முட்டடியில் முஷ்டி நோக, முஷ்டியிருந்த நிலம் நோக, நிலம் நொந்து அதிரவும் மரம் அதிர்ந்து நோக, நிலைகழன்று அந்தப் பூக்கள் அப்போது எனக்காக நொந்து உதிர்ந்தனவென்றே உதிர்ந்தன.

யார் ஜெயித்தாலும், தோற்றாலும் அதுவே கடைசி ஆட்டம். ஆதலால் ஆட்டம் முடிந்து நாங்கள் புறப்பட்டோம்.

ஒரு பவழ 'மல்லிப்' பூவைத் தரையிலிருந்து கையிலெடுத்து லேசாக முகர்ந்தபடி நான் நடந்தேன். கிச்சாவின் முட்டடியால் எனக்கு வந்த சின்ன அவமானத்தைத் துடைப்பது போன்று பவழமல்லியின் மெல்லிய சுகந்தம் என் நாசியினுள் ஏறிற்று.

விளையாட்டு முடிந்து வீட்டுக்குப் போகும்போது 'திடீர்' என்று நினைவுக்கு வந்தவன் போல் சீனு சொன்னான்: 'நான் ஜெயிச்சாச்சிடா, ஹெட்மாஸ்டர் எங்கப்பாகிட்டே சொன்னார். நான் ஜெயிச்சாச்சு.'

ம்... நான் ஜெயித்தேனா? மணி, முத்தையன், கிச்சா எல்லாரும் ஜெயித்தார்களா? என்னுடைய சிலேட்டுக் குச்சியை என்னிடமிருந்து பிடுங்கிப் பள்ளிக்கூடத்துக் கிணற்றில் எறிந்து விட்டு, "என் சிலேட்டுக் குச்சியைப் புடுங்கி நாராயணன் கிணத்திலே எறிஞ்சிட்டான் சார்" என்று வாத்தியாரிடம் சொல்லி எனக்கு ஒருநாள் அடி வாங்கிக் கொடுத்த பப்பு ஜெயித்தானா? கிளாசிலே எப்போதும் சிரிச்சிண்ட இருக்குமே, கோமு, அது ஜெயிச்சுதா? நான் ஜெயித்தேனோ?

'நாளைக்குப் பள்ளிக்கூடம் திறக்கிறாம்மா.'

நாளைக்கு ஏன் பள்ளிக்கூடம் திறக்கிறார்கள்? திறக்காமல் இருந்தால் என்ன? சேர்ந்தாற்போல் நூறு வருஷம் லீவு விட்டால் என்ன? ஆனால் நூறு வருஷம் லீவு முடிந்து மீண்டும் பள்ளிக் கூடம் திறக்கும்போது மீண்டும் திறக்காமல் இருந்தால் என்ன என்றுதான் நினைக்கவரும். ஸ்வாமி, பகவானே, பள்ளிக்கூடம் திறக்கவே வேண்டாம். நீர் வித்தைக்காரனாக வந்து ஒரு 'மாஜிக்' பண்ணி எங்கள் பள்ளிக்கூடத்தைத் திடீரென்று மறைந்துபோகப் பண்ணுவீரா? எதற்கு நான் பள்ளிக்கூடத்தில் படிக்க வேண்டும் ஸ்வாமி? நீர் எந்தப் பள்ளிக்கூடத்தில் படித்தீர்? அப்படியே நீர்

படித்திருந்தாலும், எங்கள் கணக்கு வாத்தியாரிடம் படித்தீரா, எங்கள் கணக்கு வாத்தியாரின் பிரம்பை நீர் பார்த்திருக்கிறீரா?

"ஓஹோ அப்படியா! சரி, வா. உங்கள் கணக்கு வாத்தியாரிடம் நானும் படிக்கிறேன். அவருடைய பிரம்பை நானும் பார்க்கிறேன்" என்று சொன்னான் பாலகிருஷ்ணன். மேலக் கோயிலில் இருக்கும் ஸ்வாமி அவன்தான். அவன் எங்களோடு பள்ளிக்கூடம் வருகிறான். புல்லாங்குழலையும், மயிற்பீலி கிரீடத்தையும் கோயிலுக்குள் ஒளித்து வைத்துவிட்டு பாலகிருஷ்ணன் மூணாம் வகுப்புக்கு வருகிறான். இதோ, மணி அடித்துவிட்டது. முதல் பீரியட் கணக்கு வாத்தியார் தானே? பிரம்பும் கையுமா, வெகு வேகமாக, குடுமியை இரண்டு கைகளாலும் அள்ளிச் செருகியபடி வருகிறார். அட்டென்டன்ஸ் எடுத்த பிறகு போர்டில் ஒரு கணக்குப் போடுகிறார். முதல் கேள்வி பாலகிருஷ்ணனிடம் தான். அவனுக்குப் பதில் சொல்லத் தெரியவில்லை. திருதிருவென்று விழிக்கிறான். ரொம்ப சுலபமான கணக்கு அது; எனக்குக்கூடத் தெரியுமே, அட அசட்டுக் கிருஷ்ணா, இது கூடவா உனக்குத் தெரியவில்லை!

"எழுந்திருடா! இங்கே வா. இந்தக் கணக்கைப் போடு. எப்படி. சொல்லு?"

பாலகிருஷ்ணன் கோயிலுக்குள் நிற்பதுபோல் அசையாமல் நிற்கிறான்.

'பளீர்' பாலகிருஷ்ணன் புழுவாச் சுருண்டு கீழே விழுகிறான்.

பாலகிருஷ்ணா! எப்படி எங்கள் கணக்கு வாத்தியாரின் பிரம்பு! ஒரே அடியில் சுருண்டுவிட்டாயே!

இப்படி எங்களுக்கு எத்தனை அடிகள், எத்தனை அடிகள்!

பாலகிருஷ்ணா! எங்களைப் போல நீ வெறும் பையனாக வராதே. போ; மேலக் கோயிலுக்குப் போய் உன் புல்லாங்குழலை எடுத்துக்கொண்டு வா; மயிற்பீலி கிரீடத்தைத் தலையில் அழகாக வைத்துக்கொண்டு வா; ஸ்வாமியாக வா, எங்களுக்கு ஸ்வாமியாகவும் எங்கள் கணக்கு வாத்தியாருக்கு வெறும் பையனாகவும் வா.

'பளீர்' என்று பிரம்பை ஓங்கிக் கணக்கு வாத்தியார் உன்னை அடித்ததும் அந்த அடிகள் உன்மேல் விழாமல் 'பளீர் பளீர்' என்று கணக்கு வாத்தியார் மேல் விழவேண்டும். வலி தாங்க முடியாமல் அவர் அழுது துடிக்க வேண்டும்.

வேண்டும்; நன்றாக வேண்டும்; இன்னும் வேண்டும். 'பளீர் பளீர், பளீர்!'

வாத்தியாருக்குப் புரிந்துவிடுகிறது. பாலகிருஷ்ணனின் காலில் விழுகிறார், "ஸ்வாமி! தப்புப் பண்ணிப்பிட்டேன். தெரியாமல் அடிச்சுட்டேன். கன்னத்திலே போட்டுக்கிறேன்."

"எனக்கு மட்டுமா நீர் தப்புப் பண்ணினீர்? ஒவ்வொரு பையனுக்குமே நீர் தப்புப் பண்ணினீர். எல்லாரையும் போட்டு அடி அடின்னு அடிச்சீர். அது தப்பு. ரொம்பத் தப்பு. இனிமேல் அடிக்கப்படாது. அடிச்சா மூளை கெட்டுப்போயிடும். எல்லாரும் மக்கா, மண்டூகமாப் போயிடுவா..!"

"இனிமேல் யாரையும் நான் அடிக்கிறதில்லை; தப்பு. ரொம்பத் தப்பு. என்னை மன்னிக்கவேணும்; மன்னிக்கவேணும்."

ஐயோ பாவம் எங்கள் கணக்கு வாத்தியார்!

"நாளைக்குப் பள்ளிக்கூடம் திறக்கிறாம்மா" என்று அம்மா விடம் போய்ச் சொன்னேன்.

அம்மா சொன்னாள்: "நாளைக்கா? நன்னாத் திறக்கட்டும். இனிமே காலைல இருந்து ராத்திரி வரை பள்ளிக்கூடம் வெச்சுட்டான்னா தேவலை."

உனக்கு இரக்கம் இல்லையா அம்மா!

பள்ளிக்கூடம் திறக்கும் மறுநாள் காலையில் சற்று முன்ன தாகவே கண் விழித்தேன். அம்மா வெந்நீரில் குளிப்பாட்டினாள். துவைத்து உலர்த்தி மடித்து வைத்திருந்த நிக்கரும் சட்டையும் அணிந்துகொண்டேன். கோயிலுக்குப் போய்வரச் சொன்னாள் அம்மா 'ஸ்வாமி பகவானே! நான் ஜெயிக்கணும்' இப்படி நான் நினைத்தபோது கோயிலுக்குள் மணியடித்தது. நிச்சயம் நான் ஜெயிப்பேன். சீனுவைப்போல் நானும் ஜெயிப்பேன். நெற்றியில் சந்தனம் தீற்றிக்கொண்டு, துளசியைக் காதில் செருகிக் கொண்டு வீட்டுக்கு வந்தேன்.

தோசை சாப்பிட்டுவிட்டு முற்றத்தில் கையலம்பும் போது மணி என்னைப் பள்ளிக்கூடத்திற்குக் கூப்பிட வந்தான். "வறயாடா நாணா?" "போயுட்டு வறேம்மா!"... "சரி சரி, போயுட்டு வா!"...

கீழக் கோயிலின் முன்பக்கத்திலிருந்து கிழக்கு நோக்கி மேடும் பள்ளமுமாகச் செல்லும் குறுகலான பாதையில் நானும் மணியும் நடந்தோம். அதுதான் பள்ளிக்கூடப் பாதை. பாதையின் இரு புறங்களிலும் செறிந்திருந்த காட்டாமணக்குச் செடிகளிலிருந்து

காய்களைப் பறித்து, பசபசவென்று சுற்றுஞ்சூழப் பரந்துகிடந்த வயல்வெளிகளில் வீசியபடி நடந்தோம். காட்டாமணக்குக் காய்கள் வயல் வெளிகளில் தவம் புரிந்துகொண்டிருந்த நாரைகளைக் கிளப்பின. அவை வெளீரென்று மேலே உயர்ந்து சிறு சிறு துண்டுகளாகச் சிதறிப்போன ஒரு பெரிய வெண் முகில் ஒன்று சேர்வதைப் போன்று வானில் ஒன்று சேர்ந்தன.

'நாரைகளுக்குப் பள்ளிக்கூடம் உண்டோ' என்று யோசனை செய்தவாறு நான் நடந்தேன்.

பள்ளிக்கூடம் வந்துவிட்டது.

எல்லா மாணவர்களும் அவரவர் வகுப்பில் - விடுமுறைக்கு முன் எந்த வகுப்பில் இருந்தார்களோ, அந்த வகுப்பில் போய் உட்கார வேண்டும். ஹெட்மாஸ்டர் ஒவ்வொரு வகுப்பாக வந்து ஜெயித்தவர்களின் பெயர்ளைத் தம் மூக்குக்கண்ணாடி வழியாகப் படிப்பார். அவர் கையில் ஜெயித்தவர்களின் 'லிஸ்ட்' இருக்கிறது. அபுபென் ஆடம் கனவில் வந்த தேவதைபோல் ஹெட்மாஸ்டர் நிற்கிறார். நாங்கள் அபுபென் ஆடமாக நிற்கிறோம்.

அபுபென் ஆடம்: ஹெட்மாஸ்டர் தேவதையே, 'லிஸ்'டில் என் பெயர் இருக்கிறதா?

ஹெ. தேவதை: அபுபென் ஆடம், உன் பெயர்தான் முதலில் இருக்கிறது. நீ பாஸ். நாலாம் வகுப்புக்குப் போ!

பெயர்களை ஹெட்மாஸ்டர் வாசிக்க வாசிக்கப் பெயருக்குரிய மாணவர்கள் நாலாம் வகுப்புக்கு வேகமாகப் போனார் கள். கிச்சா போனான்; சீனு போனான்; மணி போனான்; முத்துக்குமாரசாமிப் பிள்ளை போனான்; ஆவுடையம்மை போனாள்; மரியதங்காள் போனாள். என் பெயர் வருகிறதா வருகிறதா, என்று நான் ஆவலோடு எதிர்பார்த்துத் துடித்துக் கொண்டிருக்கையில் இப்படி ஒரு எண்ணம் என் சிந்தையில் ஓடுகிறது - ஒண்ணாவது ஜெயிச்சவா ரெண்டாவதுக்குப் போவா. ரெண்டாவது ஜெயிச்சவா மூணாவதுக்கு. மூணு ஜெயிச்சவா நாலாவதுக்கு. நாலு ஜெயிச்சவா அஞ்சுக்கு. அஞ்சு ஜெயிச்சவா எங்கே போவா? அஞ்சுக்கு மேலே இங்கு கிளாஸ் கிடையாதே? அவங்களையெல்லாம் ஹெட்மாஸ்டர் வீட்டுக்குப் போ என்று அனுப்புவாரா..? மாட்டார். அஞ்சு ஜெயிச்சவா திரும்பவும் ஒண்ணாவதுக்குப் போவா!

அப்போது "வீ. நாராயணன்!" என்று காதில் விழுந்தது. என் பெயரை வாசிக்கும்போது எதையோ நினைத்துக்கொண்டு நின்றுகொண்டிருக்கிறேன். நாலாவதுக்குச் சென்றுகொண்டிருந்த பையன்களோடு நானும் பரபரவென்று போனேன், சந்தோஷத்தில் என் மனசு விறைத்துக் கிளுகிளுத்தது. நான் ஜெயுச்சுட்டேன்...!

"என் பிள்ளை ஜெயுச்சுட்டான். இனிமேல் நாலாவது..."

"ஏண்டா நாணா, இப்போ நீ எத்தனாவது?..." "மூணு ஜெயுச்சு நாலு"...

"தேங்காயும் கையுமா எங்கே போறே லக்ஷ்மி?"

"எங்க நாணா ஜெயுச்சுட்டான். பிள்ளையாருக்கு விடலை போடப்போறேன்"...

"புதுப் பொஸ்தகத்துக்கு அட்டை போட ப்ரவுன் பேப்பர் வேணும்மா..."

நாலு, அஞ்சு, ஹெட்மாஸ்டர் ரூம், டீச்சர் ரூம் இத்தனையும் கொண்ட தனிக் கட்டிடம் ஒன்று இருக்கிறது. ஒண்ணு, ரெண்டு, மூணு கொண்ட கட்டிடத்தைவிடப் பெரிசு. சுவர்களில் வெள்ளை அடித்திருக்க மாட்டார்கள்: மஞ்சள் வெள்ளை அடித்திருப்பார்கள். பெஞ்சுகள் வழவழவென்று வீதியாக இருக்கும். டெஸ்க் உண்டு. மூணாவதில் கிடையாது.

நாலாம் வகுப்புக்கு எல்லாரும் விழுந்தடித்துக்கொண்டு ஓடினோம். நாலாம் வகுப்பில் கணக்கு வாத்தியார் பிரம்பும் கையுமாக, மொட்டைத் தலையின் உச்சியில் குடுமி வளைந்து கிடக்க, தலை சற்று முன்னே குனிந்திருக்க, மூக்குக்கண்ணாடி மூக்கு நுனி வழியாக போலீஸ்காரன் பார்வை பார்த்தபடி நிற்கிறார். பையன்கள் பயந்து பயந்து ஒடுங்கி அடங்கி நாலாம் வகுப்பில் நுழைகிறார்கள். "யாரது! கூச்சல் போடறது"; "ஸைலன்ஸ்," "பேசாம உக்காரு" என்றெல்லாம் அதிகாரம் பண்ணுகிறார் கணக்கு வாத்தியார்.

நான் பெஞ்சில் அமர்ந்துகொண்டேன். முன்னே டெஸ்க். வாத்தியாரின் முகத்தைப் பார்த்தபடியே, இரண்டு கைகளாலும் பெஞ்சின் இரண்டு பக்கமும் தடவிப் பார்க்கிறேன். ஜோரான வழவழ பெஞ்சு. இனிமேல் நான் வழவழ பெஞ்சில் உட்கார்ந்து படிப்பேன். டெஸ்க் வழவழப்பாக இல்லை. ஆனால் அது ஜோராகத்தான்

இருக்கிறது. மூணாவதில் டெஸ்க் இல்லை. டெஸ்க்கில் இரு கைகளையும் அகலப்போட்டு நடுவே கன்னத்தைப் பதித்துச் சாய்ந்து கண்ணை மூடிக்கொள்ள வேண்டும் போலிருந்தது. ஆனால் அப்படிச் செய்தால் வாத்தியார் கோபித்துக் கொள்ளமாட்டாரா? அவர் கோபித்துக் கொள்ளாவிட்டாலும் அவருடைய பிரம்பு கோபித்துக்கொள்ளாதா? அவரது சம்மதத்தைப் பெறாமலே பழக்க தோஷத்தினால் அந்தப் பிரம்பு தானாகவே பறந்து வந்து என்னை அடிக்காது என்பது நிச்சயமா? மேலும் மேலும் பையன்கள் நாலாவதுக்கு வந்துகொண்டிருந்தார்கள்... பப்பு ஜெயுச்சுட்டானே!... சிவகாமி அதோ ஓடிவரது... பாவாடையத் தூக்கித் தலையைத் துடைச்சிண்டே வரது... ஐயோ... கோவிந்தா!

சிவகாமியின் ஜம்பரும் பாவாடையும் நனைந்திருந்தது. வெளியே மழைத் தூறல். காலையிலிருந்தே வானம் மப்பும் மந்தாரமுமாகவே இருந்தது.

வகுப்பில் பேச்சரவம் எழுந்தது. "ஸைலன்ஸ்" என்று பிரம்பை மேசையில் தட்டிக் கர்ஜித்தார் வாத்தியார். வகுப்பு அடங்கி சமாதியாயிற்று.

எல்லாரையும் ஒரு பார்வை பார்த்துவிட்டு, "பேர் வாசிக்கிறேன். எழுந்திருந்து நிக்கணும்" என்று மிகக் கம்பீரமாகச் சொல்லிவிட்டுக் கையிலிருந்த லிஸ்டைப் படிக்க ஆரம்பித்தார் வாத்தியார்.

"எஸ். அருமைநாயகம்...!"

பெயரைப் படித்துவிட்டு 'யார் அந்தப் பயல்?' என்று கேட்பது போல் நிமிர்ந்து, கழுத்தை வெட்டி ஒரு பார்வை பார்த்தார். அதே கம்பீரமான பார்வைதான்.

அருமைநாயகம் எழுந்து நின்றான்.

"ஸிட் டௌன்!"

மீண்டும் லிஸ்டில் குனிந்தார். நிமிர்ந்தார். மீண்டும் கம்பீரம்.

"கே. பகவதிபெருமாள்."

பகவதிபெருமாள் எழுந்து நின்றான்.

"ஸிட் டௌன்."

இப்படி ஒவ்வொரு பெயராகப் படித்தார். என் பெயர் இன்னும் வரவில்லை. இதோ என் பெயர் வந்துகொண்டிருக்கிறது...

“வீ. நாராயணன்...” “ஸிட் டௌன்!” இதோ, என் பெயர் வந்துகொண்டிருக்கிறது.

ஏன் என் பெயர் இன்னும் வரவில்லை. எல்லாருடைய பெயரையும் படித்து. லிஸ்டை மேசையின் மேல் எறிந்து விட்டாரே கணக்கு வாத்தியார். ஏதோ தவறு நேர்ந்திருக்கிறது. கணக்கு வாத்தியாருக்கே தவறு வந்துவிட்டது “என் பெயரை வாசிக்கல்ல சார்” என்று நான் எழுந்து சொல்லவா?... அது வேண்டாம். நான் ஜெயித்துவிட்டேன். ஹெட்மாஸ்டரே என் பெயரை வாசித்தாகிவிட்டதே. அவசரத்தில் கணக்கு வாத்தியார் என் பெயரைச் சொல்லாமல் விட்டுவிட்டார்.

இப்போது அவர் இடது கைச் சுட்டுவிரலைத் துப்பாக்கி சுடுவது போல் நீட்டி ஒண்ணு, ரெண்டு என்று மாணவர்களை எண்ணத் தொடங்குகிறார். ஒருமுறை எண்ணிவிட்டு மீண்டும் எண்ணுகிறார். மீண்டும் எண்ணிவிட்டு மீண்டும் எண்ணுகிறார். முகத்தை அசிங்கமாகச் சுளிக்கிறார். லிஸ்டை மீண்டும் எடுத்து, மீண்டும் பார்த்து... மீண்டும் மாணவர்களை எண்ணி... மீண்டும் லிஸ்டை... ஓ! மீண்டும், மீண்டும், மீண்டும்..!

“ஸைலன்ஸ்” என்று மேசையின்மேல் பிரம்பை ஓங்கி அடித்துவிட்டு, “எல்லாரும் பேசாம இருக்கணும்; மூச்சு விடப் படாது.... இதோ வரேன்” என்று வகுப்பைவிட்டு அதிவேகமாக வெளியே சென்றார் வாத்தியார். அவர் கையில் அந்த லிஸ்ட் இருந்தது. வெளியே சென்றவர் உடன், தானே திரும்பி வகுப்புக்குள் வந்து தமது குடையைக் கையில் எடுத்துக்கொண்டு மறுபடியும் வெளியே சென்றார். அப்போது பத்து மணிக்கு மேலிருக்கும். ஏற்கெனவே இருண்டிருந்த எங்கள் வகுப்பறையில் மேலும் இருள் சூழ்ந்து திட்டுத் திட்டாய் கவிந்தது.

சூரியனே! இன்று உனக்கு என்ன வந்துவிட்டது? ஏதேனும் பரீட்சையில் தோற்றுப் போனாயா? தோற்றுப் போய், அவமானம் தாங்கமாட்டாமல் வீட்டுக்குள் பதுங்கிக்கொண்டு கண்ணீர் உகுக்கிறாயா?

கணக்கு வாத்தியார் ஓடோடியும் வருகிறார். மழை இப்பொழுது பலத்து விட்டது. மின்னல் கம்பிகளைப் பற்றிக் கொண்டு மண்ணில் வந்து குதித்த இடிகளின் முழக்கத்தில் மாணவர்கள் கிடுகிடுக்கிறார்கள். நான் நிமிர்ந்து உட்கார்ந்தேன். வாத்தியார் முகத்தைப் பார்க்கச் சகிக்கவில்லை. என்னவோ போல இருந்தது அவருடைய பார்வை. இரு கைகளாலும் குடுமியை அள்ளி

முடிந்தபடி சரசரவென்று வகுப்பில் நுழைந்தார். வெளியே மழை அமோகமாக அடித்து விளாசத் தொடங்குகிறது.

சட்டென்று கையில் பிரம்பை எடுத்துக்கொண்டார் வாத்தியார். எத்தனை நீளமான பிரம்பு! மூணடி நீளமா? இல்லை, முப்பதடி... இல்லை இல்லை; மூவாயிரம் கோடி முன்னூறு லட்சத்து முப்பதாயிரத்து முன்னூற்று... அந்தப் பிரம்பின் ஒரு நுனியில் எங்கள் கணக்கு வாத்தியாரின் மயிர் அடர்ந்த கறுப்புக்கை; மறு நுனியில் நரகத்தின் பழுக்கக் காய்ந்த சாளரக் கம்பிகள்...

அந்தப் பிரம்பு மேலும் கீழுமாக அசைகிறது. அது உடம்பை நெளித்துச் சோம்பல் முறிக்கிறது. அதன் கண்களும் ரத்தமாகச் சிவந்து ஜொலிக்கின்றன. அடர்ந்து செறிந்த மீசையை அது முறுக்கி நுனி திருகிவிட்டுக்கொள்கிறது. அதன் உடம்பு முறுக்கேறி விறைக்கிறது. எத்தனை கோரமான பற்கள்! தன் கோரமான பற்களைக் கணக்கு வாத்தியாரின் நெஞ்சில் போட்டுத் தீட்டிக் கூர்மையாக்கிக்கொள்கிறது அந்தப் பிரம்பு.

ஒரு நிமிஷ மௌனத்திற்குப்பின் கண் சிவக்க கணக்கு வாத்தியார் சொன்னார்.

“இங்கே ஒரு ஓநாய் வந்து நுழைஞ்சிருக்கு!”

மனசில் நான் இப்படிச் சொல்லிகொண்டேன் - ‘ஆமாம் சார், நீங்க சொல்றது நெஜம்தான், இப்போ உங்களைப் பார்த்தா ஒரு ஓநாய் மாதிரிதான் இருக்கு.’

அமைதி தேவனே அமைதியில் ஆழ்ந்தது போன்ற அமைதி வகுப்பில் நிலவுகிறது. ஆனால் வெளியே பிரளயத்தையே சிருஷ்டித்துக்கொண்டிருந்த மழையின் ஓசை...? அப்போது வகுப்பில் நிலவிய பேய் அமைதியின் இதயத்துடிப்பே அது தானோ?

கணக்கு வாத்தியார் கத்தினார்.

“அந்த ஓநாய் யாரு?... எந்தப்பய?... யாரு பேரை நான் வாசிக்கவில்லை?... யாரு...”

பிரம்பைப் பளீர் என்று மேசையில் வீசி அறைந்தார் கணக்கு வாத்தியார். நான் நடுங்கி வெலவெலத்துப் போய் நாக்கு, தொண்டைக்குள் இழுத்துக்கொள்ள, இருந்த இடத்தில் அசையாமல் உட்கார்ந்திருந்தேன். என் நிஜார் மூத்திரத்தில் நனைந்தது. நான் செத்துப் போய்விட்டேனா? என்னால் எழுந்திருக்க முடியவில்லையே.

ஆனாலும் நான் எப்படியோ சமாளித்து எழுந்து நின்றேன். கால்கள் உதறின. “நான் ஜெயுச் சுட்டேன் சார்...!” என்று அலறினேன்.

பிரம்பின் இரு நுனிகளையும் இரண்டு கைகளிலும் இறுகப் பற்றி, கழுத்துக்கு மேலே காவடி வளையமாக்கிக்கொண்டு என் அருகே வருகிறார் கணக்கு வாத்தியார். அவரது விழிகள் நெருப்புக் கணைகளாக என் நெஞ்சினுள் குதைகின்றன.

“ஆமாம்... நீ ஜெயுச்சுட்டே. நாலு ஜெயிச்சு மூணு.. மூணு ஜெயிச்சு ரெண்டாவதுக்குத் தொலை. அதுக்குக்கூட நீ லாயக்கத்த பய . திருட்டுக் கழுதே... முட்டாக் கழுதே...”

“இல்லை சார்... நான் ஜெயுச்சுட்டேன் சார். நான் வீ.நாராயணன் ஹெட்மாஸ்டர் என் பெயரை வாசிச்சார்... நான்... தான்...”

“நீ நீதான்... போ... மூணாவதுக்கு ஓடு... ஓடு... எம் முன்னே நிக்காதே. ஓநாயே!” எண்ணத் தொடங்குகிறார். ஒருமுறை எண்ணிவிட்டு மீண்டும் எண்ணுகிறார். மீண்டும் எண்ணிவிட்டு மீண்டும் எண்ணுகிறார். முகத்தை அசிங்கமாகச் சுளிக்கிறார். லிஸ்டை மீண்டும் எடுத்து, மீண்டும் பார்த்து... மீண்டும் மாணவர்களை எண்ணி மீண்டும் லிஸ்டை ஓ! மீண்டும், மீண்டும், மீண்டும் ...!

‘சைலன்ஸ்’ என்று மேசையின்மேல் பிரம்பை ஓங்கி அடித்துவிட்டு, “எல்லாரும் பேசாம இருக்கணும்; மூச்சு விடப் படாது... இதோ வரேன்” என்று வகுப்பைவிட்டு அதிவேகமாக வெளியே சென்றார் வாத்தியார். அவர் கையில் அந்த லிஸ்ட் இருந்தது. வெளியே சென்றவர் உடன்தானே திரும்பி வகுப்புக்குள் வந்து தமது குடையைக் கையில் எடுத்துக்கொண்டு மறுபடியும் வெளியே சென்றார். அப்போது பத்து மணிக்கு மேலிருக்கும். ஏற்கெனவே இருண்டிருந்த எங்கள் வகுப்பறையில் மேலும் இருள் சூழ்ந்து திட்டுத் திட்டாய் கவிந்தது.

சூரியனே! இன்று உனக்கு என்ன வந்துவிட்டது? ஏதேனும் பரீட்சையில் தோற்றுப் போனாயா? தோற்றுப் போய், அவமானம் தாங்கமாட்டாமல் வீட்டுக்குள் பதுங்கிக்கொண்டு கண்ணீர் உகுக்கிறாயா?

கணக்கு வாத்தியார் ஓடோடியும் வருகிறார். மழை இப்பொழுது பலத்து விட்டது. மின்னல் கம்பிகளைப் பற்றிக் கொண்டு மண்ணில் வந்து குதித்த இடிகளின் முழக்கத்தில் மாணவர்கள் கிடுகிடுக்கிறார்கள். நான் நிமிர்ந்து உட்கார்ந்தேன். வாத்தியார் முகத்தைப் பார்க்கச் சகிக்கவில்லை. என்னவோ போல இருந்தது

அவருடைய பார்வை. இரு கைகளாலும் குடுமியை அள்ளி முடிந்தபடி சரசரவென்று வகுப்பில் நுழைந்தார். வெளியே மழை அமோகமாக அடித்து விளாசத் தொடங்குகிறது.

சட்டென்று கையில் பிரம்பை எடுத்துக்கொண்டார் வாத்தியார். எத்தனை நீளமான பிரம்பு! மூணடி நீளமா? இல்லை, முப்பதடி... இல்லை இல்லை; மூவாயிரம் கோடி முன்னூறு லட்சத்து முப்பதாயிரத்து முன்னூற்று அந்தப் பிரம்பின் ஒரு நுனியில் எங்கள் கணக்கு வாத்தியாரின் மயிர் அடர்ந்த கறுப்புக்கை; மறு நுனியில் நரகத்தின் பழுக்கக் காய்ந்த சாளரக் கம்பிகள் ...

அந்தப் பிரம்பு மேலும் கீழுமாக அசைகிறது. அது உடம்பை நெளித்துச் சோம்பல் முறிக்கிறது. அதன் கண்களும் ரத்தமாகச் சிவந்து ஜொலிக்கின்றன. அடர்ந்து செறிந்த மீசையை அது முறுக்கி நுனி திருகிவிட்டுக்கொள்கிறது. அதன் உடம்பு முறுக்கேறி விறைக்கிறது. எத்தனை கோரமான பற்கள்! தன் கோரமான பற்களைக் கணக்கு வாத்தியாரின் நெஞ்சில் போட்டுத் தீட்டிக் கூர்மையாக்கிக்கொள்கிறது அந்தப் பிரம்பு.

ஒரு நிமிஷ மௌனத்திற்குப்பின் கண் சிவக்க கணக்கு வாத்தியார் சொன்னார்.

"இங்கே ஒரு ஓநாய் வந்து நுழைஞ்சிருக்கு!"

மனசில் நான் இப்படிச் சொல்லிகொண்டேன் ஆமாம் சார், நீங்க சொல்றது நெஜம்தான், இப்போ உங்களைப் பார்த்தா ஒரு ஓநாய் மாதிரிதான் இருக்கு.'

அமைதி தேவனே அமைதியில் ஆழ்ந்தது போன்ற அமைதி வகுப்பில் நிலவுகிறது. ஆனால் வெளியே பிரளயத்தையே சிருஷ்டித்துக்கொண்டிருந்த மழையின் ஓசை...? அப்போது வகுப்பில் நிலவிய பேய் அமைதியின் இதயத்துடிப்பே அது தானோ?

கணக்கு வாத்தியார் கத்தினார்.

"அந்த ஓநாய் யாரு..? எந்தப்பய..? யாரு பேரை நான் வாசிக்கவில்லை யாரு..?"

பிரம்பைப் பளீர் என்று மேசையில் வீசி அறைந்தார் கணக்கு வாத்தியார். நான் நடுங்கி வெலவெலத்துப் போய் நாக்கு, தொண்டைக்குள் இழுத்துக்கொள்ள, இருந்த இடத்தில் அசையாமல் உட்கார்ந்திருந்தேன். என் நிஜார் மூத்திரத்தில் நனைந்தது. நான் செத்துப்போய்விட்டேனா? என்னால் எழுந்திருக்க முடிய

வில்லையே. ஆனாலும் நான் எப்படியோ சமாளித்து எழுந்து நின்றேன். கால்கள் உதறின. "நான் ஜெயுச்சுட்டேன் சார் என்று அலறினேன்.

பிரம்பின் இரு நுனிகளையும் இரண்டு கைகளிலும் இறுகப் பற்றி, கழுத்துக்கு மேலே காவடி வளையமாக்கிக்கொண்டு என் அருகே வருகிறார் கணக்கு வாத்தியார். அவரது விழிகள் நெருப்புக் கணைகளாக என் நெஞ்சினுள் குதைகின்றன.

"ஆமாம்... நீ ஜெயுச்சுட்டே. நாலு ஜெயிச்சு மூணு... மூணு ஜெயிச்சு ரெண்டாவதுக்குத் தொலை. அதுக்குக்கூட நீ லாயக்கத்த பய! திருட்டுக் கழுதே... முட்டாக் கழுதே..."

"இல்லை சார்... நான் ஜெயுச்சுட்டேன் சார்! நான் வீ.நாராயணன் ஹெட்மாஸ்டர் என் பெயரை வாசிச்சார். நான்... தான்..."

"நீ நீதான்... போ... மூணாவதுக்கு ஓடு... ஓடு... எம் முன்னே நிக்காதே. ஓநாயே!" எண்ணத் தொடங்குகிறார். ஒருமுறை எண்ணிவிட்டு மீண்டும் எண்ணுகிறார். மீண்டும் எண்ணிவிட்டு மீண்டும் எண்ணுகிறார். முகத்தை அசிங்கமாகச் சுளிக்கிறார். லிஸ்டை மீண்டும் எடுத்து, மீண்டும் பார்த்து... மீண்டும் மாணவர்களை எண்ணி மீண்டும் லிஸ்டை ஓ! மீண்டும், மீண்டும், மீண்டும்..!

"அடிக்காதீங்க சார்! அடிக்காதீங்க சார்!! அடிக்காதீங்க சார்! அம்மா, தாங்க முடியல்லேம்மா. வலி தாங்க முடியல்லே..."

'நான் ஜெயுச்சுட்டேம்மா, ஹெட்மாஸ்டர் என் பேரை வாசிச்சார். வீ. நாராயணன்... கணக்கு வாத்தியார் வாசிக்கலே... கணக்கு வாத்தியார் என்னைத் தோக்கடிச்சுட்டார் அம்மா... என்னைத் தோக்கடிச்சுட்டார்..!'

முதுகிலும், காலிலும், கைகளிலும் பிரம்பின் முத்திரைகளுடன் நான் வெளியே ஓடினேன். வகுப்பு வாசல் தாண்டி வராந்தா வரையிலும் என்னை விரட்டி விரட்டி அடித்தார் கணக்கு வாத்தியார். 'இல்லை சார்... இல்லை சார்... அடிக்காதீங்க சார்...' – நான் உளறி அழுதுகொண்டு ஓடினேன்.

நான் மூணாவதுக்கு எப்படிப் போவேம்மா..? எல்லாரும் என்னைச் சிரிப்பாங்கம்மா...

கடவுளின் ஒத்திகைப் பிரளயமாக பொழிந்து தள்ளிக் கொண்டிருந்த பேய் மழையில் பேய்க்காற்றில் நான் வீட்டை நோக்கி ஓடினேன்.

...எங்கும் கவிந்த இருள் மூட்டத்துடன் பிரபஞ்சத்தையே பாளம் பாளமாக வெட்டிப் பிளந்தெறிந்த இடியின் மூர்க்கத்துடன்...

மழையில் நான் ஓடினேன்.

"ஏண்டா இப்பிடி சொட்டச் சொட்ட நனைஞ்சுண்டு வரே?"

"நான் ஜெயிச்சுட்டேம்மா!"

"அதுக்கு இப்பிடி ஏண்டா நனைஞ்சுண்டு ஓடிவரணும்?"

"நான் ஜெயிச்சுட்டேம்மா!"

"உடம்பு ஏண்டா இப்பிடி அனலாக் கொதிக்கிறது?" "நான் ஜெயிச்சுட்டேம்மா!"

"என்னடா அம்பி..."

மிகுந்த சிரமத்துடன் கம்பளிப் போர்வைக்கு வெளியே கைகளை எடுத்தவாறு கண்களைத் திறந்தேன் நான்.

என்னருகே டாக்டர் ஜோஸப் ஒரு காண்டாமிருகம் போல் நின்று கொண்டிருந்தார்.

"நான் ஜெயிச்சுட்டேன் டாக்டர்!"

"உடம்பு என்னமாயிருக்கு அம்பி!"

"நான் ஜெயிச்சுட்டேன் டாக்டர்!"

"குழந்தே! கண்ணைத் திறடா. யாரு வந்திருக்கா பாரு..."

அம்மாவின் குரல் சொப்பனத்தில் கேட்பதுபோல் என் காதில் ஒலித்தது. திரும்பத் திரும்ப ஒலித்தது. இமைகளை விரிக்கச் சீவனில்லை. எப்படியோ பாதி விரித்தேன். என் உடம்பு வெடவெடத்து விறைத்தது. கணக்கு வாத்தியார் நிற்கிறார் என் கட்டிலருகில், என் தலைமாட்டில்.

"நான் ஜெயிச்சுட்டேன் சார்..." – என் கண்கள் திறந்தன. "நன்னா படிச்சா நிச்சயம் ஜெயிப்பே!"

"நான் ஜெயிச்சுட்டேன் சார்."

"அடுத்த வருஷம் ஜெயிப்பே... ஆனா நன்னா படிக்கணும்..."

"நீங்க என்னை அடிச்சேளே சார்...!"

கணக்கு வாத்தியார் என் தலையைக் கோதினார். அவருடைய முகம் கூரை முகடு நோக்கி அண்ணாந்திருந்தது. அவர் கை என் தலையில் பட்டபோது ஒரு வித பயமும் கூச்சமும் என் உடம்பெங்கும் ஊடுருவிற்று.

"சார்..." என்றேன். ஏனோ சார் என்றேன்.

வாத்தியார் என் பக்கம் குனிந்தபோது அவர் கண்கள் கலங்கியிருந்தன போல் தோன்றிற்று.

“நாராயணா... நன்னா படிக்கணும்டாப்பா” என்று தம் தலையை மேலும் கீழுமாக லேசாக அசைத்தார் வாத்தியார்.

பழைய நினைவுகள் என்னும் பகற்கனவில் ஆழ்ந்து போய் பள்ளிக்கூட வராந்தாவில் கல்தூணோடு சாய்ந்து ஒட்டிக் கொண்டு நிற்கிறேன். ஆனால் இது என்ன மழை? இது கடவுளின் ஒத்திகைப்பிரளயமா அல்லது நிஜப் பிரளயமே தானா? இனிமேல் இந்த மழை நிற்காதோ? வானம் நிஜமாகவே பொத்துக்கொண்டுவிட்டதோ? கடவுளின் உத்தரவுக்கிணங்க வருணன் தன் மாபெரும் அணையை உடைத்துவிட்டு விட்டானோ? வாயுதேவன் தன் வலிமையின் எல்லையைக் கண்டுவிடத் துணிந்து நிற்கிறானோ? மின்னல் தன் நெருப்புக் கோடுகளால் ‘உலகம் அழியப்போகிறது’ என்று கிறுக்கிக் கிறுக்கிக் தள்ளுகிறதோ வான வளைவில்? தொடர்ந்து நிகழ்ந்த மழையின் பத்து நாள்கள் முற்றுகையில் எங்கள் ஊர் ஏறக்குறைய அழிந்தே போய்விட்டது. என் வீட்டின் பெரும்பகுதி வெள்ளத்தில் ‘பொதுக்’கென்று விழுந்து கரைந்தது.

பதினொன்றாம் நாள் காலையில் ஓர் அசட்டுச் சிரிப்புடன் கீழ்வானில் தலையைத் தூக்கினான் சூரியன்.

நான் மேலக் கோயில் சன்னதியில் கைகூப்பி நின்று கொண்டிருக்கிறேன்.

பாலகிருஷ்ணா! ஏன் இந்த மழை; ஏன் இந்தக் கொடுமை.

பாலகிருஷ்ணனின் அழகிய முகத்தை நான் கூர்ந்து நோக்கிய போது அந்த முகம் கணக்கு வாத்தியாரின் முகமாகவும், அவன் கைப் புல்லாங்குழல் நீர் சொட்டும் மிக நீண்ட பிரம்பாகவும் எனக்குத் தெரிவது போலிருந்தது.

டிசம்பர் 1961

ஆர். ராசேந்திரசோழன்

1945இல் உளுந்தூர்ப்பேட்டையில் பிறந்த இவர் மயிலத்தில் வசித்து வருகிறார். தமிழ்நாடு முற்போக்கு எழுத்தாளர் சங்கத்தைத் தோற்றுவித்த முன்னோடிகளில் ஒருவர். சிறுகதைகள், நாவல், அரசியல் கட்டுரைகள், தத்துவ மற்றும் விஞ்ஞானக் கட்டுரைகள் எனப் பல வகைமைகளிலும் பங்களித்திருப்பவர். வட தமிழகத்தின் ஒடுக்கப்பட்ட மக்களின் வாழ்வியலைப் படைப்புகளில் கொண்டு வந்தவர். பாதல் சர்க்கார் நடத்திய நாடகப்பட்டறையில் பங்கேற்று பயிற்சி பெற்றவர். இவர் இயக்கிய 'விசாரணை' என்கிற நாடகம் எமர்ஜென்ஸி அடக்குமுறைகளுக்கு எதிராக வலுவாகப் பேசிய படைப்பு. களச்செயல்பாடுகளிலும் எழுத்திலுமாக தன் முழு வாழ்வையும் அர்ப்பணித்து வருபவர். இப்போது சென்னையிலும் மயிலத்திலுமாக வாழ்ந்து வருகிறார்.

12

பறிமுதல்

- ராசேந்திரசோழன்

"நா மூண் பன்னெண்டு... ஐ மூண் பாஞ்சி... அறு மூண் பதனெட்டு... எழு மூண்..."

திண்ணை கிண்ணை எதுவுமில்லாமல் நாலு பக்கமும் நெஞ்சுயர சுவர் வைத்து பனை ஓலை வேய்ந்த குடிசை அது. உட்பக்கம் மோட்டு வளைவில் மூங்கில் கழிகளுக்கும், சவுக்குக் கம்பங்களுக்குமாக கரி படிந்து ஒட்டடை பின்னித் தொங்குகிறது. வாசற்படிப் பக்கம் கொஞ்சம் வெளிச்ச வாட்டமாய்க் குந்திக்கொண்டிருக்கிறாள் புவனு. எதிரே வாய்பாடு விரிக்கப்பட்டிருக்கிறது. பக்கத்தில் நமுத்துப் போன கசங்கிய புஸ்தங்கள், பள்ளிக்கூடப் பாடப் புஸ்தகங்கள். நியூஸ் பேப்பர் அட்டை போட்டு, அச்சு எழுத்துகளின் மேல் 'புவனேசுவரி' என்று இங்க்கால் கோணை கோணையாக எழுதப்பட்டிருக்கிறது. உதடுகள் வாய்பாட்டை முணுமுணுக்கின்றன. இடதுகை ஆள்காட்டி விரல் வாய்பாடு புஸ்தகத்தில் இருக்கிறது. வரி வரியாகக் காட்டி இறக்கிக் கொண்டே மடியில் வைத்திருந்த சிலேட்டில் 'தத்னூண்டு' அழுக்கு பலப்பத்தை வைத்து நுணுக்கி நுணுக்கி எழுதிக்கொண்டிருக்கிறாள்.

வாய்பாடு கூட நமுறு தட்டிப்போய் இருக்கிறது. சிலேட்டு ஓரம் மரச்சட்டமும் ஈரப்பிசுபிசுப்புடன் இருக்கிறது. ராத்திரியெல்லாம் நல்ல மழை, வீடெல்லாம் ஒழுகல். படுக்கக்கூட இடமில்லை. கால்மாட்டிலெல்லாம் சொட்டு சொட்டு என்று சொட்டியது. விடிந்தும் கூட வானம் திறக்கவில்லை. மழை நின்றுவிட்டாலும் கூட வானம் இருண்டு கிடந்தது. கறுப்பு கரறுப்பாய் மேகமூட்டங்கள் சூழ்ந்திருந்தன. உள்ளேயும் இருட்டு. சாணமிட்டு மெழுகி வரும் தரை ஓதங்காத்து இருக்கிறது.

மடியிலிருக்கும் சிலேட்டைக் கொஞ்சம் வாகாக நகர்த்தி வைத்துக்கொள்கிறாள் புவனு. எண்ணெய் காணாமல் பரட்டையாகக் கிடந்த தலை ஈரம் பட்டு அமுங்கியிருந்தது. தலைமயிர் காதோரங்களில் தொங்குகின்றது. சின்னப் புருவம் மங்கிய கண்களுக்கு மேலே கோடு போட்டுக் காட்டியது. அம்மாவையும் அப்பாவையும் போலவே அவளுக்கும் எல்லாத் துக்கத்திலும் பங்கு

உண்டு என்பதைப் போல ஒளி மங்கிய கண்கள். வாய்பாட்டையே ஊன்றிப் பார்த்தபடி, எழுதிக்கொண்டிருக்கிறாள்.

“பதிமூண் மூண் முப்பத்தொம்பது... பதினாலு மூண் நாப்பத் ரெண்டு...”

பிய்ந்து போன கோரைப்பாய் சாற்றி வைத்திருக்கும் மூலையில் அப்பா குந்தியிருக்கிறார். அழுக்கடைந்த சோமனை குளிருக்குப் போர்த்தியிருக்கிறார். இளைத்து வாடிப் போன முகம். புதைந்து இருண்டு போயிருக்கும் கண்கள். கறுத்த மீசையும் அடர்ந்த தாடியும் பாதி முகத்தை மறைத்திருக்கின்றன. கறுத்த முகத்தில் கறுப்பு ரோமங்கள். சதைப்பிடிப்பேயில்லாமல் ஒட்டி உலர்ந்து போன கன்னத்தை நிரப்புகிற மாதிரி அந்தபந்தமில்லாமல் வளர்ந்து கிடந்தன. கண் குழிக்குக் கீழும் மூக்கு சரிவிலும் மட்டுமே கொஞ்சம் முகம் தெரிகிறது. மரணத்தை எதிர்நோக்குகிற மாதிரி சவக்கைகளை தட்டிப்போய்க் குத்துக்காலிட்டுக் குந்தியபடி வெறித்து நோக்கிக் கொண்டிருக்கிறார்.

கன்னத்தைக் கைகளில் தாங்கியபடி அடுப்பில் குந்தியிருக்கிறாள் அம்மா. காலையில் தண்ணீர் மொண்ட ஈரப்புடவையுடன் தம்பிப் பாப்பாவை மடியில் தாங்கியபடி குனிந்து குனிந்து அடுப்பை ஊதிக் கொண்டிருக்கிறாள்.

அடுப்பில் நெருப்பு இருக்கிறது. ஆனால் செத்தை பற்றவில்லை. ஈரச் செத்தை புகைகிறது. புகைந்து வீடு முழுவதும் பரவுகிறது. சட்டி பானைகளையெல்லாம் தழுவி, கவரில் மோதுண்டு திரும்பி, தரையை வருடி உள்ளேயே கவிகிறது. மெல்ல மெல்ல மேலே கிளம்புகிறது. அம்மா புகையில் மறைகிறாள். வாய்பாடு லேசாய் மறைகிறது.

“பாஞ்சி மூண் நாப்பத்தஞ்சி...பதினாறு மூண் நாப்பத்தெட்..” மூன்றாம் வாய்பாடு முடிந்துவிட்டது. சுற்றிலும் சூழ்ந்த புகையைச் சின்னக் கைகளால் ஈ ஓட்டுவது மாதிரி மெல்ல இப்படியும் அப்படியும் தள்ளுகிறாள் புவனு. எழுதிய வாய்பாட்டைச் சுற்றி அதன் வளைவு நெளிவுகளுக்கெல்லாம் தகுந்த மாதிரி பலப்பத்தால் ஒரு கோடு இழுத்து அடைக்கிறாள். ஆயாசத்துடன் கழுத்தைச் சொறிந்து கொள்கிறாள்.

நாலாம் வாய்பாடு எழுத வேண்டும்... பன்னெண்டாம் வாய்பாடு வரைக்கும் எழுத வேண்டும். சிலேட்டில் ரெண்டு பக்கமும் கொள்ள எழுத வேண்டும். இல்லாவிட்டால் வாத்தியார் அடிப்பார்.

தொடர்ந்து எழுத ஆரம்பித்தாள். உதடு வாய்பாட்டை முணு முணுக்கின்றது. சிலேட்டில் பலப்பம் அச்சுக் கொட்டும் சப்தம் தூரத்தில் எங்கேயோ நாலைந்து பேர் கல் உடைக்கிற மாதிரி டொக்கு டொக்கு... என்று சீராக ஒலிக்கிறது.

பாப்பாவை இடுப்பில் தாங்கியபடியே அம்மா எழுந்திருக் கிறாள். பானையில் கொஞ்சம் வெதவெதவென்று சுட்ட நீரை அலுமினியச் செம்பில் ஊற்றிக்கொண்டு வருகிறாள். மாடத்திலிருந்த முட்ட சாம்பலை எடுத்துக்கொண்டு அப்பாவிடம் போகிறாள்.

“எழுந்து பல்ல வெளக்கந்தே...”

போர்த்தியிருந்த சோமனை விலக்கி கொடியில் போட்டுவிட்டு எழுந்திருக்கிறார் அப்பா. குச்சாட்டம் குச்சாட்டம் கால்கள். மெலிந்த கைகள், ரொம்ப மெலீசு. வற்றிய நெஞ்சுக்கூடு மார்பெல்லாம் வெறும் எலும்பாகவே தெரிகிறது. இடுப்பில் அழுக்கேறிய சோமன் அரணாக் கயிற்றுக்கும் கீழே நழுவித் தொத்திக்கொண்டு நிற்கிறது. இழுத்து சரியாய்க் கட்டிக்கொண்டு அடியெடுத்து வைக்கிறார். முழுசாய் நிமிர முடியாமல் நரம்பெல்லாம் இழுக்கிறாற் போலிருக்கிறது. கொஞ்சம் கூன் விழுந்தவாக்கில் எலும்புக்கூடு மாதிரி நடக்கிறார். சாவி கொடுத்து முடுக்கி விட்ட யந்திர மனுஷன் மாதிரி கால்களை அகல வாட்டில் ஒவ்வொரு அடியாக எடுத்து வைத்து தோட்டப் பக்கமாகப் போகிறார். வாசற்படியிலேயே உட்கார்ந்துகொண்டு சாம்பலை எடுத்துப் பல் தேய்க்க ஆரம்பிக்கிறார்.

செம்பைப் பக்கத்தில் வைத்துவிட்டு வருகிறாள் அம்மா. “என்னாடி... ஒனக்கு இன்னும் நேரமாவல பள்ளிக்கூடத்துக்கு...” என்று கேட்கிறாள்.

பள்ளிக்கூடம்... புவனுக்கு திக்கென்றது. அவளையறியாமல் எழுதுவதை நிறுத்துகிறாள். பலப்பம் சரிந்து சிலேட்டில் உருண்டு சட்ட விளிம்பில் நின்றது. அம்மாவையே கொஞ்ச நேரம் அர்த்த மின்றிப் பார்த்துக்கொண்டிருந்தாள். கலவரமும் குழப்பமும் சூழ மெல்ல தலையைத் தாழ்த்திக்கொண்டாள். குறையாய் நின்ற வாய்ப் பாட்டில் பார்வையைச் செலுத்தினாள். என்ன செய்வது என்று புரியாத கலக்கம் நெஞ்சிலே கனத்தது. வாத்தியாருக்குக் காசி கொடுக்க வேண்டும்...!

‘இன்னைக்கும் காசி கொடுக்கலேன்னா வாத்தியார் சக்கையா ஒதைப்பார்.’

ஏறக்குறையப் பத்து நாளாகிறது. தினனும் கேட்டார் வாத்தியார். சில பசங்கள் உடனே கொடுத்துவிட்டனர். சில ரெண்டு மூணு நாள் கழித்து கொடுத்தன. சிலது இன்னம் கொடுக்கவில்லை.

ஒவ்வொரு நாளும் பள்ளிக்கூடம் போனதும் வாத்தியார் முதலில் இதைத்தான் கேட்கிறார். நேற்றுக் கூட கேட்டார்.

'காசி குடுக்காதவங்கல்லாம் எழுந்திரிங்க.'

பசங்கள் ஒருவர் முகத்தை ஒருவர் பார்த்துக்கொண்டார்கள். புவனு தயக்கத்துடன் மரப்பலகையிலேயே குந்திக்கொண்டிருந்தாள். சுற்றிச் சுற்றி எல்லாரையும் பார்த்து விழித்துக்கொண்டிருந்தாள்.

நாலைந்து பசங்கள் எழுந்து நின்றன. அதுகளைப் பார்த்து கொஞ்சம் தெம்புற்றவள் கலக்கத்துடனே இவளும் எழுந்து நின்றாள். 'என்னா! எப்பக் குடுக்கறதுன்னு நெனைச்சிக்னு இருக்கீங்க. தெனம் கேக்கணுமா உங்கள...' வாத்தியார் கேட்டார்.

எல்லாம் மௌனமாகவே நின்றன. கொஞ்சநேரம் கழிந்தது.

'நான் மத்தியானம் வாங்கியாந்துடறேன் சார்.'

'எங்கப்பா ஊருக்குப் போயிருக்கார் சார்.'

'எங்கம்மா நாளைக்கி தர்றேன்னாங்க சார்.!'

ஆளுக்கொன்று சொல்லிவிட்டு உட்கார்ந்தார்கள். புவனு என்ன சொல்வதென்று தெரியாமல் விழித்தாள்.

எல்லாம் நாளைக்கிக் கொண்டாந்து குடுத்துடணும்; இல்லண்ணா ஒததான்.'

வாத்தியார் எல்லோருக்கும் பொதுவாகச் சொல்லிவிட்டு குரங்குப் பாடம் சொல்லிக் கொடுக்க ஆரம்பித்துவிட்டார்.

அப்போதைக்குக் கொஞ்சம் ஆறுதலாக இருந்தது. எல்லோர் கூடவும் அவளும் உட்கார்ந்துகொண்டு பாடம் சொன்னாள். மத்தியானம் சில பசங்கள் கொண்டுவந்து கொடுத்துவிட்டன. இன்னும் பாபு, மணி, சுசீலா, புவனு நாலு பேர்தான் பாக்கி.

'நாளைக்கி எல்லாம் கொண்டாந்து குடுத்துடணும்.'

நேற்றிலிருந்தே கவலை மனதில் உறைந்தது. விளையாட்டுப் போக்கில் கொஞ்சம் மறந்திருந்தாள். காலையில் எழுந்திருக்கும் போதுகூட ஞாபகம் வரவில்லை. கலவரமடைந்தவளாய்

சிலேட்டையே பார்த்துக்கொண்டிருந்தவள் நிமிர்ந்து மறுபடியும் அம்மாவைப் பார்த்தாள்.

வாத்தியாருக்கு காசு கொடுக்க வேண்டும் என்று அம்மாவுக்கும் தெரியும். அம்மாவிடம் காசு இல்லை. இருந்தால் கொடுத்து விடுவாள். காசு வைத்துக்கொண்டு அம்மா ஒருபோதும் இல்லை என்று சொன்னது கிடையாது.

அப்பா காயலாவாக படுத்ததிலிருந்து அம்மாவுக்கு ரொம்பக் கஷ்டம். அஞ்சாறு மாசமா கஷ்டம். அப்பா நன்றாக இருந்தால் கூலி வேலைக்குப் போவார். ஏர் ஓட்ட, நாத்து புடுங்க, கட்டு அடிக்க எந்த வேலைக்கானாலும் போவார். ஒருவேளை சாப்பாட்டை அங்கேயே சாப்பிட்டுவிட்டுச் சாயங்காலமானால் தினம் ரெண்டு ரூபாய் சம்பாதித்துக்கொண்டு வருவார். காயலா படுத்துவிட்டார்.

அம்மா மட்டும்தான் கஷ்டப்படுகிறாள். ஒண்டிக்காரி களை வெட்ட, நடவு நட கூலிக்குப் போகிறாள். பத்தணா, முக்கா ரூவாதான் கூலி. வெறும் அரிசி வாங்கிக் கஞ்சி காய்ச்சிக் கொடுக்கிறாள். வேலைவிட்டு வீடு திரும்பும்போது சுள்ளி பொறுக்கிக் கொண்டோ, செத்தை பிராய்ந்து கொண்டோ திரும்புவாள். அதுதான் அடுப்புக்கு. அம்மாவிடம் காசு இருக்க வழியே இல்லை.

மனசை உழப்பிக்கொண்டு அப்பாவைப் பார்த்தாள் புவனு. அப்பா பல் தேய்த்து முடித்து வாய் கொப்பளிக்க ஆரம்பித்தார். ரெண்டு வாய் கொப்பளித்து துப்பியிருக்கமாட்டார். அதற்குள் இருமல் வந்து விடுகிறது. “லொக்கு லொக்கு” என்று இருமுகிறார். இருமல் நிற்கவில்லை. அடிவயிற்றிலிருந்து நெஞ்செலும்பு புடைக்க முட்டி முட்டிக்கொண்டு வருகிறது. கட்டி கட்டியாக சளி வருகிறது. காரித் துப்புகிறார். மறுபடியும் இருமல். குரல் வளையைக் கைகளால் மெல்ல அணைத்துப் பிடித்தபடி கண் கலங்க இருமிக்கொண்டிருந்தார்.

‘பல் துலக்கும் போது அப்பாவுக்கு இருமல் அதிகமாகி விடுகிறது. பல் விளக்காமல் இருக்க முடியாது. தினமும் இருமுகிறார் அப்பா. எத்தனை தடவை காசு கொடுத்திருக்கிறார். எப்படி இருந்த அப்பா... அவநம்பிக்கையோடு யோசனையிலாழ்ந்தாள் புவனு.’

மரக்கால் அளவுக்கு இருக்கும் சின்ன மண்சட்டியை எடுத்து வைத்துக்கொண்டு கூழு கரைக்க உட்கார்ந்தாள் அம்மா. பானையி லிருந்து ரெண்டு கை கூழு அள்ளி, சட்டியில் போட்டுத் தண்ணீர்

விட்டுக் கரைத்தாள். உப்புத் தட்டு எடுக்க எழுந்தாள்.

மரத்தட்டில் உப்பு இல்லை. கொஞ்சோண்டு உள்ளேயே ஒட்டி ஈரமாகிக் கரைந்து நீந்துப் போயிருந்து. ஈர அழுக்கு மட்டும் பிசுபிசுத்தது. அம்மா கொஞ்சம் பெருமூச்சு விட்டுக்கொண்டாள்.

‘எழுதிட்டியாடி...’

‘ஏம்மா...’

‘அப்புறமா எழுதிக்கலாம். செத்த கடைக்குப் போயிட்டு வா..! ’

புவனு அம்மாவை வியப்புடன் பார்த்தாள். வாய்பாட்டில் பலப்பத்தை அடையாளமாகப் போட்டு மூடிவிட்டு எழுதிய வரைக்கும் கலையாமல் சிலேட்டை புஸ்தகத்தில் சாற்றி வைத்துவிட்டு எழுந்தாள். கடைக்குப் போவதென்றால் அம்மாவிடம் காசு இருக்க வேண்டும். அம்மாவிடம் ஏது காசு? எவ்வளவு இருக்கிறதோ...! பத்து பைசா கொடுப்பாளா...

அம்மா முந்தானையை அவிழ்த்தாள். சில்லறை சுருட்டிய முந்தானையின் முனையை ஆவலுடன் எட்டிப்பார்த்தாள் புவனு. ஏமாற்றமாகப் போய்விட்டது அவளுக்கு. முந்தானையில் வெறும் அஞ்சி பைசாதான் இருந்தது. ரெண்டு ரெண்டு பைசா... ஒரு ஒத்தை பைசா... எம்பிய காலை சோர்வுடன் தரையில் பதித்துக்கொண்டு வாடிய முகத்துடன் அம்மாவைப் பார்த்தாள்.

அம்மா மூணு பைசாவை எடுத்துக்கொடுத்து ‘போய் உப்பு வாங்கினு வாமா. சுத்தமா உப்பே இல்ல... அரப்படி எடுத்துக்னு போ...’ என்றாள்.

தெருவின் இரு புறத்துக் கால்வாய்களிலும் மழைநீர் இன்னும் ஓடிக்கொண்டிருந்தது. குப்பை செத்தைகள் கும்பல் கும்பலாக மண்டிக்கிடக்கின்றன. கலங்கிய நீர் அங்கங்கே குட்டை குட்டையாய் தேங்கிக் கிடந்தது. பெரிய மனிதர்களின் காலடியிலே நசுங்கிப் பிதுங்கிய சேறு தெருவெங்கும் குழம்பிப் போயிருந்தது. சேற்றில் மண்புழு ஊர்ந்து நெளிந்தது. உடம்பை நீட்டிச் சுருக்கித் தத்தளித்து நெளிந்தது.

‘வாத்தியாருக்கு என்ன சொல்வது...?’ என்ற விசாரத்துடனே கடையை நோக்கி நடந்துகொண்டிருந்தாள் புவனு. இடது கையில் அரைப்படி, வலது கையால் பாவாடையைத் தூக்கிப்பிடித்தபடி நொத நொதவென்று கிடந்த பாதையில் ஒவ்வொரு அடியாகப் பார்த்துப் பார்த்து வைத்து நடந்துகொண்டிருந்தாள்.

கொஞ்ச தூரம் போனவள் சட்டென்று நின்றாள். முகத்தில் லேசாய் வியப்பு கவ்வ, வேகமாக ரெண்டு எட்டு எடுத்து வைத்து குனிந்து தரையில் கிடந்ததை எடுத்தாள். கொஞ்சம் துருவேறிய ஒரு மூணு பைசா துட்டு அது.

கொஞ்சம் மகிழ்ச்சியில் லேசான குற்றஉணர்வும் உறுத்த பதற்றத்துடன் சுற்றுமுற்றம் பார்த்தாள். யாரோ தொலைத்து விட்டிருக்கிறார்கள். யாருடையதோ...

சந்தோஷத்தைப் பூரணமாகக்கூட அனுபவிக்கவில்லை. அதற்குள் ஏதோ ஓர் அவா தோன்றியது. தரையை நன்றாகப் பார்த்தாள். காலைச் சுற்றி... கொஞ்ச இடம் பெயர்ந்து... தள்ளி நின்று... சுற்றிச் சுற்றி தரையை ஆராய்ந்தாள். ஒன்றும் உற்சாகம் ஏற்படவில்லை. தரையில் வேறு எங்கும் காசே இல்லை.

'இதே பத்து பைசாவாயிருந்தா...' வாத்தியார் கடனுக்காக புவனுவின் மனசு அங்கலாய்த்தது. அரைப்படியில் உப்பு வாங்கிக்கொண்டு வரும்போதுகூட தரையையேதான் பார்த்துக் கொண்டு வந்தாள். 'இன்னும் ஏதாவது காசு கீழே கிடக்கும். இன்னும் ஏழு பைசா ஆப்பட்டாக்கூட போதும்.'

ஆனால் கிடைக்கவில்லை. தெருவெல்லாம் மண்ணும் சகதியும் நிறைந்திருந்ததேதவிர காசே இல்லை. தளர்வுடனே வீட்டுக்குத் திரும்பினாள்.

அம்மாவிடம் உப்பைக் கொடுத்துவிட்டு கொஞ்ச நேரம் பேசாமல் நின்றாள். "மூணு பைசா ஆப்டுதும்மா, கீழ கெடந்தது" என்றாள்.

"எங்க கெடந்தது..."

"ரோட்டுல மேஸ்திரி வூட்டுக்கு எதத்தாப் போல ஒரு கரண்ட் கம்பம் இல்ல... அங்க."

"பத்தரமா வச்சிக்கோ..."

அம்மா ஆச்சர்யமோ, சந்தோஷமோ அடையாமல் சாதாரணமாகச் சொன்னாள். சாவதானமாய் கூழில் உப்பு போட்டுக் கரைத்தாள். நரம்பு தெரியும் பலவீனமான கறுப்புக் கையால் கணுக்கை வரைக்கும் விட்டுக் கரைத்துக் கையை வழித்துக்கொண்டிருந்தாள். முகத்தில் எந்த உணர்ச்சியும் இல்லை. எதிர்த்தாற் போலவே குந்தி அம்மாவையே பார்த்துக் கொண்டிருந்தாள் புவனு. மெல்ல "அம்மா" என்றாள்.

"என்னாடி...!" என்கிற பாவனையில் தலையை மட்டும் நிமிர்த்திக் கனிவுடன் பார்த்தாள் அம்மா.

அந்த முகத்தில் ஏதோ ஆராய்ச்சி மாதிரி கொஞ்ச நேரம் பார்த்தாள் புவனு. தயங்கியவாறே "இன்னும் ஏழு பைசா இருந்தா போட்டுக் குடுத்துடலாம்மா வாத்தியாருக்கு" என்றாள்.

அம்மாவின் முகம் வாடியது. 'ஏது கண்ணு காசு... ஒனக்குத் தெரியாம எங்கிட்ட. ரெண்டு பைசாதான இருக்குது' என்றாள் அம்மா.

"வேணும்னா இதியும் போட்டு அஞ்சி பைசாவா வாத்தியார்கிட்ட குடுத்துட்டு அப்புறமா அஞ்சி பைசா தர்ரேன் சார்னு சொல்லு."

புவனுக்கு கொஞ்சம் மகிழ்ச்சி ஏற்பட்டது. இன்னும் அஞ்சி பைசா என்ற கவலை இருந்தாலும் இதாவது இன்று தர முடிந்ததே என்று சந்தோஷமடைந்தாள். உற்சாகத்துடன் அலுமினிய டம்ளரை எடுத்து வைத்துக்கொண்டு கூழு குடிக்க உட்கார்ந்தாள்.

"இப்ப என்னா இங்க காசி இல்லாத நேரத்துல வாத்தியாருக்கு காசி..." என்று சிடுசிடுத்தார் அப்பா. அதைத் தொடர்ந்து வழக்கம் போல அவருக்கு இருமல் வந்துவிட்டது. அதுபாட்டுக்கு தொடர்ந்து வந்தது. இருமவும் முடியாமல் அடக்கவும் முடியாமல் சிரமத்துடன் திணறித் திணறி இருமினார். சளி வந்தது. பீறுபீறாக ரத்தம் வந்தது. பக்கத்திலிருந்த மண் கொட்டாங்குச்சியை எடுத்துத் துப்பிவைத்துக் கொண்டார். நன்றாக வேஷ்டியை இழுத்துப் போர்த்திக்கொண்டு புவனுவையே முறைத்துப் பார்த்தார்.

புவனு கொஞ்சம் முகம் சுருங்கி அம்மாவைப் பார்த்தாள்.

"நம்ப அப்பாதான...சொன்னா போறாரு." அம்மா ஆறுதலாய் தலையைத் தடவிக் கொடுத்து கலைந்து கிடந்த மயிர்களைக் கோதி விட்டாள்.

"நேரமாயிடப் போவுது... சீக்கிரம் சாப்புட்டுட்டுப் போம்மா..."

நாட்டு வெங்காயம் ஒன்றைக் கடித்துக்கொண்டு ரெண்டு ரெண்டு கிளாஸ் கூழு குடித்துவிட்டுப் பள்ளிக்கூடம் புறப்பட்டாள் புவனு. வெளியே சிலுசிலுவென்று காற்று வீசியது. சூரிய வெளிச்சம் எங்கிருந்தோ கொஞ்சம் தலையை நீட்டியிருந்தது. இடது முழங் கையில் மாட்டிய வட்ட சாக்குப்பை. அதே கையில் நெஞ்சில் முட்டி தாங்கிக்கொண்ட சிலேட்டு. விரல்முனைகளில் விரித்துப் பிடித்த வாய்பாடு. குறையிருந்த மீதி வாய்பாட்டையும் பார்த்துப் பார்த்து எழுதியபடியே மெல்ல ஊர்ந்தாள் அவள். பாவாடை எக்குளில் செருகியிருந்த அஞ்சு பைசா மனதுக்கு கொஞ்சம்

நிம்மதியளித்தது. பள்ளிக்கூடத்தில் முதல் மணி அடிக்கும் சத்தம் கேட்கிறது.

'நேரமாகிவிட்டது. அவசர அவசரமாய்க் கொஞ்சம் பெருசு பெருசாய் எழுதி எப்படியாவது சிலேட்டை ரொப்பி விட வேண்டும்' என்ற எண்ணத்தில் வேகமாக எழுதிக்கொண்டே நடந்தாள் அவள்.

ஸ்கூல் நெருங்குகிறது. வாசலில் பள்ளிக்கூடக் குழந்தைகள் விளையாடிக் கொண்டிருக்கின்றன. பாபு, மணி, சுசீலா எல்லாம்கூட விளையாடுகிறார்கள். அவர்களெல்லாம் நேற்று காசு கொடுக்காதவர்கள். இன்று பூராக் காசையும் கொடுத்து விட்டிருப்பார்களா... அவர்களது விளையாட்டில் உற்சாகம் பொங்கி வழிகிறது.

திகைப்புடன் நின்று பார்த்தவள் எழுதிக்கொண்டே நகர்கிறாள். எதிர்த்தாற்போல கண்ணாடிக்காரக் கிழவன் மிட்டாய்க் கடையில் பசங்கள் மொய்த்துக்கொண்டிருக்கின்றன. சிலது காசை எடுக்கிறது. சிலதுகளின் வாயில் முட்டாய் கரைகிறது. குண்டு முட்டாயை தாடையில் அடக்கி வைத்திருக்கிறாள் ராணி. எல்லாம் ஆளுக்கொன்று வாங்கித் தின்னுகிறார்கள், கடுகு மிட்டாய்.. பொம்மை மிட்டாய்... தேங்காய் பர்பி...

புவனு நின்று பார்க்கறாள். நாக்கில் நீர் ஊறுகிறது. ஒரு கணம் பாவாடை இடுக்கில் சொருகி வைத்திருக்கும் அஞ்சு பைசா ஞாபகம் வருகிறது. வாத்தியார் ஞாபகம் வருகிறார். மனசை இறுக்கி எச்சிலைக் கூட்டி விழுங்கிக் கொள்கிறாள், ஏக்கத்துடன் நின்று பார்த்துவிட்டு நகர்கிறாள்.

"நான் வாத்தியாருக்கு காசி குடுத்திட்டேன். எல்லாரும் குடுத்திட்டாங்க. நீ தான் குடுக்கலே. ஒதைதான் இன்னிக்கு ஒனக்கு..!"

"எங்கப்பா பாஞ்சி பைசா குடுத்தாரா... வாத்தியார்கிட்ட பத்து பைசா குடுத்துட்டனா. மூணு பைசா எலுமிச்ச மிட்டாய் வாங்கிக் கினனா... ரெண்டு பைசா மீதி. ஒண்ணுக்கு வுட்டதும் வாங்கித் தின்னுவேன்."

காசு கொடுத்து விட்டிருந்த குழந்தைகள் புவனுவைச் சுற்றி வந்து தம் பிரஸ்தாபத்தை வெளிப்படுத்தி அவளுக்கு அச்சம் காட்டிக் கொண்டிருந்தன.

“எல்லாரும் குடுத்துட்டாங்க... நீ மட்டும் ஏன் இன்னம் குடுக்கல.”

மனம் சோம்பிய புவனு எதுவும் பதில் சொல்லக்கூட விரும்பாமல் எல்லாரையும் கசப்புடன் பார்த்தாள். ஒட்டி இறுகிய உதடுகளுடன் சலனமற்ற விழிகளால் லேசாய் வெறுப்புத் தோன்ற வெறித்து நோக்கினாள் ‘எங்காவது தனியாய்ப் போய் உட்கார்ந்து கொள்ள முடியாதா?’ என்று நினைத்தாள்.

“எல்லாரும் பூராக் காசையும் கொடுத்து விட்டிருக்கும்போது அஞ்சி பைசா கொடுத்தால் வாத்தியார் என்ன சொல்வாரோ..! ரெண்டாம் பெல் அடித்தது. எழுதிய வரைக்கும் பறக்க பறக்க ஒரு கோடு இழுத்து அடைத்துவிட்டு மீதி இடத்தில் பெருசாய்த் தன் பெயரை எழுதி பலகை புஸ்தகப் பையை இடத்தில் வைத்துவிட்டு அவசரமாய் இறை வணக்கத்துக்கு ஓடி வந்தாள். அதற்குள் வரிசை நின்றுவிட்டிருந்தது. நெருக்கியடித்துக்கொண்டு இரண்டு பக்கமும் இடிபட கொஞ்சம் கிடைத்த இடத்தில் வரிசையில் புகுந்து நின்றாள். சின்னக் கைகளைக் கும்பிட்டு கண்களை மூடுகிறாள்.

ஒரே நிசப்தம்...

பாட்டு ஆரம்பமாகிறது.

“அன்பின் உருவாம் ஆண்டவனே - உன்

அருளை தினமும் வேண்டுவனே”

இறைவணக்கப் பாட்டு, அப்புறம் சரஸ்வதி வழிபாடு, தேசிய கீதம், உறுதிமொழி... “எல்லாரும் படிப்போம், நன்றாகப் படிப்போம், ஒன்றாகப் படிப்போம்.” எல்லா மாணவ, மாணவிகளுடையதுமான ஏகோபித்த கோஷம்.

எல்லாம் முடிந்து விடுகிறது.

வரிசைகள் மெல்லக் கலைகின்றன. மௌனமாய் ஊர்ந்து சரசரவென்று கலைந்து துள்ளி எக்காளமிட்டு எல்லாக் குழந்தைகளும் அதனதன் இடத்தில் போய் அமர்கின்றன. புவனு அடக்கமாக வெளிறிய முகத்துடன் மெல்ல நடந்து வந்து சத்தம் போடாமல் மூணாங் கிளாஸில் உட்காருகிறாள்.

ஆசிரியர் வருகிறார். லேசான சளசளப்பும் ‘கப்சிப்’ என்று அடங்கி விடுகிறது. அவரைப் பார்க்கவே பயமாக இருக்கிறது. பசங்களை யெல்லாம் பார்க்க வெறுப்பு மேலிடுகிறது.

மெல்ல நாற்காலியில் உட்காருகிறார். கைகளைத் தலைக்கு மேலே தூக்கி வாயைப் பிளந்து கொட்டாவி விட்டுச் சோம்பல் முறித்துக் கொள்கிறார்.

எல்லாவற்றையும் மிரட்சியுடன் பார்த்தபடி குந்திக்கொண் டிருந்தாள் புவனு.

ஆசிரியர் பாக்கெட்டைக் தொட்டு பேனாவைத் தடவி எடுத்து, கவரை கழற்றிப் பின்னால் செருகிக்கொண்டார். ரிஜிஸ்டரை எடுத்து விரித்து பேர் கூப்பிட ஆரம்பிக்கிறார்.

"அன்பழகன்..." "ஆறுமுகம்..." லோகிதாசன்... "வீரப்பன்..."

எல்லாரும் "ப்ரசன்ட் சார்!" சொல்லுகிறார்கள். நடுநடுவே சந்தேகப்பட்ட பேரை நிறுத்தி ஆசிரியர் "காசு குடுத்திட்டியா?" என்று கேட்கிறார்.

"குடுத்திட்டன் சார்! காத்தாலதான் சார் குடுத்தேன்."

"நீங்க டீச்சர்கிட்டே பேசிக்னு இருந்தீங்களே... அப்ப கொண்ணாந்து குடுத்தேன் சார்..!"

புவனுக்கு திக் திக்கென்று மனசு அடித்துக்கொண்டது. பயம் ஒருபுறம். அவமானம் மனசைக் கசக்கியது. இத்தனை பசங்களுக்கு மத்தியில் ஒருத்தி மட்டும் கொடுக்காமலிருந்தால்... தோழமை யுணர்வுடன் எல்லாரையும் பார்க்க முயன்றாள். அசிங்கப்பட்டுத் தலையைக் குனிந்துகொண்டாள்.

ஆண்கள் பெயர் முடிந்து பெண்கள் பெயர் ஆரம்பமாகியது.

"சுசிலா", "ராணி", "பிரேமா", "செந்தாமரை..."

பெயர் வரும் வரைக்கும் காத்திருக்காமல் சட்டென்று எழுந்து கொண்டாள் புவனு. முன்னெச்சரிக்கையாக ஆசிரியரின் மேஜை யண்டையே போய்விட்டாள். ரொம்பக் கிட்டத்தில் நெருங்கி நின்றாள். "அஞ்சி பைசாதான் சார் இருக்குது. "அஞ்சி பைசா அப்பறமா தர்ரேன்னிட்டாங்க சார் எங்கம்மா...!"

கலங்கிய கண்களுடனே மேஜை மீது காசை எடுத்து வைத்தாள். தொண்டை கரகரத்தது. பேசும்போதே எங்கே சட்டென்று அழுது விடுவாளோ என்று தோன்றியது.

துருப்பிடித்த மூணு பைசாவையும் ரெண்டு பைசாவையும் அவளையும் பார்த்த ஆசிரியருக்கு என்ன தோன்றியதோ "சரி

சரி. போய் ஒக்காரு...” என்று சில்லறையை எடுத்து ஜேபியில் போட்டுக் கொண்டார்.

மீறி வரவிருந்த அழுகையை சிரமப்பட்டு அடக்கியவாறு பாவாடையைத் தூக்கி பொங்கி நின்ற கண்களைத் துடைத்தபடி இடத்தில் வந்து அமர்ந்தாள். எல்லாரையும் பெருமையுடன் பார்த்துக் கொண்டாள். நிம்மதியாகவும் ஆறுதலாகவும் இருந்தது. எஞ்சிய பெயரையும் கூப்பிட்டு முடித்த ஆசிரியர், ரிஜிஸ்டரை மடித்துப் போட்டு பேனாவை மூடி பாக்கெட்டில் செருகி “எல்லாரும் தமிழ்ப் புஸ்தகத்த எடுங்க” என்கிறார்.

தமிழ்ப் புத்தகத்தை எடுத்து பக்கங்களைப் புரட்டினாள் புவனு. புத்தகத்தின் முதல் பக்கத்தில் வலது மேல் மூலையில் ஒட்டப் பட்டிருந்தது டி.பி. நிவாரண நிதிக்காக அரசு வெளியிட்டிருந்த ஸ்டாம்ப். பத்து பைசா ஸ்டாம்ப். பிசுபிசுப்பேறியும் அழுக்கடைந்தும் கிடந்ததால் மங்கி வெளிறித் தோற்றமளித்த அதை புவனு குழப்பத்தோடு கையால் துடைத்துவிட்டுக் கொண்டிருந்தாள்.

சா. கந்தசாமி

நாகப்பட்டினம் மாவட்டம் மயிலாடுதுறையில் 1940இல் பிறந்த இவர் 2020இல் காலமானார். 1968-இல் இவர் எழுதிய 'சாயாவனம்' புதினம் பிரசுரமானதிலிருந்து எழுத்துலகில் பிரபலமானார். இன்றைக்கும் தமிழ் நாவல் வரலாற்றில் ஒரு செவ்வியல் நாவலாக 'சாயாவனம்' மதிக்கப்படுகிறது. இப் புதினத்தைத் தேசிய புத்தக அறக்கட்டளை நவீன இந்திய இலக்கியங்களில் சிறந்த ஒன்றாக அறிவித்தது. 1998இல் விசாரணை கமிஷன் என்ற புதினத்திற்காக இவருக்கு தமிழுக்கான சாகித்ய அகாதெமி விருது வழங்கப்பட்டது. இவர் எழுதிய 'நிகழ் காலத்திற்கு முன்பு' எனும் நூல் தமிழ்நாடு அரசின் தமிழ் வளர்ச்சித் துறையின் 2006 ஆம் ஆண்டுக்கான சிறந்த நூல்களில் சுற்றுப்புறவியல் எனும் வகைப்பாட்டில் பரிசு பெற்றிருக்கிறது. நல்ல தமிழ்ப் பெயர்களைத் தன் கதாபாத்திரங்களுக்குச் சூட்டுவது இவரது வழக்கம்.

13

உயிர்கள்

- சா. கந்தசாமி

அற்புதராஜ் சார்கூட எப்பொழுதும் ஒரு கூட்டம்; நான் கைந்து பேர். பள்ளிக்கூடத்திலாகட்டும், விளையாட்டு மைதானத்திலாகட்டும், ஆற்றங்கரை, அவையாம்பாள் தோட்டமாகட்டும், துப்பாக்கியோடு அவர் எங்கிருந்தாலும் மாணவர்கள் கூடவே சூழ்ந்து நிற்பார்கள். ஆனாலும், அவர்களில் யாருக்குமே அவர் சார் இல்லை. கோபால் ஏழாம் வகுப்பு; தங்கையாவும் கிருஷ்ணனும் ஆறாம் வகுப்பு. அற்புதராஜ் எட்டாம் வகுப்பு சார். அந்த வருடம்தான் எட்டாம் வகுப்பு புதிதாக வந்தது; அற்புதராஜ் சாரும் வந்துவிட்டார். அவர் ஒரு வருஷம் படித்த பள்ளிக்கூடம்; அவருக்கு சாராக இருந்தவர்களெல்லாம் இன்னும் இருக்கிறார்கள்.

அற்புதராஜும் இப்போது ஒரு சார்; ஒரு பெரிய வகுப்பிற்கு வாத்தியார். பட்டணத்திற்குப் போய்ப் பட்டம் வாங்கிக்கொண்டு வந்துவிட்டார். ஹெட்மாஸ்டர் மணவாள ஐயங்கார் ரிடையர் ஆனபிறகு அற்புதராஜ்தான் தலைமை ஆசிரியர்.

சர்ச்சுக்குப் போகும்போது தங்கையா, சாரைச் சந்தித்தான். ஆனாலும் ஒன்றும் பேசவில்லை. அவன் ரொம்ப கிளர்ச்சியுற்றான். ஒருவிதமான பயம்கூட வந்துவிட்டது. வேகமாய் ஓடி அக்காவின் கரத்தைப் பிடித்துக்கொண்டான். இரண்டு மூன்று வாரங்களுக்குப் பிறகு கொஞ்சம் கொஞ்சமாக அச்சம்கூட மறைந்தது. அக்கா நையாண்டி பண்ணிப் பண்ணி அதைப் போக்கினாள்.

இரண்டு நாட்கள் அவர் முன்னும்பின்னுமாக நடந்து மூன்றாம் நாள் வகுப்பிற்குப் போகும்போது, "குட்மார்னிங், சார்" என்றான் தங்கையா. எட்டாவது சாருக்கு துணிந்து முதன் முதலில் குட்மார்னிங் வைத்தவன் அவன்தான். அற்புதராஜ் மெல்லத் தலையசைத்து குட்மார்னிங் சொன்னார். அந்த நிகழ்ச்சி மாணவர்களிடையே பெரும் பரபரப்பை உண்டாக்கிவிட்டது. "சாரைத் தெரியுமா?" என்று துளைத்துக் துளைத்துக் கேட்டவர்களுக்கெல்லாம் மெல்லச் சிரித்துக்கொண்டே தலையசைத்து, "சர்ச்சிலே பார்த்திருக்கேன்" என்று பெருமையோடு பதிலளித்தான்.

அடுத்த வாரம் சர்ச்சுக்குப் போகும்போது சாரைப் பார்த்ததும் அக்காவை விட்டுவிட்டு ஓடிவந்து, "குட்மார்னிங் சார்!" என்றான்.

அப்புறம் அவன் அக்காவிடம் போகவில்லை; சார் கூடவே சென்றான். பிரார்த்தனையும் அவரோடுதான்; பிரார்த்தனை முடிந்ததும் அக்கா ஜாடைகள் காட்டிக் கூப்பிடக் கூப்பிட தலையசைத்து மறுத்துவிட்டான்.

'அற்புதராஜ்' அவனுக்கு ரொம்பப் பிடித்துப் போய்விட்டது. அவர் இதமாக நெஞ்சைத் தொடுவது மாதிரிப் பேசினார். அவன் படிக்கும் வகுப்பைப் பற்றிக் கேட்டார். "தனபாக்கியம் டீச்சர்தானே?" என்றதும் 'சாருக்கு எல்லாம் தெரிகிறதே' என்று நினைத்துக் கொண்டான். அவனுக்குத் தாள முடியவில்லை. மெல்லத் தலையை உயர்த்திப் பார்த்தான். சாரைப் பற்றி எல்லாரும் சொல்லுவார்கள். அவர் யார்கிட்டேயும் பேசமாட்டாராம்; அன்னைக்கு ராஜகுமாரி டீச்சர் மூணாம் கிளாஸ் வேலு சார்கிட்டே கேட்டாங்க, 'புது வாத்தியார் என்ன ஊமையா?'ன்னு. வேலு சாருக்குப் பொறாமை; கண்ணு ஜிவுஜிவுன்னு செவந்து போச்சு. 'எங்கிட்ட படிச்ச பய; எட்மாஸ்டரா வரப்போறான்; அதான் திமிர் வந்துடுத்து' என்றார். அது பொய்; அது சுத்தப் பொய்; வேலு சாருக்கு அதான் வேலை. எப்பப் பார்த்தாலும் யாரைப் பத்தியாவது ஏதாவது பேசிக்கிட்டே இருப்பார். 'சார், நீங்க சொல்றது பொய்ன்'னு சொல்ல வாய்கூட வந்துடுச்சு. சொன்னா, காதைப் பிடிச்சு முறுக்கி நாய்க்குட்டியைத் தூக்கிச் சொரணை பார்க்கலே. அதுபோலத் தூக்கி, தலையிலே நச்சென்று கொட்டுவார். இல்லாட்டா மணிக்கட்டிலே பிரம்பாலே பத்தடி அடிப்பார். அடி சுளீர் சுளீர்ன்னு விழும்; அதனாலே ஒண்ணும் பேசலை' நினைவின் திரைகள் அகன்றன.

"சார், உங்களுக்கு ரொம்பத் திமிரா சார்?"

முன்னே சென்றுகொண்டிருந்த அற்புதராஜ் அப்படியே நின்றார். காதிலே விழுந்த சொற்கள் ஒரு கணம் நினைவிற்கு வரவில்லை.

அவன் சாரைப் பார்த்துக்கொண்டே நின்றான். முகத்திலே ஒரு திருப்தி. 'அப்படியெல்லாம் இல்லே. எல்லாம் சுத்தப் பொய்' என்று தெரிந்து, உண்மை நிரூபணம் ஆகிவிட்டதால் ஏற்பட்ட ஓர் ஆனந்தம்.

"என்ன?"

"உங்களுக்கு ரொம்பத் திமிரா சார்?"

"அப்படியென்றால்..?"

"ராஜகுமாரி டீச்சர்கிட்டே வேலு சார் உங்களுக்கு ரொம்பத் திமிர் என்றாங்க. எனக்கு அப்பவே தெரியும் சார், அது பொய்

யென்று. மூஞ்சிக்கு நேரேயே கேட்கணும்னு கோபம் கோபமா வந்துச்சு. ஆனா அவுரு சார் இல்லையா சார்..?” என்று கேட்டு விட்டு அவரை நிமிர்ந்து பார்த்தான்.

அற்புதராஜ் அவன் கைகளை இறுகப் பற்றிக்கொண்டு ஏறெடுத்துப் பார்த்து லேசாக முறுவலித்தார்.

பிடிபடாத படபடப்பு, எங்கிருந்தோ கோபம் ஆத்திரமெல்லாம் புகுபுகுவென்று பெருகிப் பெருகி வருகிறது.

அவருக்குத் தெரியும். ‘தான் வேலைக்கு வந்த அன்றே முக்கால் வாசி ஆசிரியர்கள் தன்னை விரும்பவில்லை; தனியாகப் பிரிந்து சென்றுவிட்டார்கள்’ என்பது.

“உனக்கு என்ன தோணுது?” அற்புதராஜ் குனிந்து மெல்லிய குரலில் வினவினார்.

“நீங்க ரொம்ப நல்ல சார்!”

சார் சிரித்தார்.

“இல்லே; இந்த சார் ரொம்ப கெட்ட சார்தான். கிளாஸுக்கு வந்து ஒருநாள் பார்.”

தங்கையா சிரித்தான். அதெல்லாம் பொய். வேணுமென்று அவனுக்காகவே சொல்வது மாதிரி ஒரு நினைப்பு. இப்படியெல் லாம் சிரித்துக்கொண்டு யார் பேசுவார்? தனபாக்கியம் டீச்சர், காமு டீச்சர், வேலு சார், எம்.கே. டீச்சர் ஒருத்தரும் பேச மாட்டார்கள். அப்படிப் பேசினாலும் ஒருவாட்டியும் சார் பேசறது போல இருக்காது. சாரின் குரல் அழுந்திக் காதுக்குள்ளேயே குசுகுசுக்கறது போல இருக்கும். சார் சிரிக்கிறதே ஒரு தனியழகு; சிங்கப் பல்லு லேசாகத் தெரிய ரொம்ப இதமான சிரிப்பு.

அக்காவுக்கப்புறம் சார்தான்; அக்கா சிரிக்கிறதைப் பார்த்துக் கிட்டே இருக்கலாம். எக்களிக்காம, உடல் குலுங்காம பூப்பூவா சிரிக்கும்; சார் அப்படியும் இப்படியும் தலையசைத்தாலும் மத்தபடி சிரிக்கிறதெல்லாம் அக்காதான்.

அன்றைக்கு சார் சிரித்ததுகூட அவனுக்குப் பசுமையாக நினைவில் இருக்கிறது. புளிய மரத்தடியில் பத்துக் குத்து பம்பரம் ஆடிக் கொண்டிருந்தவன் நிமிர்ந்து பார்த்தபோது சார் சிரித்தவாறு நின்று கொண்டிருந்தார். மனம் திக்கென்றது; அப்பீட் எடுக்கவில்லை; சாட்டையைப் பையில் அவசரம் அவசரமாகத் திணித்துக் கொண்டு, “சார்” என்றான். அவர் அப்பொழுதும் சிரித்துக் கொண்டிருந்தார்; தோளில் துப்பாக்கி.

“வாங்க, சார்”

"புறப்படலாமா?"

"தோ, சார்."

அற்புதராஜுக்கு வேட்டையிலே தனி விருப்பம். எதையாவது சுடவேண்டும். படீர் படீரென்று துப்பாக்கி முழங்க வேண்டும். தாத்தாவிடமிருந்து வந்த பழக்கம். அவர் சொல்லிக் கொடுத்தது. துப்பாக்கி அவரளித்த பரிசுதான். ரொம்பப் பழையது; குறி தவறாது சுடக்கூடியது. தோள்பட்டையில் சாற்றிப் பிடித்தால் எதிரேயிருக்கும் உயிரை வாங்கிவிடும். லாவகம் தெளிவு எல்லாம் தாத்தாவின் அனுபவத்திலிருந்து பெற்றது. இரண்டு வருடத்திற்கு முன்னே கல்லூரி விடுமுறையில் வந்திருந்தபோது தாத்தா ஊரில் இல்லை. மாணிக்க ஆசாரி உலைக்களத்தில், "நல்ல பாம்பு" என்று ஓடி வந்தார்கள்.

அப்பொழுதுதான் அற்புதராஜ் தன்னந்தனியாகத் துப்பாக்கியை எடுத்தார். மனதில் தைரியம். சரியாகச் சுட்டுவிடலாம் என்கிற நம்பிக்கை. உலைக்களத்தை நோக்கிச் சுட்டார். கிட்ட நெருங்க முடியவில்லை. படத்தை விரித்துக்கொண்டு மேலேயெழும்பி நின்று பாம்பு ஆடியது. அற்புதராஜ் எட்டியே நின்றார். துப்பாக்கி தோளில் சாய்ந்தது. தாத்தாவின் யோசனை இல்லாமல் சுடுவது அதுதான் முதல் தடவை. கை கொஞ்சம் நடுங்கியது. எங்கே குறி தப்பிடுமோ என்கிற பயம். யார் யாரோ கூச்சலிட்டார்கள். ஆளுக்கொரு யோசனை, இருந்தாலும் குண்டு தப்பவில்லை; பாம்பு கிர்கிர்ரென்று சுற்றிக்கொண்டே போய் சுவரில் மோத, தலை பஞ்சாய்ப் பறந்தது. அதுதான் முதல் வேட்டை. பெரிய கூட்டத்திலிருந்து குறி தவறாது சுட்டுப் புகழ் பெற்றுவிட்டார். தாத்தா அதனைக் கேள்விப்பட்டதும் உள்ளம் பூரித்துப்போனார். நரையோடிய மீசையை ஒருபக்கமாகத் தள்ளிவிட்டுக்கொண்டு லேசாக நகைத்தார்.

"கொக்கு, குயிலெல்லாம் இனிமே ரொம்ப சாப்பிடலாம்னு சொல்லு."

அற்புதராஜ் தலையை அசைத்துக்கொண்டு மெல்ல முறுவலித்தார்.

படிப்பு முடிந்து வந்ததிலிருந்து வேட்டைதான் பொழுது போக்கு. கொஞ்ச நாட்கள் எதிர்வீட்டு அந்தோணி கூடச் சென்று கொண்டிருந்தான். அவன் நின்றுபோன சமயத்தில்தான் தங்கையா பழக்கமானான்.

"போகலாமா சார்?" நேற்றே சார் அவனிடம் சொல்லியிருந்தார்; காவிரியைக் கடந்து சுடுகாடு, வெட்டாறு எல்லாவற்றையும்

தாண்டிக் கரும்புத் தோட்டத்தோடே நெய்வாசலுக்கு வேட்டைக்குப் போவதாக. ஆனால், விளையாட்டிலே அவன் மறந்து போய்விட்டான். சாரைப் பார்த்ததும் எல்லாம் நினைவிற்கு வந்தது.

சைக்கிளை எடுத்துக்கொண்டு போக முடியாது. கூட ஒரு டார்ச் வேண்டும்; அவையாம்பாள் தோட்டத்தில் குயில் இருப்பது சரியாகத் தெரியாது. பெரிய தோட்டம்; ஒரே மரமட்டைகள். அந்தி கருக்கு முன்னையே இருட்டிவிடும். டார்ச் இருந்தால் ரொம்பச் சௌகரியம். புறப்படும்போது மறந்துபோய்விட்டது. தாத்தாவுக்குத் தெரிந்தால் பகபகவென்று பெருங்குரலில் நையாண்டி துலங்க நகைப்பார்.

"சைக்கிளை எங்கள் வீட்டிலே போட்டுடுங்க சார்."

சைக்கிளை அவரிடமிருந்து வாங்கித் தள்ள முடியாமல் தள்ளிக்கொண்டு உள்ளே போனான், தங்கையா.

சைக்கிளை உள்ளே வைத்துவிட்டு டார்ச்சைத் தேடிப் பார்த்தான். அப்பாவின் பெரிய டார்ச் அகப்படவில்லை. ஹாலிலிருந்து காமரா அறைக்கும் காமரா அறையிலிருந்து ஹாலுக்குமாக ஓடிக் கொண்டிருந்தவனை நிறுத்தி அக்கா சொன்னாள்; "சார் நிக்குறாங்க, வந்து குந்தச் சொல்லு" நாற்காலியைத் துடைத்து ஹாலில் கொண்டு வந்து போட்டாள்.

ஒரே பாய்ச்சலாகத் தெருவுக்கு ஓடினான். "சார் வந்து குந்துங்க சார், ஒரு நிமிஷத்திலே டார்ச்சு எடுத்தாந்துடறேன்."

"பரவால்லே, டார்ச் வேணாம்."

"இல்லே சார், நீங்க வந்து குந்துங்க சார்."

அவன் மெல்ல சாரை ஏறிட்டுப் பார்த்தான். அப்புறம் உள்ளே சென்றான்.

"சார், வரலியா?"

"அங்கேயே நிக்கறாங்களாம்."

"அங்க நிக்கக்கூடாதுன்னு சொல்லு."

அற்புதராஜ் பார்வை சற்றே திரும்பியது. சன்னல் கம்பி களிடையே புதைந்திருந்த முகம் சட்டென்று மறைந்தது. அதனுடைய கவர்ச்சியும் அதரங்களில் படர்ந்த புன்னகையும் நினைவை விட்டு அகலவில்லை. அவர் தலைகுனிந்துகொண்டார். மங்கும் வெயிலில் கோலமிட்டது மாதிரி திடீரென்று நிழல் படர்ந்தது. வானத்தை நிமிர்ந்து பார்த்தார். வௌவால் மீன் சிறகு போல

கொக்குகளும் மடையான்களும் பறந்து சென்றுகொண்டிருந்தன. பின்னும் முன்னுமாக இரண்டு கூட்டங்கள் வந்தன. கிழக்கே வேட்டைக்காரன் வந்துவிட்டான் என்பது தெரிந்தது; எங்கேயாவது துப்பாக்கி முழக்கம் கேட்டால் அதற்கு எதிர்த்திசையில் இப்படித் தான் கொக்குக் கூட்டமும் பறக்கும்.

"மடையான் மடையான் பூப்போடு
மடைக்கு ரெண்டு பூப்போடு
அறுவாமணை தீட்டித் தரேன்
அதுக்கு ரெண்டு பூப்போடு"

சின்னப் பிள்ளைகள் ஒரே குரலில் ராகமிட்டு நகங்களைத் தேய்த்துக்கொண்டிருந்தார்கள்.

"சார்!" பெரிய டார்ச் விளக்கோடு வந்து நின்றான் தங்கையா. அவனுக்குப் பின்னே கோபால்; சற்றே உயரம். நீள நீளமான கைகள், அவன் கரங்குவித்து சாருக்கு வணக்கம் செலுத்தினான்.

"நம்ப கோவாலு சார்; ஏழாம் கிளாசு."

சார் அவனைத் தட்டிக் கொடுத்தார்; ரொம்ப நாட்கள் சிநேகிதம் மாதிரி கோபால் சாரோடு பேசினான்.

அவையாம்பாள் தோட்டத்தில் நான்கு குயில்களைச் சுட்டுக் கொண்டு ஆற்றங்கரைக்குச் சென்றார்கள்; ஆற்றிலே வெள்ளம் கரைபுரண்டோடிக்கொண்டிருந்தது. பெரிய பெரிய பூவரசு மரமெல் லாம் கிளையோடு உருண்டுகொண்டிருந்தன. சுடுகாட்டு மூங்கிற் பாலம் மூழ்கிவிட்டது; ஜனங்கள் கூட்டம் கூட்டமாக அப்படியே தேங்கி நின்றிருந்தார்கள்.

திட்டம் சிதைந்து போய்விட்டது. நெய்வாசலுக்குப் போக வழியில்லை. இன்னும் நான்கைந்து நாட்களுக்குக் காவிரியில் தண்ணீர் வடிகின்ற வரையில் அக்கரைக்குப் போக முடியாது.

அற்புதராஜ் இரு கரைகளையும் மாறிமாறிப் பார்த்துவிட்டுச் சொன்னார்: "அப்ப திரும்ப வேண்டியதுதான்."

கோபால் தன்னை மறந்து லேசாகச் சிரித்தான்.

"இது என்ன சார் தண்ணி? ஒரே பாய்ச்சலில் அக்கரைக்குப் போய்விடலாம்" என்றான்.

சார் அவனைத் திரும்பிப் பார்த்தார். தண்ணீருக்கு அஞ்சும் பிள்ளையல்ல. இக்கரையிலிருந்து கண்மூடிக் கண் திறப்பதற்குள் அக்கரைக்கும் போய்விடுவான் என்பது தெரிந்தது.

"துப்பாக்கி?"

"நான் நனைக்காம தூக்கியாந்துடுவேன் சார்!"

தங்கையா அவன் காலை மெல்ல அழுத்தி சாடை காட்டினான். விஷயம் முழுவதும் புரிந்துவிட்டது போல் வெட்கத்தோடு தலையைக் கவிழ்த்து கோபால், "வாங்க சார், ரொம்பத் தண்ணீர்" என்றான்.

மூவரும் ஆற்றங்கரை வழியே திரும்பினார்கள். எங்கெங்கே குயில் வரும்; கொக்கு எப்பொழுது, எங்கே வரும் என்பதைப் பற்றிக் கோபால் நிறைய சொல்லிக்கொண்டு வந்தான்.

மஞ்சள் கொல்லை, பலாத்தோப்பு, அவையாம்பாள் தோட்டம் இங்கெல்லாம் குயில் ரொம்ப வருமாம். கொக்கு, சாமியார் தோப்பில் கிளிமூக்கு, பச்சரிசி மாமரத்தடியில், சின்னக் குளத்தில் வரும். கொக்கைவிட, குயிலைப்பற்றி அவன் உற்சாகமாகப் பேசினான். குயிலில் இரண்டு வகை. ஒன்று சுத்தக் கறுப்பு; அசல் காக்காதான். ஆனால், கொஞ்சம் சிறியது. சட்டென்று வித்தியாசம் தெரியாது, அது பெண். இன்னொன்று மேலெல்லாம் புள்ளி புள்ளியாக இருக்கும்; ரொம்பக் கறுப்புமில்லை; மங்கிய சிவப்பு. பழுப்பு நிறமென்று சொல்லலாம். அது புள்ளிக் குயில் ஆண்.

கோபால் வீட்டிற்குப் பின்பக்கம் பலாத்தோப்பு. பெரிய தோப்பு; பலாப்பழக் காலத்தில் மரமெல்லாம் மரமென்ன, வேரில் பழம் தொங்கும். பார்த்தசாரதி அய்யங்கார் தோப்பு; கண்டவனை யெல்லாம் கூப்பிட்டுக் கூப்பிட்டு பழம் கொடுப்பார். அங்கேதான் அடுத்தவாரம் வேட்டை என்று தீர்மானித்துக்கொண்டே ஆற்றங் கரையைவிட்டுச் சாலையில் இறங்கினார்கள்.

ஒரு செம்போத்துக் குரல் கணீரென்று கேட்டது. முன்னே சென்றுகொண்டிருந்த அற்புதராஜ் இரண்டடி பின்வாங்கி அரச மரத்தைப் பார்த்தார். செம்போத்து தெரியவில்லை. ஆனாலும், அதன் குரல் மட்டும் விட்டு விட்டுக் கேட்டுக்கொண்டே இருந்தது. தங்கையாவும், சார் கூடவே மரத்தைச் சுற்றிச் சுற்றி வந்தான். வானுயர்ந்த மரம்; அடிமரத்தைக் கட்டிப்பிடிக்க பத்துப் பேர் வேண்டும். மரத்திற்கு முன்னே ஒரு சூலம். சூலத்திலே போட்டிருந்த நீண்ட மாலை வாடிக் கிடந்தது. அரச மரத்திலே கிளை வெட்ட மாட்டார்கள். ஆட்டுக்குக்கூட ஓர் இலை கிள்ளமாட்டார்கள். அது வால்முனி மரம்; வால்முனியைப் பற்றி எல்லாரையும்விட கோபாலுக்கு ரொம்பத் தெரியும். வானத்திற்கும் பூமிக்கும் சரியாக, உதயத்திற்கு முன்னே மேலத்தெரு வழியாக

கலீர் கலீரென்று சலங்கையொலிக்க நடந்து போவதைப்பற்றி அவன் பாட்டி சொல்லியிருக்கிறாள். வால்முனி உறையும் மரத்தில் வேட்டையாட, சார் போவதைப் பார்த்து அவன் திடுக்கிட்டுப் போனான். செம்போத்து, சார் கண்ணிலே பட்டுவிட்டது. சார் குனிந்து குனிந்துபோய் பனைமரத்தின் கீழ் துப்பாக்கியை மேலே உயர்த்தி சரியாக நின்றார்.

“சார்” அவன் குரல் கணீரென்று கட்டளையிடுவது மாதிரி இருந்தது. அற்புதராஜ் சற்றே தலையைத் தாழ்த்திப் பார்த்தார்.

“சார்! இங்கே வேட்டையாடக் கூடாது சார்.”

“அப்படியா?”

“வால்முனி மரம் சார்! இங்க யாரும் சுடமாட்டாங்க சார்!”

அற்புதராஜ் அந்தச் சிறிய பையனை ஊடுருவிப் பார்த்தார். தன்னுடைய தீர்மானமான வேண்டுகோளை அழுத்தமாகவே வெளிப்படுத்திவிட்டான்.

“முதல் நாளே அவன் சாரிடம் சண்டை போட்டுக்கொண்டு விட்டான். அவனுக்கு ரொம்பத் திமிர்; சார்ங்கிற மதிப்பு இல்லே. சேர்த்துக் கொண்டிருக்கப்படாது” என்று தனக்குத்தானே சொல்லிக் கொண்டான் தங்கையா. சாருக்கு அவமானம் நேர்ந்துவிட்டது மாதிரி, அவன் துயருற்றான். ஆனால், சார் ரொம்பப் பெருந்தன்மை யோடு கோபால் வேண்டுகோளை ஏற்றுக்கொண்டார்.

வால்முனி மரத்தைத் தாண்டி வரும்போது அவன் சொன்னான்: “சார்! இது ரொம்ப சக்திவாய்ந்த தெய்வம் சார்! நெய் வாசலுக்குப் போற வழியிலே கூந்தப் பனமரத்திற்கு அன்னாண்டே இலுப்ப மரத்திலே இருக்கிற முனியும் இதுவும் ஒண்ணு சார்; இதுவும் நெய்வாசலுந்தான் சார்! அதன் எல்லை. இங்கேர்ந்து அங்கேயும் அங்கேர்ந்து இங்கேயும் போய்வந்துகொண்டிருக்கும்; பொழுது விடிஞ்சுட்டா எங்கயாச்சும் தங்கிடும் சார்!”

அற்புதராஜ் ரொம்பக் கவனத்தோடு உன்னிப்பாகக் கேட்டார். அவன் பேயைப் பற்றி, காத்தவராயனைப் பற்றி, அய்யனாரைப் பற்றி அற்புதமான பாவத்தோடு விவரித்தான். அவருக்குப் புது அனுபவம்; அந்த மாதிரியெல்லாம் யாரும் சொன்னதில்லை. தன்னு டைய அபிப்பிராயத்திற்குக் கொஞ்சமும் காத்திராமல் சொந்த நம்பிக்கைகளோடு ஒவ்வொன்றையும் விவரித்தான். வேட்டை அநேகமாக முற்றுப் பெறாமல் போனதுகூடத் தெரியாமல் போய் விட்டது. வீட்டிற்குப் பிரியும் சமயத்தில்தான் தங்கையா கேட்டான்:

“அடுத்த வாரம் எங்கே சார்?”

“அது என்னடா கேள்வி? பலாத் தோப்புதான்;” ”என்ன சார்?”

சார் தங்கையாவை நோக்கிப் புன்னகை பூத்தார்.

கோபால் ஒவ்வொரு நாளும் காலையிலும் மாலையிலும் போய்ப் பார்த்து வைத்துக்கொண்டான். புன்னை மரத்திலே ஒரு குயில்; பிரப்பங்காட்டிற்குப் பக்கத்திலே நுணா மரத்திலே இரண்டு புள்ளியும் கறுப்புமாக ஆணும் பெண்ணுமாக நெட்டிலிங்க மரத்தில் என அவன் எண்ணிக்கொண்டே இருக்கையில் சிறகடிக்காமல் விர்ரென்று இன்னொன்று வந்தமர்ந்தது; அதைத் தொடர்ந்து இன்னொன்று. அவன் எண்ணிப் பார்த்தான். இங்கு மட்டும் ஆறு குயில்கள். தாழைக்குத்துப் பக்கம் போனால் கணக்கே கிடையாது. கள்ளுக் குருவி, நாணத்தாங் குருவி, கணக்கா குயில் ரொம்ப இருக்கும்.

தங்கையாவை அழைத்துக்கொண்டு வந்து தோப்புப் பூராவும் சுற்றிக் காட்டினான் கோபால். பெரிய தோப்பு முழுவதும் பாதை தப்பாமல் எப்படிப் போகிறான் என்பதே தங்கையாவுக்குப் பிடிபடவில்லை. அதைப்பற்றிக் கேட்டதும் அவன் சிரித்தான். “எல்லாம் பழக்கந்தான். நான் எம்மா நாளா இங்க சுத்திக்கிட்டிருக்கேன் தெரியுமா?” என்று வினவினான்.

ஞாயிற்றுக்கிழமை நேராகத் தோட்டத்திற்குத்தான் வந்தார்கள். குயில்கள் கூவி அழைத்தன. அற்புதராஜ் கண்களைச் சிமிட்டி அவனை நோக்கிப் புன்னகை பூத்தார். மகிழ்ச்சி தாள முடியவில்லை. பூரித்துப்போய்விட்டான்.

குயில் புன்னை மரத்திலிருந்தது. அற்புதராஜ் சற்றே மறைந்து நின்று துப்பாக்கியை மேலே தூக்கினார். இரண்டு பேரும் விழியிமைக்காமல் மெல்ல மெல்லச் சிறகை அசைத்துக்கொண்டிருக்கும் புள்ளிக் குயிலையே பார்த்துக்கொண்டிருந்தார்கள். ஒரு விநாடி பொறுத்து ஓர் ஓசை; படீரென்று துப்பாக்கி வெடித்தது. மேலே விட்ட கல் மாதிரி குயில் பொத்தென்று கீழே விழுந்தது. கோபால் ஓடியெடுத்தான். வயிற்றில்இரத்தம் கசிந்துகொண்டிருந்தது. மென்மையான பஞ்சு போன்ற சின்னஞ்சிறிய சிறகுகள் பிய்ந்துபோய் விட்டன.

குயிலுக்கு அவ்வளவு தந்திரம் தெரியாது; ஒரு குண்டு வெடித்தால், கொக்கு, மடையான் மாதிரி மேலே எழும்பி வெகு தூரம் போகாது. ஆபத்தையே உணராத பறவை அது. குண்டு

சப்தம் கேட்டால் பத்து மரங்கள் தள்ளிப்போய் உட்கார்ந்துகொண்டு சோகமாக மனமுருகிக் குரல் கொடுக்கும்.

அவர்கள் கொஞ்சம் கொஞ்சமாக முன்னேறி பச்சரிசி மாமரத்திற்கு வந்துவிட்டார்கள். மாமரத்தை ஒட்டிப் பெரிய அல்லிக்குளம்; குளத்திலே அல்லி இலைகளில் குந்தியிருந்த மடையான், கொக்கு படபடவென்று சிறகடித்துக்கொண்டு மரத்தில் போய் அமர்ந்தன. கோபால் அதைப் பார்த்துவிட்டுச் சிரித்தான்.

“இன்னைக்கு நீங்க வேணாம்; வேணுங்கிறபோது சுட்டுக் கிறோம். நீங்க ஒண்ணும் அபூர்வமில்லே.”

தண்ணீருக்குள் திடீரென்று வீழ்ந்து மீனைக் கொத்திக் கொண்டு போகும் மீன்கொத்தியையே பார்த்துக்கொண்டிருந்த சார் பக்கென்று சிரித்துவிட்டார்.

“சார் குயில்” உச்சிக்கிளையில் உட்கார்ந்திருந்த குயிலைப் பார்த்துவிட்டுச் சொன்னான் தங்கையா. சார் மேலே பார்த்தார். குயில் உச்சியிலிருந்தது. சாதாரணமாக அவ்வளவு தூரம் குயில் போவதில்லை; ரொம்பக் கலவரமுற்றுப் போய்விட்டது. தப்பித்துக் கொள்ள ஆசை; கூவக்கூட பயந்து கிளையில் ஒடுங்கி உட்கார்ந்திருந்தது. சார் கீழ்க்கிளையைப் பிடித்துக்கொண்டு மேல் கிளைக்குத் தாவினார். வசதியாக ஒரு கிளையில் சாய்ந்துகொண்டு துப்பாக்கியை மேல்நோக்கிப் பிடித்தார். குயில் எங்கே விழுமென்று பார்த்துக்கொண்டே இருந்தார்கள். ஆனால், எதிர்பாராதவிதமாக சிறகைப் படபடவென்று அடித்துக்கொண்டு போய் குளத்தில் விழுந்தது. உயிர் இன்னும் போகவில்லை. தலையறுத்துப் போட்ட கோழி மாதிரி எழும்பியெழும்பி அல்லி இலைகளில் விழுந்து புரண்டுகொண்டே இருந்தது. சோகம் கப்பிய காட்சி. எத்தனை துரதிரஷ்டமான சாவு. உடல் பிய்ந்து போவது மாதிரி கணமும் ஓயாது சிறு இறகுகளைப் பறக்க அடித்துக்கொண்டு கூவியது.

“குயில் நடுக்குளத்திலே விழுந்திடுச்சே!” சார்தான் சொன்னார்.

“இருந்தா என்ன சார்! இதோ நான் எடுத்தாந்துடறேன்.”

சட்டையைக் கழட்டி, தங்கையாவிடம் கொடுத்துவிட்டுத் தண்ணீரில் இறங்கினான் கோபால். முன்னே பரந்து வழியை மறைத்த அல்லிக் கொடியைத் தள்ளிக்கொண்டு குயிலை நோக்கி முன்னேறினான். குயிலின் உயிர் மெல்ல மெல்லப் போய்க்கொண்டி ருந்தது. ஆனாலும் படபடப்பு நிற்கவே இல்லை. பந்து மாதிரி எழும்பி இன்னோர் இலையில் வீழ்ந்தது. அதைப் பார்த்ததும்

சிரித்துவிட்டான் கோபால். குண்டு பட்டு விழுந்த எத்தனையோ குயிலை அவன் பார்த்திருக்கிறான். ஆனால், ஒன்றுகூட உயிரோடு அத்தனை வலுவாக, உக்கிரமாகப் போராட்டம் நிகழ்த்தவில்லை. குண்டு பட்டதும் உயிர், ஊசி குத்தின பலூன் மாதிரிப் பொசுக் கென்று போய்விடும்.

நான்கு நாட்களுக்கு முன்னே நெட்டிலிங்க மரத்திலேயிருந்த குயில் குண்டு பட்டதும், பூவரசு மரக்கிளையிலே தொத்திக் கொண்டு விட்டது. உச்சிக்கிளை; ரொம்பச் சிறிய கிளை. ஏறி யெடுக்க ஒருத்தருக்கும் தைரியமில்லை. சார் சுற்றுமுற்றும் பார்த்தார். இன்னொரு குண்டு சுட்டுக் கீழே தள்ளிவிடலாம் என்று ஒரு நினைப்பு. துப்பாக்கியிலே மருந்து போட்டுகிட்டிருக்க ஆரம்பித்ததும் கோபால் எதற்கென்று, தோண்டித் தோண்டிக் கேட்டான். “செத்த குயிலைச் சுட” என்றதும் அவனுக்குச் சிரிப்பு வந்துவிட்டது. பக்கென்று பெரிதாகச் சிரித்தான்.

“இதோ சார்! ஒரு நிமிஷத்திலே கொண்டாந்துடறேன்” கோபால் தாழ்ந்த கிளையைப் பற்றி ஏறினான். கிளைக்குக் கிளை தாவி உச்சிக்குப் போகையில் சார் கத்தினார். “பத்திரம். மேலே ஏறாதே, கையைப் பிடித்திருக்கியே அந்தக் கிளையை ஆட்டு; குயில் விழுந்திடும். ஜாக்கிரதை! கெட்டியாகப் பிடிச்சுக்கோ.”

அவர் பக்கம் திரும்பி லேசாகப் புன்னகை பூத்தான் கோபால்.

“பெரிய கோயில் தங்கக் கலசம் நல்லாத் தெரியுது சார்!” என்று சொல்லிக்கொண்டே இன்னொரு கிளைக்குத் தாவினான். கீழே ஆறு; மேலே குயில். கிளை முறிந்தால் ஆற்றிலேதான் விழ வேண்டும். நான்கு வயதிலிருந்தே காவிரியில் விழுந்துதான் வளர்கிறான். எத்தனையோ சுழல், மடு எல்லாவற்றையும் பார்த் தாகிவிட்டது. கீழ்க்கிளையிலிருந்து ஒரு தாவுத்தாவி, குயிலைப் பற்றிக்கொண்டு கரணம் போட்டான். சார் அப்படியே திகைத்துப் போய்விட்டார்.“ ஆ”வென்று தங்கையா கூச்சலிட்டான். தண்ணீரிலே விழுந்த இரண்டு நிமிஷங்களுக்கெல்லாம் இடது கையில் குயிலோடு கரையேறி வந்தான் கோபால். அவன் அதரங்களில் புன்னகை நெளிந்தோடிக்கொண்டிருந்தது.

மாலை வேளைக் குளிர் வந்துவிட்டது. குயிலை தங்கையா விடம் கொடுத்துவிட்டு மஞ்சள் வெயிலில் போய் நின்று கொண்டான்.

சாருக்கும் அவனை ரொம்பப் பிடித்துப்போய்விட்டது. எப்பொழுதும் அவன் அவர்கூடத்தான். லீவு விட்டால் அவர்

வீட்டில் இருப்பான். சாப்பாடுகூட சார் வீட்டில்தான். ஆனால், அவன் கவுச்சி சாப்பிட மாட்டான். அதைப்பற்றி யாராவது கேட்டால் சிரிப்பான். அவன் வீட்டில் எல்லாரும் கவுச்சி சாப்பிடுவார்கள். ஆனால், அவன் மட்டும் நினைவு தெரிந்ததிலிருந்து சைவம். அம்மா அவனுக்காகத் தனியாகக் குழம்பு வைப்பாள். சார்கூட அவன் முதலில் சொன்னதும் நம்பவில்லை. அப்புறந்தான் அது நிஜமென்றதும் ஆச்சரியப்பட்டார். "முரண்பாடுகள் கொண்ட விசித்திரமான பையன்!" என்று சொல்லிக்கொண்டார். சில நாள்கள், அவர் வீட்டிலேயே படுத்துவிடுவான். பாதி ராத்திரியில் எழுந்து பார்த்தால் இருக்கமாட்டான். "எங்கே போன?" என்று கேட்டால் "மாட்டுக்கு வைக்கோல் போடாம வந்துட்டேன் சார்; அதுக்குத் தான் போனேன்" என்பான்.

இரண்டு வருடங்களாக பொத்திப் பொத்தி ஒருத்தருக்கும் தங்கை யாவுக்குக்கூடக் காட்டாமல் வைத்திருந்த வௌவால் அடிக்கும் ஒற்றைத் தென்னை மரத்தைக் காட்டினான். குட்டைத் தென்னை; உயரம் இருபதடிதான் இருக்கும். இலுப்பைக் காலத்தில் அங்கே தான் இரண்டு வௌவால் பழமடிக்கும். காலையில் போனால் மரக்காலில் முக்கால் மரக்கால் இருக்கும். இலுப்பைக் கொட்டை எல்லாருக்கும் ஆறு மரக்கால் விற்றால் கோபால் மட்டும் ஒரு கலம் விற்பான். அது ரகசியம்; யாருக்கும் தெரியாதது. அந்த ரகசியத் தைத்தான் இன்றைக்கு சாரிடம் விவரித்தான். நட்பு நிறைந்த மனதோடு உற்சாகம் பொங்கிப் பெருக வௌவால் வேட்டைக்கு அற்புதராஜை அழைத்தான்.

இரவு பத்து மணிக்குமேல் வௌவால் வேட்டை தொடங்கியது. அதுதான் நேரம். பத்திலிருந்து மூன்று மணி வரைக்கும் வௌவால் சடசடவென்று பறந்து வந்துகொண்டிருக்கும். நொச்சிப் புதரையும், ஓணான் கொடியையும் தள்ளிக்கொண்டு தங்கையா விளக்கை அடிக்க, சாருக்குப் பின்னே கோபால் சென்றான். அற்புதராஜ் மாறிமாறி நின்று பார்த்தார். தங்கையா அவர் சொல்லியபடியெல்லாம் விட்டு விட்டு டார்ச்சை அடித்தான். பழக்கமில்லாத வேட்டை அது. இருளில் எப்படிச் சுடப்போகிறார் என்பது தெரியாமல் தவித்துக்கொண்டிருந்தார்கள்.

படபடவென்று ஒரு வௌவால் சிறகை அடித்துக்கொண்டு வந்து உட்கார்ந்தது. தென்னை மட்டைகள் லேசாக அசைந்தாடின. தங்கையா டார்ச்சடித்தான்.

"அதோ சார்" உற்சாகத்தோடு கூச்சலிட்டான் கோபால்.

"சார்! சார்! பாருங்க எம்மாம் பெரிசு."

"சப்தம் போடக்கூடாது" என்று அவனை அடக்கினார்.

டார்ச் ஒளி வீசியது. இரண்டு வௌவால்கள். பழந்தின்னி வௌவால்களில் அவன் அவ்வளவு பெரியதைப் பார்த்ததே இல்லை. 'முக்கால் மரக்கால் கொட்டை போடுகிறதே அது இது தானோ?' என்று எண்ணமிடலானான்.

"சுடுங்க சார், சீக்கிரம்; பறந்துடப் போறது" சாரைத் தூண்டி விட்டான். டார்ச் தங்கையாவிடமிருந்து கை மாறியது. சார் சொல்லியபடியே கையசைக்காமல் நிலை குத்திட்டபடியே முழு வெளிச்சமும் வௌவால் மீது விழாமல் பிடித்தான். "கோபால்! வெளிச்சம் அப்படித்தானிருக்க வேண்டும்; நல்ல வெளிச்சத்தில் வௌவால் இருக்காது. ஏதோ ஆபத்தென்று பறந்துவிடும்" சார் பின்னால் இதையெல்லாம் அவனுக்குச் சொன்னார்.

அற்புதராஜ் மரத்தடியிலிருந்து வெளி வந்தார். கோபாலுக்குச் சற்று அருகே வந்ததும் அவர் துப்பாக்கி உயர்ந்தது; ஒரு நிமிஷம் ஆழ்ந்த அமைதி. அப்புறம் படீரென்று துப்பாக்கி வெடித்தது. மரத்தோடு வழுக்கிக்கொண்டே இரண்டு வௌவால்கள் விழுந்தன. இரண்டும் அவனுக்குத்தான். சார் எடுத்துக்கொண்டு போகவில்லை. அதற்குப் பிறகு சுட்டதைக்கூட அவர் எடுத்துக்கொண்டு போகவில்லை. தங்கையாதான் எடுத்துச் சென்றான். அவர்கள் எவ்வளவோ கெஞ்சிப் பார்த்தார்கள். சார் சிரித்துக்கொண்டே மறுத்துவிட்டார்.

அடுத்த நாள் இருள் பிரியும் முன்னரே மரக்காலை எடுத்துக் கொண்டு ஒற்றைத் தென்னை மரத்தடிக்குச் சென்றான். ஒரு கொட்டைகூட இல்லை. அவன் திடுக்கிட்டுப்போய்விட்டான். அப்புறம் கொஞ்சம் கொஞ்சமாக அனைத்தும் நினைவிற்கு வந்தன. சாருக்குச் சொல்லியிருக்கக் கூடாது என்று தோன்றியது. உடனே கன்னத்தில் போட்டுக்கொண்டான். தவறு செய்துவிட்டதைப் போல மனம் குன்றியது. முற்றிலும் மாறான உணர்வுகள். தலைக்கு மேலே இனிமேல் ஒருபோதும் வௌவால் சிறகையடித்துக் கொண்டு போகாது. மரக்காலைக் கவிழ்த்து உட்கார்ந்துகொண்டான். ரொம்ப நேரம் தங்கையாவாக வந்து கூப்பிடுகின்ற வரையிலும் அவன் அப்படியே அமர்ந்திருந்தான்.

மூன்று நாட்களுக்கப்புறம் அவனுக்கு வேறொரு மரம் கிடைத்துவிட்டது. செங்கழுநீர் மரத்தில் வௌவால் அடிப்பதைக் கண்டுபிடித்தான். ஆனால், எட்டு நாட்களுக்குப் பிறகு சார் துப்பாக்கிக் குண்டுக்கு அந்த வௌவால் விழுந்தது. ஒரு பக்கத்து

இறக்கை யில்லாமல். குண்டு இறக்கையைப் பிய்த்துக்கொண்டு போய் விட்டதாக சார் சொன்னார்.

அன்றைக்கு தங்கையா, "சார்! எங்கக்கா ரெண்டு குயில் கேட்டுச்சு சார்!" என்று கேட்டான்.

அற்புதராஜ் தலையசைத்து மெல்லப் புன்னகை பூத்தார். ஓரோர் சமயம் தங்கையா வீட்டுப் பக்கமாக அவர் போவார். அவன் அக்கா வாசலில் நின்றிருந்தால் வெடுக்கென்று உள்ளே ஓடிவிடுவாள். அவள் கேட்ட குயிலுக்காகத்தான் போய்க்கொண்டிருந்தார்கள்.

ஆற்றங்கரையைக் கடந்து வெட்டாற்றுக்கு வந்தாகிவிட்டது. ஒரு குயில்கூடக் கண்ணில் தட்டுப்படவில்லை. போன இடமெல்லாம் கொக்கும் மடையானும்தான். இரண்டு மணிப்புறா; செம்போத்தும்கூடப் பறந்து சென்றன. ஆனால், சார் ஒரு தோட்டா கூட சுடவில்லை. பொறுமையாக அலைந்துகொண்டிருந்தார். அவையாம்பாள் தோட்டத்தைத் தாண்டி மணிக்கிராமத்திற்கு வந்துவிட்டார்கள். எல்லாருக்கும் தெரியும். அது மண்வெளி; உழமண் பூமி; எட்ட எட்ட மரங்கள்; கொக்கு, குருவிகள்கூட குறைச்சல்தான்; குயில் அநேகமாக ஒன்றுகூட இருக்காது.

"யாரு முகத்திலே விழிச்சமோ?" வருத்தத்தோடு சொல்லிக் கொண்டே வந்தான் கோபால்.

"அக்கா போகும்போதே எங்கேடா போறேன்னு கேட்டுச்சு; அதான்" என்றான் தங்கையா.

எல்லாருக்கும் முன்னே சென்றுகொண்டிருந்த அற்புதராஜ் நின்றார். பையன்களின் துயரம் நிரம்பிய பேச்சு முடிவுற்றது. அவர்கள் பார்வையும் புன்னை மரத்தை நோக்கிச் சென்றன. இரண்டு குயில்கள் புள்ளியும் கறுப்புமாக; ஆணும் பெண்ணும். சார் துப்பாக்கியைத் தூக்கிப் பிடித்தார். நிச்சயம் ஒன்று விழும். எந்தப் பக்கமாக என்று நோட்டம் விட்டான் கோபால்.

ஆண் குயில் கீழ்க் கிளையிலிருந்து மேல் கிளைக்குத் தாவியது. குறி தப்பிவிட்டது. அற்புதராஜ் துப்பாக்கியைக் கீழே இறக்கினார். இரண்டடி பின்வாங்கி நெட்டிலிங்க மரத்தில் சாய்ந்தார். மேல் கிளைக்குத் தாவிய குயில் தலையசைத்து சன்னக்குரலில் கூவியது. அதன் குரல் என்றுமில்லாத சோபையும் மதுரமும் பெற்றிருப்பது மாதிரித் தோன்றியது. பெண் குயில் அழைப்பிற்குச் செவி சாய்த்து சற்றே நாணி மெல்ல முன்னேறியது, ஆண் குயில் மேல் கிளையி லிருந்து சர்ரென்று வந்து பெண் குயிலோடு அமர்ந்தது.

சார் சாய்ந்தபடியே நின்றார். துப்பாக்கி மேலே உயரவில்லை. இன்பம் துய்க்கும் குயில்களின் காதல் பெருவாழ்வு அவர் மனதைக் கரைத்துவிட்டது. துப்பாக்கியைத் தோளில் மாட்டிக்கொண்டார்.

அன்றைக்கு ஒன்றும் வேட்டையில்லை; வெறும் கையோடு திரும்பினார்கள். அதுதான் முதல் தடவை. குயில் பக்கத்திலிருந்தும் சார் ஏன் சுடாமல் விட்டார் என்பது இரண்டு பேருக்கும் விளங்கவே இல்லை; கோபால் பொறுத்துப் பொறுத்துப் பார்த்தான். அவனால் தாள முடியவில்லை. கடைசியாக சாலைக்கு வந்தப்புறம், மெல்ல சார் பக்கமாகத் திரும்பி, “ஏன் சார் குயிலைச் சுடாம விட்டீங்க?” என்று கேட்டான்.

அற்புதராஜ் லேசாக முறுவலித்தார்.

அடுத்த வாரம் சுட்ட எட்டுக் குயிலும் தங்கையாதான் எடுத்துக்கொண்டு போனான். அதிலே அவனுக்கு ரொம்பத் திருப்தி.

“உங்க சாரா எட்டுக் குயிலையும் ஒருநாளில் சுட்டாங்க?ன்னு அக்கா கேட்குது சார்... அதுக்கு ஒண்ணும் தெரியாது சார்...’ உங்க சார் நல்லா சுடுவாரா? ‘எத்தனை தடவை குறி தப்பும்’னு கேட்டுது சார்! அதுக்கு ஒண்ணும் தெரியாது சார்!”

அதற்கு அற்புதராஜ் பதில் சொல்லவில்லை. அவன் பக்கமாகத் தலையைச் சாய்த்தார். அதரங்களில் புன்னகையோடியது.

பேசுவதைவிட சார் சிரிக்கிறதுதான் ரொம்ப. ஆனாலும் அவனுக்கு நினைவு வந்தது. ஒருநாள் சரஸ்வதி டீச்சர் என்னமோ இங்கிலீஷில் சொல்லிவிட்டுத் தலையைக் கவிழ்த்துக்கொண்டு சிரித்தாங்க. சார் கொஞ்சங்கூட சிரிக்கலே. அது ரொம்ப ஆச்சரியந் தான். சார்! பாட்டிற்கு எழுதிக்கொண்டேயிருந்தார். அதிலேர்ந்து சரஸ்வதி டீச்சர் சார்கிட்டே பேசறதில்லை.

தங்கையா வீட்டுப்பக்கம் வந்துவிட்டால் சாருக்குச் சிரிப்பு வந்துவிடும். தலை குனிந்துகொண்டு சிரிப்பார். கண்கள் சன்னலை நோக்கி அலைபாயும். ஆனால், ஒரு நிமிஷம் அங்கே நிற்க மாட்டார். விர் விர் என்று நடைதான்.

சர்ச்சுக்குச் செல்லுகையில் தங்கையா ஓடிவந்து சொன்னான்: “உங்க சார் எதுக்குடா இப்படி ஓடுறார்?னு அக்கா கேட்டுச்சு சார், எனக்கு ரொம்பக் கோபம் வந்துடுச்சு; தினம் தினம் இப்படித்தான் உங்களைக் கேலி பண்ணுது. இன்னைக்கு சரியா மாட்டிக்கிச்சு; முதுகிலே நல்லா ஒரு குத்து விட்டுட்டு ஓடியாந்துட்டேன் சார்! அதோ பாருங்களேன், குனிந்துகொண்டே போறதை” என்று அக்காவைக் காட்டினான்.

சார் கேட்டார், “அக்காவை அடிக்கலாமா?”

“உங்களை மட்டும் கிண்டல் பண்ணலாமா சார்?”

“கூடாதுதான்” அற்புதராஜ் மெல்லத் திரும்பி அன்போடு அவன் கரத்தைப் பற்றிக்கொண்டார். ஆனால், அவனிடம் சொல்ல விரும்பியதையெல்லாம் அவர் சொல்லவில்லை. இரண்டு நாட்களுக்கு அந்தப்பக்கம் போவது நின்றுபோய்விட்டது. சர்ச்சில் அவள் உணர்த்திய ஆதரவான குறிப்புகளால் அவர் கிளர்ச்சியுற்றார். எவ்வளவு எளிமையாகவும் இதயபூர்வமாகவும் இருந்தது அது.

மாட வீதியோடு போகையில் கிருஷ்ணன் வந்து சேர்ந்தான். அவன் ஆறாம் வகுப்பு. தங்களோடு அவனைச் சேர்த்துக்கொள்ள இருவருக்கும் விருப்பமே இல்லை. ஐயர் வீட்டுப் பையன் அதற்கெல்லாம் சரிப்படாது என்று ஒதுக்கினார்கள். ஆனாலும், சார்கிட்டே பசைமாதிரி எப்படியோ ஒட்டிக்கொண்டுவிட்டான். விருப்பம் இருந்தாலும், இல்லாவிட்டாலும் அவன் கூட்டாளிதான். கல் அடிப்பதிலே அவன் சூரன். கோபால்கூட அவன் கல் விடுவதைப் பார்த்து அசந்துபோனான். அவன் திறமை வெகுவாக எல்லாரையுமே கவர்ந்தது.

கோபால் சாரிடம் சொன்னான்: “நம்ப கிருஷ்ணன் மாதிரி ஒரு பயலும் கல்லு விடமுடியாது சார்! ஒரு கல்லாலே இரண்டு தேங்காயை விழ வைச்சுட்டான் சார்!”

சார் அவனைத் தட்டிக்கொடுத்தார். இரண்டு மூன்றாகி விட்டது.

வேட்டைக்குத் தெற்கே போவதாகத் திட்டம். கோபால் சொன்னான்: “கொக்கு ரொம்ப வந்திருக்கும். சோமு படையாச்சி பரி போட்டிருக்கிற பிள்ளையார் வடிகாலில் ஏராளமான கொக்காம்.”

மழை பொழிந்துவிட்டிருந்தது. நண்டு, நத்தையெல்லாம் ஊறும். வரப்பிலே நடக்கமுடியாது; சதசதவென்று சேறு. தண்ணீர்ப் பாம்பு வேறு கிடக்கும். அதுதான் கொக்குமடையானுக்குக் காலம். குளத்தையும் வயல் வெளியையும் சுற்றிச் சுற்றி வரும். குளத்திலே பெரிய விரால்கூட மேலே வரும். குஞ்சுகளுக்குப் பாதுகாப்பாய் துணையாய் வந்து மேய்வது பார்ப்பதற்கு ரொம்ப அழகு. அப்பொழுது மீனைச் சுடலாம். சார் மீனைக்கூடச் சுடுவார். தண்ணீரிலே கூட அவர் குறி தப்பாது. அவர்களுக்கு என்று இரண்டு விராலைச் சுட்டார். கோபாலும் தங்கையாவும்தான் எடுத்துக் கொண்டு போனார்கள்.

காவிரிக்கரை நெட்டிலிங்க மரத்தில் குயில் தெரிந்தது. கோபால் தான் பார்த்தான்.

“சார்!”

“சுடணுமா?”

“பாருங்க சார்! எம்மாம் பெரிசு. நாம குயில் சுட்டுக்கூட ரொம்ப நாளாச்சு சார்!”

‘சுடுங்க சார்” எல்லாரும் சேர்ந்து சாரை இணங்க வைத்தார்கள். அதிலே அவர்களுக்கு ரொம்ப மகிழ்ச்சி. குயிலும் ஆடாமல் அசையாமல் அப்படியே இருந்தது. குண்டு பட்டதும் படபடவென்று சிறகை அடித்துக்கொண்டு போய் அக்கரையில் விழுந்தது.

“அக்கரைக்குப் போயிடுச்சே?” என்றான் கிருஷ்ணன்.

“போனா என்ன?” கோபால் தலையைச் சிலுப்பிக்கொண்டு நகைத்தான். மேல் சட்டையைக் கழட்டிப்போட்டுவிட்டு பத்தடி பின்னுக்கு வாங்கி ஓடிவந்து கரணமடித்தான். தண்ணீர் நான்கு பக்கமும் சிதறித் தெறித்தது. உள்ளுக்குள்ளேயே சரசரவென்று போவது மாதிரி நீர் சுழித்தது. அதோ அதோ என்று கைகாட்டி னான் கிருஷ்ணன். நிமிஷம் ஒன்றாச்சு, இரண்டாச்சு, மூன்றாச்சு...

“அங்க... அதோ...” கரகரவென்று சுழிக்கும் நீரைச் சுட்டிக் காட்டினான் கிருஷ்ணன்.

அற்புதராஜ் ஆற்று நீரை ஊடுருவி நோக்கினார். அப்புறம் அவர் பார்வை எதிர்க் கரைக்குச் சென்றது. குயில் விழுந்ததிலிருந்து அசைவற்று அப்படியே கிடந்தது. சாரின் பார்வை பரபரவென்று சுழன்றது. மனத்திலே குறுகுறுப்பு. ஏதோ கைநழுவிவிட்டதைப் போல ஒரு நினைப்பு. சட்டையைக்கூடக் கழற்றாமல் ஆற்றில் இறங்கினார். இரண்டு பேருக்கும் ஒன்றும் விளங்கவில்லை.

“எதுக்கு சார்?”

அற்புதராஜ் சற்றே திரும்பிப் பார்த்துவிட்டு மேலே மேலே தண்ணீருக்குள் சென்றார். ஒரு மணி நேரம் போல் இடைவிடாத தேடல்; ஒவ்வொருவராக ஆள் சேர்ந்துவிட்டார்கள். நாற்பது, ஐம்பது பேர் போல; பையன் கிடைக்கவில்லை. எட்ட எட்ட ஒவ்வொருவராக நகர்ந்துகொண்டிருந்தார்கள். இரண்டு மணி நேரத்திற்குப் பிறகு புங்க மரக்கிளையில் தலை செருகிக் கிடந்தவனை அற்புதராஜ் மேலே தூக்கிக்கொண்டு வந்தார். அவர் கண்களில் தளும்பிய கண்ணீர் பொலபொலவென்று கொட்டிக்கொண்டேயிருந்தது.

நீர் விழியை மறைக்க மெல்லத் தலையுயர்த்தி, தங்கையாவையும் கிருஷ்ணனையும் பார்த்தார். இருவரும் கோவென்று கதறியபடியே அவனைக் கட்டியணைத்துக்கொண்டார்கள்.

அற்புதராஜ் நிலைகுலைந்துபோனார். அவர் வாயிலிருந்து ஒரு வார்த்தையும் வரவில்லை. வாழ்க்கை முழுவதும் வெறிச்சோடி சோபை இழந்துவிட்டதுபோல அவர் தோற்றமளித்தார். கோபாலைப் பற்றி வீரஞ்செறிந்த அபூர்வமான நினைவுகள் மேலெழுந்து அழுத்தின. அவர் வேட்டைக்குப் போகவில்லை. பள்ளிக்கூடமும் போகவில்லை. பிரமை பிடித்தவர் மாதிரி இருந்தார். வீட்டிற்குள்ளேயே எப்பொழுதாவது எழுந்து நடப்பார். மற்ற நேரமெல்லாம் தலை கவிழ்ந்தபடியே நாற்காலியில் உட்கார்ந்திருப்பார்.

வாழ்க்கையிலேயே நினைவு தெரிந்தப்புறம் முதன் முதலாக சர்ச்சுக்குப் போவதை நிறுத்திவிட்டார். உறுத்தும் நினைவுகளில் மனம் குமைந்து குமைந்து கண்களில் நீர் வழிந்துகொண்டேயிருந்தது.

சாரைக் காணாமல் இரண்டு பேரும் தவித்துப்போனார்கள். கூடிக்கூடி யோசனை பண்ணிப் பார்த்தும் ஒன்றும் தெரியவில்லை. நான்கு நாட்களுக்கு அப்புறம் துக்கம் மனதை அழுத்த... சார் வீட்டுப் படியேறி உள்ளே சென்றார்கள். துப்பாக்கி தலைகீழாகத் தொங்கிக் கொண்டிருந்தது. குண்டு போட்டுக்கொண்டு போகும் பைகூட இல்லை. சார் உள்ளங்கையில் முகத்தைப் புதைத்தபடியே உட்கார்ந்திருந்தார்.

கலவரமுற்ற நிலையில் சாரை அழைத்தார்கள். குரல் கேட்டு சார் மெல்லத் தலையுயர்த்திப் பார்த்தார். என்றைக்கும் போல் புன்முறுவலில் முகம் மலரவில்லை. மௌனமாகத் தலையசைத்து வரவேற்றார்.

“உங்களை ஒரு வாரமா காணமே சார்!”

அற்புதராஜ் எழுந்தார்.

“அக்காகூட உங்களைக் கேட்டுச்சு.”

சார் நிமிர்ந்து பார்த்தார்; அவர் கண்களில் நீர் தளும்பித் திரையிட்டிருந்தது.

ஆர்.சூடாமணி

1931இல் சென்னையில் பிறந்து அங்கேயே வளர்ந்தவர் சூடாமணி. சூடாமணி இளம் வயதிலேயே பெரியம்மை நோயால் தாக்கப்பட்டு வளர்ச்சி குன்றினார். வீட்டை விட்டு வெளியே வராமல் வீட்டுக்குள்ளேயே ஆசிரியர்களை வரவழைத்து கல்வி கற்றார். சூடாமணி திருமணம் செய்துகொள்ளவில்லை. ஏராளமாக வாசிக்கும் பழக்கம் கொண்ட இவர் வீட்டின் நான்கு சுவர்களுக்குள் தம் உலகை அமைத்துக் கொண்டவர். இளம் வயதில் முறைப்படி ஓவியம் கற்றிருந்த இவர் நீர்வண்ணங்களைப் பயன்படுத்தி வரைந்துள்ளார். வெகுகாலம் வெளியுலகுக்கு வராத இவரது ஓவியங்கள் 2011ஆம் ஆண்டு சென்னை சி.பி.ஆர்ட் சென்டரில் கண்காட்சிக்கு வைக்கப்பட்டன. நாட்டிலேயே தன் சொத்து அனைத்தையும் சேவை நிறுவனங்களுக்குச் சேர வேண்டுமென உயில் எழுதி வைத்த ஒரே எழுத்தாளர் சூடாமணிதான் என்று ராமகிருஷ்ண மிஷன் மாணவர் இல்லத்தின் அறங்காவலர் நல்லி குப்புசாமி குறிப்பிடுகிறார். இவர் 2010ஆம் ஆண்டு காலமானார்.

14
அன்பு உள்ளம்

- ஆர். சூடாமணி

“அப்படியானால் ராமன் இங்கேயே உன்னுடன் இருக்கட்டும் என்றா சொல்கிறாய்?” என்று கேட்ட கணவனின் முகத்திலும் குரலிலும் இருந்த கவலையைப் பாரதி கவனித்துப் புன்முறுவல் செய்தாள்.

“பெண்கள் பிரசவத்துக்குப் பிறந்தகம் வந்தால், முந்திய குழந்தைகளை அழைத்து வருவதில்லையா?”

“ராமன் உன் சொந்தக் குழந்தையாயிருந்தால் பரவாயில்லை. உன் மூத்தாள் குழந்தையை இங்கே வைத்திருப்பதற்கு உன் பெற்றோர் ஆட்சேபிக்க மாட்டார்களா?”

பாரதியின் அன்பு நிறைந்த முகம் சற்றுச் சுருங்கியது. “மூத்தாளாவது, இளையாளாவது! இப்படியெல்லாம் ஏன் வித்தியாசமாகப் பேசுகிறீர்கள்? ராஜா என்னை ‘அம்மா’ என்று அழைக்கிறான். நான் அவனை என் குழந்தையென்று நினைக்கிறேன். இதைவிட வேறு என்ன பாந்தவ்யம் வேண்டும்!”

அன்பின் உரிமையை எதிர்த்துப் பேச சதாசிவனுக்குத் தைரியமும் வரவில்லை, மனமும் வரவில்லை. அதே சமயத்தில் நான்கு வயதுக் குழந்தை ராஜாராமன் அங்கு வந்தான். சதாசிவன் அவனைத் தன் அருகில் இழுத்து அணைத்துக்கொண்டே, “ராமா! அம்மாவுக்கு உடம்பு சரியாயில்லை. இங்கேயே பாட்டி வீட்டில் கொஞ்ச நாள் இருக்கப் போகிறாள். நீ என்னோடு நாளைக்கு ஊருக்கு வந்துவிடுகிறாயா? அம்மா அப்புறம் வந்துவிடுவாள்” என்று நயமாகக் கேட்டான்.

இந்த நயத்தினால், பேச்சின் பொருளில் இருந்த கொடுமையை ராமன் உணர்ந்துகொள்ளாமல் இல்லை. உடனே அவனை விட்டு விலகி, பாரதியின் மடியில் ஏறி உட்கார்ந்துகொண்டான்.

“போ, அப்பா! அம்மாவை விட்டுட்டு நான் இருப்பேனா? நீ வேணுமானால் ஊருக்குப் போ. நான் இங்கே சமர்த்தாய் இருக்கிறேன்” என்று சொல்லி, அவள் கழுத்தைக் கட்டிக் கொண்டான்.

பாரதியும் குழந்தையை அணைத்துக்கொண்டாள். "பார்த்தீர்களா? மரியாதையாய் என் குழந்தைக்கும் எனக்கும் நடுவே வராமல் போய் விடுங்கள்!" என்று குறும்பாய்ச் சிரித்தாள்.

சதாசிவனின் முதல் மனைவி இறந்தபோது ராமன் இரண்டு மாதக் குழந்தை. அந்த மனைவி சதாசிவனுக்குத் தன் அன்பைக் கொடுக்கவில்லை. குழந்தையினாலேயே வாழ்க்கையில் அவன் ஆறுதல் காண நினைத்தான். ஆனால், அவனுடைய நல்ல அதிர்ஷ்டம் சீக்கிரமே அவன்முன் தோன்றியது. அன்புக்கும் அமைதிக்கும் இருப்பிடமான பாரதியின் வடிவத்தில் அது அவன் வாழ்வில் தோன்றியது.

அப்போது ராமனுக்கு ஒரு வயது. அவன் 'அம்மா' என்று அழைக்கக் கற்றுக்கொண்டபோது அந்த வார்த்தையை அவன் பாரதிக்காகவே உபயோகித்தான். அவன் என்றென்றும் தன் குழந்தை யாகத்தான் இருக்கவேண்டும் என்று பாரதி தீர்மானித்துவிட்டாள். இந்த மகத்தான தீர்மானத்தினால் மூவர் வாழ்க்கையும் நிறைவு பெற்றது.

"அம்மா, எனக்குச் சாதம் போடு" என்றான் ராமன். படுத்துக் கொண்டிருந்த பாரதி மெல்ல எழுந்தாள். அதைப் பார்த்த அவள் தாயார் ஜானகிக்கு வயிறு எரிந்தது.

"என்னடியம்மா! ஒரு நிமிஷம்கூட இந்தப் பிள்ளை உன்னைப் படுக்கவிடமாட்டேனென்கிறது! நன்றாய்த்தான் இடம் கொடுத்திருக்கிறாய்! அடிக்காமலேயே வளர்ந்துவிட்டாயாக்கும்!"

"என் குழந்தையை எதற்காக அடிக்கிறது?"

"ஆமாம், உன் குழந்தைதானே! பத்து மாதம் சுமந்து பெற்றது!'

"அம்மா, நீ இந்த மாதிரியெல்லாம் பேசுவது எனக்குக் கொஞ்சம் கூடப் பிடிக்கவில்லை. குழந்தை எதையாவது புரிந்துகொண்டால் அனர்த்தமாகும்."

"உலகத்தில் சிறுதாயார்களெல்லாம் இப்படித்தானே இருக்கிறார்கள்!"

"இந்தப் பாட்டிக்கு என்னைக் கண்டாலே பிடிக்கல்லையம்மா!" என்று ராமன், பாரதியிடம் ஒன்றிக்கொண்டான்.

"அவள் கிடக்கிறாள், ராஜா! நீ வா, நான் சாதம் போடுகிறேன்."

"அம்மா, உன் மடியில் உட்கார்ந்துகொண்டு சாப்பிடுகிறேனே?" என்று குழைந்தான் ராமன்.

ஜானகிக்கு அதற்குமேல் பொறுக்கவில்லை. "ரொம்ப அழகாயிருக் கிறது! ஏண்டா, அம்மாவுக்கு உடம்பு சரியாயில்லைன்னுதானே

படுத்துக்கொண்டிருந்தாள்? அவளை எழுப்பினது போதாமல், மடியில் ஏறித் துவைக்க வேண்டுமா?"

பாரதி ஒரு தரம் தாயாரை விழித்துப் பார்த்தாள். ராமனுக்கு முகம் தொங்கிவிட்டது. "அம்மா! நம்ம வீட்டிலெல்லாம் நீ என்னை மடியில் வைத்துச் சாதம் போடுவாயேன்னுதான் சொன்னேன். உனக்குக் கஷ்டமாயிருந்தால் தொந்தரவு பண்ணுவேனா அம்மா?"

அவன் கண் கலங்கியது. பாரதி சட்டென்று அவனைத் தூக்கித் தன் மடிமீது வைத்துக்கொண்டு கண்ணைத் துடைத்தாள்.

"அழாதேடா, ராஜா! இந்தப் பாட்டியே அசடுதான். அவள் என்ன சொன்னால் உனக்கென்ன, அம்மா பக்கத்தில் இருக்கும்போது? நீ மடியில் உட்கார்ந்துகொண்டால் அம்மாவுக்கு எங்கேயாவது தொந்தரவாயிருக்குமா? சமத்தாய், அழாமல் சாப்பிடு, பார்க்கலாம்" என்று ஓர் உருண்டை சாதத்தை முதலில் தன் கையால் எடுத்து அவனுக்கு ஊட்டினாள். ராமன் ஆறுதலடைந்து ஒருதரம் அவளை அண்ணாந்து பார்த்துச் சிரித்தான். பிறகு, அவள் மிருதுவாய் அவன் தலையை வருடிக்கொண்டிருக்க, அம்மாவுக்குக் கஷ்டமாயிருக்கக் கூடாதென்று, கீழே இறங்கி உட்கார்ந்து உணவருந்தினான்.

பாரதியின் தம்பி, தங்கைகளில் சரோஜாதான் கடைசி. அவளுக்கு வயது பத்து. ராமனுடன் விளையாடுவதில் அவளுக்கு ஆனந்தம். அவள் ஒருதரம் பாடம் எழுதிக்கொண்டிருப்பதை ராமன் பார்த்தான்.

"நான்கூட எழுதறேனம்மா!" என்று அம்மாவிடம் கெஞ்சினான்.

"சரோ! உன்னிடம் ஒரு பென்சில் இருந்தால் இவனுக்குக் கொடு" என்று பாரதி கேட்கவும், சரோஜா ஒன்றை எடுத்துக்கொண்டு வந்தாள். ஜானகி அதை வெடுக்கென்று பிடுங்கினாள். "இந்தப் பெண் இப்படித்தான், துப்புக் கெட்டது. ஒரு நாளைக்குள் எத்தனை பென்சிலைத் தொலைக்கும்? எவளோ பெற்ற பிள்ளைகளுக்கெல்லாம் இங்கே பென்சில் 'சப்ளை' பண்ணினால் உருப்பட்டாப் போலத்தான்."

சரோஜா திடுக்கிட்டாள். பாரதி ஜுவாலை வீசும் கண்களால் தாயை ஏறிட்டுப் பார்த்தாள். ராமன் பயந்துவிட்டான்.

"அம்மா. இந்தப் பாட்டி என்ன சொல்றா?" என்று கேட்டுக் கொண்டே பாரதியின்மேல் ஒட்டிக்கொண்டான்.

பாரதி அவனை ஆதரவாய் அணைத்துக்கொண்டாள். "அவள் சொல்வதையெல்லாம் நீ காதில் போட்டுக்காதே, ராஜா. உனக்குப் பென்சில்தானே வேணும்? நான் வாங்கித் தருகிறேன். எத்தனை வேணும் சொல்லு! இன்னும் என்னன்னெல்லாம் உனக்கு ஆசையா

யிருக்கிறது? பந்தா? ரயிலா? மோட்டாரா? என்ன வேணும், கேள்?"

உடனே வேலைக்காரனை அனுப்பிக் குழந்தைக்கு எல்லாச் சாமான்களையும் வாங்கிவரச் சொன்னாள். ராமன் அவள் அணைப்புக்குள்ளேயே பதுங்கியிருந்து ஜானகியை மருண்ட கண்களால் பார்த்துக்கொண்டிருந்தான்.

ஜானகிக்குக் கோபம் தாங்கவில்லை. அது நாளாக ஆக வளர்ந்தது. ராமன், பாரதியின் அருகிலேயே இருப்பதால் தன் மகளுக்கு ஓய்வே கிடைக்கவில்லை என்று எண்ணினாள்.

"பாரதி! நீ போய்த் தூங்கு" என்பாள்.

"குழந்தைக்குத் தலைவாரி விட்டுவிட்டுப் போகிறேன். அம்மா!"

"உன் அருமையான குழந்தைக்கு நான் அதைச் செய்ய மாட்டேனா?"

"நான் தலை வாரினால்தான் ராஜாவுக்குத் திருப்தியாக இருக்கும்!"

அதன் பிறகு ராமன், பாரதியின் அருகில் வந்து உட்கார்ந்து கொண்டான். அவன், அவள் பக்கத்தில்தான் தூங்குவது வழக்கம். ஜானகிக்கு இது சிறிதும் பிடிக்கவில்லை.

"பாரதி! நீ பண்ணுவது ஆனாலும் நன்றாகயில்லை. உடம்பு ..."

"அம்மா! உன் மடியைக் காட்டேன். நான் வழக்கம்போல் மடிமேல் தலையை வைத்துப் படுத்துக்கறேன்... பாட்டுப் பாடறயா?"

"இது வேறா? பச்சைக் குழந்தை, பல் முளைக்கவில்லை, தொட்டிலில் போட்டுத் தாலாட்டு!" என்றாள் ஜானகி.

ராமனுக்குச் சற்றுக் கோபம் வந்தது. "எங்கம்மா எனக்குப் பாடினால் உனக்கென்ன?" என்று சொல்லிப் பாரதியின் மடியில் தலைவைத்துப் படுத்துக்கொண்டான். சட்டென்று ஏதோ நினைத்துக்கொண்டவன் போல ராமன் அவள் மடியிலிருந்து தலையைத் தூக்கினான்.

"என்னடா ராஜா? படுத்துக்கொள்!"

"உனக்குக் கஷ்டமாயிருக்கிறதா அம்மா?"

பாரதி புன்னகை செய்தாள். குழந்தையின் தலையை மெல்லத் தன் மடியில் மறுபடியும் இருத்திக்கொண்டு அவனை முத்தமிட்டாள்.

அன்று ராமன் காலையில் தூங்கி எழுந்ததிலிருந்து அம்மாவைக் காணவில்லை. "அம்மா! அம்மா!!" என்று அழைத்தான்.

"சும்மா கத்தாதே! அம்மாவாம்!" என்றாள் ஜானகி. வீட்டிலெங்கும் ஒரே பரபரப்பாய் இருந்தது. "ஆஸ்பத்திரி" என்றும், "ஆண் குழந்தை" என்றும் ஏதேதோ எல்லாரும் பேசிக்கொண்டார்கள். ராமனுக்கு ஒன்றுமே புரியவில்லை.

"அம்மா எங்கே போய்விட்டாள்? நேற்று ராத்திரிகூட என் பக்கத்தில் படுத்திண்டிருந்தாளே?"

"ஆமாம். அதுதான் ஒரு நிமிஷம்கூட அந்தண்டை, இந்தண்டை போகாமல் அவள் பிராணனை வாங்கிக்கொண்டிருந்தாயே! கொஞ்ச நாளாவது நிம்மதியாய், ஆஸ்பத்திரியில் படுத்துக்கொண்டிருக்கட்டும் அவள்!"

அந்தப் பெயரைக் கேட்டு ராமன் பதறிவிட்டான். "ஆஸ்பத்திரியா! அம்மா ஏன் ஆஸ்பத்திரிக்குப் போய்விட்டாள்? நான் தொந்தரவு பண்ணினதாலேயா?'

"ஆமாம்!"

"டாக்டர் ஊசி குத்துவாரா?"

"பின்னே, குத்தமாட்டாரோ? நீ இப்படிப் பொல்லாதாயிருந்தால்?"

ராமன் கண்களில் நீர் ததும்பியது. "பாட்டி! என்னை அம்மா கிட்ட அழைச்சுண்டு போயேன். நான் இனிமேல் அவளைத் தொந்தரவே பண்ணமாட்டேன். எனக்கு அம்மாவைப் பார்க்காமல் இருக்க முடியாது. அவளை உடனே வீட்டுக்கு அழைச்சுண்டு வரணும்."

"சரிதான், சும்மா இரு. நீ அங்கே வேறே போய் அவள் கழுத்தை அறுக்கவேண்டுமா?"

அன்று முழுவதும் ராமன் "அம்மா! அம்மா!" என்று அழுது கொண்டிருந்தான். ஜானகிக்கு நாராசமாயிருந்தது.

அழுது அழுது வீங்கிய முகத்துடன் ராமன் அநாதைக் குழந்தையைப் போல் தன்னந்தனியாக நின்றான். சரோஜாவால்தான் அவனுக்குக் கொஞ்சமாவது ஆறுதல் அளிக்க முடிந்தது. எவ்வளவோ அவன் கெஞ்சிக் கேட்டும் ஜானகி ஒரு தடவைகூட அவனை அழைத்துச் செல்ல இணங்கவில்லை.

"பாட்டி! அம்மாவைப் பார்க்கத்தானே நீ போகிறாய்? நானும் வரேனே! அவளைக் கொஞ்சம் பார்த்துவிட்டு வந்துவிடுகிறேன். கிட்டக்கூட வரமாட்டேன். கஷ்டப்படுத்த மாட்டேன்" என்பான்.

"ஆஸ்பத்திரிக்குச் சின்னக் குழந்தைகள் வந்தால் மூக்கை அறுத்துவிடுவார்கள். நீ ஒழுங்காய் இங்கேயே விழுந்து கிட" என்று சொல்லி, ஜானகி தன் பேரனுக்கு ஏதாவது சாமான்களை எடுத்துக் கொடுத்துவிட்டு சந்தோஷமாகக் காரில் ஏறிக்கொள்வாள்.

அம்மாவைப் பார்க்காத ஏக்கத்தாலும் பாட்டியின்மேல் வந்த கோபத்தாலும் ராமன் நிலை தவறி இருந்தபோதுதான் அந்தச் சம்பவம் நடந்துவிட்டது.

சரோஜா ஏதோ அவசரமாக எழுதவேண்டுமென்று அருகிலிருந்த ராமனின் பென்சிலை எடுத்து உபயோகிக்கத் தொடங்கினாள்.

அம்மாவைப் பிரிந்ததிலிருந்து அவள் கொடுத்த சாமான்களை மிக பத்திரமாய்க் கண்காணித்து ஆசையுடன் பார்த்துவந்த ராமன் தன் பென்சிலைக் காணாது கூச்சலிட்டான்.

"நான்தாண்டா வைத்திருக்கிறேன்," என்றாள் சரோஜா.

அப்படியே அவள் மேல் பாய்ந்தான் ராமன். "எங்கம்மாதான் இல்லையேன்னு அவள் கொடுத்த பென்சிலைக்கூட எடுத்துக்கப் பார்க்கிறாயா? கொண்டா என் பென்சிலை!" என்று அவளிடமிருந்து அதைப் பிடுங்கிக்கொண்டான்.

இந்தக் காட்சியைப் பார்த்துக்கொண்டே வந்த ஜானகி அவனை இழுத்து, முதுகில் ஒரு அடியும் வைத்தாள். "உங்கம்மா யாருடா, உங்கம்மா! அவள் உனக்கு அம்மா இல்லை. சரோஜாவுக்குத் தான் அக்கா. உனக்கென்ன பாத்தியதை வந்தது?" என்று குழந்தையிடமிருந்து பென்சிலைப் பிடுங்கினாள்.

அசந்து நின்றான் ராமன். "எனக்கா அம்மா இல்லை? ஆஸ்பத்திரியில் இருக்கிறாள்!" என்றான்.

"அவள் ஒன்றும் உன் அம்மா இல்லை. உனக்கு அம்மாவே இல்லை! உன் அம்மா செத்துப்போய்விட்டாள்."

"ஏன் பொய் சொல்றே! அம்மா, என் அம்மா இல்லையா?"

"இல்லை, இல்லை, இல்லை! நீ அவள் வயிற்றில் பிறக்கவேயில்லை. உனக்கும் அவளுக்கும் என்ன சம்பந்தம் வந்தது? நீ இவ்வளவு நாள் நினைத்துக்கொண்டிருந்தது தப்பு. நீ அவள் பிள்ளை இல்லையென்பதை உன்னிடம் சொல்லாமலேயே இருந்தாள். அவ்வளவுதான்."

உள்ளத்தில் அடியைத் தாங்கிக்கொண்டு ராமன் கல்லாய்ச் சமைந்து நின்றான். ஆத்திரம் பொங்கும் கண்களோடு ஜானகியைப் பார்த்தான். திடீரென்று அவள் மேல் விழுந்து தன் சிறிய கைகளால் அவளை மாறி மாறிக் குத்திக்கொண்டே கண்களில் நீர் பெருக, "அம்மா என் அம்மாதான், என் அம்மாதான்!" என்று பெரிதாய்க் கூச்சலிட்டான்.

அவன் கைகளை விலக்கித் தூரத் தள்ளினாள் ஜானகி. "போடா! போடா! நீ அம்மா இல்லாதவன். அவளிடம் உனக்கு ஒரு உறவும் இல்லை" என்று சொல்லி, பிஞ்சு நெஞ்சத்தில் ஊசியைத் தைத்து விட்டு அப்புறம் சென்றாள்.

வெகுநேரம் வரை ராமன் உட்கார்ந்த இடத்தைவிட்டு அசைய வில்லை. "எனக்கு அம்மா இல்லையா?" என்று விம்மியது குழந்தை

யுள்ளம். அதிலும் "அம்மா, என் அம்மா இல்லையா?" என்ற எண்ணம் தாக்கியதும், அவனால் தாங்க முடியவில்லை. குப்புறப் படுத்துக்கொண்டு உடல் குலுங்க விசித்தான்.

அம்மா இல்லையென்றதும் உலகில் தனக்கு ஒன்றுமே இல்லை போல் அவனுக்குத் தோன்றியது. பாரதியின் அன்புதான் அவனுடைய உலகம்; அந்த அன்பை அனுபவிக்கத் தனக்கு உரிமை இல்லையென்பதை ஒருவாறு ஜானகியின் வார்த்தைகளிலிருந்து புரிந்துகொண்டான். அவன் உலகம் திடீரென்று வெறுமையில் மூழ்கியது.

அன்றிலிருந்து அம்மாவைப் பார்க்கவேண்டுமென்ற தன் ஆசையை அவன் வெளியிடவில்லை. அவள் கொடுத்த சாமான்களை சரோஜாவின் அறையில் கொண்டுபோய் வைத்தான். எப்போதும் ஒரு மூலையில் பதுங்கி அழுதுகொண்டிருந்தான்.

நாளுக்கு நாள் உள்ளத்தில் ஏக்கமும் தனிமையும் அதிகரித்தன.

குழந்தை பிறந்த ஏழாம் நாள் பாரதி வீட்டுக்கு வந்தாள். அன்று வீடு அமர்க்களப்பட்டது. தாத்தா, பாட்டி, சித்திகள், மாமாக்கள் எல்லாரும் கைக் குழந்தையைச் சுற்றி உட்கார்ந்துகொண்டு, "அட கண்ணு! அட சமத்து! அதென்னடா அப்படிப் பார்க்கறே? அட போக்கிரிக் கழுதை! தூக்கிக்கொள்ளணுமா? வா!" என்று ஒருவர் மாற்றி ஒருவர் அதை மடியில் தூக்கி வைத்துக்கொண்டார்கள். இந்தக் கூட்டத்துக்கிடையில் பாரதியின் கண்கள் ராமனைத் தேடின. அவன் இவர்களிடையே தனக்கு இடமில்லை என்று எண்ணியவன் போல் யாரும் பார்க்காதபடி புழக்கடையில் பசுவின் பக்கத்தில் போய் உட்கார்ந்துகொண்டான். "கன்னுக்குட்டி! உனக்குக்கூட அம்மா இருக்கிறது. எனக்குத்தான் இல்லை" என்று வருத்தமாய் முறையிட்டான்.

பாரதி, "ஏம்மா, ராஜா எங்கே, கண்ணிலேயே காணோம்? காலையில் ஒரு நிமிஷம் பார்த்தேன். ஒரு வாரத்தில் இளைத்துத் துரும்பாய்ப் போய்விட்டானே? என்னைப் பார்க்காமல் ஏங்கிப் போய்விட்டானா? நீ ஏன் அவனை அழைத்துக்கொண்டே வரவில்லை?" என்று வினவினாள்.

"நல்ல செல்லம்! அப்படி உனக்காக ஏங்கிக்கொண்டிருந்தால் ஏன் அவன் இன்னும் உன்னிடம் வரவில்லையாம்?"

அதுதான் பாரதிக்கும் புரியவில்லை. மத்தியானம் ஒரு நிமிஷம் ராமன் அவள் கண்களில் தென்பட்டான். "அம்மாகிட்ட வாடா ராஜா!" என்று கைகளை நீட்டினாள். அவளை ஒரு தரம் பரிதாபமாய்ப் பார்த்துவிட்டு ராமன், தலையை ஆட்டிக்கொண்டு

ஓடிவிட்டான். அவ்வப்போது தூரத்திலிருந்து ஆவலும் ஏக்கமும் தோன்ற அவன் தன்னை எட்டிப் பார்ப்பதை பாரதி கவனித்தாள். ஆனால் அவன், அவளை நெருங்கவில்லை.

இந்தச் சிக்கலை விடுவிக்கும் முயற்சியில் தூக்கம் வராமல் படுக்கையில் புரண்டு புரண்டு படுத்தாள் பாரதி. இரவு மணி பதினொன்று. வீட்டில் எங்கும் நிசப்தம். தொட்டிலில் கைக்குழந்தை தூங்கிக்கொண்டிருந்தது. பாரதி ஏதோ தீர்மானத்துக்கு வந்தவளாய் எழுந்து உட்கார்ந்தாள்.

அதே சமயம் கதவுக்கு வெளியே ஒரு சிறிய உருவம் வந்து நின்றது. பாரதி ஆவலுடன் எழுந்து விளக்கை ஏற்றினாள். தாவிச் சென்று ராமனை அணைத்துக்கொண்டாள்.

அவனும் தன் கழுத்தை ஆதுரத்துடன் கட்டிக்கொள்வான் என்றே அவள் எதிர்பார்த்தாள். ஆனால், குழந்தை கை, கால்களை அசைக்காமல் நின்றான். அவன் முகம் வாடியிருந்தது. பதற்றத்துடன் பாரதி அந்த முகத்தைக் கூர்ந்து கவனித்தாள். அந்த முகமும் அவளை நோக்கி நிமிர்ந்தது.

“நீ என் அம்மாவா, இல்லையா?” என்று கேட்டான் ராமன். பாரதி திடுக்கிட்டாள். “என்ன ராஜா சொல்கிறாய்?”

“நீ என் அம்மா இல்லைன்னு பாட்டி சொல்றா. நிஜமாய் அப்படியா?”

குழந்தையின் கண்களிலுள்ள வேகத்தையும் கவலையையும் பாரதி கண்டுகொண்டாள். அவனை இன்னும் இறுக அணைத்துக்கொண்டாள்.

“அப்படியா சொன்னாள், பாட்டி? நான் இல்லாத சமயத்தில் உன்னை வருத்தப்படுத்தினாளா? அவளை நான் சும்மா விடமாட்டேன்.”

“நீ என் அம்மாவா, இல்லையா? நான் அம்மா இல்லாதவனா?”

பாரதி அவனைப் பரிவுடன் நோக்கினாள். அவள் கண்களில் நீர் தேங்கியது. குழந்தையின் நெற்றியில் முத்தமிட்டாள்.

“ராஜா! உன் மனத்துக்குள் நான்தான் அம்மா என்று தெரிய வில்லையா? நீ என்னை அம்மா என்று கூப்பிடும்போது உனக்கு என்னிடம் ஆசையாக இல்லையா?”

“அதெல்லாம் இருக்கு. ஆனால் நான் உன் வயிற்றில் பிறக்க வில்லைனு பாட்டி சொல்றா.” – ராமன் புருவங்கள் நெரித்து யோசித் தான். “நிஜமாய் உன் வயிற்றில் பிறந்ததாகவே எனக்கு ஞாபகம் இல்லையே?”

“ராஜா! அம்மா வயிற்றில் பிறக்கிறது யாருக்குமே ஞாபகம் இருக்காது. பாட்டி என் அம்மாதானே? அவளுக்கு நான் பிறந்தது எனக்கு ஞாபகமே இல்லை. ஆனாலும், அவள் என் அம்மாவல்லவா?”

“யாருக்குமே ஞாபகம் இருக்காதா? அப்போ நம் அம்மா யார் என்று எல்லோரும் எப்படித் தெரிஞ்சிக்கிறா?”

தன் இன்பத்தை நிர்ணயிக்கும் உண்மையை உணர்ந்துகொள்ள ஆவலுற்று அவன் முகம் அவளை நோக்கிக்கொண்டிருந்தது. குழந்தையுள்ளம் வேதனை ஆழத்துள் மூழ்கி, சாந்தியைத் தேடித் துடித்தது. அந்தச் சாந்தியைத் தரவே பாரதியும் துடித்தாள். மனத்தில் ஆழ்ந்த யோசனையுடன் குழந்தையைப் பார்த்தாள். தன் வயிற்றில் பிறக்காத இந்தக் குழந்தைக்குத் தான் அம்மா என்று அவள் இப்போது நிரூபிக்க வேண்டும் - அந்த இளம் உள்ளம் புரிந்துகொள்ளும் வகையில். அவள் இதய அன்பு ஒரு புன்னகையாய் உதடுகளில் பூத்து நின்றது.

“ராஜா! ஸ்வாமி இருக்கிறாரல்லவா?”

“ஆமாம்!”

“அவர் ஒவ்வொருவர் மனத்திலும் அவர்கள் அம்மாவைத் தெரிந்து கொள்ள வழி வைத்திருக்கிறார். அம்மாவைப் பார்த்ததும் குழந்தையின் மனத்தில் ‘இவள் நம்மிடம் அன்பாயிருப்பாள்’ என்று தோன்றும். துக்கம் வந்தால் அவளிடம் போய்ச் சொல்லி அழலாம்போல் தோன்றும். சந்தோஷமாயிருந்தால் அவளோடு சேர்ந்து சிரிக்கலாம்போல் தோன்றும். பயமாய் இருந்தால் அவளைப் போய்க் கட்டிக்கொள்ளலாம்போல் தோன்றும். அவளைப் பார்த்தவுடனேயே ஆசையாய் ‘அம்மா’ என்று கூப்பிடத் தோன்றும். அப்படியெல்லாம் உனக்கு என்னைப் பார்த்தால் தோன்றுகிறதா?”

“ஆமாம்!” – ராமனின் உதடுகள் ஆவலால் துடித்துக்கொண்டிருந்தன.

“யாராவது தெருவில் போகிறவர்களைப் பார்த்து நீ ‘அம்மா’ என்று கூப்பிடுவாயா? மாட்டாய். அவர்கள் உன்னை ஆசையாய் ‘ஏண்டா ராஜா’ என்று சொல்ல மாட்டார்கள். அது உனக்குத் தெரியாதா?

“தெரியும். எனக்கென்னவோ நீ என் அம்மாதான்னு தோண்றது. பாட்டிதான் இல்லையென்கிறாள்.”

“அவள் கிடக்கிறாள். எனக்கு உன்னிடம் எவ்வளவு ஆசையென்று உனக்குத் தெரியுமல்லவா? நீ கீழே விழுந்தால் என் உடம்பு வலிக்கிறது; நீ வருத்தப்பட்டால் எனக்கு அழுகை வருகிறது. அப்படி அம்மாவைத்தவிர வேறு யாருக்காவது வருமா?”

ராமனின் துக்கம் மறைய ஆரம்பித்தது. ஆவலுடன் சற்று நெருங்கி வந்து அவள் பேச்சைக் கேட்கலானான். அவன் தலையை வருடிக் கொண்டே அவள் மிருதுவாய்ப் பேசினாள்.

“நீ என்னைப் பார்த்தாய். உன் பாப்பா - மனசில் சந்தோஷம் பொங்கி வந்தது. என்னை ‘அம்மா’ என்று கூப்பிட்டாய். நான் கைகளை நீட்டினேன். நீ என் கைகளுக்குள் வந்து பதுங்கிக்கொண்டாய். நாம் ஒருவரையொருவர் அன்போடு பார்த்துச் சிரித்துக்கொண்டோம். அப்போதே நான் அம்மா, நீ குழந்தை என்பதை ஸ்வாமி காட்டி விட்டார். அதற்கப்புறம் உனக்கென்ன சந்தேகம்?”

ராமன் அவள் வாயையே பார்த்துக்கொண்டிருந்தான். அவன் ஏக்கம் மறைவது கண்டு பாரதி மகிழ்வடைந்தாள்,

“இப்போ நீயே சொல்லு ராஜா, எல்லாக் குழந்தைகளுக்கும் அவர்கள் அம்மா என்னென்ன பண்ணுகிறாள்?”

ராமன் கிளர்ச்சியுற்றுத் தன் சிறு விரல்களை மடக்கி எண்ண ஆரம்பித்தான்.

“முதலில்... சாதம் போடுகிறாள்.”

“உம்” என்றாள் பாரதி, அவன் தலை மயிரைக் கோதிக்கொண்டே.

“அப்புறம்... குளிப்பாட்டிவிடுகிறாள், டிரஸ் பண்ணிவிடுகிறாள், எண்ணெய் போட்டுத் தலைவாரிவிடுகிறாள், தூங்கப் பண்ணுகிறாள், அப்புறம்... அப்புறம்...” ராமன் அகமலர்ந்து தொடர்ந்தான்: “மடியில் தூக்கி வச்சுக்கிறாள்; ஆசையாய்ப் பேசுகிறாள்; முத்தம் கொடுக்கிறாள்; பார்த்துச் சிரிக்கிறாள்.” தன் பேச்சிலேயே அவனுக்கு விடை கிடைக்கத் தொடங்கிவிட்டது. சொல்ல முடியாத ஆவலுடன் பாரதியின் முன்னே நின்றான்.

“இதில் நான் உனக்கு எதைப் பண்ணவில்லை ராஜா?”

அவள் குரலில் தொனித்த பரிவு குழந்தையின் சந்தேகத்தை முடிவாகத் தீர்த்துவிட்டது. அவன் அகமும் முகமும் மலர்ந்தன; ஏக்கம் மறைந்தது; தனிமை மறைந்தது; கண்கள் ஒளிர்ந்தன. உள்ளம் நெகிழ்ந்து, கண்ணீர் வழியத் தன் உணர்ச்சியையெல்லாம் தொனியிலே கொட்டி, “அம்மா!” என்று கூவியவாறு அவள் கழுத்தைக் கட்டிக் கொண்டான்.

“அம்மா, அம்மா! நீ இல்லாமல் எனக்கு ஒன்றுமே பிடிக்கவில்லை யம்மா! அழுகை அழுகையாய் வந்தது. ஒத்தருமே இல்லாத மாதிரி இருந்தது. நீ என் அம்மா இல்லைனு அந்தப் பாட்டி சொன்னதும் எனக்கு எப்படி இருந்தது தெரியுமா?” அவன் இன்பமும் நிம்மதியும் ஒரு விம்மலாக வெளியே பீறியெழுந்தன.

தி. ஜானகிராமன்

தி.ஜா. இசையை எழுத்தாக்கிய அபூர்வ எழுத்தாளர். தஞ்சை மாவட்டம் மன்னார்குடியை அடுத்த தேவங்குடியில் 1921ஆம் ஆண்டு பிறந்தவர். பத்து வருடங்கள் பள்ளி ஆசிரியராகப் பணியாற்றிவர்; பின்பு அகில இந்திய வானொலியில் பணியாற்றி ஓய்வு பெற்றார். அதன் பின்னர் தமிழின் முதன்மையான இலக்கிய இதழாக விளங்கிய 'கணையாழி' மாத இதழில், ஆசிரியராகப் பணியாற்றி வந்த தி. ஜானகிராமன் 1982ஆம் ஆண்டு நவம்பர் மாதம் ஒரு சிறு உடல்நலக் குறைவிற்குப் பிறகு இயற்கை எய்தினார். 'சக்தி வைத்தியம்' என்ற சிறுகதைத் தொகுப்புக்காக தமிழுக்கான சாகித்ய அகாதெமி பரிசு பெற்றவர். தமிழின் மிகப்புகழ் பெற்ற நாவல்களான 'மோகமுள்', 'மரப்பசு', 'அம்மா வந்தாள்' போன்றவற்றை எழுதியவர்.

15

சிலிர்ப்பு

- தி. ஜானகிராமன்

திருச்சிராப்பள்ளியிலிருந்தே புறப்படுகிற வண்டி அது. மாயவரத்தோடு நின்றுவிடும். பத்தரை மணிக்குத் தொடங்கி மூன்றுமணியோடு அதன் வாழ்வு முடிந்துவிடும். மதுரை, மானாமதுரை, ஈரோடு என்று எல்லா வண்டிகளையும் அனுப்பிவிட்டு திருச்சிராப்பள்ளி ஜங்ஷன் புயல் புகுந்து விளையாடின தோப்பைப் போல, ஒரே வெளிச்சமாக ஹோவென்று வெறிச்சிட்டுக் கிடந்தது. வாழைத்தொலி, ஆரஞ்சுத்தொலி, எச்சில் பொட்டலம், தூங்குமூஞ்சிகள்- இவற்றைத்தவிர ஒன்றையும் காணவில்லை. வண்டி புறப்பட இன்னும் அரைமணிதான் இருக்கிறது. எஞ்சின், கார்டு, ஒன்றும் வரவில்லை. வண்டிக்கு வண்டி ஒரு பரட்டை, அழுக்கு இப்படி ஏதாவது தூங்கிக்கொண்டிருந்தது. பங்களூர் எக்ஸ்பிரஸில் இறங்கி வந்த குடும்பம் ஒன்று இரண்டாம் வகுப்பில் சாமான்களைப்போட்டுக் காவல் வைத்து எங்கேயோ போய்விட்டது. எக்ஸ்பிரஸ் வண்டி சென்றால் என்ன கூட்டம். வரும்போது என்ன வரவேற்பு, என்ன உபசாரம்! போகும்போது எவ்வளவு கோலாகலம்! இது நாதியில்லாமல் அழுது வழிந்தது. ஷட்டிலும் கேடுகெட்ட ஷட்டில், ரயில் ஜாதியில்கூட ஏழை, பணக்காரன் உண்டுபோல் இருக்கிறது.

நான் தனியாக கடைசிப் பெட்டிக்கு முன் பெட்டியில் உட்கார்ந்திருந்தேன். பக்கத்தில் என் பையன் அயர்ந்து தூங்கிக் கொண்டிருந்தான். தலைமாட்டில் கையிலிருந்து நழுவிய ஆரஞ்சு உருண்டு கிடந்தது. அதைப் பார்க்கும்போது சிரிப்பு வந்தது எனக்கு. பையனை பெங்களூரிலிருந்து அழைத்து வருகிறேன். மாமா சம்சாரம் ஊருக்கு வந்திருந்தபோது அவனை அழைத்துப் போயிருந்தாள். நான் காரியமாக பெங்களூரு போனவன் அவனை அழைத்துக்கொண்டு வந்தேன். பெங்களூரு ஸிட்டி ஸ்டேஷனில் மாமா ரெயிலேற்றி விட வந்திருந்தான். ரெயில் புறப்பட ஐந்து நிமிஷம் இருக்கும்போது ஆரஞ்சுப் பழக்காரனைப் பார்த்து, "ஆரஞ்சுப்பா, ஆரஞ்சுப்பா" என்று பையன் முனகினான். மாமா காதில் விழாததுபோல அந்தண்டை முகத்தைத் திருப்பிக்கொண்டு விட்டான். பையனைச் சுடுகிறாப்போல ஒரு பார்வை பார்த்தேன்.

அவன் வாய் மூடிக்கொண்டது. ஆனால், வண்டி புறப்பட்டதுதான் தாமதம்; ஆரம்பித்து விட்டான். ஆறு வயசுக் குழந்தை; எத்தனை நேரந்தான் அடக்கிக் கொண்டிருப்பான்.

“யப்பா, யப்பா!”

“ஏண்டா கண்ணு!”

“பிச்சி மாமாவுக்கு வந்து, வந்து, தொளாயிர ரூபா சம்பளம். பணக்காரர். இவ்வளவு பணக்காரர்ப்பா!” என்று கையை ஒரு கட வாத்திய அளவுக்கு அகற்றி, மோவாயை நீட்டினான் - குறை சொல்லுகிறாற்போல.

“அதுக்கு என்ன இப்ப?”

“வந்து, செத்தே முன்னாடி ஆரஞ்சு கேட்டேனோல்லியோ, வாங்கிக் குடுக்காம எங்கேயோ பாத்துண்டு நின்னார்ப்பா!”

“அவர் காதிலே விழுந்திருக்காது. விழுந்திருந்தா வாங்கியிருப்பார்.”

“நான் இரைஞ்சுதான்பா சொன்னேன்”.

“பின்னே ஏன் வாங்கிக் கொடுக்கலை?” கேள்வியை நானே திருப்பிக் கேட்டுவிட்டேன். பையன் திணறினான்.

“வந்துப்பா, வந்து, பிச்சி மாமாவை வந்து ஒரு மூணு கால் சைக்கிள் வாங்கித் தான்னேன். வந்து, தரேன் தரேன்னு ஏமாத்திப் புட்டார்ப்பா...”

“அவர் என்னத்துக்குடா வாங்கணும்? நான் வாங்கித் தரேன்.”

“நீ எப்படி வாங்கித் தருவியாம்?”

“ஏன்?”

“உனக்கு நூறு ரூபாதானே சம்பளம்?”

“உனக்கு யார் சொன்னா?”

“வந்து, பிச்சி மாமாதான் சொன்னா.”

“உங்கிட்ட வந்து சொன்னாரா, உங்கப்பாவுக்கு நூறு ரூபாதான் சம்பளம்னு?”

“வந்து எங்கிட்ட இல்லேப்பா. மாமிகிட்டச் சொன்னா. நீ வந்து மெட்ராஸ்லேந்து லெட்டர் எழுதியிருந்தே பாரு, புள்ளையார் பூஜையன்னிக்கி; அப்பச் சொன்னா மாமிகிட்ட. வெறுமெ

வெறுமே நீ மெட்ராஸ் போறியாம். உனக்கு அரணாக்கொடி வாங்க முடியாதாம்.”

இது ஏதுடா ஆபத்து!

“சரி நாழியாச்சு. நீ படுத்துக்கோ.”

“எனக்கு மோட்டார் வாங்கித் தரயா?”

“தரேன்.”

“நெஜ மோட்டார் இல்லே. கீ கொடுக்கிற மோட்டார், இவ்வுளூண்டு இருக்குமே, அது.”

“அதான் அதான். வாங்கித் தரேன்.”

“யப்பா! ஆரஞ்சுப்பா!”

“நீ தூங்கு. திருச்சினாப்பள்ளி வந்தவுடனே வாங்கித் தந்துடறேன்.”

“போப்பா!”

“இப்ப எங்கடா வாங்கறது, ரெயில் போயிண்டிருக்கிறபோது?”

“அப்பன்னா ஒரு கதை சொல்லு.”

“அப்படிக் கேளு. நல்ல கதையாச் சொல்றேன். ஒரே ஒரு ஊரிலே...” பாதிக் கதையில் பையன் தூங்கிவிட்டான்.

“குழந்தை நல்ல சமத்து ஸார்! ஷ்ரூடா இருக்கான். ஆளை எப்படி ‘ஸ்டடி’ பண்றான்!” என்று திடீரென்று எதிரே இருந்தவர் மதிப்புரை வழங்கினார்.

“அதுதான் தலை பெரிசா இருக்கு!” என்று பையனைப் பார்த்தேன். தலை சற்றுப் பெரிதுதான் அவனுக்கு. எடுப்பான முகம். மூக்கும் முழியுமான முகம். மொழுமொழு வென்று சரீரம். தளதளவென்று தளிரைப்போன்ற தோல். கன்னத்தில் தெரிந்தும் தெரியாமலுமிருந்த பூனை மயிர் ரெயில் வெளிச்சத்தில் மின்னிற்று. தலைமயிர் வளையம் வளையமாக மண்டி, அடர்ந்து பாதி நெற்றி வரை விழுந்திருந்தது. அழகில் சேர்க்கவேண்டிய குழந்தைதான். நாளை மத்தியானம் அம்மாவைப் பார்க்கத்தான் போகிறான். அதுவரையில்? யாரோ அநாதையைப் பார்ப்பதுபோல் இருந்தது எனக்கு. தாய் பக்கத்தில் இல்லாவிட்டால் குழந்தைக்குச் சோபை ஏது? குழந்தையை இரண்டு மூன்று முறை தடவிக் கொடுத்தேன். கபடமில்லாத இந்தக் குழந்தையை எப்படி ஏமாற்றத் துணிந்தது

பிச்சி மாமாவுக்கு. கிருபணன், கிருபணன் என்று வேலைக்குப் போன நாள் முதல் வாங்கின பிரக்யாதி போதாதா? குழந்தையிடங் கூடவா வாங்க வேண்டும்? சரிதான், போனால் போகிறது என்று விட்டுவிடக்கூடிய வலுவும் எனக்கு இல்லை. குழந்தையின் முகத்தைப் பார்க்கும் போதெல்லாம் துன்பம் கிளர்ந்தது. சிறிய அற்பமான நிகழ்ச்சி. ஆனால் எனக்குத் தாங்கவில்லை. பிச்சி மாமா எத்தி எத்திப் பிழைக்கிற வித்தைகள், பிறந்தது முதல் உள்ளும் புறமும் ஒன்றாமல் அவன் நடத்தி வருகிற வாழ்க்கை, பெண்டாட்டியிடங்கூட உண்மையில்லாமல் அவன் குடும்பம் நடத்துகிற "வெற்றி"- எல்லாம் நினைவில் வந்து, திரண்டு சுழல் வண்டுகளைப் போலச் சுற்றிச் சுற்றி வந்தன. ராத்திரி முழுவதும் அதே தியானம். தூக்கமே இல்லை.

திருச்சி வந்ததும் ஆரஞ்சு வாங்கினேன். "யப்பா, இதை ஊருக்குப் போய்த் திங்கறேம்ப்பா. அம்மா உரிச்சுக் கொடுப்பா கையிலே, வாங்கித் திங்கறேம்பா" என்று கெஞ்சினான்.

"ஆல் ரைட், அப்படியே செய்."

வண்டி புறப்பட இன்னும் அரை மணி இருந்தது. தாகம் வறட்டிற்று. இறங்கிப் போய்த் தண்ணீர் குடித்துவிட்டு, வெற்றிலை போட்டுக்கொண்டு வந்தேன்.

திரும்பி வரும்போது யாரோ ஓர் அம்மாள் என் பெட்டியில் ஏறிக்கொண்டிருந்தாள். கூட ஒரு பெண். எதிர்த்த பலகையிலேயே உட்கார்ந்து கொண்டார்கள்.

"இதுதானே மாயவரம் போகிற வண்டி?"

"இதேதான்."

"எப்பப் புறப்படும்?"

"இன்னும் இருபத்தைந்து நிமிஷம் இருக்கு."

"நீங்கள் எதுவரையில் போறேள்."

"நான் கும்பகோணம் போறேன்."

"உங்க குழந்தையா?"

"ஆமாம்"

"அசந்து தூங்கறானே."

“பெங்களூருவிலிருந்து வரோம். அலுப்பு; தூங்கறான்.”

“நீயும் படுத்துக்கறயா?”

“இல்லே மாமி, தூக்கம் வரலே” என்றது அந்தப் பெண்.

“கொஞ்சம் தூங்குடி குழந்தை. ராத்திரி முழுக்கப் போயாகணும். நாளைக்கு வேறே, நாளன்னிக்கி வேறே போகணுமே.”

“இல்லே மாமி, அப்பறம் தூங்கறேன்.”

அம்மாளுக்கு நாற்பது வயது இருக்கும். இரட்டை நாடி. ருமானி மாம்பழம் மாதிரி பளபளவென்று இருந்தாள். காதில் பழைய கட்டிங்கில் ஒரு பெரிய ப்ளூ ஜாக்கர் தோடு. மூக்கில் வைர பேஸரி. கழுத்து நிறைய ஏழெட்டு வடம் சங்கிலி. கையிலும் அப்படியே. மாம்பழ நிறப் பட்டுப்புடவை. நெற்றியில் பளீரென்று ஒரு மஞ்சள் குங்கும வட்டம். பார்க்கப் பார்க்கக் கண்ணுக்கு நிறைவான தோற்றம், பக்கத்தில் ஒரு தோல் பெட்டி. ஒரு புதுக் குமுட்டி அடுப்பு.

அந்தப் பெண்ணுக்கு எட்டு வயது இருக்கும்; மாநிறம்; ஒட்டி உலர்ந்த தேகம்; குச்சி குச்சியாகக் கையும் காலும்; கண்ணை வெளிச்சம் போட்டுப் பார்க்க வேண்டியிருந்தது; எண்ணெய் வழிகிற முகம்; தூங்குகிறார்போல ஒரு பார்வை. கையில் ஒரு கறுப்பு ரப்பர் வளை; புதிதாக மொடமொடவென்று ஒரு சீட்டிப் பாவாடை; சிவப்புப் பூப்போட்ட வாயில் சட்டை; அதுவும் புதிதுதான்; கழுத்தில் ஒரு பட்டையடித்த கறுப்புக் கண்ணாடி மணிமாலை. பக்கத்தில் ஒரு சீட்டிப்பாவாடை, கொசுவி முறுக்கிச் சுருட்டிக் கிடந்தது. அதிலேயே ஒரு சட்டையும் திணித்திருந்தது.

அந்த அம்மாளுக்கும் பெண்ணுக்கும் என்ன சம்பந்தம்? எப்படிக் கேட்பது?

வண்டி புறப்படுகிற சமயத்திற்கு ஒரு மலைப்பழக்காரன் வந்தான். ஒரு சீப்பு வாங்கி ஒரு பழத்தை அந்தப் பெண்ணிடம் கொடுத்தேன். பதில் பேசாமல் வாங்கிக் கொண்டது.

“சாப்பிடு.”

“சாப்பிடு” என்று அந்த அம்மாள் சொன்னதும் உரித்து வாயில் போட்டுக் கொண்டது.

“இந்தப் பொண்ணு கொல்கத்தாவுக்குப் போறது.”

“கொல்கத்தாவுக்கா!”

“ஆமாம், நம்ம பக்கத்து மனுஷா ஒத்தர் அங்கே பெரிய வேலையிலே இருக்காராம். அங்கே போறது. ராத்திரி மாயவரத்திலே இருந்து அவாளுக்குத் தெரிஞ்சவா யாரோ போறா. அவாளோட சேர்த்துவிடணும். நல்ல பொண்ணு, சாதுவா, சமர்த்தாயிருக்கு.”

பிறகு நானே கேட்க ஆரம்பித்துவிட்டேன்.

“உம் பேரு என்னம்மா?”

“காமாக்ஷின்னு பேரு. குஞ்சுன்னு கூப்பிடுவா.”

“பேஷ், பேஷ்!”

“என்ன பெரிய பேஷாப் போடறேள்?” என்று அந்த அம்மாள் சிரித்தாள்; “இவ எப்படி இரண்டு பேரைச் சுமக்கிறாள்னா!”

எனக்கும் சிரிப்பு வந்தது.

“அதுவும் சரிதான். ஆனால் நான் நெனைச்சது வேறே. எனக்குக் காமாக்ஷின்னு ஒரு தங்கை இருக்கா. இந்தச் சாயலாத்தான் இருப்பா. நல்ல தெம்பான இடத்துலேதான் குடுத்துது. ஆனா மாப்பிள்ளை ரொம்ப உபகாரி. யாருக்கோ மேலொப்பம் போட்டார் இருபதினாயிரத்துக்கு. அவன் திடீர்னு வாயைப் பொளந்துட்டான். அவர் குடும்பம் நொடிச்சுப் போயிடுத்து. ரொம்பக் கஷ்டப்பட்டார். இன்னதுதான்னு சொல்லி மாளாத கஷ்டம். இப்பத்தான் நாலஞ்சு வருஷமா அவர் ஒரு வேலைன்னு கிடைச்சுப் பிடுங்கலில்லாமெ இருக்கார். அவ கஷ்டம் விடிஞ்சுடுத்து. அவளுக்கு அடுத்தவ இன்னொரு தங்கை. குஞ்சுன்னு பேரு. அவளுக்குக் கல்யாணம் பண்ண அலையா அலைஞ்சோம். கடைசியிலெ எனக்கு அத்தை பொண் ஒருத்தி; அவளுக்குக் குழந்தை இல்லெ. சீக்குக்காரி. தன் புருஷனுக்கே அவளைக் கொடுத்துடணும்னு தலைகீழா நின்னா. அப்படியே பண்ணிட்டார், எங்கப்பா. ஆனா, கல்யாணம் ஆன நாளிலிருந்து அவ பட்ட பாடு நாய் படாது. பத்து வருஷம் கழிச்சு ஒரு புள்ளைக் குழந்தை பிறந்திருக்கு. மூணாம் வருஷம். அதுக்குப் பிற்பாடுதான் அந்த வீட்டிலே அவளும் ஒரு மனுஷின்னு தலை தூக்கி நடமாடிண்டிருக்கா.”

“ஆயிரம் இருக்கட்டும், பெண்ணிருக்கப் பெண் கொடுக்கலாமோ?”

"என்ன பண்றது? பிராப்தம். இவ பேரைக் கேட்டவுடனே ஞாபகம் வந்தது. ரெண்டு பேரும் ஒரே இடத்திலே அமைஞ்சிருக்கேன்னுதான் பேஷ் போட்டேன்."

அந்தப் பெண் எப்படி இந்தப் பேச்சை வாங்கிக்கொண்டது என்று புரிந்துகொள்ள முடியவில்லை. அதே தூங்கும் பார்வையுடன் முகத்தில் ஓர் அசைவு, மாறுதல் இல்லாமல் எல்லாவற்றையும் கேட்டுப் பார்த்துக்கொண்டிருந்தது.

"குழந்தை! உனக்கு அப்பா! அம்மா இருக்காளா?"

"இருக்கா."

"அப்பா என்ன பண்றார்?"

"ஒண்ணாவது வாத்தியார்."

"அக்கா, தங்கை, அண்ணா, தம்பியெல்லாம் இருக்காளா?"

"இருக்கா... நாலு அக்கா... ரெண்டு அண்ணா... ஒரு தம்பி இருக்கான். அதுக்கப்புறம் ஒரு தங்கை."

"அக்காவுக்கெல்லாம் கல்யாணம் ஆயிடுத்தா?"

"மூணு பேருக்கு ஆயிடுத்து. ரெண்டாவது அக்கா, நாலு வருஷம் முன்னாடி குறைப்பட்டுப் போயிட்டா. எங்களோடே தான் இருக்கா."

"அண்ணா என்ன பண்றான்!"

"பெரிய அண்ணா கிளப்பிலே வேலை செய்யறான். சின்ன அண்ணா சகிண்ட் பாரம் வாசிக்கிறான்."

"நீ வாசிக்கிலையா?"

"இல்லை, அண்ணா ஒருத்தன்தான் வாசிக்கிறான். எங்களுக்கெல்லாம் சம்பளம் கொடுக்க முடியலை, அப்பாவுக்கு."

"அதுக்காக நீ வேலைக்குப் போறயாக்கும்?"

"ஆமாம். மத்தியானச் சாப்பாட்டுக்கே எல்லாருக்கும் காணமாட்டேங்கறது."

"உனக்கு என்ன வேலை செய்யத் தெரியும்?"

"பத்துப் பாத்திரம் தேய்ப்பேன். காபி, டீ போடுவேன். இட்லி, தோசைக்கு அரைப்பேன். குழம்பு, ரசம் வைக்கத் தெரியும்.

குழந்தைகளைப் பாத்துப்பேன். கோலம் போடுவேன். அடுப்பு மெழுகுவேன். வேஷ்டி, புடவை தோய்ப்பேன்.”

“புடவை தோப்பியா! உனக்குப் புடவையைத் தூக்க முடியுமோ?”

“நன்னாத் தோய்க்கத் தெரியும்.”

“இதெல்லாம் எங்கே கத்துண்டே?”

“ராமநாதையர்னு ஒரு ஜட்ஜ் இருக்கார். அவாத்துலெதான் கத்துண்டேன்.”

“ம்ஹ்ம், சர்வீஸ் ஆனவளா? அவாத்துலெ எத்தனை வருஷம் இருந்தே?”

“மூணு வருஷமா இருக்கேன்.”

“மூணு வருஷமா? உனக்கு என்ன வயசாறது?”

“இந்த ஆவணிக்கு ஒன்பது முடிஞ்சு பத்தாவது நடக்கிறது.”

“ஏழு வயசிலேயே உனக்கு வேலை கிடைச்சுட்டுது; தேவலை. என்ன சம்பளம் கொடுப்பா?”

“சம்பளம்னு கிடையாது. ரெண்டு வேளை சாப்பாடு போடுவா. தீபாவளிக்குப் பாவாடை, சட்டை ஒரு ஜோடி எடுத்துக் கொடுப்பா.”

“இந்தச் சட்டை யார் வாங்கிக் கொடுத்தா?”

“அவாதான்.”

“கோலம் போட்டு, அடுப்பு மெழுகி, புடவை தோய்ச்சு, குழந்தையைப் பாத்துண்டு, தோசைக்கு அரைச்சு எல்லாம் பண்ணினத்துக்கு இந்த ஆறணாச் சீட்டிதான் கிடைச்சுதா அவாளுக்கு? கிழிசலாப் பார்த்துப் பொறுக்கி எடுத்துக்கொடுத்திருக்காளே.”

“......................”

“நீ நல்லதா வாங்கிக் கொடுக்கச் சொல்லிக் கேட்கப்படாதோ?”

“......................”

“ஜட்ஜ் வீட்டிலெ சாப்பிட்டிண்டு இருந்தேங்கறே. உன் உடம்பைப் பார்த்தா அப்படித் தெரியலியே! பஞ்சத்திலே அடி பட்டாப்பலே, கண்ணுகிண்ணெல்லாம் உள்ளே போயி, ஒட்டி உலர்ந்து, நாய் பிடுங்கினாப்போல இருக்கியே.”

"பெரிய மனுஷாள்லாம் தனி ரகம்னு உங்களுக்குத் தெரியாது போல் இருக்கு. அவா வத்தல் குழம்பு, சுட்ட அப்பளாம், மிளகு ரசம் இதைத்தான் பாதிநாள் சாப்பிடுவா. ராத்திரி பருப்புத் துகையலும் ரசமுந்தான் இருக்கும். ஆனா அவா உடம்பு என்னவோ நிகுநிகுன்னுதான் இருக்கும். அது தனி உடம்பு. நம்மைப்போல அன்னாடங் காய்ச்சிகளுக்குத்தான் இதெல்லாம் ஒத்துக்காது. ரெண்டு நாளைக்கு இப்படிச் சாப்பிட்டா, வாய் வெந்து, கண் குழிஞ்சு, சோர்ந்து சோர்ந்து வரும்" என்று அம்மாள் தன்னையும் என்னோடு சேர்த்துப் பேசினாள். மரியாதைக்குத்தான் அப்படிச் சொல்லியிருக்க வேண்டும். உடனே ஏதோ தவறாகப் பேசிவிட்டவன் போல, "நான் என்னென்னவோ பேசிண்டிருக்கேன்; நீங்க என்ன பண்ணிண்டிருக்கேள்?" என்று கேட்டாள்.

"பயப்படாதீங்கோ. நானும் அன்னாடங்காய்ச்சிதான். தாலுகாவிலே குமாஸ்தா."

தஞ்சாவூர் ஸ்டேஷன் வந்துகொண்டிருந்தது.

"துண்டைப் போட்டுட்டுப் போறேன். கொஞ்சம் இடத்தைப் பார்த்துக்கோங்கோ; சாப்பிட்டு, குழந்தைகளுக்கும் சாப்பாடு பண்ணி அழைச்சிண்டு வந்துடறேன்."

"இன்னும் சாப்பிடலியா நீங்க? ஏம்மா, நீ என்ன சாப்பிட்டே காலமே?"

"பழையது."

"எங்கே?"

"ஜட்ஜ்யாத்திலே!"

"பார்த்தேளா, பெரிய மனுஷாள்னா இப்படின்னா இருக்கணும்! ஊருக்குப் போற குழந்தைக்கு, மூணு வருஷம் வீட்டோட கிடந்து உழைச்சிண்டிருந்த பொண்ணுக்கு, கொஞ்சம் நல்ல சாப்பாடாப் போட்டு அனுப்பிச்சாதான் என்ன? ஒன்பதேகால் மணிக்கு, நான் புறப்படறபோது கொண்டுவிட்டா. அதுக்குள்ளே

சமையல் பண்ண முடியாதா என்ன? நல்ல குளிர்ந்த மனசு! பழையது சாப்பிடற ஆசாரம் அத்துப் போயிடப் போறதேன்னு கவலைப்பட்டுண்டு போட்டா போல் இருக்கு. ஏன் குழந்தை, அவாத்துலே யாராவது பழையது சாப்பிடுவாளோ?"

"நான்தான் சாப்பிடுவேன்."

"ம்...ஹ்ம்; சரி. இப்பப் பசிக்கிறதோ உனக்கு?"

"இல்லை."

"ஏதாவது சாப்பிடும்மா."

"சரி மாமி."

"நீங்க ஒரு பொட்டலம் சாம்பார் சாதமும் ஒரு தயிர் சாதமும் வாங்கிண்டு வாங்கோளேன்."

"நானே அழைச்சிண்டு போயிட்டு வரேனே."

"ரொம்ப நல்லதாப் போச்சு. இந்தாருங்கோ."

"என்னத்துக்குக் காசு? நான் கொடுக்கிறேன்."

"வாண்டாம்னு நீங்க எப்படிச் சொல்ல முடியும்? நான்னா அவளை அழைச்சிண்டு வரேன்!"

தர்மசங்கடமாக இருந்தது. வாங்கிக்கொண்டேன். பையனை எழுப்பினேன். அவசரமாகக் கூட்டத்தில் புகுந்து இரண்டையும் இழுத்துச் சென்றேன்.

"இது யாருப்பா?"

"இந்தப் பொண்ணு மாயவரம் போயிட்டுக் கொல்கத்தாவுக்குப் போறா. உன்னோட இவளும் சாப்பிடறதுக்கு வரா."

இரண்டு அநாதைகளும் சாப்பிடும்போது எனக்கு இனம் தெரியாத இரக்கம் பிறந்தது. தாயை விட்டுப் பிரிந்த அநாதைகள்! ஆனால் எவ்வளவு வித்தியாசம்! ஓர் அநாதை இன்னும் இரண்டுமணி நேரத்தில் தாயின் மடியில் துள்ளப் போகிறது. இன்னொன்று தாயிடமிருந்து தூர தூரப் போய்க் கொண்டே இருக்கப் போகிறது.

"ஸ்ஸ்.. அப்பா, அப்பா!" என்று பையன் வீரிட்டான். மிளகாய்!

"தண்ணியைக் குடி... ம்... ம்."

அந்தப் பெண் உடனே எழுந்து போய்க் கவுண்டரிலிருந்து கை நிறையச் சர்க்கரையை அள்ளி அவளிடம் கொடுத்தது.

சற்றுக் கழித்து, "அம்பி, தயிர்சாதம் கட்டி கட்டியாக இருக்கு. இரு பிசைந்து தரேன். அப்புறம் சாப்பிடலாம்" என்று சாப்பிடுவதை விட்டுக் கையை அலம்பிவந்து ரெயில்வே சாதத்தை நசுக்கிப் பிசைந்து பக்குவப்படுத்திக் கொடுத்தது.

அவள் பிசைவதைப் பார்த்துப் பையன் என் பக்கம் திரும்பிப் புன்சிரிப்புச் சிரித்தான்.

“ஏண்டா சிரிக்கிறே?”

“அவ பிசைஞ்சு கொடுக்கிறாப்பா!” அதற்குமேல் அவனுக்குச் சொல்லத் தெரியவில்லை.

அவனுக்குக் கையலம்பி, வாய் துடைத்துவிட்டதும் அவள்தான்.

“இந்தா, ஜலம் குடி” என்று அவனுக்குத் தண்ணீர் கொடுத்தாள்.

“வாண்டாம்.”

“ஜலம் குடிக்காட்டா ஜீரணமாகாது. இதைக் குடிச்சுடு.”

பாடாகப் படுத்துகிறவன், பதில் பேசாமல் வாங்கிக் குடித்துவிட்டான். ஏதோ வருஷக்கணக்கில் பழகிவிட்டதுபோல, அவனைக் கையைப் பிடித்து ஜாக்கிரதையாக அழைத்துக் கொண்டு வந்தது அந்தப் பெண். அவனும் அவள் இழுத்த இழுப்புக்கெல்லாம் வந்து கொண்டிருந்தான்.

“கொல்கத்தாவுக்குப் போறேங்கிறியே. அவாளைத் தெரியுமோ?”

“தெரியாது மாமா. பெரிய வேலையிலே இருக்காராம் அவர். மூவாயிர ரூபாய் சம்பளமாம். குழந்தையை வச்சுக்கணுமாம். அதுக்குத்தான் என்னைக் கூப்பிட்டிருக்கா.”

எந்தக் குழந்தையையோ பார்த்துக்கொள்ள எங்கிருந்தோ ஒரு குழந்தை போகிறது. கண் காணாத தேசத்திற்கு ஒரு தாய் அந்தக் குழந்தையை அனுப்புகிறாள். அதுவும் ஒரு பாவாடையைச் சுருட்டிக் கொண்டு கிளம்பிவிட்டது.

“ரொம்ப சமர்த்தும்மா இந்தக் குழந்தை” என்றேன் அம்மாளிடம்.

“நாதனில்லாட்டாச் சமர்த்துத் தானா வந்துடறது. ஒட்டி ஒட்டிண்டு பழகறது அது. கொல்கத்தாவுக்குப் போகாட்டால் நானே இதை வச்சுண்டிருப்பேன். பாருங்களேன் பசிக்கிறது கிசிக்கிறதுன்னு நாமாக் கேட்கிற வரையில் வாயைத் திறந்ததோ? என்னவோ பகவான்தான்காப்பாத்தணும்.”

பையன் ஆரஞ்சை மறுபடியும் கையில் எடுத்து வைத்துக் கொண்டான்.

“ஏண்டா குழந்தை, உரிச்சுத் தரட்டுமாடா?” என்றாள் அம்மாள்.

“வாண்டாம். ஊரிலே போய் அம்மாவை உரிச்சுக் குடுக்கச் சொல்லப் போறேன்.”

“நானும் அம்மாதாண்டா.”

பையன் சிரித்து மழுப்பிவிட்டான். ஒரு நிமிஷமாயிற்று. “உனக்கென்ன வயசு?” என்று திடீரென்று பையன் குஞ்சுவைப் பார்த்து ஒரு கேள்வி போட்டான்.

“பத்து.”

“பத்து வயசா? அப்பன்னா நீ வந்து அஞ்சாவது படிக்கிறியா!” என்று விரலை எண்ணிக்கொண்டே கேட்டான்.

“இல்லை”

“ஏண்டா, பத்து வயசுன்னா அஞ்சாவது படிக்கணுமா?”

“ஆமாம்பா. எனக்கு ஆறு வயசு. ஒண்ணாவது படிக்கிறேன். ஆறு ஏழு எட்டு ஒன்பது பத்து. அவ அஞ்சாவது.”

“அவ படிக்கலைடா.”

“நீ படிக்கலை?”

“வீட்டிலேயே வாசிக்கிறியா?”

“ம்ஹ்ம்”

“அவ கொல்கத்தாவுக்குப் போறாடா. அதான் படிக்கலை.”

அங்க எதுக்குப் போறாளாம்?”

“வேலை பாக்கப் போறா?”

“போப்பா... ஏண்டி, நீ வேலை பார்க்கப் போறியா?”

“ஆமாம்.”

பையன் அவளையே சிறிது நேரம் பார்த்துக் கொண்டிருந்தான். அவனுக்கு நம்பிக்கை வரவில்லை. மீண்டும் கேட்டான்;

“உனக்கு சைக்கிள் விடத் தெரியுமா?”

அந்தப் பெண் வாய்விட்டுச் சிரித்தது. முதல் முதலில் அது சிரித்ததே அப்போதுதான்.

"எனக்கு எப்படி சைக்கிள் விடத் தெரியும்? தெரியாது."

"அப்படீன்னா எப்படி வேலைக்குப் போவியாம்?"

"நடந்து போவேன்."

மறுபடியும் அவளைப் பார்த்து யோசித்துக் கொண்டிருந்தான் பையன். அவன் அப்பா சைக்கிளில் வேலைக்குப் போகும்போது அவள் மட்டும் எப்படி நடந்து போக முடியும் என்று அவனுக்குப் புரியவில்லை. இரண்டு குழந்தைகளும் வயல்வெளிகளைப் பார்த்துக் கொண்டு வண்டியின் வேகத்தை ரசித்துக்கொண்டிருந்தன.

"இந்தப் பொண்ணு யாரை நம்பி இப்படிப் போறது?... போகிற இடம் எப்படி இருக்கோ!" என்று கேட்டேன்.

"இந்த ஜட்ஜுக்கு ஒன்றுவிட்ட மச்சினராம் அவர். மூவாயர ரூபாய் சம்பளம் வாங்கறாராம் ஏதோ கம்பெனியிலெ. நம்ம பக்கத்துக் குழந்தைன்னு விசுவாசமாத்தான் இருப்பா. என்னதான் இருக்கட்டுமே, நல்ல சாப்பாடு, துணிமணியெல்லாம் கொடுக்கட்டும்; எத்தனை பண்ணினாலும் அது பிறத்தியார் வீட்டுக் குழந்தை, வேலைக்கு வந்திருக்கிற குழந்தைங்கிற நினைவு போயிடுமா அவாளுக்கு? இதுதான் அவாளைத் தாயார் தோப்பனார்னு நெனச்சுக்கமுடியுமோ? ஆனா இது ஒட்டி ஒட்டிண்டு வித்தியாசமில்லாம பழகுறதைப் பாத்தா எங்கேயும் சமாளிச்சுண்டுடும் போல்தான் இருக்கு. இருந்தாலும் பெத்தவாகிட்ட இருக்கிற மாதிரி இருக்க முடியுமா, ஸ்வாமி? நீங்களே சொல்லுங்கோ."

எனக்கு வயிற்றைக் கலக்கிற்று. நானே முகம் தெரியாத உற்றார் உறவினர் இல்லாத புது ஊருக்குப் போவதுபோல ஒரு சூன்யமும் பயமும் என்னைப் பற்றிக்கொண்டன.

"கடவுள் இதையுந்தான் காப்பாத்தப் போறான். இல்லாவிட்டால் மனிதர்களை நம்பியா பெத்தவர்கள் இதைவிட்டு விட்டிருக்கிறார்கள்?" என்றேன்.

"கடவுள்தான் காப்பாத்தணும். வேறே என்ன சொல்லத் தெரியறது நமக்கு? சுத்திச் சுத்தி அதுக்குத்தான் வந்துடறோம். ஆனா, இப்படி அனுப்பும்படியான நிலைக்கு ஒரு குடும்பம் வந்துடுத்தே. அது எப்படி ஏற்பட்டதுன்னு யார் யோசிக்கிறா? அதுக்கு என்ன பரிகாரம் தேடறது? அந்த வாத்தியாரோட குழந்தைகளுக்கெல்லாம் தலைக்கு இத்தனைன்னு பள்ளிக்கூடம் வச்சிருக்கிறவன் படி

போட்டிருந்தான்னா இப்படிக் கண்காணாத தேசத்துக்கு இது போகுமா?"

"அப்புறம் ஜட்ஜு வீட்டுக் குழந்தைகளை யாரு பாத்துப்பா?"

"அதுவும் சரிதான்."

"வீட்டுக்கு வீடு வாசல்படி. கொடுக்கிறவனும் வாத்தியார் மாதிரி ஆண்டியோ என்னமோ?" என்றேன்.

ஒன்றும் புரியவில்லை.

குழந்தையைப் பார்த்து எல்லார் நெஞ்சமும் இளகிற்று. பக்கத்தில் தஞ்சாவூர், ஐயம்பேட்டை என்று நடுவில் ஏறி உட்கார்ந்து கொண்டவர்களுக்கு அரைகுறையாகக் கேட்டாலும் நெஞ்சு இளகிற்று. அம்மாள் உட்கார்ந்திருந்த பலகையின் கோடியில் உட்கார்ந்திருந்தவர்- ராவ்ஜி மாதிரி இருந்தது. உதட்டைக் கடித்து ஜன்னலுக்கு வெளியே தலையைத் திருப்பிக்கொண்டார். நெஞ்சைக் குமுறி வந்த வேதனையை அடக்கிக்கொண்டு தைரியசாலியாக அவர் பட்ட பாடு நன்றாகத் தெரிந்தது.

கும்பகோணம் வந்துவிட்டது.

"போயிட்டு வரேம்மா. குழந்தே, போயிட்டு வரட்டுமா?" என்று ஒரு ரூபாயை அதன் கையில் வைத்தேன்.

"நீங்க எதுக்காகக் கொடுக்கறேள்?" என்று அம்மாள் தடுத்தாள்.

"எனக்கும் பாத்யமுண்டு. நீங்களும் அழச்சிண்டுதானே போறேள்? இது வாத்தியார் குழந்தைதானே? உங்க குழந்தையில்லையே? நீங்க கொண்டாடற பாத்யம் எனக்கும் உண்டும்மா. நான் என்ன செய்யறது. எனக்குக் கொடுக்கணும் போல் இருக்கு. எனக்கும் இதுக்கு மேலே வக்கில்லை."

"ஹ்ம்" என்று இரட்டைநாடிச் சரீரத்தில் ஒரு பெருமூச்சு வந்தது. "வாங்கிக்கோடிம்மா. உங்களுக்கு ஒரு குறைவும் வராது, ஸ்வாமி" என்றாள் அம்மாள்.

"யப்பா... இதைக் கொடுத்துட்டு வரேம்பா" என்று என் பையன் ஆரஞ்சைக் காண்பித்தான்.

"கொடேன்டா, கேட்பானேன்?"

"வாண்டாண்டா கண்ணு குழந்தை, பாவம். அம்மா உரிச்சுக் குடுக்கணும்னு சொல்லிண்டிருந்தது."

“யப்பா... வாங்கிக்கச் சொல்லுப்பா” என்று பையன் சிணுங்கினான்.

“வாங்கிக்கோம்மா.”

பெண் வாங்கிக்கொண்டது.

“ஸ்வாமி! நல்ல உத்தமமான பிள்ளையைப் பெத்திருக்கேள். வாடா கண்ணு. எனக்கு ஒரு முத்தம் கொடுத்துட்டுப் போ” என்று அம்மாள் அழைத்தாள். பையன் கொடுத்துவிட்டு ஓடிவந்தான்.

என் மெய்சிலிர்த்தது. முகத்தைக் கூடியவரையில் யாரும் பார்க்காமல் அப்பால் திருப்பிக்கொண்டு கீழே இறங்கி அவனைத் தூக்கிக்கொண்டு நடந்தேன். அவனுக்கு நடக்கவா தெரியாது? எனக்கு என்னவோ வாரியணைத்துக் கொள்ளவேண்டும் என்று உடம்பு பறந்தது. தூக்கி எடுத்துத் தழுவிக்கொண்டே போனேன். உள்ளம் பொங்கி வழிந்தது. அன்பையே, சச்சிதானந்தத்தையே கட்டித் தழுவுகிற ஆனந்தம் அது.

***

ச.தமிழ்ச்செல்வன்

1954இல் பிறந்த இவரது சொந்த ஊர் நென்மேனி மேட்டுப்பட்டி (விருதுநகர் மாவட்டம்). தற்போது வசிப்பது சிவகாசியில். இந்திய ராணுவத்திலும் அஞ்சல் துறையிலும் பணியாற்றிய இவர் அறிவொளி இயக்கத்தில் முழுமையாகத் தன்னை ஈடுபடுத்திக்கொண்டு நெல்லை மாவட்டத்தில் கிராமம் கிராமமாகச் சென்று கல்விப்பணி ஆற்றியவர். 'வெயிலோடுபோய்' என்கிற இவரது சிறுகதைத் தொகுப்பின்வழி இலக்கியப் பயணத்தைத் துவக்கியவர். 'வெயிலோடுபோய்', 'அசோகவனங்கள்' ஆகிய இவரது இரு கதைகளையும் வைத்து 'பூ' என்கிற தமிழ்த் திரைப்படம் எடுக்கப்பட்டது. சிறந்த கதாசிரியருக்கான தமிழக அரசின் விருதை 2008இல் இவருக்குப் பெற்றுத்தந்தது. 15 ஆண்டுகளுக்கு மேலாக எஸ்.ஆர்.வி.பள்ளியுடன் இணைந்து பயணிப்பவர்.

16
வார்த்தை

ச.தமிழ்ச்செல்வன்

அநேகமாய் எல்லாம் தயார் பண்ணியாச்சு. சோலையப்பனுக்கு ரொம்ப சந்தோஷமும் திருப்தியும் இருப்பதில் நல்லதாக - குண்டிக்கு நேரே கிழியாததாக இரண்டு டவுசரும், எல்லாப் பித்தானும் இருக்கிற ஒரு சட்டையும், துவைத்து, மடித்து - மடிப்பு நல்லா விழுவதற்காக 'டிரங்'குப் பெட்டிக்கு அடியில் வைத்தாயிற்று. டிரைவர் மாமா வீட்டிலிருந்து ஒரு சின்ன பிளாஸ்டிக் பையும் வாங்கி வந்து தூசியெல்லாம் தட்டி ஈரத்துணியால் துடைத்து ஓடியிருந்த அழுக்கெல்லாம் நீக்கியாச்சு. இனி போவதற்கு முதல் நாள் இந்தப் பையைக் கொஞ்சம் எண்ணெயில் முக்கிய துணியால் துடைத்துவிட்டால் போதும் புதுசு மாதிரியாகி விடும்.

இதில் கொஞ்சம் அவனுக்கு மனக்குறைதான். தோளில் தொங்கப்போடுகிற மாதிரி பளபளன்னு ஒரு 'ஏர் பேக்' டிரைவர் மாமா வீட்டில் இருக்கத்தான் செய்கிறது. தூசி படாமலிருக்க அதைத் துணியால் சுற்றி வீட்டில் குறுக்குவிட்டத்தில் ஒரு கம்பியில் தொங்கவிட்டுத்தான் வைத்திருந்தார்கள். ஆனால், அதை அவர் தரவில்லை. இவன் கேட்டுக் கூடப்பார்த்துவிட்டான். "ச்சே அதத் தரப்படும்? இன்னைக்கு ஒனக்கு குடுத்தம்னா நாளைக்கு ஆள் ஆளுக்கு கேக்க ஆரம்பிச்சிருவாக. நீ சும்மா இதவே கொண்டு போ..." என்று சொல்லி பரண் மேலே ஏறித் தேடி எடுத்து இந்தப் பையைக் கொடுத்துவிட்டார். அதில் இவனுக்கு அவர் மேலே வருத்தம்தான். அவர் இந்தப் பையைக் கொடுத்ததும் அவனுக்கு லேசாய் அழுகைகூட வந்துவிட்டது.

அப்புறம் ஒரு பழைய மண்டையடித் தைல பாட்டிலையும் கழுவித் துடைத்து துப்புரவு பண்ணி வைத்துக்கொண்டான். அது தேங்காய் எண்ணெய் கொண்டு போக எண்ணெய் தேய்க்காவிட்டால் அவனுக்கு மேலெல்லாம் சொங்குவத்திப் போய் சொறிசொறியாய் தெரியும்; அதுதான். போகிற இடத்தில் இவனுக்கும் கண்ணாடியும் சீப்பும் தருவதாக செவன்த் 'பி' மாரிச்சாமி உறுதியளித்திருக்கிறான். அது போதும். கணக்கு வாத்தியார் வீட்டுக்குப்போய் 'நியூஸ்பேப்பர்' மூன்று வாங்கி வந்து விட்டான். கட்டுச்சோறு கட்ட. ஆறு பொட்டணம் போடணுமே. ரெண்டு நாளைக்கில்ல வேணும்.

இந்தப் பை ஆறு பொட்டணமும் சட்டை டவுசரும் வைக்கப் போதுமா என்றொரு சந்தேகம் இவனுக்கு வந்து கொண்டேயிருந்தது. பத்துத் தடவையாவது ஆத்தாவிடம் கேட்டிருப்பான். அவளென்னமோ கொஞ்சங்கூட சந்தேகமில்லாமல் “ஏ... யப்பா... இதுல வைக்கலாமே எம்புட்டுச் சாமான்” என்று ரொம்ப உறுதியாகச் சொல்லிக்கொண்டிருந்தாள்.

இப்போது நாலைந்து தரமாக, காலேஜ் படித்துவிட்டு சும்மாயிருக்கிற முருகேச அண்ணன் வீட்டுக்கு நடையாக நடந்து கொண்டிருந்தான். அந்த அண்ணனிடம் ‘கூலிங் கிளாஸ்’ இருக்கு. அதுக்காகத்தான். தாரேன்னு தான் சொல்லியிருக்கு. இருந்தாலும் கையிலே வாங்குகிற வரைக்கும் மனசு நிக்குமா. இந்தத் தடவை “ஏய்... சத்தியமா தாரேம்ப்பா... போற அன்னைக்கு காலையிலேயே வேணுமின்னாலும் வாங்கிக்கோ” என்று இவன் தலையிலே அடித்துச்சொல்லிவிட்டதும் ரொம்ப திருப்தியுடன் திரும்பினான் சோலை. முருகேச அண்ணன் ரொம்ப நல்ல குணம். அவனுக்கு அப்பப்போ இங்கிலீஷ், கணக்கு சொல்லித் தருவதும் அதுதான். அதுகிட்ட படிக்கிறதுனாலே தான் இப்ப இவன் ஒவ்வொரு மாசமும் எல்லாப் பாடத்திலேயும் பாஸ் பண்ணி விடுவதோடு ஆறு அல்லது ஏழாவது ரேங்க்கிலேயே இருந்து கொண்டுமிருக்கிறான். ரொம்ப முக்கியமாக அந்த குருநாதனை ‘பீட்’ பண்ணிவிட்டான்.

டவுனில் தீப்பெட்டி வேலைக்குப் போன பிள்ளைகளைத் திருப்பிக் கொண்டு வந்து விடுகிற ‘தீப்பெட்டி ஆபீஸ் கார்’ வருகிற வரைக்கும் சிம்னி விளக்கின் முன்னால் காலை மடித்து வாகாய் உட்கார்ந்து கொண்டு தெருப்பூரா கேட்கும்படியாக சத்தம் போட்டு ஒவ்வொரு பாடமாக படிக்கிற அவனுடைய குரல் இன்றைக்குக் கேட்கவில்லை. புஸ்தகம் விரித்திருக்க, பார்வை அதில் நிலைத்திருக்க, நினைவு மட்டும் எங்கெங்கோ சுற்றிக்கொண்டிருந்தது. கொஞ்ச நேரத்தில் புத்தகத்தை மூடிவிட்டு விளக்கையும் அணைத்துவிட்டு வெளித்திண்டில் காற்றாட படுத்திருந்த அய்யாவோடு சேர்ந்து ஒட்டிப்படுத்துக் கொண்டான். ஆனால் தூக்கமும் வரவில்லை.

“கன்னியாகுமரியிலே வேறே என்ன சார் இருக்கு?”

“காந்தி மண்டபம் இருக்கு. அது மேலே ஏறி நின்னு பார்த்தா மூணு கடலும் சங்கமமாகிறது தெரியும். மண்டபத்துக்குள்ளே காந்தி நின்ன இடம் ஒரு பீடம் மாதிரி இருக்கும். காந்தி ஜெயந்தியன்னிக்கு மாத்திரம் அதுமேலே சூரிய ஒளி விழுகும்.”

“அதெப்பிடி சார் அன்னிக்கு மட்டும் விழுகும்?”

“அது அப்பிடித்தாம்லே மூதி... சரி சரி பாடத்தக் கவனி. மிச்சமெல்லாம் நாளைக்கி...”

சோலையப்பன் கண்களைத் திறந்தபடியே கனவு கண்டு கொண்டிருந்தான். பள்ளிக்கூடத்தில் ஒரு வாரமாக இதே பேச்சுத்தான். பள்ளிக்கூடத்தில் மட்டுமில்லை ஊருக்கு வந்தும் பல பேரிடம் பலமுறை திரும்பத் திரும்ப இதே பேச்சுதான். கன்னியாகுமரி, திருவனந்தபுரம், கொல்லம், புனலூர், குற்றாலம் என்று.

இன்னும் ஒரே ஒரு நாள்தான் இடையில் இருக்கிறது. யப்பா! நினைத்தாலே சோலைக்கு எப்படியோ இருந்தது. நாளைக் கழிச்சு இந்நேரம் உல்லாசப் பயணம். நாளைக்கு கழிச்சு சாயந்தரமே சாப்பிட்டுட்டு சாப்பாடு, துணிமணியோடு பள்ளிக்கூடத்திலே போய் படுத்துக்கிறணுமாம். ஒரு மணிக்குள்ள பஸ் வந்திரும். உடனே கிளம்பி அதிகாலை சூரிய உதயம் பாக்க கன்னியாகுமரி போயிறணுமாம். பிறகு அங்கே எல்லாம் சுற்றிப்பார்த்துவிட்டு சுசீந்திரம் போய்விட்டு திருவனந்தபுரம். அங்கே மிருகக்காட்சி சாலை, மீன்காட்சி மூசியம், கோவளம், பத்மநாபசாமி கோயில் எல்லாம் பாக்கணும். கோயிலுக்குள்ளே சட்டை போடாமத்தான் போகணுமாம். சட்டை போடாட்ட மேலே இருக்கிற சொங்கும் சொறியும் வெளியே தெரியுமே என்று சோலை கவலைப்பட்டுக் கொண்டான். அதற்கென்ன உள்ளே போகாமல் இருந்துவிட்டு போகிறது என்று சமாதானமும் சொல்லிக்கொண்டான்.

சோலை இதுவரை கடல் பார்த்ததில்லை. அதை நினைக்கும்போதே கற்பனையிலேயே பிரமிப்பாக இருந்தது. அய்யாவிடம் நூறு வாட்டமாவது கேட்டிருப்பான். கையை விரித்து விரித்து காட்டி இவ்வளவு பெரிசு இருக்குமா இவ்வளவு பெரிசு இருக்குமா என்று.

அப்புறம் கேரளாவிலே மலையாளம்தான் பேசுவார்களாம். அங்கே யாரிடமாவது பேச வேண்டி வந்தால் என்ன செய்வதென்று யோசித்து பலமுறை மனசுக்குள் பலவிதமாக இங்கிலீஷில் பேசிப் பார்த்துக் கொண்டான். “வாட் இஸ் யுவர் நேம்? வாட் ஆர் யூ டூயிங்?” “மை நேம் இஸ் எல். சோலையப்பன் சிக்ஸ்த் ஸ்டாண்டர்டு ஏ கவர்ன்மெண்ட் ஹைஸ்கூல், மேட்டுப்பட்டி மை நேடிவ் ப்ளேஸ் இஸ் கே. சிவந்தியாபுரம் இட் இஸ் எ ப்யூட்டிபுல் வில்லேஜ். மை பாதர் இஸ் எ ஒர்க்கர்”

இது மட்டுமல்லாமல் முருகேச அண்ணனிடம் கேட்டு விசாரித்து "வேர் இஸ் ஓட்டல்?" "வாட் ப்ரைஸ் இஸ்திஸ்?" "எண்ட பேரு சோலையப்பன்" என்பது மாதிரி சில புது விஷயங்களையும் மனசில் தயார் பண்ணிக்கொண்டான்.

அப்புறம் திடீரென்று - கொண்டு போக வேண்டிய சாமான்கள் எல்லாம் தயாராகிவிட்டதா என்று மனசில் சரிபார்க்க ஆரம்பித்துவிட்டான். பல்பொடி தாளில் மடித்து வைக்கணும். மறந்துவிடக்கூடாது. ஐயாவிடம் துண்டை வாங்கி துவைத்து விடணும். நாளை சோறு கட்டுவதற்கு இலை அய்யா வாங்கிட்டு வந்திருவார். கட்டுச்சோற்றை நினைத்தால் இப்பவே நாக்கில் எச்சில் ஊறி 'கிளுகிளுப்பாய்' இருந்தது.

காலையின் ஏறு வெயிலில் பள்ளிக்கூடத்திலிருந்து தன் ஊரை நோக்கி 'லொங்கு லொங்கு' என்று தலைதெறிக்க ஓடிவந்து கொண்டிருந்தான் சோலை. முதல் பீரியடுதான் முடிந்திருந்தது. வந்த உடனேயே கிளாஸ் 'டீச்சர்' சொல்லிவிட்டார். 'உல்லாசப் பயணத்துக்கு இன்னும் ரூவா குடுக்காதவனெல்லாம் எந்திரி. இன்னைக்கு மத்தியானம் ஒரு மணிக்குள் எல்லாம் ரூவாயை பிகே. சார்வாள் கிட்ட குடுத்திடணும். அப்பிடிக் குடுக்காதவன் சாயந்தரம் டூர் கிளம்பையில் வரவேண்டியதில்லை."

ரூபாய் கொடுக்காத மற்ற ஏழெட்டுப் பையன்களைப் போல சோலையும் ஊரைப் பார்த்து ஓடிக்கொண்டிருந்தான். சோலை பத்து ரூபாய் ஏற்கெனவே கொடுத்துவிட்டான். இன்னும் முப்பது ரூபாய் தரவேண்டும். ராத்திரி கிளம்பு முன்னே கொடுத்துவிடலாம் என்று அய்யா சொல்லியிருந்தார்.

வேர்க்க விறுவிறுக்க மேல்மூச்சு கீழ்மூச்சு வாங்க ஓடிவந்து "யாத்தோவ்..." என்று கத்தியபடி வீட்டுப்படி ஏறினான். வீடு நாராங்கி போட்டுப் பூட்டியிருந்தது. கதவை ஒரு எத்து எத்திவிட்டு தெருவில் இறங்கி ஓடினான். செல்லையா நாயக்கரின் ஓடைப் பிஞ்சைக்கு களையெடுக்க அவள் போயிருப்பதாக முத்துப்பாட்டி சொன்னதும் விழுந்தடித்துக் கொண்டு ஓடினான் ஓடைப்பிஞ்சைக்கு.

இவன் ஓடி வருவதைக் கண்டதும் ஆத்தாள் வேலையை விட்டு எழுந்து எதிர்கொண்டு "என்னய்யா வந்துட்டே..." என்று கேட்டாள். ஆத்தாளைக் கண்டதும் முதலில் அவனுக்கு அழுகைதான் உடைத்துக் கொண்டு வந்தது. ஆத்தா அவனை இழுத்து ஆதரவாக அணைத்துக்கொண்டு "ஏன்யா... எதுக்குய்யா, அழுவுதே... என்று

கேட்டாள். அழுகையினூடே விக்கிவிக்கி, மத்தியானத்துக்குள் ரூபாய் கொடுக்க வேண்டிய விஷயத்தைச் சொன்னான். ஆத்தாள் அவனை அணைத்தபடி முதுகைத்தடவிக் கொடுத்து “சரி அதுக்காக அழுகாதய்யா... ராசால்ல! மத்தியானத்துக்குள்ள மொதலாளி நாய்க்கரிட்டேயிருந்து ரூவா வாங்கிட்டு வந்துருதேன்னு அய்யா சொல்லிட்டு போயிருக்காக... அழுவாதேய்யா” என்று அவனைத் தேற்றினாள்.

சற்று நேரத்தில் அழுகையை அவன் நிறுத்திவிட்டாலும் “இப்பவே வந்து ரூவா வாங்கிக் கொண்டு” என்று அவளை அனத்த ஆரம்பித்துவிட்டான். அவளோ கொஞ்சம்கூட இது இல்லாமல் இவனை வரப்பு மேட்டில் இருத்திவிட்டு வேகமாய் களை எடுக்க ஆரம்பித்துவிட்டாள். தன் நிரையை வேகமாக முடித்துவிட்டு மத்தியானத்துக்குள்ளே மகனோடு கிளம்பினாள் மொதலாளி நாய்க்கர் வீட்டுக்கு. அங்கேதான் அய்யா கூலிக்கு நிற்கிறார்.

போன நேரத்தில் சோலையின் அய்யாவும் அங்கே இல்லை. நாய்க்கரும் இல்லை. நெல் அரைக்க வண்டியைப் போட்டு அவனை டவுனுக்கு அனுப்பியிருப்பதாகவும் ரூபாய் விஷயமெல்லாம் தனக்கொன்றும் தெரியாதென்றும் அதெல்லாம் நாயக்கரிடம்தான் கேட்க வேண்டுமென்றும் நாயக்கரம்மா சொன்னபோது ஆத்தாளின் சேலையை பிடித்தபடி அவள் பின்னால் நின்றுகொண்டிருந்த சோலை மறுபடியும் விக்கி விக்கி அழ ஆரம்பித்துவிட்டான். நாய்க்கரம்மா அவனைப் பார்த்து இரக்கப்பட்டு குடிப்பதற்கு ‘மோர் தரட்டுமா’ என்று கேட்டது. அவன் அழுதுகொண்டே மறுத்தான்.

வீடு திரும்பியதும் ஆத்தா தெரிந்த வீடுகளிலெல்லாம் ஏறி இறங்கிக் கொண்டிருந்தாள். அவ்வளவு பெரிய தொகையை அவளால் எங்கிருந்து புரட்ட முடியும்? முடியவில்லை. வீட்டு வாசலில் உட்கார்ந்து உடைந்து உடைந்து சோலை ஏற்கெனவே அழ ஆரம்பித்திருந்தான். ஆத்தாளும் தவியாய்த் தவித்தாள். இருந்தாலும் அவளால் என்ன செய்துவிடமுடியும்?

நேரம் ஆக ஆக அழுகை பெரிதாகி ராத்திரி உல்லாசப் பயணம் போகிற பயல்களெல்லாம் “டேய் சோலை வல்லியாடா...” என்று கேட்டுப்போனதும் வெடித்துக் கதறினான். கண்ணெல்லாம் வீங்கி தொண்டை கட்டிப்போன பிறகும் கூட அவன் விசும்பிக் கொண்டுதான் இருந்தான்.

ஆத்தாளும் முதலில் பலவாறு அவனைத் தேற்றிப் பார்த்துவிட்டு "என் ராசா அழுவாதய்யா. இங்கரு... கண்ணெல்லாம் வீங்கிப்போச்சு பாரு... வேண்டாய்யா... நம்ம விசாகத் திருவிழாக்கு திருச்செந்தூர் போவமில்ல... என்ன அழுவாதே..." என்று தேற்றிப்பார்த்து முடியாமல் கொஞ்ச நேரத்தில் அவளுக்கும் அழுகை உடைத்துக் கொண்டு வந்தது. அவனை இழுத்து தன் வயிற்றோடு கட்டிக்கொண்டு விசும்பி விசும்பி சத்தமில்லாமல் அழுதாள். சாப்பிடாமலே ரெண்டு பேரும் ராத்திரி படுத்துவிட்டனர். தூங்குகிற அவனை அணைத்தபடி அவள் அழுது கொண்டிருந்தாள்.

ராத்திரி வீட்டுக்கு வராமல் நாய்க்கமார் தெரு மடத்திலேயே அய்யா படுத்துக்கொண்டான். எல்லா வேலையும் முடித்த பிறகு சாயந்திரமாக "இப்ப இவ்வளவுதான் இருக்கப்பா. இத வச்சி சமாளிச்சிக்க... இன்னும் ரெண்டு நாள் கழிச்சி பாப்பம்" என்று மொதலாளி நாய்க்கர் அவனிடம் ஒரு பத்து ரூபாயை மட்டும் கொடுத்திருந்தார். பழைய பாக்கியையும் அவர் ஞாபகப்படுத்தினார். இத்தோடு வருகிற வழியிலேயே சோலை அழுது புரளுவதைக் கேள்விப்பட்டு வீட்டுக்குப் போகாமல் அப்படியே திரும்பி அவனும் பலபேரிடம் கேட்டுப் பார்த்தான். எல்லாரும் கையை விரித்தார்கள். அல்லது 'நாளைத் தாரேன்' என்றார்கள். எப்படி சோலையின் மூஞ்சியைப் போய்ப் பார்ப்பது என்று மனம் வெதும்பி மடத்தில் முடங்கிக்கிடந்தான். வயிறு பசித்தது. இருந்தாலும் சோலையின் முகத்தைப் பார்க்கிற தைரியத்தையும் பார்த்தும் சமாதானமாகச் சொல்வதற்கு ஒரு வார்த்தையையும் கண்டுபிடித்த பிறகுதான் அவன் வீட்டுக்குத் திரும்ப முடியும்.

அருள்மொழி

திருப்பூர் மாவட்டம் அவிநாசிக்கு அருகில் உள்ள கிராமத்தில் பிறந்து வளர்ந்த இவர் கணினித்துறையில் அமெரிக்க நாட்டில் பணி புரிகிறார். மக்களின் பேச்சு மொழியில் சாதி ஆதிக்கம் மற்றும் ஆணாதிக்கத்தைப் பகடி செய்து கதைகள் எழுதி வருகிறார். ‘டைரி’ என்கிற இவரது கதைத் தொகுதி நல்ல மதிப்பை இவருக்கு பெற்றுத்தந்துள்ளது. கட்டுரைகளும் எழுதி வருகிறார். மனதிற்குச் சரியென்று பட்டதை எதற்கும் அஞ்சாமல் துணிவுடன் எழுதும் ஆற்றல் மிக்கவர்.

17

கோழைத்தனம்

- அருள்மொழி

டாக்டர் மாலதியின் திருமணம் அப்போது தான் நிச்சயமாகி யிருந்தது. மாலதி தான் அவள் பரம்பரையிலேயே முதல் முதலாக டாக்டராகியிருந்தாள். அவள் தந்தை லாரி ஓட்டுனராக இருந்து, பின்னர் சொந்தமாக லாரி வாங்கி முதலாளியாக உயர்ந்திருந்தார். தன்னுடைய வளர்ச்சி பற்றி அவருக்குப் பெருமை இருந்தாலும், படிப்பு குறைவு என்பதால் ஒரு மனக்குறை இருந்தது. அதனால் தன் மகள் படித்து டாக்டராக ஆகியிருப்பதில் அளவு கடந்த பெருமை அவருக்கு.

ஆரம்ப சுகாதார நிலையத்தில் மருத்துவராகப் பணி செய்ய விண்ணப்பித்திருந்தாலும், வேலை கிடைப்பதற்குச் சில வருடங்கள் ஆகலாம் என்பதால் தனியார் மருத்துவமனையில் வேலைக்குச் சேர்ந்திருந்தாள் மாலதி. சம்பளம் எட்டாயிரம் ரூபாய்தான் என்றாலும் தன் மகள் வெள்ளைக் கோட்டும் ஸ்டெதஸ்கோப்புமாக வலம் வருவதும், நாலு பேருக்கு வைத்தியம் செய்வதிலும், ஏதேனும் உடல்நிலை சரியில்லை என்றால் அக்கம்பக்கத்து வீட்டார், உறவினர்கள் வந்து மாத்திரை எழுதி வாங்கிச் செல்வதும் மாலதியின் பெற்றோருக்கு மட்டுமல்ல, அவளுக்குமே பெருமையாகத்தான் இருந்தது.

ஊர் குக்கிராமமாக இருந்தாலும், சங்கத்தின் வழியாக நகரத்திலிருந்து நல்ல மாப்பிள்ளையாக தகைந்தது. சற்று வயது வித்தியாசம் அதிகம் என்றாலும் பார்ப்பதற்கு மாப்பிள்ளை அப்படியொன்றும் வயதானவர் போலத் தெரியவில்லை என்று அனைவரும் சொன்னார்கள். சரியென்று பார்த்ததில் அனைவருக்கும் ஒத்துவந்ததாகத் தோன்றியது.

டாக்டர் மாலதிக்குத் தன் திருமணம் பற்றிய எதிர்பார்ப்புகள் இருப்பினும், கண்டிசனாக வைக்குமளவு விருப்பு வெறுப்புகள் இல்லை. "வயது வேறுபாடு மட்டும் குறைவாக இருந்திருக்கலாமோ? ஒன்பது வயது சற்று அதிகம் தான்" என்று தோன்றியது. ஆனால் பையன் டாக்டர், அதிலும் எம்டி முடித்து ஸ்பெசலிஸ்டாக

வேண்டுமென்றால் எளிதாகக் காலம் கடந்துவிடும் என்பதையும் அறிந்திருந்தாள். அதனால் அவளும் பெரிதாக அதைப் பொருட்படுத்தவில்லை.

மாப்பிள்ளை சண்முகசுந்தரமும் டாக்டர் தான். குழந்தைகள் நல மருத்துவர். நகரத்தின் மிகப்பெரிய சூப்பர் ஸ்பெசாலிட்டி மருத்துவமனையில் பீடியாட்ரிக் செக்சனில் பணி. அவர்கள் தான் தன் மகனுக்குப் பார்க்கும் பெண் குறைந்தபட்சம் எம்பிபிஎஸ் படித்த டாக்டராக இருக்கவேண்டும் என்பதில் குறிப்பாக இருந்தார்கள். டாக்டரல்லாத ஜாதகங்களை அவர்கள் வாங்கிக்கூடப் பார்க்கவில்லை. காவேரியாற்றங்கரையில் வீடு. வற்றாத தண்ணீருடன் தோட்டம் இருந்தது. மாப்பிள்ளையின் அப்பா பழனிச்சாமி அரசு உத்தியோகத்தில் இருந்து விஆரெஸ் வாங்கியவராம். மிகவும் வசதியான குடும்பம். அவர்களுக்கு முதலில் யோசனையாகத்தான் இருந்தது. மாலதியின் குடும்பம் ஓரளவு வசதியான குடும்பம் என்றாலும் அவர்கள் அளவுக்கு இல்லை. பரம்பரையாக “பெரிய” குடும்பமும் இல்லை. அதனால் பார்க்கலாமா வேண்டாமா என்று யோசித்ததில், ‘டாக்டர் ஜாதகங்களும் அதிகமாக இல்லை. அப்படியே கிடைத்தாலும் பொருந்துவதில்லை, பையனுக்கும் வயது ஏறிக்கொண்டே போகிறது’ என்கிற நிதர்சனம் சுட்டது. அதனால் குடும்பத்தின் ஆகிருதி தமக்குச் சற்று குறைவாக இருந்தாலும் அப்படியொன்றும் மோசமில்லை என்கிற முடிவுக்கு வந்திருந்தார்கள். அதுவுமில்லாமல் “பெண்தான் நம்ம வீட்டுக்கு வந்துவிடுவாளே? அப்புறம் அது நம்ம வீட்டுப் பெண் தானே? அவர்கள் வீட்டுக்கு பாத்தியதை குறைவு தானே” என்கிற சமூகக் கோட்பாடுகளை முன்வைத்துப் பெண் வீட்டார் வசதியைப் பெரிதுபடுத்தவேண்டாம், ஜாதகம் பொருந்தினால் திருமணம் செய்யலாம் என்று முடிவு செய்தார்கள்.

மாலதியின் வீட்டிலும் “இவ்வளவு வசதியான இடம் நமக்கு ஒத்துவருமா” என்பதே தயக்கத்துக்குக் காரணமாக இருந்தது. ஆனால் தரகரும் மாலதியின் சித்தப்பா வீட்டிலும் இந்த இடம் நல்ல இடம் என்றும், தட்டிக்கழிக்க வேண்டாம் என்றும் அறிவுறுத்தினார்கள். மாலதியின் சித்தப்பாவுக்கு இரண்டு மகன்கள் இருந்தாலும் இவள் மீது தனிப் பிரியம் உண்டு. மகன்களுடன் வாக்குவாதம் வரும்போதெல்லாம் “நீங்கல்லாம் என்னைய பாக்க வாண்டாம்டா.. எம் புள்ள என்னையப் பாக்கும்...” என்று சொல்லுவார். மாலதிக்கு

மருத்துவ கவுன்சிலிங்குக்கு சென்னை வரை அழைத்துச் சென்றது, கல்லூரியில் சேர்க்க உடன் சென்றது என மாலதிக்கு என்றால் தனி அக்கறை செலுத்துவார். அவர் தனிப்பட்ட முறையில் விசாரித்தறிந்து சொன்னதால், மாலதியின் வீட்டிலும், "சரி, பேசிப்பார்க்கலாம்" என்று முடிவு செய்தனர். இப்படியாக முதலில் பெரியவர்கள் பேசி, புகைப்படம் மாற்றிக் கொள்ளப்பட்டு, அனைவரின் கருத்துக்களும் கவனமாக ஆராயப்பட்டு பேச்சு வார்தை நடந்தது.

மாப்பிள்ளையின் தாயார் செண்பகவல்லி மிகவும் பெருந்தன்மை வாய்ந்தவராகக் கருதப்பட்டார். ஏனென்றால் இவ்வளவு பவுன் போட வேண்டும் என்றெல்லாம் அவர் சொல்லவில்லை. உங்கள் பெண், உங்கள் விருப்பம். ஆனால் தங்கள் கவுரவத்துக்குக் குறைவில்லாத வகையில் திருமணம் நடக்க வேண்டும் என்று சொன்னார். அவர்கள் வசதிக்கு "பெண் வீட்டாராக" இருந்தாலும் மரியாதைக் குறைவாக நடத்தாததும், "இவ்வளவு போடவேண்டும்" என்று சொல்லாததுமே அவர்களின் பெருந்தன்மைக்குச் சான்றாகக் கருதப்பட்டது. எல்லாம் முடிவாகி ஒருநாள் இருவீட்டாரும் பங்காளிகளுடன் "சாப்பிட" சென்று வந்தாகியும் விட்டது. அன்றுதான் வீட்டிலிருந்த படங்களையும் ஷோக்கேசில் இருந்த கப்புகளையும் பார்த்துவிட்டு கேட்டார் பையனின் தாயார்.

"எந்த ஆஸ்பதிரில வேல பாக்குற மாலதி?"

"ராமகிருஷ்ணாவுல ட்யூட்டி டக்டரா இருக்கறேங்க அத்தே..."

"பரவால்ல, சம்பந்தி - புள்ளைய வெள்ள கோட்டு போட்டு பாத்துட்டீங்க..." என்று சிரித்தார். மரியாதை நிமித்தம் அனைவரும் புன்னகைத்தனர்.

"செரி, இந்த மாசத்தோட போதும். வேலைய எளுதி குடுத்துரு மாலதி... கலியாணப் பொண்ணு தெனமும் டவுனுக்குப் போறது சரியா இருக்காது..."

மாலதிக்கு "திக்" என்றானது.

மாலதியின் சித்தப்பா, அவளது முகக்குறிப்பை உணர்ந்து சமாதானப்படுத்தும் விதமாக, "நல்ல ரோசன தாங் கண்ணு... ரண்டு மூனு மாசந்தான. கலியாணம் முடிஞ்சு, அங்க வேணும்னா பக்கத்துல ஏதாவது ஆஸ்பத்திரியில சேந்துக்கலாம். மாப்ள ஆஸ்பதிரியிலியே சேந்துட்டா சவுரியமா போயிரும்..." என்றார். அவள் என்ன நினைக்கிறாள் என்பதை சொல்லாமலே புரிந்துகொள்ளக்கூடிய அளவுக்கு அவருடைய புரிதல் இருந்தது.

“நம்ம ஊட்டுப் புள்ளைக வேலைக்கிப் போறது செரிப்பட்டு வராது. அது பளக்கமும் இல்லெ. மருமக சம்பளத்துல அங்க எடுத்து நிறுத்த வேண்டியது ஒன்னுமில்லெ.” இது செண்பகவல்லியின் கணவர்.

பெண் வீட்டார் அனைவரும் அமைதியாக இருந்தனர்.

அவர்களுக்கு மாலதி வேலைக்குச் செல்லவேண்டும் என்பதான ஆர்வம், நம்ம வீட்டில் முதல் டாக்டர் “டாக்டராக” இருக்கவேண்டும் என்கிற ஆசையில் வந்தது. மற்றபடி அவளது சம்பளம் பற்றியோ, வேலை செய்துதான் ஆகவேண்டுமா என்பது பற்றியோ யாரும் பெரிதாக யோசித்ததில்லை. ஆனால் மாப்பிளை வீட்டார் சொல்வது அவர்கள் தரப்பில் நியாயமாகவும் பட்டது. இவ்வளவு “பெரிய” குடும்பத்தில் பெண்களை வேலைக்கு அனுப்பித்தான் ஆகவேண்டுமென்பதில்லை. வேலைக்குப் போவது ஒரு வித்தில் கவுரவக் குறைச்சலாகவும் பார்க்கப்பட்டது. பேச்சுவார்த்தை எல்லாம் முடிவாகிவிட்டதால் பெரும்பாலும் பெண்வீட்டார் மாப்பிளை வீட்டாரின் கருத்துக்களுடன் ஒத்தே பேசினர் அல்லது அமைதியாக இருந்தனர்.

அந்தச் சங்கடமான அமைதியைச் சமாதானம் செய்யும் வகையில் சொன்னார் சம்பந்தியம்மாள் “பொண்ணுக்கு ஒரு கொறையும் இருக்காது... இந்த ஆஸ்பத்திரில குடுக்குற பத்துரூவா சம்பளத்துக்கு நம்மூட்டு புள்ளைக பொளுது வரைக்கும் இன்னொருத்தன் கிட்ட வேல செய்யணுமா? சவுரியமா இருந்துட்டு ஊட்டப் பாத்தாலே போதும்... அவிய சம்பாரிக்கிறதையும் அனுவவிக்க ஆளு வேணுமுல்ல...” என்றார் இலகுவாக.

“ஏனுங்க சம்பந்தியம்மா! ஊட்டப் பாக்குறதுக்கு டாக்டர் புள்ளையே பாக்குறீங்க... கோட்டுப் போட்டுட்டு கொளம்பு வெய்க்கிறதுக்கா” என்றது பங்காளி வகையறாவில் ஒரு பெரிசு.

அனைவரும் சிரித்தார்கள். சம்பந்தியம்மாளும் சிரித்தார்.

“ஐயனுக்கு தமாசுதான்... நீங்க கேக்குறதும் செரிதானுங்க... பையன் டாக்டரா இருக்கைல புள்ளையும் அப்பிடியிருக்குறது தான நல்லது... அதுமில்லாம என்னேரமும் ஒரு டாக்டரு இருக்குறது நாளப்பின்ன ஊட்டு மனுசங்களுக்கு, புள்ளக்குட்டிகளுக்கு காச்ச சளின்னா ஆவுமுல்ல...” என்றார் சம்பந்தியம்மாள்.

பெண்வீட்டுச் சொந்தங்களுக்கு, சம்பந்தியம்மா அவ்வளவு பெரிய இடத்தில் இருந்துகொண்டு தங்களை மதித்துச் சமாதானம் சொன்னதே

போதுமானதாக இருந்தது. அதனால் அந்த நல்ல குடும்பத்தின் மீதான மதிப்பு மேலும் ஒருபடி உயர்ந்தது. நம்ம புள்ளைக்கு இப்பிடியாப்பட்ட பெருந்தன்மையான குடும்பம் அமைந்தது அவளது அதிஷ்டம் என்றே கருதினார்கள். இப்படியாக டாக்டர் மாலதியின் நல்லதுக்காக, அவளது 'எதிர்காலத்தை' முன்னிட்டு வெள்ளைக் கோட்டும் ஸ்டெதஸ்கோப்பும் தேவையில்லை என எதிர்காலக் குடும்பத்தாரால் முடிவு செய்யப்பட்டு, நிகழ்காலக் குடும்பத்தாரால் ஏற்றுக்கொள்ளப்பட்டது. கேவலம் ஒரு வேலை தானே? அதிலே வருகிற காசை வைத்துத் தானா குடும்பம் ஓடப்போகிறது? குடும்பத்தை விடவா அந்தப் பிச்சைக் காசு முக்கியம்? பெண்ணானவள் குடும்பத்தை தாங்கும் தூண் போல. அவ்வளவு முக்கியமான பொறுப்பை முழுமையாக நிறைவேற்றிவிட்டு 'நேரம் இருந்தால்' 'பொழுதுபோக்காக' ஏதேனும் செய்யலாம். அதிலும் கூட பணம் சம்பாதித்துவிடாமல் இருந்தால் நல்லது. எவ்வளவு பணம் தேவை என்றாலும் வீட்டிலே வாங்கிக்கொள்ளலாம். ஆனால் வேலைக்குப் போவதோ சம்பாதிப்பதோ இவ்வளவு கவுரவம் வாய்ந்த குடும்பத்துக்கு அவமானத்தையல்லவா தேடித்தரும்?

இவ்வளவையும் கேட்டுக்கொண்டு அமைதியாக இருந்த மாலதி, சற்று இலகுவான பேச்சுக்கள் வரவே... தனது எண்ணத்தை சொல்லிவிடுவதென்று எண்ணி,

"டாக்டராகணும்னே படிச்சதுங்க அத்தே. இந்த அஞ்சு வருஷம் மட்டுமில்லெ, மெடிக்கல் காலேஜிலே எடம் வாங்க பள்ளிக்கூடம் முழுக்க படிச்சதுங்க. நாள் முழுக்கவெல்லாம் வேலை இல்லாத மாதிரி எடத்துல வேலை கிடைக்கும். கவர்மண்ட் போஸ்டிங்கு கூட ரண்டு மூனு வருசத்துல வந்துரும். அதுல அவ்வளவு சிரமமாவும் இருக்காது. அதுனால, கொஞ்ச நாளுக்குப் போயிட்டு வரேனே?" என்று நீளமாக சற்று தயங்கிய குரலில் கேட்டாள் மாலதி. பொதுவாக நினைத்ததைத் தைரியமாக கேட்டுவிடுவாளென்றாலும், தன்னுடைய வேலையும் டாக்டராகியே தீருவது என்று நண்பர்களுடன் போட்டிபோட்டுப் படித்த படிப்பு இப்படிப் பத்து பேர் மத்தியில் பொதுவில் வைத்து தீர்மானிக்கப்படுகிறதே என்கிற ஆதங்கமும், தனக்கு வலிதாகப் பரிந்து பேச தன் குடும்பத்தினர் உட்பட யாருமில்லை என்கிற நிதர்சனமும் அவளை அத்தனைபேர் மத்தியிலும் தன்னந்தனியளாக்கியது. திடீரென்று கைவிடப்பட்ட அந்த தனிமை மனதில் ஒரு பயத்தையும் அவநம்பிக்கையையும் விதைத்தது.

“பரவால்லியே பொண்ணு பேசாதுன்னு நெனச்சிட்டு இருந்தேன்... பேசறயே...”

“..”

“நீ பேசறது கேக்கறக்கு நல்லாதாம்மா இருக்குது. ஆனா குடும்பத்துக்கு ஒத்துவராது. பெத்தவங்க பேச்சக் கேட்டு நடந்துக்க. அவுங்க நீ நல்லாருக்கோனும்னு தான இவ்வளவும் செய்யிறாங்க?”

பெரிய இடம் என்று தங்கள் வசதிக்கு மீறி “செய்ய” ஒப்புக்கொண்டதையே சம்பந்தியம்மாள் குறிப்பிட்டார். அவர்கள் வெளிப்படையாக கேட்கவில்லை. ஆனாலும் அவர்கள் தகுதிக்கு இணையாக சீர்வரிசை இருக்கவேண்டுமென்பதிலும், எந்த விதத்திலும் குறைந்துவிடக்கூடாது என்பதிலும் மாலதியின் பெற்றோர் கண்ணும் கருத்துமாக இருந்தனர். அதுவுமில்லாமல் அவர்கள் குடும்பத்துக்கு ஒரு நல்ல பெயர் இருந்தது. பையன் தங்கமான பையன் என்று எல்லோரிடத்திலும் பெயர் வாங்கியிருந்தான். வசதி இரண்டாம்பட்சமாக இருந்தாலும் “நல்ல” குடும்பம் என்பதால் இந்த சம்பந்தத்தை விட்டுவிட வேண்டாம் எனவும் மாலதியின் குடும்பத்தார் எண்ணினார்கள்.

இதெல்லாம் ஒரு அரைமணி நேரத்துக்குள்ளாக முடிவடைந்து நிச்சயதார்த்தம், உப்பு வாங்கப் போவது, ஜவுளி போன்ற சடங்குகளுக்கு நாள் குறிக்கப்பட்டது.

‘தன்னுடைய வேலைபற்றி முன்கூட்டியே கேட்டிருக்க வேண்டும்’ என்பதாக மாலதி எண்ணினாள். தெரிந்திருந்தால் சற்று யோசித்தாவது முடிவு சொல்லியிருக்கலாம். அப்போது தன் வீட்டாரிடம், மிஞ்சிப் போனால் சித்தப்பாவிடம் மட்டுமாவது இவள் தரப்பு வாதங்களை வைத்திருக்கலாம். கேட்கவாவது கேட்டிருப்பார்கள். குறைந்தபட்சம் இப்படி சந்தியில் வைத்து பேசவேண்டி இருந்திருக்காது. ஆனால் தன் வாழ்நாளின் உழைப்பு, தன் வாழ்வுக்குப் பொருள் சேர்த்த அதன் பலன் இவ்வளவு எளிதிலும் விரைவிலும் முடித்துவைக்கப்படும் என்று நினைக்கவில்லை. அங்கே பக்கத்தில் ஒரு மருத்துவமனையில் எப்படியும் வேலை கிடைக்கும் என்ற நினைப்பில் இருந்தாள். எங்கே என்பதும் வேலை கிடைக்குமா என்பதும் தான் அவள் எண்ணத்தில் இருந்தன. ஆனால் வேலையை “எழுதி கொடுத்துவிடு” என்று அனைவருக்கும் மத்தியில் சம்பந்தியம்மாள் சொன்னபோது தான்

தன்னுடைய நிலை புரிந்தது. அப்போது வாதம் செய்யப்போய், "எல்லாம் பேசி முடித்தபின்" இவளுடைய "சிறுபிள்ளைத்தனமான" விருப்பத்துக்காகக் கூடி வந்த கலியாணத்தை கெடுத்துக்கொள்ள முயல்வதாக அவளுடைய அம்மாவிடமிருந்து அனைவரும் போன பின்னர் ஏச்சும் கிடைத்தது. அதன்பிறகு மாலதி பொதுவில் எதுவும் சொல்லிவிடாதவாறு கவனமாக பார்த்துக்கொண்டார்கள் குடும்பத்தினர் அனைவரும். நல்ல காரியம் கூடி வரும்போது இவள் எதுவும் முட்டாள்தனமாகப் பேசி வைத்துவிடக்கூடாதல்லவா?

பேச்சுவார்த்தை எல்லாம் முடிந்த பிறகு சண்முகசுந்தரமும் மாலதியும் மணிக்கணக்காக போனில் பேசிக்கொண்டார்கள். அவ்வப்போது வீட்டுக்கும் ஏதாவதொரு சாக்கில் வந்துபோனார் மாப்பிள்ளை. மாப்பிள்ளையும் பெண்ணும் நன்றாக ஒத்துப்போவதும், இருவருக்கும் ஒருவரை ஒருவர் பிடித்திருப்பதையும் கண்டு மாலதியின் பெற்றோரும் மகிழ்ச்சி அடைந்தனர்.

திருமணம் திருவிழா போல நடந்தது. இருபுறமும் சொந்தபந்தங்களும் நண்பர்களும் அதிகமென்பதாலும் மாலதியின் வீட்டில் ஒரே பெண் என்பதாலும் சொந்தங்களின் கடைசிக் கண்ணி வரை முறையாக அழைப்பு விடுத்து பெரிய மண்டபத்தில் ஐம்பதுக்கும் மேற்பட்ட வகை பதார்த்தங்களுடன் விருந்து போடப்பட்டு விமரிசையாக நடந்தேறியது. சம்பந்தி விருந்து, பெண் அழைப்பு என அனைத்து சடங்குகளும் முழுமையாக செய்யப்பட்டு டாக்டர் மாலதி, திருமதி மாலதி சண்முகசுந்தரம் ஆனாள்.

***

இரண்டாண்டுகள் உருண்டோடின. இரண்டுமுறை மாலதிக்கு விண்ணப்பித்திருந்த வேலை கிடைத்தும், அதற்குச் செல்ல இயலாமல் போனது. புது வீடு, புது மனிதர்களென எல்லாமே புதிதாக இருந்ததும் அவளுடைய இயல்பான வேகத்தைக் குறைத்து சற்று நிதானித்தே அனைத்தையும் செய்யவேண்டி இருந்தது. அதுமட்டுமல்லாமல் சமையல், வீட்டு வேலைகள் செய்பவர்களையும் நிர்வாகம் செய்து தினப்படி என்ன செய்வது போன்ற பொறுப்புகளும் வந்து சேர்ந்தன. போதாக்குறைக்கு அமாவாசை, பௌர்ணமி, சஷ்டி, அஷ்டமி, பஞ்சமி என பொங்கல், தீபாவளி தவிர வாரத்துக்கொரு நல்லநாள் வந்து சிறப்பு சுத்தம், சிறப்பு சமையல் என வீடு பரபரப்பாகவே இருந்தது.

திருமணமான இரண்டாவது வாரம் சண்முகசுந்தரம் வழக்கம்போல மருத்துவமனைக்குச் செல்ல ஆரம்பித்திருந்தான். காலை எட்டரை மணிக்குக் கிளம்பினால் மாலை பொதுவாக ஐந்து ஆறு மணிக்குத் திரும்ப வந்துவிடுமளவு இருந்தது. மாலதிக்கு ஏதாவது வேண்டுமென்றால் தயங்காமல் கேட்குமாறு அவளிடம் சொல்லியிருந்தான். அவள் படிப்பதற்காக வாரப்பத்திரிகைகளும் மாத நாவல்களும் சேர்த்துப் போடச்சொல்லிப் பேப்பர்க்காரரிடம் சொல்லியிருந்தார்கள். தன்னுடைய மருத்துவம் சார்ந்த புத்தகங்களைத் தன் வீட்டிலிருந்து எடுத்துவந்து தருமாறு கேட்டபோது, "அதெதுக்கு இப்போ? படிக்கப்போறயா என்ன?" என்று கேட்டான்.

"அது ஏன் அப்படிக் கேக்குறீங்க? எப்போன்னாலும் அப்ளிகேசன் போடலாமில்ல... அதான்..." என்றாள் மாலதி.

"அதுக்கில்லெ, டச்சு விட்டுப்போச்சு, அதுவுமில்லாம இனிமே படிக்கிறதெல்லாம் பிராக்டிகலா ஒத்துவருமா?" என்று கேள்வி எழுப்பினான்.

அப்படிக் கேட்டபோதும், ஒரு வாரம் பொறுத்து அவனே மாலதியை அவள் வீட்டுக்கு அழைத்துச்சென்று இரண்டு நாட்கள் தங்கியிருந்து தேவையானவற்றை எடுத்துக்கொள்ள வசதி செய்து கொடுத்தான். அங்கே இருந்த இரண்டு நாட்களும் மூன்று வேளைகளும் விதவிதமாக பலகாரங்கள் செய்து ஆண்டுகள் ஆனபோதும் புதுமாப்பிள்ளை போலவே விருந்துபசரித்தார் மாலதியின் தாயார். "மாப்பிள்ளைக்கு இது பிடிக்குமா... அது பிடிக்குமா..." என இரண்டு நாளில் மாலதியின் காதில் அந்தக் கேள்விகள் மட்டுமே விழுந்தன.

மாலதி தன் புத்தகங்களை எடுத்துவந்ததும் அதன்பின் படிப்பில் அதிக நேரம் செலவழிக்க ஆரம்பித்தாள். புத்தகங்களை, பழைய பாடங்களைப் படிக்க ஆரம்பித்தது அவளுக்கு புத்துணர்வைக் கொடுத்தாலும் வீட்டில் ஓர் அதிருப்தியை ஏற்படுத்தியது. ஒருநாள் இரவு உணவின்போது மாலதி பரிமாற வரத் தாமதமானதால் அது ஒரு பேச்சாகவும் வந்தது. "டாக்டரம்மா பரவால்லயே... சீக்கிரம் புஸ்தகத்த மூடி வச்சிட்டு வந்துட்டெ..." என்றார் கணவனுக்கு மகனுக்கும் தோசை சுட்டுக்கொண்டிருந்த செண்பகவல்லி.

ஆரம்பத்தில் மாலதியும் சண்முகசுந்தரத்துடனே அமர்ந்து சாப்பிட்டுக்கொண்டிருந்தாள். ஆனால் ஓரிரு மாதங்கள் கழித்து தோசை, பூரி என்று செய்யும்போது, தான் சுடவும் மாலதி

பரிமாறவும் என சண்முகசுந்தரத்துக்கும் அவன் தந்தையாருக்கும் சூடாகப் போட்டுவிட்டு, பிறகு மாலதியும் செண்பகவல்லியும் தங்களுக்கு சுட்டுக்கொண்டு சாப்பிடுவதாக ஆனது. அதன்பிறகு எதுவாக இருப்பினும் முதலில் பரிமாறிவிட்டு பின்னர், தான் உட்கார்ந்துகொள்வதாகச் சொல்லி, சண்முகசுந்தரத்தின் தாயார் அவர்கள் சாப்பிட்டு முடிக்கும் வரை பரிமாறிவிட்டு பின்னர் உணவருந்தினார். அதைக்கண்டு மாலதிக்கும் தான் அவர்களோடு சேர்ந்து உணவருந்துவது உறுத்தலாகப் படவே அவளும் பரிமாறுவதில் பங்கெடுத்துக்கொண்டு பின்னர் தன் மாமியாருடன் சேர்ந்து உணவருந்த ஆரம்பித்தாள்.

இதைக் கவனித்திருந்த சண்முகசுந்தரம் “நானே உங்கிட்டே சொல்லணும்னு இருந்தேன், அம்மா தனியா சாப்பிடுறாங்க, நீ அவங்களுக்கு கம்பெனி தரலாம்லன்னு... பரவால்ல நீயே புரிஞ்சிகிட்டெ. தேங்ஸ்” என்றான் அவர்கள் தனித்திருந்தபோது. இப்படியாக சில நாட்கள் சென்றதன.

செண்பகவல்லியின் அண்ணன் ஒருமுறை வந்திருந்தபோது கவனிக்கத் தவறி அறையிலேயே இருந்துவிட்டாள்.

“ஏம்மா படிக்கிறதப் பத்தி தப்பில்லெ, அதுக்குன்னு வீட்டுக்கு யாராவது வந்தா அவங்கள என்ன, ஏதுன்னு கேட்டு நாலு வார்த்தை பேசுறதில்லையா?” என்றார் மாமனார். மாமியார் “ஏதாவது சொல்லியிருந்தால் கூடப் பரவாயில்லை” எனுமளவுக்கு அன்று நாள் முழுதும் ஒரு வார்த்தை கூடப் பேசாமல் வேலைகளைச் செய்தபடியே இருந்தார். அன்று நாள் முழுதும் முள் மேல் உட்கார்ந்த உணர்விலேயெ போனது. இப்படியாக ஒவ்வொரு இடத்திலும் சட்ட திட்டங்கள் அவளுக்கு நேரடியாக சொல்லாமலே புரியவைக்கப்பட்டன.

இவள் படிக்க ஆரம்பித்த பின்னர், வீட்டிலுள்ள அனைவருக்கும் மாலை காபி கொண்டுபோய் கொடுப்பதும் மாலதியின் தினப்படி வேலை ஆனது. பின்னர் குடித்தபின் எடுத்துவந்து கழுவப்போடுவது. பின்னர் இரவு உணவுக்கு என்னவென்று மாமியாரைக் கேட்டு முடிவு செய்வது... இப்படியாக ஒரு மணிநேரம் தொடர்ச்சியாகப் படிக்கக் கிடைப்பதே அரிது என்கிற நிலையில் தான் மாலதியின் படிப்பு இருந்தது. இந்த நிலையில் தான் “கலியாணமாகி ஒரு வருடமாகியும் வீட்டுக்கு இன்னும் ஒரு நல்ல சேதி இல்லை”

என்கிற முனுமுனுப்பு தலைதூக்க ஆரம்பித்திருந்தது. இதுபோன்ற செய்திகளெல்லாம் இரவு உணவின்போது தான் பேச்சுக்கு வரும்.

"ஏண்டா ரண்டுபேரும் என்னேரமும் படிச்சிட்டே தா இருப்பீங்களா... அதுனால தானொ என்னுமோ மாலதிக்கி ஒடம்பே தேற மாட்டேங்குது..."

"அவளுக்கென்னம்மா, நல்லாதானே இருக்கா? இதுக்கும் இப்ப கொஞ்சம் வெயிட்டு வேற ஏறிருக்கா..."

"வெறும் வெயிட்டு ஏறி என்ன பண்ணுறது... ஒரு பூச்சி புளு வர வேண்டாமா... கலியாணமாகி ரண்டு வருசமாகுது..."

"வரும்போது வரட்டும் மா... என்ன அவசரம் இப்போ?"

"ஏன், ஐந்தாண்டுத் திட்டம் ஏதாச்சும் நடப்புல இருக்குதா? ஏதாச்சும் லேடி டாக்டர் கிட்டே கூட்டிட்டுப் போறது தானே?"

"அவளே லேடி டாக்டர் தாம்மா..."

தன் ஜோக்கை எண்ணி தானே சிரித்தான் சண்முகசுந்தரம்.

"எதுக்கும் நம்ம விஜயாகிட்டப் போயி ஒரெட்டு பாத்துட்டே வந்துருங்களேன்... உனக்கு நேரமில்லைன்னா சொல்லு, நா கூட்டிட்டுப் போயிக்கிறேன்..." என்றார் செண்பகவல்லி. அதாவது – 'நீயாகப் போகிறாயா, நான் கூட்டிட்டு போகவா' என்பதே அதன் பொருள்.

"சரிம்மா, பாப்போம்..." என்றான் சண்முகசுந்தரம்.

இரண்டு நாட்கள் ஏதேனும் மாற்றம் தெரிகிறதா என்று பார்த்தார் செண்பகவல்லி. மதியச்சாப்பாடு முடிந்ததும் மூன்று மணிக்கு மேலாக தன் அறைக்குச்சென்று வழக்கம்போலப் படிக்க ஆரம்பித்துவிட்டாள் மாலதி.

மாலை வெளியே வந்தவுடன் செண்பகவல்லி சொன்னார்:

"ஏம்மா நானும் சொல்ல வேணாம்னு பாத்தேன்... நீயும் கவனிக்கிற மாதிரி இல்லெ. சாயங்காலம் ஆனா கொஞ்சம் குளிச்சி கிளிச்சி பிரஷ்ஷா இருந்தா தானே பாக்குறதுக்கு நல்லா இருக்கும்?"

"நல்லா தானே அத்தே இருக்கு... நா காலைலையே குளிச்சிட்டேனே..."

“என்னேரமும் ஓரெடத்துல உக்காந்து இருந்தா, உன்ன பாக்கவே சோம்பலா இருக்கேம்மா... கொஞ்சம் ஓடியாடி சுறுசுறுப்பா இருந்தா தானே வீட்டுல ஒரு வயசு புள்ள இருக்காப்ல இருக்கும்...”

“...”

“அந்த செடில மல்லிப்பூ தினமும் உதுந்து தானெ போவுது.. அத பறிச்சி கட்டி தலைல வைக்கலாம்ல?”

இவளுக்குப் பூ வைப்பதில் அவ்வளவாகப் பிரியமில்லை. அதுவும் டாக்டராக பணி செய்த காலங்களில் மருத்துவமனைக்குப் பூ வைத்துச் செல்லக் கூடாது. அதுவே அப்படியே பழகிவிட்டிருந்தது.

“பூ வச்சிப் பழக்கம் இல்லே அத்தே... வெயிட் இல்லாம இருக்குறது தான் சவுகரியமா இருக்குது...”

“பூ ஒரு வெயிட்டாம்மா? நல்லாச் சொன்னே போ.. அப்பக் கொஞ்சமா வச்சுக்க... சாயங்கால நேரம் வயசுப் புள்ள தல கில சீவி பொட்டு வச்சு நல்லா இருந்தா ஆகாதா... வெளில இருந்து வீடு வர ஆம்பிளைகளுக்கும் ஒரு லெட்சுமி கடாட்சமா இருக்குமுல்ல...” என்று சிரித்தபடியே சொன்னார் செண்பகவல்லி.

“...”

மாலதி எதுவும் சொல்லவில்லை. ஆனால் அவர் என்ன சொல்லவருகிறார் என்பது புரிந்தது. அன்றிலிருந்து மாலதிக்கு பூ பறித்து, கட்டி, தலையில் வைக்கும் பணியும் சேர்ந்துகொண்டது. அதற்கடுத்த வாரம் டாக்டரைப் போய்ப் பார்த்து வந்தார்கள். ஒரு பிரச்சினையும் இல்லை என்றும் செண்பகவல்லியை பயப்பட வேண்டாம் என்றும் சொல்லியனுப்பினார் அந்த கைனகாலஜிஸ்ட்.

முணுமுணுப்புகளுக்கெல்லாம் முற்றுப்புள்ளி வைக்கும்படியாக அடுத்த வருடம் ரிஷ்வந்த் பிறந்தான். முதல் பிள்ளை அதுவும் ஆண்பிள்ளையாகப் பிறந்ததில் செண்பகவல்லியின் பூரிப்பு முழுமையடைந்தது. குழந்தைக்கு குறைந்தது ஒரு வருடம் தாய்ப்பால் கொடுக்கவேண்டுமென்று மாமனார் அறிவுரை சொன்னார். கூடவே “நானெல்லாம் நாலு வயசு வரைக்கும் தாய்ப்பால் குடிச்சேனாம்... எங்கம்மா சொல்லும்...” என்றும் சொன்னார்.

“அப்போது அவர்களை அதற்கு மட்டும் தானே வைத்திருந்தார்கள்” என்று தோன்றினாலும், கூடவே இதுவும் தோன்றியது- குழந்தைகளின் எண்ணிக்கை மட்டும் தான் குறைந்திருக்கிறதே ஒழிய தனக்கும் அதுமட்டும் தானே வேலை?

குழந்தையைப் பார்த்துக்கொள்ள, பாலூட்ட, குளிப்பாட்ட, தூங்க வைக்க, ஆய் கழுவ என்று மாலதியின் நாள் தூங்க நேரமில்லாததாக ஆனது. தினமும் குழந்தை அழுவது தொந்தரவாக இருந்ததால் சண்முகசுந்தரம் வேறு அறையில் உறங்க ஆரம்பித்தான். மாலதியின் புத்தக அலமாரி தூசி படிய ஆரம்பித்தது.

ரிஷ்வந்த்துக்கு மூன்று வயதானபோது ஆரம்ப சுகாதார நிலையத்தில் மெடிக்கல் ஆபிசராக போஸ்டிங் வந்திருப்பதாக அவளுடைய அப்பா லெட்டரைக் கொண்டுவந்து கொடுத்துவிட்டு அப்படியே பேரனையும் பார்த்துவிட்டுச் சென்றார். எப்படியும் மாலதி வேலைக்கு போவது சிரமம் தான் என்றபோதிலும் அதை அவளிடம் சொல்லாமல் தூக்கிப் போடுவதில் அவருக்கு விருப்பம் இருக்கவில்லை. அவர்களே பேசி முடிவு செய்துகொள்ளட்டும் என்று எண்ணி அதைச் கொடுத்துவிட்டு அவள் மாமியாரிடமும் சொல்லிவிட்டு சென்றார். செண்பகவல்லியும் ‘சரி சரி’ என்று கேட்டுக்கொண்டார்.

அன்றிரவு மெதுவாக மாலதி தன் கணவனிடம் இதுபற்றிய பேச்சை ஆரம்பித்தாள். அப்பாயிண்மெண்ட் ஆன கிராமம் சற்றுத் தொலைவில் இருந்தது.

“நீ வேலைக்கிப் போறதுல எனக்கு எந்த ஆட்சேபணையும் இல்ல மாலு. ஆனா ரிஷிக்குட்டிய யாரு பாத்துக்குறது?”

“அவனுக்கு மூணு வயசாவுதுங்க... எப்படியும் ஆறு மாசத்துல பள்ளிக்கூடம் சேக்கனனும். அதுவரைக்கும் சமாளிச்சா போதும்... அத்தை இருக்காங்க. நானும் சீக்கிரம் வரப்பாக்குறேன்...”

“சரி, எதுக்கும் அம்மா கிட்டெ ஒரு வார்த்தை கேட்டுக்க...”

இதுதான் பிரச்சினைக்குரிய இடம். சண்முகசுந்தரத்தின் சப்போர்ட்டெல்லாம் வாயளவிலேயே இருந்தது. அவனுடைய விஷயங்களில் அவன் தாயாரை திருப்திப்படுத்தவேண்டிய அவசியமில்லாமல் இருந்தது. ஆனால் மாலதியின் விஷயங்களில் அவள் தான் அனைவரின் சம்மதத்தையும் யாசிக்கவேண்டிய நிலையில் இருந்தாள். அவளால் தன் வீட்டைப்போல பிடிவாதம் பிடிக்க முடியவில்லை. அப்படியே ஏதேனும் ஒன்றில் அவளிஷ்டத்துக்கு செய்தால் நறுக்கென்று மாமியாரோ மாமனாரோ அவளிடம் நேரடியாகவோ, முகத்தை தூக்கி வைத்துக்கொண்டோ, அவசியம் தவிர பேசாமல் ஜாடையாகவோ தெரிவித்துவிடுவதுண்டு.

போர்க்கொடி எல்லாம் தூக்க முடியாது. சண்முகம் 'சரி' என்று நினைக்கும் விஷயங்களில் கூட பொதுவில் பரிந்து பேச மாட்டான். இவளிடம் தனிப்பட்ட முறையில் தனக்கு அவள் விருப்பங்களில் எந்தப் பிரச்சினையும் இல்லை எனவும், அவளுக்கு மகிழ்ச்சி என்றால் அது தனக்கும் தான் என்றும் கூறுவான். ஆரம்பத்தில் மாலதிக்கு இதுபற்றி மகிழ்ச்சியாகத்தான் இருந்தது, தன் கணவன் தன் விருப்புவெறுப்புகள் பற்றி அக்கறை கொள்கிறான் என்று. ஆனால் அந்த அக்கறை, "நானும் முற்போக்கானவன் தான்" என்பதைத் தாழிட்ட அறையில் அவ்வப்போது நிறுவிக்கொள்வதைத் தவிர வேறு எதற்கும் பயன்படவில்லை. அதையும் சொல்லிவிட்டு, "அவங்க வயசானவங்க, நீ தான் கொஞ்சம் அட்ஜஸ்ட் பண்ணிக்கணும்" என்கிற கோரிக்கையையும் சேர்த்து வைப்பான். கொஞ்சம் பிரச்சினைக்குரிய இடங்களில் "எனக்காக இதை செய்யேன்" என்று தணிந்து கேட்பான். ஆனால் எல்லா இடங்களிலும் விட்டுக்கொடுப்பது, செய்ய வேண்டியது, செய்யக்கூடாதது எல்லாமே ஏதோ ஒரு வகையில் மாலதிக்கே வந்து சேர்ந்தது. இப்போது மாலதிக்கு அது பழகிவிட்டிருந்தது.

இது கொஞ்சம் பெரிய விஷயமாதலால் சண்முகசுந்தரம் இருக்கும்போது பேசுவதே சிறந்தது என்று எண்ணினாள் மாலதி. பெரிய சப்போர்ட் இல்லையென்றாலும் குறைந்தபட்சம் "அதனாலென்ன" என்று சொல்லவாவது ஓர் தேவைப்பட்டது. அதனால், ஞாயிறன்று பேசலாம் என முடிவு செய்தாள். அதற்குள் அவள் தந்தையார் சொல்லிவிட்டு போனதால் செண்பகவல்லியே அதுபற்றிக் கேட்கவும் வாய்ப்பிருக்கிறது என்றும் எண்ணினாள்.

ஆனால் செண்பகவல்லி அதுபோன்ற ஒரு சம்பவம் நடந்ததாகவே காட்டிக்கொள்ளவில்லை. எப்போதும்போலவே இருந்தார். வேறு வழியில்லாமல் ஞாயிறன்று மதியம் ரிஷ்வந்தை தூங்கவைத்துவிட்டு அனைவரும் வராந்தாவில் உட்கார்ந்திருந்த நேரம் பார்த்து பேச்சை ஆரம்பித்தாள்.

"அத்தே, மாமா – எனக்கு கவர்மெண்ட் போஸ்டிங் லெட்டர் வந்துருக்குது..."

"தெரியுமேம்மா, போனவாரந்தான அப்பா கொண்டாந்து குடுத்துட்டுப் போனாரு?" என்றார் மாமனார்.

"ஆமாம் மாமா. அதுதான், சேந்தா சர்வீஸ் ஆகுமுன்னு பாக்குறேன்..."

“அப்படியாம்மா...” என்றபடி தன் மனைவியைப் பார்த்தார்.

இந்தப் பேச்சு வரும் என எதிர்பார்த்திருந்ததைப்போல செண்பகவல்லி சொன்னார்.

“அய்யனும் அம்மினியும் முடிவு பண்ணுனீங்கன்னா போவேண்டியது தா... ஆனா பையன் பொக்குனு இருக்குமுல்லொ?”

“மொதல்ல அப்படித்தான அத்தே இருக்கும்... போக போக செரியாயிரும். எப்படியும் ஆறு மாசத்துல பள்ளிக்கூடம் சேர்க்கணுங்கல்ல...”

“ஏம் மாலதி! உன்னம் ஆறு மாசந்தா புள்ளையோட முளுசா இருக்க முடியும்... அதைய உட்டுட்டு வேலைக்கிப் போறங்குற?”

மாலதிக்குத் தான் பிள்ளையோடு இருக்கவெல்லாம் ஏங்கிக் கிடக்கவில்லையென்று தோன்றியது. ஆம், பெற்றோம். தேவை இருக்கும் வரை இருந்தாகிவிட்டது. இனி என்ன? தானே பல் துலக்க, சாப்பிட, என்று தினப்படி தேவைகளை சொல்லிக் கொடுப்பது தவிர பெரிதாக வேறொன்றும் இல்லை. அதற்கு அம்மா எதற்கு என்னேரமும் அடைகாத்துக்கொண்டே இருக்க வேண்டும்? அப்படியிருந்து பாசத்தை நிரூபிக்கவேண்டிய தேவை என்ன? ஒவ்வொன்றையும் “பார்த்து பார்த்து” செய்ய தனக்கு ஏன் தோன்றவில்லை? ஒருவேளை தனக்கு “தாய்ப்பாசம்” என்று ஒன்றே இல்லையோ என்று எண்ணினாள். இல்லாவிட்டாலும் அப்படியொன்றும் நஷ்டமில்லை என்றும் தோன்றியது. தேவைகளை அவரவர் திருப்திக்கு பூர்த்தி செய்தால் போதும். ஆனால் தனக்கென்று ஒரு தேவை வரும்போது குழந்தையை பூதாகரப்படுத்தி தன் தேவையை சிறுமைப்படுத்துவது வழக்கமான ஒன்றாகிவிட்டிருந்தது. அதனால் “அய்யொ, ஆறு மாசந்தான் குழந்தையுடன் முழுதாக இருக்க முடியுமே..” என்கிற உணர்வெல்லாம் ஓரளவுக்கு மேல் சினிமாக்களில் வருவது போல தோன்றவில்லை. அதையெல்லாம் நமது புனித குடும்பங்களுக்குள் சொல்லிவிட முடியுமா என்ன?

“இல்லங் அத்தே, அடுத்த மாசத்துக்குள்ள சேரனும். இல்லீனா சேருறது கஷ்டம்...”

“அத்தன கஸ்டப்பட்டு அந்த வேலைக்கி போவாட்டி என்னம்மா... வேணுங்குற வசதி இருக்குது... நீ சம்பாதிச்சித் தன் ஆவனும்னு இருக்குதா என்ன?” இது மாமனார்.

இதுவரை அனைத்தையும் பர்த்துக்கொண்டிருந்தனே தவிர சண்முக சுந்தரம் எதுவும் சொல்லவில்லை. குடும்பத்தில்

இதுபோன்ற சிக்கலான சமயங்களில் இருக்குமிடம் தெரியாமல், 'அமைதியாக' இருந்துவிடுவான் சண்முகசுந்தரம். அவனது தாயார் அவனுக்கு வசதியான முடிவுகளையே எடுப்பார். அதனால் எதுவுமே செய்யாவிட்டால் கூட அவனுடைய காரியங்கள்ல பெரிய தலையீடு இருக்காது. ஆனால் மாலதி விஷயத்தில் மற்றவர்களின் வசதிகள் முன்னுரிமை கோருபவையாக இருந்தன. தன்னைத்தானே பின்னுக்குத் தள்ளிக்கொள்ளாவிட்டால் அது சுயநலமாகப் புரிந்துகொள்ளப்பட்டது. அதையும் பெரும்பாலும் ஆண்கள் 'கண்டுகொள்ளாமல்' தன்பாட்டுக்கு இருந்துவிடுவார்கள். ஆனால் செண்பகவல்லி அவர்களுக்காக அதைச் செய்துமுடிக்கும் இடத்தில் இருப்பார். இதனால் பெரும்பாலான விஷயங்கள் "மாமியார்-மருமகள்" பூசலாகப் புரிந்துகொள்ளப்பட்டது. வீடு பெரும்பாலும் ஆண்களுக்கானதாக இயங்கினாலும் அதில் வரும் உரசல்கள் பெண்களுடையதாகவே இருந்தன.

வேண்டுமென்ற வசதி இருப்பதால் நீங்களோ, உங்கள் பிள்ளையோ வேலை பார்க்காமல் இருந்தீர்களா என்ன? ரிடையர் ஆன பிறகு ஏன் நீங்கள் ஆலோசகராக இருக்கவேண்டும்? நான் சம்பாதிப்பதை மட்டும் அதற்குக் கிடைக்கும் காசாக மட்டுமே எவ்வளவு எளிதாக சுருக்கிவிட முடிகிறதே?. நீங்களெல்லாம் காசுக்கு மட்டுமேவா வேலை பார்க்கிறீர்கள்? அந்த காசை யாராவது கொடுத்துவிட்டால் வேலையை விட்டுவிடுவீர்களா? - தொண்டைக்குழியிலிருக்கும் இந்தக் கேள்விகளையெல்லாம் மாலதியால் கேட்டுவிட முடியுமா என்ன? மனதில் எண்ணிக்கொண்டே சும்மாயிருக்க வேண்டியது தான். அல்லது தன்னுடைய விருப்பங்களை யாருக்கும் வலித்துவிடாத வகையில்.

"இல்லைங் மாமா, கவர்மெண்டுல அல்லாருக்கும் குடுக்குற தேதிதான் குடுத்துருக்குறாங்க. அதுவும் இப்ப போட்டுருக்குற ஆஸ்பத்திரி ரொம்ப தூரமும் இல்லெ. அடுத்த முறைன்னா எங்க போடுவாங்கன்னு சொல்லுறதுக்கில்ல..." என்று சமாதானப்படுத்தும் தொனியில் சொன்னாள் மாலதி.

"அதுக்குத்தா சொல்றது. எவனோ பண்ற நாட்டாமை நமக்கு என்னத்துக்கு.. புள்ளையப் பள்ளிக்கோடம் போட்டப்புறம் வேணா பாக்கலாம்..." என்றார் செண்பகவல்லி. அத்துடன் பேச்சுவார்த்தை முடிந்துவிட்டது எனும்படி எழுந்து உள்ளே சென்றார்.

மற்றவர்கள் இருவரும் ஆளுக்கொரு பக்கம் வெளியே வேடிக்கை பார்க்கத் துவங்கினார்கள். அன்றிரவு, "இன்னும் ஆறு மாதம்

தானே, அட்ஜஸ்ட் பண்ணிக்கொள்" என்பதாக சண்முகசுந்தரம் சமாதானப்படுத்தினான். குழந்தையுடன் இருக்கும் ஆறு மாதங்கள் மகிழ்ச்சியாக செலவிடுமாறும் இந்த நேரம் பிறகு கிடைக்காதென்றும் அறிவுறுத்தினான்.

மாலதிக்கு சிரிப்புத் தான் வந்தது. ஆறு மாதங்கள் செலவிடுவது மட்டுமல்ல, அது மகிழ்ச்சி நிறைந்ததாக இருக்கவேண்டும் என்பதும் அவள் பொறுப்புத்தான். அதையும் மற்றவர்கள் முடிவு செய்துவிடுவது தான் ஆற்றாமையைத் தந்தது. குழந்தையுடன் நேரம் செலவிடுவது மகிழ்ச்சி தான். ஆனால் மகிழ்ச்சி மட்டுமேவா என்று கேட்டால் மாலதி சற்று யோசனை செய்யத்தான் செய்வாள். இப்போதைக்கு அந்த 'மகிழ்ச்சி'யிலிருந்து சற்று மூச்சுவாங்க நேரம் கிடைத்தால் பரவாயில்லை என்று தோன்றியது. ஆறு மாதங்கள் கழித்து நம்மிஷ்டத்துக்கெல்லாம் போய் சேர்ந்துகொள்ள முடியாது என்பது அவனுக்கும் தெரியும். ஆனால் தெரிந்து என்ன பயன்?

பின்னர் வருட ஆரம்பத்தில் சேர்ப்பதை விட விஜயதசமியன்று சேர்ப்பது தான் சிறந்தது என்று ரிஷ்வந்தை பள்ளிக்கூடம் சேர்ப்பது இன்னும் சில மாதங்கள் தள்ளிப்போனது. அதனால் இரண்டாவது முறையும் மாலதியால் வேலையில் சேர முடியாமல் போனது. ஒருவழியாக விஜயதசமியன்று அய்யரை அழைத்து அரிசியில் 'அ' போட்டு ரிஷ்வந்தின் பள்ளி வாழ்க்கை ஆரம்பமானது.

முதலில் மாலதியும் அவள் மாமியாரும் ரிஷ்வந்தை பள்ளியில் விட்டு வர போனார்கள். போகப்போக மாலதி மட்டுமே சென்றாள். டிரைவர் காரை ஓட்ட ரிஷ்வந்துக்கு பள்ளிக்கு போவது காலப்போக்கில் பிடிக்க ஆரம்பித்தது. அவன் அழாமல் பள்ளிக்கூடம் போக ஆரம்பித்த பின் மாலதி என்கிற வேதாளம் மீண்டும் முருங்கை மரத்தில் ஏறத் துவங்கியது.

சேராமல் விட்டதால் மாலதிக்கு ஏற்கனவே கிடைத்திருந்த போஸ்டிங் வேறொரு டாக்டரால் நிரப்பபட்டிருந்தது. மீண்டும் அடுத்த சீனியாரிட்டியில் அனுமதிக்குமாறு கவுன்சிலுக்கு லெட்டர் எழுதிப் போட்டாள். இதெல்லாம் தன்னுடன் படித்த, தனக்கு முன்னால் வேலையில் சேர்ந்த வகுப்புத் தோழியரிடமிருந்து கிடைத்த தகவல்களை கொண்டு எடுத்த முயற்சிகள். சண்முகசுந்தரம் தான் முழு சப்போர்ட் செய்வதாக கூறியிருந்தானே தவிர இதுபற்றி எதுவும் அவனுக்கு தெரியவில்லை, தனது தொடர்புகளின் வழியாக விசாரிக்குமளவுக்கு நேரமில்லாமல் காலம் கடந்துகொண்டே

இருந்ததால் மாலதி தானாகவே கல்லூரி நண்பர்களைத் தொடர்புகொண்டு வேலைகளில் இறங்கினாள்.

வேலையும் ஒரு வழியாக போஸ்டிங் வந்து சேர்ந்தது. ஆனால் இந்த முறை சொக்கலாம்பட்டியில் போடப்பட்டிருந்தது. வேலூர் மாவட்டம். முன்னம் இருந்த கொஞ்ச நஞ்ச நம்பிக்கையும் இப்போது கரைந்துவிட்டிருந்தது. வேலூருக்குக் கண்டிப்பாக விடமாட்டார்கள். மிகவும் சோர்வாக இருந்தது. இதுவரையான வாழ்நாள் முழுவதும் படித்தும், கடும் போட்டியில் மருத்துவக்கல்லூரியில் இடம் வாங்கியும், ஒரு நல்ல வேலைக்கு தகுதி இருந்தும், அதைத் தருவதற்கு அரசு தயாராக இருந்தபோதும் அதை கைக்கொள்வது மட்டுமே எவ்வளவு கடினமாக இருக்கிறது? திருமணமான முதல்நாளே தன் வீட்டார் முதற்கொண்டு அனைவரும் அந்த வீட்டை “மாலதி வீடு” என்று சற்றும் இரக்கமில்லாமல் திரும்பத் திரும்பச் சொல்வதும், அதை எதிர்த்தால் கிண்டல் என்கிற பெயரில் எக்காளமிட்டு சிரிப்பதும், அதற்கு முகம் சுருங்கினால், ‘வேடிக்கையாகச் சொல்வதை சரியான பொருளில் புரிந்துகொள்ளவில்லை’ என்று தன்மீதே குற்றம் சுமத்துவதும் – திருமணமாகிச் சென்றது தன் வீடோ இல்லையோ, இதுநாள் வரை நீ இருந்தது உன் வீடு இல்லை என்று அழுத்திச் சொல்வது போலிருந்தது.

சரி, இதுவாவது தன் வீடா? இங்கே கடமைகள் மட்டுமே இருந்தன. அவையெல்லாம் குறைந்தபட்சம் கடமை என்கிற பெயரில் இருந்தாலாவது ஆறுதல். ஆனால், அவையெல்லாம் தன்னுடைய ‘விருப்பமாக’ இருக்கவேண்டிய கட்டாயமும் இருக்கிறது. அதை ‘மகிழ்ச்சியுடன்’ செய்தாகவேண்டிய பொறுப்பும் தான் மிகவும் சவுகரியமாக இருப்பதாக மற்றவர்களுக்கு நிரூபித்துக்கொண்டே இருக்கவேண்டிய அழுத்தமும் இருந்தது. ஆனால் உரிமை என்று ஒன்று இருப்பதாகத் தெரியவில்லை. தன் வாழ்வு பூராவும் படித்து வாங்கிய வேலையைத் தனதாக்கிக்கொள்வது உட்பட. இவையெல்லாம் சேர்ந்து தனக்கென்று யாரும் இல்லை என்கிற உணர்வை மிக ஆழமாக விதைத்துவிட்டிருந்தது.

வேலூரில் போய்ப் பணியில் சேர்ந்து ஓராண்டு இருந்தால் மாற்றல் வாங்கிக்கொண்டு பக்கத்தில் எங்காவது வரலாம். வேலூர் கூட ரொம்பத் தொலைவெல்லாம் இல்லை. சிலமணி நேரங்கள் பயணம். ஆனால் அதற்கெல்லாம் ‘சரி’ என்று இவர்கள் சொல்லவேண்டுமே? வெளியே போய் வேலை செய்வது கடினம்

என்றும் “வீட்டிலே இருப்பது” சொகுசு என்றும் எவ்வளவு எளிதாக நமக்காக மற்றவர்கள் முடிவு செய்துவிடுகிறார்கள்? நான் கஷ்டமே பட்டுக்கொள்கிறேன், இந்த ‘சொகுசு’ வேண்டாம் என்றால் ஏன் இவ்வளவு அதிர்ச்சியும் பயமும்? உண்மையை எண்ணிப்பார்த்தால் இரண்டு சிப்டுகள் வேலை செய்தால் கூட இவ்வளவு சோர்வு வராது. முழு நேரம் படித்தது கூட மனதளவில் இவ்வளவு சலிப்பாகவும் வெறுப்பாகவும் இல்லை. இப்போது இவர்களுக்குக் குழந்தை ஒரு சாக்கு. எந்நேரமும் ஏதோவொன்றை முதுகில் சுமந்துகொண்டே இருப்பதுபோன்ற உணர்வு உண்டானது. இப்படியெல்லாம் தனக்கு மட்டும் தான் தோன்றுகிறதா? பலரும் மகிழ்ச்சியாக இருப்பது போலத்தான் தெரிகிறது. தான் மட்டும் தான் சரியான அம்மாவாக இல்லையா? அம்மாவாக இருந்தால் அதெல்லாம் சொல்கிறபடி தோன்றித்தான் தீரவேண்டுமா? இதற்கெல்லாம் விடைகள் இல்லை. ஆழ்மனதில் அதற்கான விடை உள்ளது என்றாலும் இதை நேர்மையான உணர்வுடன் பகிர்ந்துகொள்ளுமளவு யாரும் இல்லையே? ‘நெருக்கமான’ உறவுகள் எல்லாம் அவர்களின் முக்கியத்துவத்தை நிறுவுமளவுக்கான பணிவிடை, வேலை பரிவர்த்தனைகளைத் தாண்டி வருவதில்லையே? இவ்வாறாக எண்ணங்கள் வேலூரையும் தாண்டி விரைவு வண்டியில் சென்றது. குடும்பமும் அன்பும் பாசமும் ஊதிப் பெருக்கப்பட்ட பிம்பங்களாகத் தோன்றின. அதைத்தாண்டி தனக்கான வாழ்வு முக்கியம் என எண்ணுவது சுயநலமாக சித்தரிக்கப்படுவது அநீதி இல்லையா?

சரி, முடிந்தவரை முயன்றுதான் பார்ப்போமே என வேலூருக்குப் புறப்பட்டாள். அங்கே சென்றவளைப் பார்த்து அங்கிருந்த அதிகாரி புது மருத்துவர் வேலையில் சேர வந்திருப்பதாக எண்ணி அதற்கான படிவங்களை நிரப்பச்சொல்ல முனைந்தார். மாலதி தான் உடனடியாக சேர இயலாது என்றும் விசாரித்துவர வந்ததாகவும் கூறியதால் அவருக்கு சற்று கடுப்பானது. மிஞ்சிப்போனால் ஒரு மாதம் காக்கமுடியும் என்றும் அதற்கு மேல் என்றால் மருத்துவர் சேரவில்லை என்று ரிப்போர்ட் அனுப்பவேண்டும் என்றும் கூறினார். மாற்றல் எதுவும் கிடைக்குமா எனக் கேட்டுப்பார்த்ததில் “ஏம்மா, ஜாயின் பண்ணுறதுக்கு முன்னால மாற்றல் கேக்குறீங்களே, ஆஸ்பத்திரி எப்படிம்மா நடத்துறது?” என்றார். அதற்கு மேல் எதுவும் கேட்க முடியவில்லை.

அலைச்சலும் ஆயாசமுமாக தலைவலியுடன் திரும்ப வீடு வந்து சேர்ந்தவளிடம் யாரும் எதுவும் கேட்கவில்லை. அவசியம் தவிர்த்து பெரிதாக யாரும் பேசிக்கொள்ளவும் இல்லை. அடுத்த இரண்டு

நாட்கள் மிகவும் இறுக்கமாகவே சென்றது. பின்னர் இவள் வேலைக்கு சேரும் அறிகுறி எதுவும் தெரியாமல் போகவே கொஞ்சம் கொஞ்சமாக சகஜமானது.

சில மாதங்கள் கழித்து வீட்டுக்கு வந்த ஒரு விருந்தினர் மூலமாகத் தன் வகுப்புத் தோழியான சிவகாமி தங்கள் ஊரில் மருத்துவராகச் சேர்ந்திருப்பதாகத் தகவல் கிடைத்தது. பார்த்து வருவோம் என்று சென்றவளுக்கு அவளும் மாற்றலுக்கு முயற்சித்துக்கொண்டிருப்பதாக தெரியவே, தன்னுடைய பிரச்சினைக்கும் ஒரு தீர்வு கிடைக்கும் என்கிற நம்பிக்கை கிடைத்தது. சிவகாமி, தான் கலக்டர் ஆபீசிலிருக்கும் ஒருவர் மூலமாக முயற்சி செய்வதாகவும் அதன்பொருட்டு சிலபேருக்குப் பணம் கொடுத்துவைத்துத் தனது ஊரில் மருத்துவர் மாற்றல் அல்லது புதுபணியிடம் வரும்போது தனக்கு முன்னுரிமை கொடுப்பார்கள் என்றும் கூறினாள். இதுவரை மூன்று லட்சம் கொடுத்திருப்பதாக கூறினாள்.

இப்போது மாலதியின் மனதில் மீண்டும் நம்பிக்கை பிறந்தது. சிவகாமி மாற்றல் ஆனால் இங்கே காலியிடம் வரும். அது தனக்கு கிடைத்தால் மீண்டும் வேலையில் சேரலாம். ஆனால், இப்போது பணத்துக்கு எங்கே போவது என்கிற கேள்வி வந்தது. 'பார்ப்போம்' என்று எண்ணி ஒருவகையான மனநிறைவுடன் வீடு வந்து சேர்ந்தாள். இதை நேரம் பார்த்துத் தான் பேச வேண்டும்.

சிலநாட்கள் பொறுத்து இதை சண்முகத்திடம் சொன்னபோது

"லஞ்சமெல்லாம் கொடுத்து வேலை வாங்கோனும்னு என்ன அவசியம்...?"

"இல்லீங்க, வேலை ஏற்கெனவே வந்தது தான். நம்ம ஊருக்கு மாற்றலுக்குத்தான்... வெளியூருக்கும் போக முடியாதுல்ல.. அதான் முயற்சி பண்ணிப் பாக்கலாம்னு..."

"சரி, அப்படியே பண்ணாலும் பணத்துக்கு என்ன பண்ணலான்னு இருக்கே?"

சுருக்கென்று மனதைத் தைத்தது அந்தக் கேள்வி. தனக்கும் அதற்கும் சம்பந்தம் இல்லை என்று எவ்வளவு நாசூக்காக சொல்லிவிட்டான்!

"என்ன இல்லாம இருக்குன்னு சொல்லிகிட்டே இருப்பீங்களே, இது எனக்கு ஏற்பாடு பண்ணக்கூடாதா?"

“அதுக்குன்னு – எதுக்கு எவ்வளவு செலவு பண்ணனும்னு இல்லையா? லட்சக்கணக்குல லஞ்சம் குடுக்குற அளவுக்கு காய்ச்சுத் தள்ளுதா என்ன?”

இப்படியாக அது இன்னும் சிலநாட்கள் பனிப்போருக்கு வழிவகுத்ததே தவிர வேறொன்றும் நடக்கவில்லை. சில வாரங்கள் கழித்து சிவகாமி போன் பண்ணினாள். தனக்கு மாற்றல் கிடைத்துவிடும் என்று கூறினாள். மாலதி துணிந்து ஒரு முடிவு செய்தாள். லாக்கரில் இருக்கும் தன் நகைகளை அடகுவைத்து பணத்துக்கு ஏற்பாடு செய்து, சிவகாமி செய்த வழியாகவே தானும் முயன்று பார்க்கலாம் என்று. ஆனால் எப்படி எடுத்து யாரிடம் கொடுத்து வைப்பது? பணம் வாங்குவது? இது யாருக்கும் தெரியாமல் செய்தால் தான் நடக்கும். இல்லாவிட்டால் பெரிய பிரச்சினை ஆகும். பணம் கிடைக்காது என்பது மட்டுமல்ல, நகை அடகு வைக்கும் விஷயம் பெரிய கவுரவப் பிரச்சினை. ஒரு வழியாக சிவகாமி மூலமாகவே அவள் ஊரில் ஆள் பிடித்து உள்ளூரில் ஒருவருக்கும் தெரியாமல் அதை செய்தாள். அவர் தன்னுடைய கமிஷனாகப் பேசப்பட்ட தொகையை எடுத்துக்கொண்டு அவளிடம் மூன்றேகால் லட்சம் கொடுத்தார். ஏதேனும் விசேஷம் வந்தால் அடிக்கடி போடும் நகை தவிர்த்து மற்ற அனைத்தையும் அடகு வைத்திருந்தாள். மாற்றல் வாங்கித் தருவதாகச் சொன்னவருக்கு பணமும் கொடுத்தாகிவிட்டது.

இப்போது மாலதி போஸ்டிங்குக்காக காத்திருக்க ஆரம்பித்தாள். சிவகாமியின் மாற்றலும் வந்துவிட்டது. அவள் மாலதியிடம் வந்து சொல்லிவிட்டு சென்றாள். அடிக்கடி தொடர்பு கொண்டு கேட்டுக்கொள்ளவேண்டும் என்றும் காரியம் நடக்கும் வரை உறுதியில்லை என்றும் அதனால் அவர்களுக்கு முடிந்தவரை அழுத்தம் கொடுத்து இந்த காலியிடத்துக்கு மாற்றி கொடுக்கச் சொல்லுமாறும் சொல்லிவிட்டுப் போனாள். மாலதியும் அவ்வாறே செய்தாள். அப்போதும் ஒரு மாதத்தில் அந்த பணியிடத்துக்கு வேறொரு டாக்டர் வந்துவிட்டதாக அறிந்ததும் கடும் கோபமும் ஆற்றாமையும் வந்தது. அந்த ஆள் எப்போதும் தொடர்பு எல்லைக்கு வெளியிலேயே இருந்தார். மாலதிக்கு திகீர் என்று ஆனது. மீண்டும் சிவகாமியைத் தொடர்புகொண்டாள். சிவகாமி அவளை நேரிலேயே சென்று பார்த்துவிட்டு வரும்படி அறிவுரை சொன்னாள். அதனால் அவரை பார்க்க நேரடியாகவே கிளம்பிச்சென்றாள் மாலதி.

அவர் மாலதியின் வரவை எதிர்பார்த்திருந்தவர் போலவே பேசினார். "ஏம்மா, டிரான்ஸ்பர்னு சொன்னீங்க. ஆனா போஸ்டிங்குல சேரவே இல்லையாமெ? போஸ்டிங் இல்லாம எப்படிம்மா டிரான்ஸ்பர் வாங்குறது?"

"சார், நாந்தான் அப்பவே சொன்னேனே, ரொம்ப தூரம் இருந்ததால சேரவே முடியாம போயிரிச்சு... இப்ப போஸ்டிங்கு தான் பக்கத்துல வேணும்னு கேக்குறேன்"

"முதல் போஸ்டிங்கு கஷ்டமாச்சேம்மா?"

"அத சொல்லிருக்கலாம்ல சார், இப்படி பணம் செலவு பண்ணப்புறம் சொன்னா என்ன பண்ணுறது? எனக்கு பணத்தையாச்சும் திருப்பி கொடுங்க"

"அதெல்லாம் மற்றவங்களுக்கு கொடுத்தாச்சும்மா.. திருப்பி எல்லாம் வாங்க முடியாது. நான் முயற்சிப் பண்ணிப் பாக்குறேன். ஆனா உறுதியா சொல்ல முடியாது."

"சார் எப்படியும் வேலை வேணும் சார், கொஞ்சம் பாத்து செய்ங்க."

"சரிம்மா, பார்ப்போம்."

"கால் பண்ணுறேன் சார்... தயவு செய்து அட்டன் பண்ணுங்க. அடிக்கடி வர முடியாது. எங்க ஊரே இல்லன்னாலும் பரவால்ல, ஒரு பத்து பதினஞ்சு கிலோமீட்டர்க்குள்ள இருந்தா கூட போதும்.."

"சரிம்மா, சரி.."

பின்னர் சில மாதங்கள் இப்படி அப்படியென்று மீதமிருந்த நகைகளை வைத்து இன்னொரு லட்சம் ஏற்பாடு பண்ணிக் கொடுத்தாள். இப்படியாகப் போய்க்கொண்டிருந்தது ஒரு நாள் தொடர்பு எல்லைக்கு வெளியே போன அவர் உள்ளே வரவே இல்லை. சிவகாமியும் மாலதியும் போனில் அழைத்தும் நேரடியாகவும் சென்று பார்த்தார்கள். அந்த ஆபிசில் அவர் காண்ட்ராக்ட் போஸ்டில் இருந்ததாகவும் அது முடிந்து சென்றுவிட்டதாகவும் கூறினார்கள். இதுபற்றி சொல்லாமலே திட்டமிட்டு ஏமாற்றப்பட்டிருந்தது தெரிந்தது. மாலதிக்கு என்ன செய்வதென்று தெரியவில்லை. சிவகாமிக்கும் என்ன செய்வதென்று தெரியவில்லை.

இனி என்ன செய்வது? நகையை எப்படி மீட்பது? இன்றில்லை என்றாலும் என்றாவது ஒருநாள் சொல்லித்தானே தீர வேண்டும்? தெரிந்தால் என்ன நடக்கும் என்று எண்ணிப்பார்க்கவே முடியவில்லை. பெற்றோரிடம் கேட்கலாம், ஆனால் இது ஏற்கனவே அவர்கள் சக்திக்கு மீறிச் செய்த நகை. அதை அடகுவைத்துத் தொலைத்துவிட்டு அவர்களிடமே மீட்டுத்தருமாறு கேட்பது அவர்களின் ரத்ததை மீண்டும் உறிஞ்சுவது போலப் பட்டது. ஆனால் அது தவிர வேறு வழியிருப்பதாகவும் தெரியவில்லை. வீட்டில் சொன்னால் எப்படியும் சித்தப்பாவுக்குத் தெரியவரும். அவர் ஏதேனும் வழி செய்வார். சரி, இப்போதைக்கு வேண்டாம். பிறகு பார்க்கலாம் என்று எண்ணினாள்.

இந்த நேரம் பார்த்து மாலதியின் தந்தையாருக்கு பக்கவாதம் வந்தது. திடீரென்று ஒருநாள் வண்டி ஓட்டிக்கொண்டிருக்கும்போது வந்ததால் வண்டியும் விபத்துக்குள்ளானது. ஒரு மாதம் மருத்துவமனையில் இருந்துவிட்டு வீட்டுக்கு வந்தார்கள். தான் உடனிருந்து பார்த்துக்கொள்ள வேண்டுமென்று எண்ணியபோதும் மாலதியின் சூழல் அதை அனுமதிக்கவில்லை. பையன் பள்ளிக்கூடம் செல்வது, 'அதுதான் பிசியோதெரப்பி பண்ண பக்கத்திலே மருத்துவமனை இருக்கிறதே, என்னேரமும் அங்கே இருந்தால் எப்படி' என்கிற பேச்சுக்களும் மாலதியை வாரம் ஓரிரு முறைக்கு மேல் போய் பார்த்துவிடாமல் தடுத்து வைத்திருந்தது. தன் தாயாரால் தனியாக சமாளிக்க முடியாமல் நர்ஸ் வைக்கும்படி ஆனது. அதற்கெல்லாம் சித்தப்பா தான் உறுதுணையாக இருந்தார். இந்த நிலையில் தன் நகைகளைப் பற்றியும் வேலை பற்றியும் மறந்தே போயிருந்தாள்.

இப்படியே சில மாதங்கள் போனது. மாலதியின் மாமியார் அவள் எப்போதும் விசேஷங்களுக்கு ஒரே செட்டை மட்டும் போட்டுக்கொண்டு வருவதை கவனிக்க ஆரம்பித்தார். அடுத்த முறை சிவப்புக்கல் செட்டை போடுமாறும், திரும்ப திரும்ப கவனிக்காமல் ஒன்றையே போட்டுக்கொண்டு வருவதாகவும் கூறினார். அவர் சாதாரணமாகத்தான் சொன்னார். ஆனால் மாலதிக்கு அதன் நிஜப் பிரச்சினை பூதம் போல மீண்டும் வந்து உட்கார்ந்துகொண்டது.

அடமானம் வைத்துக்கொடுத்தவரை தொடர்புகொண்டு கேட்டாள். அவர் விசாரித்துவிட்டு, இதுவரை இன்ஸ்டால்மெண்டே கட்டாததால் நகை ஏலத்துக்கு வருகிறது என்று கூறினார். பணம் விரைவில் ஏற்பாடு செய்துவிட்டால் மீட்டுவிடலாம் என்றும்

தாமதிக்க வேண்டாம் என்றும் கூறினார். இனி என்ன செய்வது? வீட்டில் சொன்னாலும் பெரும் பிரச்சினை வெடிக்கும். நகையை அடமானம் வைத்ததன் மூலமாகக் குடும்ப மானத்தை அடமானம் வைத்ததாகப் புரிந்துகொள்ளப்படும். ஆமாம், இவ்வளவு பெரிய குடும்பத்தில் மருமகள் நகையை அடமானம் வைப்பது, அதுவும் வீட்டுக்குத் தெரியாமல் – ஊரில் பேசுவதை காதோடு போட்டுக்கொள்ளாமல் விட்டாலும் வீட்டில் ஒவ்வொருவரும் ஒவ்வொரு விதமாகக் கொடுக்காய் மாறிக் கொட்டுவதைத் தவிர்க்க முடியுமா? அது மிச்சமிருக்கும் வாழ்நாளெல்லாம் தொடர்ந்து வராதா? தன் பெற்றோர் வீட்டுக்கும் போய்விட முடியாது. ஆம், “என் வீடு” என்று திரும்பத் திரும்ப சொல்லிக்கொண்டிருந்த அதுவும் தன் வீடு இல்லை என்பதை அவள் எப்போதோ உணர்ந்திருந்தாள்.

கையறு நிலைக்குத் தள்ளப்பட்ட மாலதி ஒரு மழை நாளில் வீட்டில் யாருமற்ற பொழுதில் அந்தப் பெரிய வீட்டின் தேக்குமர விட்டத்தில் தூக்கு மாட்டிக்கொண்டு தொங்கினாள்.

***

“டாக்டருக்கு படிச்சிருக்கறா, கொழந்தை இருக்குது... அதக்கூட நெனச்சிப் பாக்காம எதுக்கு தற்கொல பண்ணனும்?” சம்பந்தி வீட்டு பங்காளிகளில் ஒருவர் என்ன பிரச்சினை என்று தெர்ந்துகொள்வதில் ஆர்வமாக இருந்தார்.

திரும்பத் திரும்ப அங்கலாய்ப்பாகவும் குழந்தையைத் தவிக்கவிட்டுச் சென்றுவிட்ட குற்றச்சாட்டாகவும் ஆள் மாற்றி ஆள் சொல்லிக்கொண்டிருந்ததால், இவ்வளவு நேரம் சம்பந்தி வீட்டு மரியாதைக்காகப் பேசாமல் உட்கார்ந்திருந்த மாலதியின் சித்தப்பா கேட்டார்.

“ஏனுங்க, டாக்டரா இருந்தும், கொழந்த இருந்தும், இவ்வளவு வசதியான வீட்டில இருந்தும் அந்தப் புள்ளைக்கி தற்கொலை பண்ணிக்கிறளவு மனசுட்டுப் போயிருக்குதுங்களே...”

இந்தப் பதிலை அவர்கள் யாரும் எதிர்பார்க்கவில்லை. குற்றச்சாட்டை சொன்னவர்கள் அனைவரும் அதை தங்கள் பக்கம் வைக்கப்பட்ட கேள்வியாகவே புரிந்துகொண்டனர்.

“எதா இருந்தாலும் சமாளிக்கனுமில்ல... தற்கொலை ஒரு தீர்வா.. அது கோழைத்தனமான முடிவு. அதை எப்படி நீங்க நியாயப்படுத்தி பேசலாம்?...” என்றார் அங்கிருந்த பெரிய மனிதர் ஒருவர்.

“நியாயப்படுத்தவெல்லாம் இல்லைங்க... கோழையோ வீரமோ, அந்தப்புள்ள போயிச் சேந்துருச்சு... திரும்பி வராது... ஆனா அதுக்கும் நமக்கும் ஒரு சம்பந்தமும் இல்லைங்குறாப்ல பேசுறது தான் சரியாப் படலை...”

“இதென்ன ஆகாத பேச்சு, என்னமோ எல்லாரும் சேந்து தள்ளினாப்ல? நாங்களெல்லாம் இங்க தானே இருக்கோம்? சொன்னா தான ஏதாச்சும் செய்யலாம்...?”

“இவ்வளவு பேரு இருந்தும் வாய்திறந்து சொல்லவோ இது செய்ங்கன்னு கேக்கவோ முடியலைன்னா அது முளுசா அந்த புள்ளைய தான் சேருமாங்க? நாமளும் தான கவனிக்காம உட்டுட்டம்... ஒவ்வொரு தடவையும் ‘இது செய்யிட்டா அது செய்யிட்டா’ன்னு நம்மகிட்டெ வந்து நின்னப்ப, இது உம் ஊடு.. நீ நெனச்சாப்ல செய்யி, கேக்கவெல்லாம் வேண்டாம்னு சொல்லிருக்கமா? அப்பிடிச் செஞ்சிட்டாத்தான் நம்ம கெவுரத எறங்கிப் போயிருமே...”

“ஏனுங்க.. வீட்டுல ஒருவார்த்த கேட்டு செய்யின்னு சொல்லுறது தப்பா?” என்றார் அங்கிருந்த இன்னொருவர்.

“நம்மூட்டு கஞ்சின்னாலும் ஊட்டு மனுசங்க கிட்டெ கையேந்தித்தான் வங்கனும்னா அது எரந்து குடிக்கிறாப்ல தான...? எம்புள்ள மனசுட்டு போனத நானுந்தான காணாம இருந்துட்டேன்...” அவ்வளவு நேரம் மெதுவாகப் பேசினாலும் உறுதியாக இருந்த மாலதியின் சித்தப்பாவுக்கு விசுக்கென்று கண்ணீர் வந்துவிட்டது.

யாரும் பதில் சொல்லவில்லை. அவர் துண்டை உதறி தோளில் போட்டுக்கொண்டு வெளியே போய் பீடியை பற்றவைத்துக்கொண்டே பஸ்டாப்பை நோக்கி நடக்க ஆரம்பித்தார்.

உட்கார்ந்திருந்தவர்கள் எப்படி தற்கொலை ஒரு கோழைத்தனமான முடிவு என்பது பற்றியும் அதற்குக் கொலைக் கூட செய்துவிட்டு ஜெயிலுக்கு போவது மேலானது என்பது பற்றியும் பெண்களுக்கு மன வலிமை குறைவாக இருப்பது பற்றியும் எப்படி வீரமாக இருக்கவேண்டும் என்பது பற்றியும் இழவு வீட்டில் டீயைக் குடித்துக்கொண்டே பொழுது சாயும் வரை பேசிக்கொண்டிருந்தனர்.

இன்னும் அந்த லாக்கரை யாரும் திறந்து பார்க்கவில்லை. எனவே அவளின் கோழைத்தனதையும் சேர்த்து, மாலதியின் குற்றங்களின் எண்ணிக்கை ஒன்று குறைவாகவே இருந்தது.

பூமணி

தூத்துக்குடி மாவட்டம் கோவில்பட்டி அருகில் உள்ள ஆண்டிப்பட்டி கிராமத்தில் 1947இல் பிறந்த பூமணி கூட்டுறவுத்துறை அதிகாரியாக சென்னையில் பணியாற்றி ஓய்வு பெற்றபின் இப்போது கோவில்பட்டியில் வசித்து வருகிறார். அவருடைய ‘பிறகு’ நாவல், ‘வயிறுகள்’, ‘ரீதி’ ஆகிய சிறுகதைத்தொகுப்புகள் மூலம் இலக்கிய உலகில் அழுத்தமான தடம் பதித்தார். 2014இல் அவரது ‘அஞ்ஞாடி’ நாவலுக்காக சாகித்ய அகாதெமி விருது பெற்றார். கோவில்பட்டி வட்டார வாழ்க்கையை மையமாகக் கொண்ட ‘கருவேலம்பூக்கள்’ என்கிற திரைப்படத்தை இயக்கியுள்ளார். இவருடைய ‘வெக்கை’ நாவலை அடிப்படையாகக்கொண்டு ‘அசுரன்’ என்கிற திரைப்படம் எடுக்கப்பட்டது. மொழிச்சிக்கனத்துக்குப் பூமணியின் சிறுகதைகள் எடுத்துக்காட்டாக அமைபவை.

18

கோலி

பூமணி

சுப்புவுக்குப் பள்ளிக்கூடம் சுத்தமாகப் பிடிக்கவில்லை. எல்லாரும் ஒரே மாதிரி உட்காருவது நிற்பது, பாடுவது படிப்பது, ஒரே சமயத்தில் ஒண்ணுக்குப் போவது, சாப்பிடுவது, தண்ணீர் குடிப்பது, ஒரே விளையாட்டைச் சேர்ந்து விளையாடுவது அதென்ன படிப்பு. நெருக்கும்போது ஒண்ணுக்கடிக்கணும்.

தவிக்கும்போது தண்ணீர் குடிக்கணும். தோணும்போது விளையாடணும். இன்ன விளையாட்டு என்றில்லாம இஷ்டத்துக்கு விளையாடணும். வேப்பமரத்தில் ஏறி ஊஞ்சல் ஆடணும். வகுப்பில் ஒளிந்து தேடிப் பிடிக்கணும். பக்கத்திலுள்ள குமரன் கோயில் மலைக்கு ஓடி, கால் வலிக்கப் படியேறி உச்சியில் நின்று ஊரை அளந்துவிட்டு உருண்டு திரும்பணும் பள்ளிக்கூடக் கூரை விட்டத்தில் அருவியாக வடியும் குருவிக் கூட்டில் குடும்பம் நடப்பதை மல்லாந்து பார்த்தபடி கண் சொருகணும்.

கால்சட்டைப் பைக்குள் ரெண்டு கோலிக்காய்கள் துருதுருத்து உறுத்தின. அவ்வப்போது தொட்டுப் பிதுக்கி மோதவிட்டுச் சமாதானப்படுத்தினான். அவை பையை விட்டுக் கெலிக்குமுன் எடுத்து விரலுக்கொருமுறை வில்லாக வளைத்து 'அடிகடக்கோ' என்று தெறித்தால்தான் ஆசையடங்கும். எதிராளி முக்கா முக்கா மூணு தரம் கோலியைச் சுண்டி விரல் மொளி வீங்கணும். தேக்கித் தேக்கி முழங்கை தேயணும்.

ஊரும் மோசந்தான். எந்தப் பயலைப் பார்த்தாலும் ஏதாவது வேலை செய்கிறான். பெரிய வியாபாரி மாதிரி தோளில் பையைத் தொங்கப்போட்டுக்கொண்டு தாள் பொறுக்குகிறான். சீசா மூடியென்று கண்டதைக் கிண்டிக் கிளறுகிறான். கடையில் சைக்கிளுடன் மல்லுக் கட்டுகிறான். வண்டி தள்ளிக்கொண்டு கட்டை சுமந்துகொண்டு சைக்கிளில் தண்ணீர்க் குடங்களைத் தொங்கப்போட்டுக்கொண்டு... எல்லாம் நடக்கிறது. விளையாட்டைத்தான் காணவில்லை.

சில நேரம் எல்லா இடத்திலும் விளையாட்டு நடக்கிறது. சாந்துச் சட்டியைச் சூட்டிக்கையாகக் கைமாற்றும் ஆட்கள் வாலிபால் விளையாடுகிறார்கள். கொத்தனார் கரண்டியால் சாந்தைச் சுவரில் வீசி பேட்மின்டன் விளையாடுகிறார். மம்பட்டி

வேலைக்காரர்கள் ஹாக்கி விளையாடுகிறார்கள். சம்பளத்துக்காகச் சண்டை நடக்கும்போது சடுகுடு நடக்கிறது.

தெற்கு ரோட்டு மைதானத்தில் கொஞ்ச நாளைக்கு முந்தி ஹாக்கி மேச் நடந்தது. தூரத்திலிருந்தெல்லாம் விளையாட வந்திருந்தார்கள். ஊரே திரண்டு பார்க்கப் போனது. அவனுக்கு ஆசை. அம்மாவை அரித்தான். அவள் அசையவில்லை.

"வெளையாட்டுத்தானா சோறு போடுது."

சொல்லாமல் கம்பி நீட்டவும் முடியாது. "அடே சுப்பு"என்று வாய் வலிக்கத் தேடுவாள்.

எப்படியோ அவளை அசத்தி ஒரு நாள் போய்விட்டான். மைதானத்தைச் சுற்றி ஏகக் கூட்டம். நடுவில் விளையாட்டுக்காரர்கள் சிதறிக்கிடந்தார்கள். எல்லாரும் பெரிய பெரிய ஆட்கள். சிலருக்கு மண்டை வழுக்கை சாயங்கால வெயிலுக்கு மினுங்கியது. வற்றிய குளத்து அயிரைமீன்களாக அவர்கள் துள்ளி விளையாடும்போது பையன்களாகிவிட்டார்கள். அவன் விளையாட்டைச் சொகமாகச் சுமந்துகொண்டு வீட்டுக்கு வந்தான்.

மேச் காய்ச்சல் சின்னப் பையன்களைப் பிடித்துக்கொண்டது. வாழைத்தார்க் காம்பு வைத்து ரோட்டில் ஹாக்கி விளையாடினார்கள். கல்லுகூடப் பந்துதான். அப்படி விளையாடணும்போல எச்சூறும். அம்மா விடணுமே. சே இந்த அம்மா ரெம்ப மோசம்.

கொஞ்ச நேரம் சும்மா இருக்கமுடியாது. எப்போதும் வேலைதான். காலையில் அக்காவுடன் கட்டையடுக்கணும். சுமந்து போய் தீப்பெட்டியாபீசில் சேர்க்கணும். வெத்துக் கட்டைவாங்கி வரணும். வரும்போது ரோட்டில் கல்லை எத்தி விளையாடக்கூடத் தோதிருக்காது. கட்டைமேல் உட்கார்ந்திருக்கும் குச்சுச்சாக்கு பயமுறுத்தும். கட்டையை இறக்கியதும் பள்ளிக்கூடப் பையைத் தூக்கணும்.

சாயங்காலம் வீடு திரும்பினால் வேலை சரியாக இருக்கும். மளிகைக் கடைக்குப் போய்ச் சாமான்கள் வாங்கி வரணும். கூடவே காத்திருந்து இட்லி, தோசைக்கு மாவரைத்து வரணும். அந்த நேரத்திலும் விளையாட முடியாது. மாவு கொஞ்சம் குறைந்துவிட்டால் அம்மாவிடம் வசவு வாங்கிக்கட்டணுமே.

ராத்திரி அந்திக் கடையில் அம்மாவுக்குத் துணையாக இருக்கணும். பஜாரில் பஸ்டாண்டுக்கு முன்னால் எட்டு மணிக்கெல்லாம் கடை போடணும். சுடச்சுட இட்லி, தோசை கிடைக்கும். வடை மொச்சைக்கிழங்கு என்று வகைவகையாக அம்மாவும் அக்காவும் பண்டஞ் செய்வார்கள். பொடி, சட்னி

ருசிக்காகவே ரெம்ப ஆட்கள் வருவார்கள். மிளகாய், எள்ளு, பருப்பு இப்படி பொடியில் பல ரகம் உண்டு. சட்னி வகையில் மல்லி, தக்காளி, வெங்காயம், புதினா இன்னும் என்னென்னமோ.

அந்திக் கடை வியாபாரம் குடும்பத்துக்கு ஏந்தலாக இருந்தது. கடை தொடர்ந்து ஓடுவதற்கு எங்கெங்கோ கவனித்துச் சரிக்கட்ட வேண்டியிருந்தது. யார் யாரோ வந்து ஓசியில் சாப்பிட்டுவிட்டுப் போவார்கள். அம்மா அக்கறையாகக் கவனித்துக்கொள்வாள்.

அவளே இலை விரித்து எல்லாம் பரிமாறணும். அம்மா இட்லி, தோசை சுட்டுக் கொடுப்பாள். நேரங் கிடைக்கும்போது பொடியைக் குழைப்பதற்காக சிறு சிறு பாட்டில்களில் நல்லெண்ணெய் ஊற்றி வைக்கணும். அதோடு ராத்திரிச் சாப்பாட்டையும் முடித்துக்கொள்ளணும். சில சமயம் லேசாக ஆடிக்கொண்டே பரிமாறுவான். “அடே சுப்பு” என்று அம்மா அரட்டுவாள்.

திங்கள்கிழமை சந்தையென்பதால் கூட்டம் அதிகமிருக்கும். உட்கார நேரமிருக்காது. அம்மாவுக்கு இடுப்பு ஒடிந்துவிடும். நெருப்புச் சூட்டில் கன்றிப்போன அவள் முகத்தைப் பார்க்கப் பாவமாக இருக்கும்.

ரெண்டாவது ஆட்டம் சினிமா முடியும்வரை கடையிருக்கும். அதுக்குப் பிறகு சாமான்களைக் கழுவி எடுத்துவைத்து வண்டியைத் தள்ளிக்கொண்டு போகணும்.

வீடு போய்ச் சேருமுன் உறக்கம் சொக்கும். போகிற வழியிலும் விளையாட முடியாது. அப்படியும் வண்டி உருளுவதற்கேற்ப கால் பின்னி நடப்பான். அதையும் அம்மா கவனித்துவிடுவாள். “ஏம்ல! காலு ஒரு தரையில நிக்காதா?” “நான் வண்டிதான தள்றென்.’

“தள்ற லச்சணத்தப் பாத்துட்டுத்தான வாறென்... நல்லா சாப்பிட்டயா?”

அவன் பலமாகத் தலையாட்டியபடி வண்டியைத் தள்ளுவான். மேடான இடங்களில் அம்மா கை கொடுப்பாள். அவர்கள் போகும்வரை அக்கா முழித்திருப்பாள். அப்போதும் அவள் கை சும்மா இருக்காது.

அன்றைக்கு காலையில் கம்பெனியிலிருந்து கட்டை சுமந்து வரும்போது நடு ரோட்டில் பசபசவென்று மாட்டுச்சாணி குமித்துகிடந்தது. கஷ்டப்பட்டுக் குனிந்து பார்க்கையில் காலில் ஒரு குறுகுறுப்பு. ஒரே மிதியில் ரெண்டாக வெட்டினால் சாணி துள்ளிக் குதித்துச் சிதறும் அழகே தனி. கிராமத்தில் அவனுக்கு

'சாணிவெட்டிச் சண்டீர்!' என்று பட்டப்பேர் உண்டு. அப்படி மிதித்து ரொம்ப நாளாயிற்று.

வலது கால் தானாக எழும்பியது. நடுச்சாணியில் ஓங்கி மிதித்தான். உள்ளே ஆணி முங்கிக்கிடந்திருக்கிறது. பாதத்தில் வசமாகக் குத்திவிட்டது. வலிக் கிறுகிறுப்பில் நொண்டி நொண்டி வீட்டுக்கு வந்தான்.

"இதுந் தலையெழுத்தா. சொன்னபடி கேக்கமாட்டங்கானே." அம்மாவின் முந்தானை தினமும் ஈரமானது.

அனாவசியமாக ஆஸ்பத்திரிச் செலவு. அதைச் சரிக்கட்ட அக்காவுடன் அனேக நேரம் உட்கார்ந்து கட்டையடுக்க வேண்டியிருந்தது. காலில் கட்டவுக்கும்வரை அம்மா கட்டை சுமந்தாள். ஒருத்தருக்கு சம்பளங் கொடுத்து அந்திக் கடை நடந்தது. அம்மா அவனுக்குச் செருப்பு வாங்கிக் கொடுத்தாள்.

ஒரு லீவு நாளன்று குமரன் கோயில் மலைப் பக்கம் போயிருந்தபோது மாட்டுக்காரப் பையன்கள் சுத்தியல் வைத்து பெரிய பெரிய கோலியாகத் தட்டிக்கொண்டிருந்தார்கள். ஓங்கித் தட்டத் தட்ட... கல்குழியில் கருங்கோலி எவ்வித் துள்ளி உருண்டையானது. அவ்வளவு பெரிய காய்களை மோதவிட்டால் எருமைச் சண்டை போலிருக்கும். விரல் வலித்தாலும் கவலையில்லை.

ரெண்டு கோலி இருந்தால் கூட்டாளி சேர்த்துக்கொண்டு கும்மாளம்போட்டு விளையாடலாம். தட்டிக் கொடுக்கச் சொல்லலாமென்றால் அவ்வளவு நேரம் காத்திருக்க முடியாது. வீட்டில் வேலை காத்திருக்கும்.

ராத்திரி முழுக்க கனாவில் கோலி கோலியாக உருண்டது. கிராமங்களிலிருந்து பெரியவர்களும் சிறியவர்களும் பாறையளவு கோலிக்காய்களை டவுனுக்கு உருட்டிக்கொண்டுவருகிறார்கள். இரும்புத் தடியால் தெண்டித் தெண்டி உருட்டுகிறார்கள். நொடியான இடங்களை மம்பட்டியால் சரிப்படுத்திக்கொள்கிறார்கள். அடைகொடுப்பதற்கு வழியில் கற்களைக் காணவில்லை. எல்லாம் ரோட்டில் அமுங்கி உடைந்து முங்கிவிட்டது. பருத்திமார்க் கூடைகளைக் குப்புறக் கவுத்தி அடைகொடுக்கிறார்கள். வர வர அது இரும்புச்சட்டியாக மாறுகிறது. சொறசொறத்த ரோட்டுப்பாதை சமதளமாக விரிந்து வழுவழுத்த ரோடாகிறது. அதனால் சிரமமில்லாமல் உருட்டுகிறார்கள்.

ரோட்டுக்கு இரு புறமும் கரிசக்காடுகளை இரும்பு முள்வேலி வளைத்துப் போட்டிருக்கிறது. வேலிக்குள் வெள்ளைக்

கட்டிடங்கள் முழிக்கின்றன. அதைச் சுற்றி என்னென்னமோ மரங்கள், செடிகள், புதுசு புதுசாகப் பூக்கள். சிரிப்பு சிந்தும் பருத்திப்பூவையும் ஆவாரம்பூவையும் காணவில்லை.

சில நிலங்களில் அட்டைக் கம்பெனி விரட்டியடித்த கழிவுத்தாள்களை முக்காடு போட்டுகொண்டு வெள்ளாமைப் பயிர்களும் செடிகளும் காற்றசைவில் அழுது புலம்புகின்றன. அமர்த்தி ஆறுதல் சொல்ல ஆளில்லை.

நெருங்க நெருங்க நிறைய நிலங்கள் கல்லறைத் தோட்டங் களாகத் தெரிகின்றன. எங்கு பார்த்தாலும் கல்முளைகள். குறுக்கும் நெடுக்குமாகச் சிந்திய செம்மண் பாதைகள். பெரும் பாதைகள் ரோட்டுடன் பின்னியிருக்கின்றன.

இப்போது ரோட்டில் கோலிக்காய்களை வேகமாக உருட்டுகிறார்கள். அந்த வேகத்திற்கேற்ப ஆணும் பெண்ணும் ஓடி நடக்கிறார்கள்.

கோலிகள் உருளும் நறநறப்பு உறக்கத்துக்குத் தோதாக ஓயாமல் கேட்டுக்கொண்டேயிருக்கிறது.

குடும்பம் கிராமத்திலிருந்த காலமே தனி. அய்யா முக்கு ரோட்டில் டீக்கடை வைத்திருந்தார். அம்மா காட்டு வேலை செய்தாள். அக்கா வீட்டைக் கவனித்துக்கொண்டாள். அவன் பள்ளிக்கூடம் போனான்.

அப்போதெல்லாம் ராவும் பகலும் விளையாட்டுத்தான்.. நேரத்துக் கொண்ணு. திகட்டும்வரை ஓயாது.

வீட்டில் சகல விளையாட்டுப் பொருளும் இருக்கும். அம்மாவுடன் திருவண்ணாமலைக் கோயிலுக்குப் போயிருந்தபோது ஒரு பொட்டணம் தெல்லுக்காய் வாங்கி வந்தாள். அதில் பாலாங்காய், பவளக்காய், போர்க்காய், கருப்புக்காய் எல்லாமே உண்டு. எச்சைத் தொட்டுக் குறிவைத்துத் தெறித்தால் என்னமாய் ஏறி அடிக்கும் தெரியுமா? காணாக்குறைக்கு பானையோட்டிலும் சோடா மூடியிலும் பல விதமான தெல்லுக்காய் துணைக்குத் தயாராக இருக்கும்.

பம்பரத்தில் பத்து வகைக்குக் குறையாது. அத்தனைக்கும் தனித்தனிக் கயிறு. ஒவ்வொண்ணும் சுண்டிவிட்டால் அப்படி லொங்கும். அது போதாதென்று விளாம்பழப் பம்பரம் வேறு கும்மென்று அதன் இரைச்சலே தனி.

அதுக்கடுத்து செதுக்குமுத்துக் கல் வரிசையாகப் படுத்திருக்கும். வழலை சாரை, விருசு, மங்கிணி என்று ஒண்ணொண்ணுக்கும் பேர் உண்டு. தரைக்குத் தக்கபடி எடுத்துத் தட்டிவிடணும். சர்சர் என்று பாய்ந்து புளியமுத்தை விரட்டியடிக்கும்.

அண்ணன், தம்பிகளைப்போல் பெரிசும் சிறிசுமாகக் கோலிக்காய்கள் பக்கத்தில் குமித்துக் கிடக்கும். எதை எடுத்து அடிக்கலாம் என்பது எதிராளியைப் பொறுத்தது.

பனங்கூந்து, சோளத்தட்டை, உடைந்த தோசைச்சட்டி சலிப்பு இரும்பு வளையம் இப்படி வண்டிகளும் உண்டு ஊரைச் சுற்றிப் பார்க்கணுமென்றால்தான் வண்டி பூட்ட வேண்டியிருக்கும். அதுக்கு நிறையக் கூட்டாளிகள் சேரணும்.

எல்லாம் அய்யா கண்ணை மூடியதுடன் சரி. அத்தனை விளையாட்டும் மனசுக்குள் வற்றி வறண்டு வண்டலாகிவிட்டது அவர் திடீரென்று கதையை முடித்துக்கொண்டார். கடுமையான காய்ச்சலில் மூணு நாள் முனங்கியவர் நாலாம் நாள் மூச்சையும் நிறுத்திக்கொண்டார். குடும்பம் திக்கித்திணறித் தவித்தது.

மூணு மாசங்கழித்து டவுனிலிருந்து வந்திருந்த மீனாட்சியத்தை அம்மாவுக்குத் தைரியஞ் சொன்னாள்.. குடும்பத்துடன் டவுனுக்கு வந்துவிடுமாறு யோசனையுஞ் சொன்னாள். அவள் ரெம்ப நாளைக்குமுன் குடிபெயர்ந்து போனவள்.

அம்மா அழுது ஓய்ந்து அந்தப்படியே முடிவு செய்தாள். ஊரைவிட்டுக் கிளம்பும்போது சேக்காளிகளையும் விளையாட்டுக்களையும் விட்டுப் பிரிய அவனுக்கு மனசே இல்லை. ரொம்ப வருத்தமாக இருந்தது. விளையாட்டுப் பொருள்களைச் சீதனங் கொடுத்துவிட்டு அம்மாவுக்குப் பின்னால் நடந்தான்.

மீனாட்சியத்தை பக்கத்து லைனில் வீடு பார்த்துக் கொடுத்தாள். அவன் மேலப் பள்ளிக்கூடத்தில் சேர்ந்தான். முதலில் அம்மாவும் அக்காவும் தீப்பெட்டி வேலை செய்தார்கள். பிறகுதான் அந்திக் கடை ஏற்பாடு நடந்தது.

மூணு வருசத்துக்கு மேலாகிவிட்டது. அவன் டவுன்காரனாகி விட்டான். பொங்கல் பூசைக்கு கிராமத்துக்குப் போனால் உண்டு. ரெண்டு நாள் சேக்காளிகளுடன் குளிக்கலாம், விளையாடலாம். தலைக்குமேல் வேலை கிடக்கிறதென்று அம்மா அடுத்த நாள் கிளம்பிவிடுவாள். மனசுக்குள் குதியாளம்போடும் விளையாட்டு அமுங்கியடங்க ரொம்ப நாளாகும்.

செவ்வாய்க்கிழமை ராத்திரி. இன்றைக்கு ரெண்டிலொண்ணு பார்த்துவிடவேண்டியதுதான். எத்தனை நாளைக்கு கோலிக்காய்களை கால்சட்டையைவிட்டு மாற்றிக்கொண்டிருப்பது. உறங்கும்போது தப்பிவிடாமல் பொத்திப் பொத்திக் காப்பாற்றுவது. அம்மா கொடுத்த காசில் மிச்சம் வைத்து கடை கடையாக ஏறி வாங்கியது.

ரெண்டும் தக்கட்டிப்பழம்போல கண்ணுக்குக் குளிர்ச்சியான நிறம்.

பஜாரில் கூட்டமில்லை. பஸ்டாண்டிலும் குறைவுதான். செவ்வாய்க்கிழமையானதால் பிரயாணம் போகும் ஆட்கள் கம்மி.

அந்திக் கடையில் ரெண்டு பேர் மட்டுமே உட்கார்ந் திருந்தார்கள். அம்மா ஆவலுடன் அங்குமிங்கும் பார்த்தாள். நிறைய ஆட்கள் வரும்போது அவள் முகத்தில் சந்தோசக் களை அப்படி மினுங்கும். மாவைக் கலக்கித் தோதுப்படுத்துவதும் இட்லிக்கொப்பரையைத் திறந்து வேக்காட்டைச் சரிபார்ப்பதும் தோசைக்கல்லில் எண்ணெய் தடவி மாவை ஊற்றிக் கச்சிதமாக இளுகுவதுமாக அவள் கைகள் பம்பரமாகச் சுழலும். முந்தானையை இடுப்பில் சொருக நேரமிருக்காது. அந்த அவசரத்திலும் துட்டுக் கணக்கில் கவனமாக இருப்பாள்.

அவன் அடிக்கடி ரோட்டுப் பக்கம் வந்து பஸ் போக்கு வரத்தைக் கவனித்தான். கொஞ்ச நேரங் கிடைத்தால் போதும். ஒருமுறை அம்மா பார்த்துவிட்டு அரட்டினாள்.

"ஏல சுப்பு அங்கென்ன வேல."

அவனுக்குச் சப்பென்று போயிற்று. கிட்ட வந்ததும் கடிந்து கொண்டாள்.

"கடையெங்க இருக்குது... ஒங் காலு எங்க திரியிது... வேலையக் கவனி. பசிச்சா சாப்பிட்டுக்கோ. இட்லி வேணுமா, தோச ஊத்தவா."

"எனக்குப் பசிக்கலம்மா. பெறகு சாப்பிட்டுக்கிறென்."

ரோட்டுக்கு அந்தப்புறம் லாட்டரிக் கடையில் சீட்டுக்கள் காற்றுக்கு விசிறிக்கொண்டிருந்தன. ராத்திரியிலும் சீட்டு வாங்க ஆளில்லையென்றால் திறந்து வைத்திருப்பானா? பலகாரக் கடைகளில் சேவும் சீனிமிட்டாயும் கோபுரங்கட்டி நின்றன. சீனிமிட்டாய்க் கோபுரங்கள் தகர்ந்து சரிந்துவிடாமல் சுற்றிலும் அப்பியிருந்த தேன்குளவிகள் பிரயாசைப்பட்டுத் தாங்கிக்கொண்டிருந்தன.

ஆட்டோக்காரர்களின் சகடால் சச்சரவுகள் இல்லை. ரெண்டு மூணு ஆட்டோக்கள் மட்டும் அருவமில்லாமல் நின்றிருந்தன. உள்ளே டிரைவர்கள் சாய்ந்து உறங்கிக்கொண்டிருந்தார்கள். நல்ல வருமானமில்லை போலிருக்கிறது. இல்லையென்றால் நேரமிருக்கவே நாலு தோசையும் மொச்சையும் சாப்பிட்டுவிட்டு வீட்டுக்குக் கிளம்பிவிடுவார்கள்.

கடையில் இப்போது ஒருவர் காத்திருந்தார். அவருக்கு இலைபோட்டுத் தண்ணீரும் வைத்துவிட்டான். எண்ணெயும் ரெடி.

அம்மா இட்லியை எடுக்கவும் தோசை போடவும் கொஞ்ச நேரமாகும். அதுக்குள் திரும்பிடலாம். அம்மாவை ஓரக்கண்ணால் கவனித்தபடி மெல்ல ரோட்டுப் பக்கம் நழுவினான்.

பஸ் போக்குவரத்து அவ்வளவாக இல்லை. லாரிகள் மட்டும் விட்டுவிட்டுக் கூவிக்கொண்டு போயினது. சுற்றுமுற்றும் பார்த்துவிட்டுத் தயாரானான். ‘அம்மாவையும் ஒருமுறை பார்த்துக்கொண்டான்.

ஒரு பஸ் வந்து நின்று புறப்பட்டது. உடனே ரோட்டோரம் வெளிச்சமான இடத்துக்கு ஓடி கால்சட்டைப் பைக்குள்ளிருந்து அவசரமாகக் கோலிக்காய்களை எடுத்து உருட்டினான். முந்திப் போனதைப் பிடித்து மற்றதைக் குறிவைத்து அடித்தான்.

“கடக்கோ.”

இப்போது ஒரு விரலுக்குச் சந்தோசம் சொல்லமுடியாது. மற்ற மூணு விரலும் துடித்தன. அடிபட்ட காய் நடுரோட்டுக்கு விரண்டோடியது. அதுக்கு இன்னொரு கொடுப்பு கொடுக்குமுன் ஒரு பஸ் வந்து மறைத்துக்கொண்டது.

ஓடவா செய்ற? இரு வாறென்.”

அந்த பஸ் கடந்ததும் ரோட்டுக்கு ஓடி விரண்டுபோன காயை ஆவலாகத் தேடினான். நல்லவேளைக்கு அது பஸ்ஸின் மிதிக்குத் தப்பிவிட்டது. மேற்கே பார்த்தபடி காயை எடுத்துக்கொண்டு இந்தப் பக்கம் ஓடிவந்தான். கிழக்கேயிருந்து வேகமாக வந்த லாரிக்காரனுக்கு நிலைமை பிடிபடவில்லை. பையன் ரோட்டைத்தான் கடக்கிறானாக்கும் என்று தப்புக்கணக்குப் போட்டுவிட்டான். திரும்பி வருவான் என்று எதிர்பார்க்கவில்லை. அதனால் பிரேக்கைப் பிடிக்காமல் ஒரேயடியாக மிதித்துவிட்டான்.

தோசையைப் புரட்டிப்போட்ட அம்மா ஏறிட்டுப் பார்த்துக் குரல் கொடுத்தாள்.

“அடேய் சுப்பு...”

கறுப்பு ரோட்டில் அவனது உடல் முழுக்க எண்ணெயில் குழைத்த மிளகாய்ப்பொடியைப்போல நசுங்கிப் போயிருந்தது. தலைமட்டும் காயப்படாமல் பெரிய கோலிக்காயாகத் தனித்துக் கிடந்தது.

இமையம்

எழுத்தாளர் இமையம் ஓர் பள்ளி ஆசிரியர். தனது முதல் புதினமான 'கோவேறு கழுதைகள்' மூலம் தமிழ் வாசகர்களுக்கு அறிமுகமானார். இவர் எழுதிய 'செல்லாத பணம்' என்ற புதினத்திற்கு 2020ஆம் ஆண்டிற்கான சாகித்ய அகாதெமி விருது வழங்கப்பட்டது. 1964ஆம் ஆண்டு மார்ச் மாதம் 10ஆம் தேதியன்று கடலூர் மாவட்டம், திட்டக்குடி வட்டம், கழுதூரில் பிறந்த இவரது இயற்பெயர் வெ.அண்ணாமலை. இமையம் முதுகலைப் பட்டம் பெற்றவர். மக்களின் பேச்சுமொழியும் இலக்கிய மொழியும் கலந்த வசீகரமான ஒரு நடை இவருக்கு கைவரப்பெற்றது. ஏழை எளிய மக்களின் வாழ்க்கையைத்தான் எப்போதும் எழுதி வருகிறார். சமகால வாழ்க்கையை படைப்புகளில் எழுதுவதில் இவரே முன்னோடியாக இருக்கிறார்.

19
அரசாங்கப் பள்ளிக்கூடம்

- இமையம்

“எங்க இருக்காருடி?” வள்ளி கேட்டாள்.

“பக்கத்து கிளாஸ்லம்மா” என்று ஷாலினி சொன்னாள்.

“வேகமா வா.”

“ரொம்பக் கத்தாத" ஷாலினி சொன்னதை வள்ளி காதில் வாங்கிக் கொள்ளாமல் வேகமாக வகுப்பறைக்குள் நுழைந்தாள். ஷாலினி தயக்கத் துடன் வாசலிலேயே நின்றுகொண்டாள்.

‘இந்தியக் குடிமகனின் கடமைகளும் உரிமைகளும்’ என்று போர்டில் எழுதிக்கொண்டிருந்த பொன்னம்பலத்திடம் “எங்க பொண்ண ரெண்டு நாளா எதுக்கு வெளிய போன்னு வெளிய துரத்தி வுடுறீங்க?” என்று வள்ளி கேட்டாள்.

“நீங்க யாரு, வகுப்பு நடக்கறப்போ திடுதிப்புன்னு உள்ள வரலாமா? ஒரு வாத்த கேட்டுட்டு வந்தா என்னா?” பொன்னம்பலம் கேட்டார். அவர் சொன்னதைக் காதில் வாங்காத வள்ளி “எதுக்காக எம் பொண்ண உள்ளார வுடாம ரெண்டு நாளா துரத்தியடிக்கிற?” மீண்டும் கேட்டாள். வாசலில் நின்றுகொண்டிருந்த ஷாலினியைப் பார்த்த பிறகுதான் விசயம் என்னவென்று அவருக்குப் புரிந்தது. “அந்தப் பொண்ணோட அம்மாவா நீங்க?"

“ஆமாம், ஆமாம். விசியத்தச் சொல்லுங்க. நான் போவணும்.”

“ஒங்க பொண்ணு என்னா செஞ்சியிருக்குத் தெரியுமா?"

“கொலயா பண்ணிப்புட்டா?” வள்ளியின் குரல் உயர்ந்துவிட்டது. அவள் நின்ற தோரணையும், பேச்சும் எரிச்சலை ஏற்படுத்தியது. எரிச்சலை வெளிக்காட்டாமல் “நான் என்ன சொன்னன்னு தெரியுமா?” பொன்னம் பலம் நிதானமாகக் கேட்டார்.

“வெளிய போ, வெளிய போன்னு நீங்கதான துரத்தியடிச்சீங்க?”

“துரத்தியும் அடிக்கல ஒண்ணும் அடிக்கல. ஹெட்மாஸ்ட்டரப் பாத் திட்டு வான்னு சொன்னன். அவ்வளவுதான்.”

“இம்மாம் புள்ளங்க இருக்கும்போது அவ மட்டும் எதுக்குப் போயி ஹெட்மாஸ்ட்டரப் பாக்கணும்?” வள்ளி வெடுக்கென்று கேட்டாள்.

“காரணம் இல்லாம சொல்லுவாங்களா?”

“வெளிய போன்னு நீதான சொன்ன? ஹெட்மாஸ்ட்டரா?”

“நாந்தான் சொன்னன்.

“அப்பறம் எதுக்கு ஹெட்மாஸ்ட்டரப் பாக்கணும்?”

“எதுக்கும்மா கத்திகத்திப் பேசுற? இது கிளாஸ் ரூமா? காய்கறிக் கடயா?” பொன்னம்பலம் சத்தமாகக் கேட்டார். அதே வேகத்தில் பிள்ளை களிடம் கத்தினார். “ஒங்க வேலயப் பாருங்க. எதுக்கு வேடிக்கபாக்குறீங்க?"

பொன்னம்பலம் கத்தியதைப் பொருட்படுத்தாமல் ஒரு தினுசாகச் சொன்னாள் வள்ளி. “இது பள்ளிக்கூடமின்னு எங்களுக்கும் தெரியும். நெனச்சதுக்கெல்லாம் வெளிய போ, ஹெட்மாஸ்ட்டரப் பாரு, அப்பா அம்மாவ அழச்சிக்கிட்டு வா'ன்னு சொன்னா நெனச்ச நேரத்துக்கு எங்க ளால வர முடியுமா? ஓடியாடி பொயப்பப் பாக்க வாணாம் ? ஒங்கள மாரி குந்திக்கிட்டா சம்பளம் வாங்குறம்?”

பொன்னம்பலத்தின் முகம் மாறிற்று. கோபம் தலைக்கு ஏறிற்று. ஆத்திரத்தில் படபடத்தார். “யாரும்மா குந்திக்கிட்டு சம்பளம் வாங்குறா?”

“சனி ஞாயிறு, காலாண்டு லீவு, அரயாண்டு லீவு, முழாண்டு லீவுன்னு குந்திக்கிட்டு நாங்களா சம்பளம் வாங்குறம்? சித்தாளு வேலக்கிப் போனாத் தான கூலி கொடுக்கிறான். போவாம இருந்தா கொடுப்பானா?" முகத்தில் அறைவது மாதிரி கேட்டாள்.

பொன்னம்பலத்திற்குப் பேச முடியவில்லை. கோபத்தோடு வள்ளி யைப் பார்த்தார். வாசலில் நின்றுகொண்டிருந்த ஷாலினியைப் பார்த்தார். பிறகு வகுப்பிலிருந்த பிள்ளைகளிடம் “பேசிக்கிட்டு இருக்கும்போதுதான் சத்தம் போடுவீங்களா? இப்ப நடத்தின 'இந்திய அரசியல் சாசனம் குடி மக்களுக்கு வழங்கியுள்ள உரிமைகளும் கடமைகளும்'ங்கிற பாடத்தப் படிச்சிக்கிட்டு இருங்க. கேள்வி கேக்கப்போறன்” சத்தமாகச் சொன்னார். ஒரு நிமிடம்தான் வகுப்பறை அமைதியாக இருந்தது. பிறகு மெல்ல சல சலப்பு ஏற்பட ஆரம்பித்தது.

“நான் வேலக்கிப் போவணும் சார். நீங்க சொல்லி முடிங்க.” வள்ளி கசப்போடு சொன்னாள்.

“நான் சொல்றதப் புரிஞ்சிக்க. நான் வெளிய போன்னு சொல்லல. வேணுமின்னா ஒம் பொண்ணயே கேட்டுக்க. ஹெட்மாஸ்ட்டரப் பாத் திட்டு வான்னுதான் சொன்னன்.” பொன்னம்பலம் தன்மையான குரலில் சொன்னார்.

“ஒரு வாத்தியாரா இருக்கிற ஆளு என்னா ஏதுன்னு கேட்டுக்கிட்டுப் போவ வேண்டியதுதான? எதுக்கு ஹெட்மாஸ்ட்டரப் பாக்கச் சொல்லு றீங்க? நெனச்சதுக்கெல்லாம் ஹெட்மாஸ்ட்டர்கிட்டப் போனா ‘என்னா ஏது'ன்னு கேக்காம எடுத்த எடுப்பிலேயே அவுரு ‘எங்களால இந்தக் கழுதய எல்லாம் வச்சிக்கிட்டு மேய்க்க முடியாது. டி.சி.யக் கொடுக்கிறன் வாங்கிக்கிட்டுப் போ'ன்னு மூச்சு வுடாம கத்துவாரு. அவரே ஒரு கொணம் கெட்ட ஆளு.'

வள்ளியின் வாயையே பார்த்துக்கொண்டிருந்த பொன்னம்பலம் 'ரொம்ப விவரமான ஆளுதான்' என்று எண்ணினார். வாய் அதிகம்தான் என்று முணுமுணுத்துவிட்டு “ஹெட்மாஸ்ட்டரப் பாக்குறதில தப்பு ஒண் ணும் இல்லெ. நெனச்சதுக்கெல்லாம் டி.சி. யக் கொடுக்க மாட்டாங்க, பசங்கள நாங்க சண்டபோடக் கூடாதா?"

“அம்மாம் பெரிய தப்பா பண்ணிப்புட்டா எம் மவ?” என்று கிண்ட லான குரலில் கேட்டாள் வள்ளி. கத்திகத்திப் பேசுவது, முரட்டுப் பிடிவாத மாகப் பேசுவது எரிச்சலை உண்டாக்கியது. எதையும் வெளிக்காட்டாமல் ""தமிழ்ச் சிங்கம்'ங்கிற நடிகரோட பொறந்த நாளுக்கு கிளாஸ் பூராவும் எல்லாப் பசங்களுக்கும் சாக்லேட் கொடுத்திருக்கு. படிக்கிற புள்ளெ இந்த மாரி செஞ்சது தப்புன்னு சொல்லக் கூடாதா? நல்லதுக்குத்தான சொல்றம்?”

“நீ ஒண்ணும் எம் பொண்ணுக்கு நல்லது பண்ண வாணாம்? வாங்குற சம்பளத்துக்கு வேல பாத்தாலே பெருசு. இன்னிக்கி எம் பொழப்புப் போச்சி” என்று சொன்னாள் வள்ளி. நறுக்நறுக்கென்று அவள் பேசுவது பொன்னம் பலத்திற்கு அடக்க முடியாத அளவுக்குக் கோபத்தை உண்டாக்கிற்று. திட்டி வெளியே அனுப்பிவிடலாமா? இன்னும் காட்டுக்குத்தலாகக் கத்தினால் என்ன செய்வது? சட்டென்று தன் மேலேயே அவருக்குக் கோபம் வந்தது. யார் எக்கேடு கெட்டால் நமக்கு என்ன என்று விடாதது

தன் தவறுதான் என்று நினைத்தார். அதே நேரத்தில் அரசாங்க வேலைக்கு ஏன் வந்தோம் என்ற எண்ணமும் ஏற்பட்டது.

அவர் படிக்கிற காலத்தில் கிராமத்திலிருந்து வருகிற மாணவர்கள் பெரும்பாலும் வரலாறு பாடம்தான் எடுப்பார்கள். அதனால் அவரும் வரலாறு பாடம்தான் படித்தார். வரலாறு பாடம் படித்தால் வேலை கிடைக் காது என்று அப்போது தெரியவில்லை. ஐம்பத்திரண்டாவது வயதில் பதிவு மூப்பு அடிப்படையில் மூன்று மாதத்திற்கு முன்புதான் வேலை கிடைத்தது. வேலைக்கு வந்தபோது தினம் இது போலப் பிரச்சினைகள் வரும் என்று அவர் நினைத்துப்பார்த்ததே இல்லை. அரசாங்க வேலை, அதுவும் ஆசிரியர் வேலை, ஜாலியாக இருக்கும் என்றுதான் நினைத்துக் கெண்டிருந்தார். அரசாங்கப் பள்ளிக்கூடத்தில் யார் வேண்டுமானாலும், எப்போது வேண்டுமானாலும் கேள்வி கேட்கலாம், எப்போது வேண்டு மானாலும் மிரட்டலாம், அதுவும் பெண்கள்கூட வந்து தாறுமாறாகப் பேசுவார்கள் என்று அவர் கற்பனையில்கூட நினைத்துப்பார்த்ததில்லை. தன் மகள் செய்த தவறைக் கேட்காமல் தன்னிடம் வந்து மல்லுக்கட்டிக் கொண்டு நிற்கிறாளே என்று வள்ளியின் மீது கோபம் உண்டாயிற்று. அதைவிட அதிகமாக ஷாலினியின் மீது உண்டயிற்று. பள்ளிக்கூடத்தில் வகுப்பு நடக்கும்போது வந்து தயக்கமோ, கூச்சமோ இல்லாமல் 'கணீர் கணீர்' என்று என்ன தைரியத்தில் பேசுகிறாள் என்று ஓரக்கண்ணால் வள்ளியைப் பார்த்தார். சண்டைக்கோழி மாதிரி நின்றுகொண்டிருந்தாள் வள்ளி. “நல்ல ஆளுதான்” என்று முணுமுணுத்தார். அப்போது ஒரு பிள்ளை எழுந்து வந்து “சார் கமலா என் நோட்டெ எடுத்துக்கிட்டு தர மாட்டங்குது சார்” என்று சொன்னாள்.

"போ. எட்டெ. அறியாப் புள்ளங்க மாரி அடிச்சிட்டா, கிள்ளிட்டான்னு வந்து சொல்லிக்கிட்டு. வளந்த பசங்க மாரியா நடந்துக்குறீங்க?” என்று சத் தம் போட்டுக் கத்தியதும் அந்தப் பிள்ளை அழுதுகொண்டே தன்னுடைய இடத்திற்குப் போனாள். பிள்ளையிடம் கத்திய அதே வேகத்திலிலேயே “ஓங்க பொண்ணு கெட்டுப்போறதுக்கா சொன்னன்? ஹெட்மாஸ்ட்டரப் பாத்திட்டு வான்னு சொன்னதுக்கு சண்டக்கி வர்றீங்களே. இப்பிடி யிருந்தா நாங்க புள்ளங்கள எப்படிக் கண்டிக்கிறது? புள்ளங்க எப்பிடி எங்க பேச்சக் கேக்கும் ? புள்ளங்க எப்பிடி வாத்தியாருக்குப் பயப்படும்?”

“சின்னப் புள்ளெ வெளயாட்டுத்தனமா செஞ்சதுக்கு ரெண்டு நாளா வெளிய துரத்தி வுடுவியா?”

“நான் எங்கம்மா துரத்திவுட்டன்? திருப்பித்திருப்பியே அதயே சொல்ற?”

"நீ துரத்தாம அவளா வெளிய வந்துட்டாளா?”

"தெரிஞ்சி பேசணும். புரியுதா? ஒங்க பொண்ணு ஒண்ணும் சின்னப் புள்ளெ இல்லெ. பிளஸ் டூ படிக்குது. புள்ளங்கமேல அக்கற இல்லாமியா கண்டிப்பாங்க?”

"ஒங்க அக்கறையெல்லாம் எங்க இருக்குன்னு எங்களுக்குத் தெரி யாதா? ஒங்க புள்ளிவுளுக்குச் சொல்லித்தர்ற மாரியா இந்தப் புள்ளி வுளுக்குச் சொல்லித் தர்றீங்க? 'லேபுக்கு வா, ரூமுக்கு வா, டியூசனுக்கு வா'ன்னு நீங்க பண்றதெல்லாம் தெரியாமியா இருக்கு. எல்லாத்தயும்தான் டி.வி.க்காரன் புட்டுபுட்டு வைக்கிறானே. அஞ்சாவது, ஆறாவது படிக்கிற பால் குடிக்கிற புள்ளிவோ எம்மாம் பாடுபடுதுவோ."

“தப்பாப் பேசக் கூடாது. இந்தப் பள்ளிக்கூடத்தில மூவாயிரத்துக்கும் மேல பசங்க படிக்குது. எல்லாருமே பொம்பளப் பசங்கதான். ஏன், ஒங்க பொண்ணு படிக்கிற இந்த கிளாஸில தொண்ணூறு புள்ளங்கப் படிக்குது. ஒரு பிரச்சனயும் கெடயாது தெரியுமா?”

டியுசனுக்கு வராத புள்ளிங்கக்கிட்ட மார்க் போட மாட்டன்னு சொல்லி மிரட்டுறீங்களா இல்லியா?”

"நான் சயின்ஸ் வாத்தியார் கெடயாது. எதயும் தெரிஞ்சிக்கிட்டுப் பேச ணும். புரியுதா?" பொன்னம்பலம் கத்தினார். பதிலுக்கு வள்ளியும் கத்தி னாள். "எம்மாம் நாளக்கி அவள வெளிய போவச் சொல்லுவ?”

“கிளாஸ் நடந்துகிட்டிருக்கு. என்னா ஏதுன்னு கேக்காம நீ பாட்டுக்கும் உள்ள வந்ததே தப்பு. அதில்லாம ஒன் இஷ்டத்துக்குக் கண்டபடி பேசுற? இதே மாதிரி நீ போயி தனியார் பள்ளிக்கூடத்தில நுழய முடியுமா? வாயிக்கு வந்தபடி பேசத்தான் முடியுமா? மறு வாத்த பேசினா டி.சி.யக் கையில கொடுத்து துரத்திப்புடுவான் தெரியுமா?" பொன்னம்பலம் சொன்னதும், அவரைவிட வேகமாகவும் குரலை உயர்த்தியும் “தனியார் பள்ளிக்கூடத்துக் குப் போவத் தெரியாமியா இங்க வந்தோம்? பெரிய இது மாதிரி

பேசுற" வள்ளி கத்தினாள். இருவரும் மாறிமாறிக் கத்திக்கொண்டார்கள். கடைசி யில் பொன்னம்பலத்தின் குரல்தான் அடிப்பட்டுப்போயிற்று. நொந்து போய் வாசலில் நின்றுகொண்டிருந்த ஷாலினியைக் கூப்பிட்டு "ஒன்னெ என்னெ சொல்லிட்டன்னு வீட்டுலயிருந்து ஆளக் கூப்புட்டுக்கிட்டு வந்து மிரட்டுற? இதெ எங்கிருந்து கத்துக்கிட்டெ?" என்று கேட்டார். ஷாலினி வாயைத் திறக்கவில்லை. அதற்கு வள்ளிதான் பதில் சொன்னாள். "ஒங் கிட்டயிருந்துதான், வாத்தியாருவோகிட்டதான் புள்ளங்க எல்லாத்தயும் கத்துக்குது.'

"இம்மாம் பேசுறீயே. ஒங்க பொண்ண ஒரு வாத்த கேக்க மாட்டியா? சாக்லெட் மட்டுமா கொடுத்துச்சி? ஒங்க பொண்ணோட ஒவ்வொரு நோட்டெயும் வாங்கிப் பாரு. 'தமிழ்ச் சிங்கம்'ங்கிற சினிமா நடிகரோட படத்த ஒட்டி வச்சி இருக்கிறத. புக்குல ஒவ்வொரு பக்கத்திலயும் அந்த நடிகரோட பேரத்தான் எழுதி வச்சியிருக்கு. அத என்னான்னு கேக்க மாட்டியா?" ஆதாரத்துடன் வள்ளியை வீழ்த்திவிட்டோம் என்ற எண் ணத்தில் லேசாக சிரித்துக்கொண்டார். அதற்கு அசட்டையாக "கேக்கா மியா வருவன்? ஊட்டுல பொணமா பொரட்டி எடுத்திட்டுத்தான் வர்றன். நோட்டு புக்குலதான ஒட்டி வச்சியிருக்கா? நெஞ்சிலியா பச்ச குத்தி யிருக்கா? ஊருல நாட்டுல இருக்கிற புள்ளங்க எல்லாம் அப்பிடித்தான் செய்யுதுவோ தெரியுமா? சின்னப் புள்ள செஞ்சதுக்கே இப்பிடி குதிக் கிறியே. அந்த சினிமா நடிகருக்கு ஒடம்பு சரி ஆவணுமின்னு நூறு ஆம்பளங்க பழனி கோவுல்ல மொட்டப்போட்டுக்கிட்டு நடப் பயணம் போனாங்கன்னு நேத்து டி.வி.ல காட்டுனானே அதெப் பாக்கலியா?"

பொன்னம்பலத்தின் முகம் தொங்கிப்போயிற்று. எதைப் பேசினாலும், எப்படிப் பேசினாலும் ஒரே வார்த்தையில் அடித்து நொறுக்கிவிடுகிறாள். ஆத்திரமாக இருந்தது. அவளுடைய வாயை எளிதில் அடை க்க முடியாது என்று நினைத்து முடிவாகச் சொன்னார்: "அம்மா இது கிளாஸ் ரூம். ஒரு கிளாஸ் வீணாப்போச்சி. நீங்க போயி ஹெட்மாஸ்ட்டரப் பாருங்க" என்று சொன்னார்.

"ஒனக்குத்தான் நேரம் போச்சா? எனக்குப் போவலியா? ஹெட்மாஸ்ட் -ருன்னா சிங்கம் புலி கரடியா? கடிச்சி தின்னுடுவாரா?" என்று சொன்ன வள்ளி "இன்னிய பொழப்புப் போயிடும் போல இருக்கே. இம்மாம் புள் ளிவோ இருக்கயில ஒனக்கு மட்டும் என்னாடி? சனியன. என்னெ வம்புல கொண்டாந்து

வுட்டுட்டியே'' முனகிக்கொண்டே வெளியே போனாள். அவளோடு சேர்ந்துகொண்டு ஷாலினியும் வெளியே போனாள்.

''காலயிலியே பெரிய சனியனாப் போச்சி'' என்று சொன்ன பொன்னம் பலம் ''என்ன படிச்சிட்டீங்களா? கேள்வி கேக்கலாமா?'' பிள்ளைகளிடம் கேட்டார். ஒரு பிள்ளையும் வாயைத் திறக்கவில்லை. ''புஸ்தகத்த எடுங்க'' என்று சொன்னவருக்கு ஷாலினியும் அவளுடைய அம்மாவும் ஹெட் மாஸ்ட்டரிடம் இல்லாததையும் பொல்லாததையும் அள்ளிப்போட்டுவிட் டால் என்ன செய்வது? ஷாலினியின் அம்மா எதையும் பேசுவாள் என்ற எண்ணம் வந்ததும் பெரிய பிரச்சனையாகிவிடுமே என்ற கவலை வந்தது. ''சத்தம் போடாம படிச்சிக்கிட்டு இருங்க'' என்று சொல்லிவிட்டு அவர் வேகமாகத் தலைமை ஆசிரியரின் அறைக்கு நடக்க ஆரம்பித்தார்.

ஷாலினியும் அவளுடைய அம்மாவும் தலைமை ஆசிரியரின் அறைக்கு வெளியே நின்றுகொண்டிருப்பதைப் பார்த்ததும்தான் அவருக்குச் சற்று அறுதலாக இருந்தது. ''ஹெட்மாஸ்ட்டரே ஒரு லூசு வாயன். ஆளிருந்தா ஒண்ணு பேசுவான். ஆளில்லன்னா ஒண்ணு பேசுவான். பொம்பள டீச்சர் கிட்டெ ஒருவிதமாவும் ஆம்பள வாத்தியார்கிட்டெ ஒருவிதமாகவும் பேசு வான். காலயிலியே அவங்கிட்டெ போறதா இருக்கு. சனியன்'' என்று முனகிக்கொண்டே தலைமை ஆசிரியரின் அறைக்குள் நுழைந்தார்.

''வாங்க சார். உட்காருங்க'' என்று பொன்னம்பலத்திடம் சொல்லி விட்டு எதிரில் நின்றுகொண்டிருந்த பத்தாம் வகுப்பு மாணவியிடம் ''ஒரு வாரமா பள்ளிக்கூடம் வராம என்னா செஞ்ச? தெனம் வர மாட்டீங்க. எப்ப முடியுமோ அப்ப வருவீங்க, ரிசல்ட்டு வல்லன்னு மேலதிகாரிங்க என்னெப் போட்டுக் கொடயுறாங்க. பேசாம எதுக்கு நிக்குற? பதில் சொல்லு'' தலைமை ஆசிரியர் கேட்டார். திரும்பத்திரும்பக் கேட்டார். அப்போதும் அந்தப் பிள்ளை வாயைத் திறக்காததால் ''நீ வாயத் தொறக்க மாட்ட. ஆனா, வீட்டுல போயி அந்த வாத்திப் பய அதெச் சொன்னான், இதெச் சொன்னான்னு சொல்லி, என்னெ மிரட்டுறதுக்கு ஒரு படயத் திரட்டிக்கிட்டு வருவ இல்லியா?'' என்று கேட்டார். அதற்கும் அந்தப் பிள்ளை வாயைத் திறக்கவில்லை.

''எனக்கு வேற வேல இல்லெ? கழுத. நான் கேக்குறது ஒனக்குப் புரியல? வாயைத் திறக்காம எரும மாதிரி நிக்குறியே? டி.சி.யக் கொடுத்தாத்தான் வாயத் தொறப்பியா?'' கத்தினார். டி.சி.

யைக் கொடுத்துவிடுவேன் என்று மிரட்டிய பிறகும் அந்தப் பிள்ளையின் முகத்திலோ உடலிலோ சிறு மாற்றம்கூட ஏற்படவில்லை. இந்தப் பிள்ளையிடம்தான் அவர் டி.சியைக் கொடுத்துவிடுவேன் என்று மிரட்டினார் என்பதில்லை. எல்லாப் பிள் ளைகளையுமே அவர் அப்படித்தான் மிரட்டுவார். அதனால் அவருக்கு டி.சி. ராமலிங்கம் என்று பெயர். பிள்ளைகளின் மத்தியில், ஆசிரியர்களின் மத்தியில்தான் அந்தப் பெயர் என்றில்லை. டி.இ.ஓ அலுவலகம், சி.இ.ஓ. அலுவலகம் எல்லா இடத்திலுமே அவருக்குப் பெயர் டி.சி. ராமலிங்கம் தான். அவர் தலைமை ஆசிரியராகிப் பத்து வருசம் இருக்கும். இதுவரையில் அவர் கோபத்தில் ஒரு பிள்ளைக்குக்கூட டி.சி. கொடுத்ததில்லை.

"இப்பிடிப் பேசாம நின்னுக்கிட்டே மயக்கம் போட்டு விழுந்திடாத. அப்பறம் என் தாலி அறுந்துபோயிடும். ஒரு வாரமா பள்ளிக்கூடத்துக்கு ஏன் வல்லெ. சட்டுன்னு சொல்லு. இல்லன்னா போயி ஒங்க அப்பா அம்மாவை அழச்சிக்கிட்டு வா" மீண்டும் தலைமை ஆசிரியர் கத்தியதும்தான் அந்தப் பிள்ளை வாயைத் திறந்தது.

“வயித்து வலி சார்.”

‘என்னாது?”

“வயித்து வலி.”

"எதனால்?"

mu

பிள்ளை வாயைத் திறக்கவில்லை. தலைமை ஆசிரியருக்கு என்ன தோன்றியதோ “ஒங்க அப்பா அம்மாவுக்குத் தெரியுமா?”

"தெரியும்.”

“எந்த ஆஸ்பத்திரிக்கிப் போன?"

“இப்ப வயித்த வலிக்குதா?”

“சரி ஆயிடிச்சி."

“சரி. கிளாசுக்குப் போ. இனிமே இந்த மாதிரி செஞ்சா ஒங்கப்பா அம்மா வோடதான் வரணும். இல்லன்னா டி.சி.யக் கொடுத்திடுவன். புரியுதா?” அதிகாரமாகக் கேட்டார்.

புரிகிறது என்பது மாதிரி அந்தப் பிள்ளை தலையை மட்டும் ஆட்டியது. “போ” என்று தலைமை ஆசிரியர் சொன்னதும் அந்தப் பிள்ளை வணக்கம் சொல்லிவிட்டு வெளியே சென்றது.

"இந்தப் புள்ளக்கி நெசமா வயித்து வலின்னா நெனக்கீறீங்க? நடிக்குது. எதச் சொன்னா இந்த ராமலிங்கத்த ஏமாத்தலாமின்னு புள்ளங்களுக்குத் தெரிஞ்சிருக்கு. பொட்ட புள்ளகிட்டெப் போயி 'என்னா வயித்து வலி'ன்னு கேக்க முடியுமா? தப்பாயிடும்ல. இந்தப் பொம்பள டீச்சர்வுளுக்கு இதே வேலயாப் போச்சி. நெனச்சதுக்கெல்லாம் 'ஹெச்சம்கிட்ட போ, ஹெச்சம் கிட்ட போ'ன்னு எல்லாத்தயும் எங்கிட்டத் தள்ளிவுட்டுடறது. 'சீ, கழுத, இனிமே இப்பிடி செய்யாதெ'ன்னு சொல்லிட்டு வகுப்புள்ளார சேத்துக் கிட்டுப் போவ வேண்டியதுதான?" என்று சொன்ன தலைமை ஆசிரியர் தண்ணீர் குடித்தார். பிறகு "நீங்க வந்த விசியத்தக் கேக்க மறந்திட்டன் பாருங்க. என்னா விசயம் சார்?" பொன்னம்பலத்திடம் கேட்டார்.

"வாசல்ல நிக்குதில்ல சார் ஒரு பொண்ணு. அது மூணு நாளக்கி முன் னாடி தமிழ்ச் சிங்கம்ங்கிற நடிகரோட பொறந்த நாளுன்னு வகுப்பு பூராவும் சாக்லேட் கொடுத்திருக்கு. அதோட நோட்டு புக்குல எல்லாம் 'தமிழ்ச் சிங்கம்'ங்கிற நடிகரோட பேர ஒவ்வொரு பக்கத்திலயும் எழுதி வச்சியிருக்கு. படத்தையும் ஒட்டி வச்சியிருக்கு. அதுக்காக நீ எச்.எம்மப் பாத்திட்டு வான்னு சொன்னன். ஒங்களப் பாக்காம அவங்கம்மாவை அழச்சிக்கிட்டுவந்திருக்கு. அந்தம்மா வந்து எங்கிட்டெ காணாமூணான்னு கிளாஸ் ரூமுலியே கத்துது சார்."

"எந்தச் சனியனோ எப்பிடியோ போகுதுன்னு விடாம எதுக்கு சார் அதெப் போயி கேட்டீங்க?" என்று தலைமை ஆசிரியர் கேட்டதும் பொன்னம்பலத்தின் முகம் சுருங்கிப்போயிற்று. அதைப் பொருட்படுத் தாமல் வாசலில் நின்றுகொண்டிருந்த ஷாலினியையும் அவளுடைய அம்மாவையும் "இங்க வாங்கம்மா" தலைமை ஆசிரியர் கூப்பிட்டார்.

ஷாலினியும் அவளுடைய அம்மாவும் தலைமை ஆசிரியரின் அறைக்குள் வந்தனர்.

"என்னம்மா விசியம் ?"

"எம் புள்ளக்கி ஒண்ணுமே தெரியாது சார். புள்ளங்க தூண்டிவுட்டு கிளாஸில சாக்லேட் கொடுத்தாளாம். அதுக்காக ரெண்டு நாளா கிளாசில ஒக்கார வுடாம துரத்தி அடிச்சியிருக்காரு. இந்த சாரு" என்று வள்ளி சொல்லிக்கொண்டிருக்கும்போதே குறுக்கிட்டு "வெளியில துரத்தல சார். எச்.எம்மப் பாத்திட்டு

வான்னுதான் சார் சொன்னன்'' என்று பொன்னம் பலம் சொன்னார்.

“சாக்லேட் கொடுத்தியா?'' தலைமை ஆசிரியர் கேட்டார். அதற்கு ஷாலினி வாயைத் திறக்கவில்லை. அவளுக்குப் பதிலாக அவளுடைய அம்மாதான் "புள்ளிவோ பேச்சக் கேட்டு ஆடுது. அப்பறம் மாட்டிக்கிட்டு நிக்குது'' என்று சொன்னாள்.

“சினிமா நடிகரோட பேர புக்குல ஒவ்வொரு பக்கத்திலயும் எழுதி வச்சியிருக்கியா?"

"தமிழ்ச் சிங்கம்ங்கிற சினிமா நடிகரோட படத்த நோட்டுல ஒட்டி வச்சியிருக்கியா?"

ஷாலினி வாயைத் திறக்கவில்லை. திரும்பத்திரும்பக் கேட்டார். அப் போதும் வாயைத் திறக்கவில்லை. பள்ளிக்கூடத்திலேயே அவளை மாதிரி நல்ல பிள்ளை இல்லை என்பதுபோல் நின்றுகொண்டிருந்தாள்.

"ஒன்னோட பொறந்த நாளுக்குக் கொடுத்திருந்தா பரவாயில்ல. ஒங்கப்பா அம்மா, அக்கா தங்கச்சி பொறந்த நாளுக்குக் கொடுத்திருந்தாலும் பரவாயில்ல. சினிமா நடிகரோட பொறந்த நாளுக்குக் கொடுத்திருக்கியே அது நல்லதா?''

"இதத்தான் சார் நானும் கேட்டன்'' பொன்னம்பலம் சொன்னார்.

'சாக்லெட் கொடுத்தது ஒரு தப்பா? அவ காசிலதான வாங்கி கொடுத் திருக்கா? திருடிக் கொடுக்கல. அதுவும் கூட படிக்கிற புள்ளிவுளுக்குத்தான் கொடுத்திருக்கா. இதெக் குத்தமா எடுத்துக்கிட்டு எதுக்குத்தான் ரெண்டு நாளா பேசுறீங்களோ. 'சீ போ நாய'ன்னு வுட்டுட்டுப் போறத வுட்டுட்டு" என்று வள்ளி சொன்னதும் தலைமை ஆசிரியருக்கு சர்ரென்று கோபம் வந்தது. கோபத்தை வெளியே காட்டாமல் சிரித்தார். அதே நேரத்தில் கடுமையான குரலில் சொன்னார் “ஒங்க பொண்ணு தன் காசப் போட்டுத் தான் வாங்கிக் கொடுத்திருக்கு. அத இல்லங்கில. யாரோட பொறந்த நாளுக்குன்னாலும் வாங்கிக் கொடுங்க. நாங்க ஏன் தடுக்கப்போறம்? கொடுக்கிறதத் தெருவுல கொடுங்க. ஊருல கொடுங்க. எதுக்கு பள்ளிக் கூடத்துக்கு வந்து கொடுக்குறீங்க? அத நாங்க கேட்டுத்தான ஆவணும். அதுக் குத்தான அரசாங்கம் சம்பளம் தருது ? 'எச்.எம்மப் பாத்திட்டு வா'ன்னது குத்தமா? எச்.எம்ங்கிறவன் போலீசா? பயப்படுறதுக்கு?''

‘அதுக்குன்னு வயசுக்குவந்த புள்ளய 'வெளிய போ, வெளிய போ'ன்னு சொல்றது நல்லதா?”

“ஒனக்கு எத்தன தடவ சொல்றது? 'வெளிய போ'ன்னு சொல்லலன்னு? எச்.எம்மப் பாத்திட்டு வா'ன்னுதான் சொன்னன்” என்று பொன்னம் பலம் சொன்னார். அவர் சொன்னதைக் காதில் வாங்காத மாதிரி நின்று கொண்டிருந்தாள் வள்ளி. அவள் நிற்கிற விதமும் பேசுகிற தோரணையும் தலைமை ஆசிரியரை ஏறஇறங்கப் பார்க்க வைத்தது. லேசாக உதட்டைப் பிதுக்கினார். அலுத்துப்போய் “சினிமா நடிகரோட பொறந்த நாளக்கி ஏன் சாக்லேட் கொடுத்தன்னு கேக்கல. அப்பிடிக் கேட்டது தப்பும்மா. இனிமே ஒங்க பொண்ண என்னா, ஏதுன்னு கேக்கல, போதுமா?” என்று சொன்ன தலைமை ஆசிரியர் பாட்டிலை எடுத்துத் தண்ணீர் குடித்தார். திடீரென்று அவருக்கு என்ன தோன்றியதோ “முன்னெல்லாம் 'கண்ண மட்டும் வுட் டுட்டுத் தோல உரிங்க'ன்னு சொல்லுவாங்க. இப்பலாம் ‘ஏன் எம் புள்ளய அடிச்ச'ன்னு கேக்குறாங்க. ‘புள்ளிவுள அடிச்சா ஜெயிலுக்குப் போவணு மின்னு சட்டம் இருக்குத் தெரியுமா? பழய காலம் மாரி ஆடு மாட்டெ அடிக்கிற மாரி இப்ப அடிக்க முடியாது தெரியுமா? தெரியலன்னா தெரிஞ் சிக்கன்'னு சொல்லி மிரட்டுறாங்க.வாயால கேட்டாலே போச்சி. அப்பறம் எங்க அடிக்கிறது?” என்று தனக்குத் தானே சொல்லிக்கொள்வது மாதிரி சொன்னார். அவர் சொன்னதைக் காதில் வாங்காத வள்ளி வெறுப்பும் கசப்பு மாகச் சொன்னாள் “வெளிய போ, வெளிய போன்னு சொன்னதாலதான் ரெண்டு நாளா அவ பள்ளிக்கூடத்துக்கு வந்திட்டுவந்திட்டு ஊட்டுக்குத் திரும்பி வர்றா? அதனாலதான் நான் இன்னிக்கி வந்தன். வேலக்கிப் போறத வுட்டுட்டு.”

“பள்ளிக்கூடத்துக்கு வர்றதில என்னம்மா தப்பு இருக்கு?”

“இப்பியே அர நாளு ஓடிப்போச்சி. இனிமே வேலக்கிப் போவ முடி யுமா? இனிமே வேலக்கிப் போனா எவன் வச்சிக்குவான்? ஒம்போது மணிக்குப் போனாலே அந்த மேஸ்திரி பய கடாமுடாம்பான்” என்று சொன் னாள் வள்ளி.

“என்னா ஊரும்மா?"

கழுதூரு. காலயில ஏழு மணிக்கு பஸ் ஏறுனாத்தான் விருத்தாலத்துக்கு எட்டு மணிக்கு வர முடியும். பாலக்கரயிலிருந்து எந்த எடத்தில வேலயோ அங்க நடந்து போறதுக்குள்ளார ஒம்போது மணிக்கு மேலாயிடும். அதுக்கே லேட்டும்பானுவ.

இன்னிக்கு இனிமே நான் வேலக்கிப் போவ முடியுமா? வேலக்கிப் போயிட்டு ராத்திரி ஊட்டுக்குப் போவ எட்டு, ஒம்போது ஆவும். அதுக்குப் பின்னாடிதான் சோறு ஆக்கித் தின்னுப்புட்டுப் படுக்கணும். கோழி கூப்புட எழுந்தாத்தான் காலயில விருத்தாலம் பாலக்கரக்கி எட்டு மணிக்கு வர முடியும். இதுல நீங்க பாட்டுக்கும் 'அப்பாவ அழச்சிக்கிட்டு வா, அம்மாவ அழச்சிக்கிட்டு வா'ன்னா எப்பிடி வர முடியும்? இன்னிக்கி யாரு சார் கூலி கொடுப்பாங்க?" என்று சொல்லும்போதே வள்ளியின் கண்களில் கண்ணீர் திரண்டு நின்றது. அவள் அழுததைப் பார்த்ததும் தலைமை ஆசிரியரின் முகமும் மாறிவிட்டது, குரலும் மாறிவிட்டது.

வள்ளியின் கையிலிருந்த ஒயர்க் கூடையையும் அதிலிருந்த சோற்று டப்பா வையும் பார்த்தார். பார்ப்பதற்குச் சகிக்க முடியாத அளவுக்கு இருந்தது அந்த ஒயர்க் கூடை.

"நீ சொல்றது சரிதாம்மா. புள்ளங்களக் கேக்கவும் கூடாது, அடிக்கவும் கூடாதுங்கிறாங்க. அப்பா அம்மாவயும் கூப்பிடக் கூடாதுங்கிற. நாங்க என்னதான் செய்யுறது? நீ சொல்றதப் போயி டி.இ.ஓ, சி.இ.ஓகிட்டெ சொல்ல முடியுமா? தனியார் பள்ளிக்கூடத்தில லட்சம் லட்சமா கொடுத்துப் புட்டு கையக் கட்டிக்கிட்டு பெத்தவங்க வரிசயில நிக்குறாங்க. இதுக்கே அது டியூசன் சென்டர்தான். அரசாங்கப் பள்ளிக்கூடத்தல நீ சொல்ற மாரி சொல்றவங்கதான் எல்லாப் புள்ளிங்களோட பெத்தவங்களும். இதுல புள் ளங்கக்கிட்டயும் பேச முடியல, பெத்தவங்கக்கிட்டயும் பேச முடியல. மீறிக் கேட்டா பெட்டிசன் போட்டுடுவன்னு மிரட்டுறங்க" என்று சொல் லும்போது தலைமை ஆசிரியரின் செல்போன் மணி அடித்தது. "இது ஒரு சனியன்" என்று சொல்லிக்கொண்டே போனை எடுத்து "ஹலோ" என் றார்.

"மீட்டிங்கா? சி.இ.ஓ ஆபிசிலியா? எத்தன மணிக்கு? வகுப்பு வாரியா, சாதி ரீதியா புள்ளங்களோட புள்ளிவிவரம் வேணுமா? அதெப் போன மீட்டிங்கில கொடுத்தமே. தொலஞ்சிபோச்சா? மூணு காப்பி வேணுமா? வேற புள்ளிவிவரம் ஒண்ணுமில்லியா? சரி சார், வந்துடுறன். நானும் ரெண்டு மூணு எச்.எம்.கிட்டெ சொல்லிடுறன் சார்" என்று சொல்லிவிட்டுத் தலையில் அடித்துக்கொண்டார். நொந்துபோன குரலில் "ஒரே புள்ளி விவரத்த எத்தன தடவதான் கேப்பானுவ? மீட்டிங் மீட்டிங்கின்னு தெனம்தெனம் கூப்புட்டா பள்ளிக்கூடத்த எப்பிடி நடத்துறது? பாடத்த எப்பிடி முடிக்கிறது? ரிசல்ட்ட எப்பிடிக்

கூட்டுறது? இன்னிக்கிப் பாத்து இந்த கிளார்க்கு பர்மிசன்னு போயிட்டான். இருந்தாலும் சொன்ன வேலய செய்ய மாட்டான். டிரஸரிக்கிப் போறன், பேங்குக்குப் போறன்னு போயி டீக்கடயில குந்திக்குவான். மீறிக் கேட்டா 'நீ பணம் திருடுற, புள்ளங்கக்கிட்ட பணம் வாங்குற'ன்னு பெட்டிசன் போடுவான்'' என்று புலம்பிய தலைமை ஆசிரியர் பொன்னம்பலத்திடம் "வெளியில ஓ. ஏ. எங்கியாச்சும் நிப்பான். கொஞ்சம் கூப்புடுங்க'' என்று சொன்னார். பொன்னம்பலம் எழுந்து வெளியே போனார். அப்போது ஒரு டீச்சர் ஒரு பிள்ளையை அழைத்துக்கொண்டு தலைமை ஆசிரியரின் அறைக்குள் வந்தார். அந்தப் பிள்ளை அழுதுகொண்டு நின்றது. பதறிப்போய் "என்னா டீச்சர்?'' என்று கேட்டார்.

"இந்தப் பொண்ணு ஏஜ் அட்டன் பண்ணியிருக்கு சார். வீட்டுக்கு அனுப்பிடலாமா சார்?''

"இதுக்கெல்லாமா எங்கிட்ட வரணும்? போங்க. போயி புள்ளய மொதல்ல வீட்டுக்கு அனுப்புங்க'' என்று கத்தினார். மறுநொடியே என்ன தோன்றியதோ "அவுங்க அப்பா அம்மாவ வரச் சொல்லி அனுப்புங்க. ஏதாச்சும் பிரச்சன வந்துடப்போவுது. இந்த நெலமயில தனியா அனுப்ப வேண்டாம்.''

"அதுவரைக்கும் எங்க சார் ஒக்கார வைக்கிறது ?"

"எந் தலயிலதான்'' என்று சொல்லிக் கத்தினார். ஒன்றும் சொல்லாமல் நின்றுகொண்டிருந்த டீச்சரிடம் "போங்க. போயி ஸ்டாப் ரூம்ல உட்கார வையிங்க. பசங்கக்கூட ஒக்கார வைக்காதீங்க. ஒரு மாதிரியா இருக்கும். அறியாப் புள்ள மிரண்டுடப்போவுது.''

டீச்சர் பிள்ளையை அழைத்துக்கொண்டு ஸ்டாப் ரூமை நோக்கி நடக்க ஆரம்பித்தார்.

டீச்சர்மீது ஏற்பட்ட கோபத்தை ஷாலினியின் அம்மாவிடம் காட்டி னார். "பாத்தீங்கில்ல. பிரச்சன எப்பிடியெல்லாம் வருதுன்னு. ஒங்களுக்கு ஒங்க பிரச்சன. எங்களுக்கு எங்க பிரச்சன. பிரச்சனய எல்லாரும் மத்த வங்க தலயில கட்டத்தான் பாக்குறாங்க'' என்று சொல்லிவிட்டு டீச்சர் களையும் ஆசிரியர்களையும் திட்ட ஆரம்பித்தார். களைப்படைந்த மாதிரி பாட்டிலை எடுத்துத் தண்ணீர் குடித்தார்.

"சார்'' என்று வள்ளி சொன்னாள்.

“எச்.எம்மப் பாருன்னு சொன்னதுக்கே நீ சண்டக்கி வந்துட்ட. இருக் கிறதிலியே அந்த வாத்தியார்தான் ஒழுங்கா பாடம் நடத்துற ஆளு. இந்த மாரி நாலு பேரு வந்து மிரட்டுனா அவன் எப்பிடிப் பாடம் நடத்துவான்?”

‘சண்டக்கி வல்ல சார். வெளிய போ, வெளிய போன்னு சொன்னதால ஏதாச்சும் பண்ணிக்கிட்டா நான் என்னா சார் செய்வன்?” அவளுடைய கண்களிலிருந்து கண்ணீர் இறங்கிற்று. “அன்னன்னிக்கு ஓடுனாத்தான் சோறு.”

“அப்பிடியிருக்கும்போது இதுக்கெல்லாம் காசு எங்கிருந்து வருது? இதெயே ஒரு பணக்காரன் ஊட்டுப் புள்ளய செய்யச் சொல்லு பாக்க லாம்?"

'ஆம்பளப் பசங்க. பொம்பள பசங்க எல்லாம் அப்பிடித்தான் சார் இருக்குதுவோ. இந்தக் காலத்துப் புள்ளிவோகிட்டெ அதிகமாகப் பேசவும் பயமா இருக்கு."

"பெத்தவங்களுக்கே இப்பிடியிருந்தா, எங்களுக்கு எப்பிடி இருக்கும்? அதனாலதான் எல்லா டீச்சரும், எல்லா வாத்தியாரும் எச்.எம்மப் பாருன்னு சொல்லிடுறாங்க புரியுதா?”

வள்ளி வாயைத் திறக்கவில்லை.

“போன வாரம் காதலர் தினமாம். பிளஸ் டூ படிக்கிற புள்ளக்கி ஒரு பய பீர் வாங்கிக் கொடுத்திருக்கான். வேண்டாமின்னு சொல்லாத அந்தச் சனியன், பெப்சி பாட்டுலுல ஊத்தி எடுத்துக்கிட்டு வந்து கிளாசில டீச்சர் இல்லாத நேரமாப் பாத்து அஞ்சி பசங்களோட சேந்து குடிச்சியிருக்கு. அதப் பாத்திட்டு ஒரு புள்ள வந்து டீச்சர்கிட்டெ சொல்லியிருக்கு. அத கேட்டதுதான். பீரக் கொண்டாந்த புள்ள ஓடிப் போயி நாலாவது மாடியில ஏறி நின்னுக்கிட்டு கீழ குதிக்கப்போறன்னு சொல்லுது. மத்த நாலு புள்ளங் களும் கதவச் சாத்திக்கிட்டு லேபுல குந்தியிருக்கு. டி.சி. தர்ற மாட்டன், வீட்டுல சொல்ல மாட்டன்னு நான் சத்தியம் செய்யுறன். எம்பது வாத்தி யாரு சொல்றாங்க. மூவாயிரம் புள்ளங்க வேடிக்க பாக்குது. ரெண்டு மணியிலேருந்து நாலு மணிவர அந்தப் புள்ள கீழ எறங்குல. குதிச்சி உசுர வுட்டுதின்னா என் வேல போச்சி. ஆயிரம் சத்தியம் செஞ்சன். கால்ல விழாத கொறதான். அப்பறமாதான் அந்தப் புள்ள கீழ எறங்குச்சி. வீட்டுக் குத் தெரியக் கூடாது, வெளியில தெரியக் கூடாதின்னு நெனச்ச கழுத தானாவே மூவாயிரம் புள்ளங்ககிட்ட சொல்லிடிச்சி.

அதனால பத்து இரு வது ஊருக்கு விசயம் தெரிஞ்சிபோச்சி. புள்ளங்க வாய் சும்மா இருக்குமா? அஞ்சி புள்ளிவுளயும் அழச்சிக்கிட்டுப் போயி அவுங்கஅவுங்க ஊட்டுல வுடுறதுக்குள்ளார எனக்கு தாவு தீந்துபோச்சி. மறுநாளு அந்தப் புள்ளங்க பள்ளிக்கூடத்துக்கு வந்த பெறவுதான் எனக்கு உசுரே வந்துச்சி. பாவம், அந்த டீச்சர் 'தெரியாம கேட்டுட்டன். தெரியாம கேட்டுட்டன்னு' எம் மாம் அழுதாங்க தெரியுமா? தெனம் இந்த மாரி நூறு பிரச்சன. காலயில ஒம்போது மணிக்கு ஆரம்பிச்சா சாயங்காலம் நாலு மணி எப்ப வரும்னு இருக்கு. நெருப்புல குந்தியிருக்கிற மாரி இருக்கு" என்று சொல்லிவிட்டு ஷாலினியையும் அவளுடைய அம்மாவையும் பார்த்தார். ஷாலினி எது வுமே தெரியாத மாதிரி நின்றுகொண்டிருந்தாள். ஷாலினியைப் பார்த்துக் கேட்டார் "அந்தப் புள்ளெ மாடியில இருந்துகிட்டு கீழ குதிக்கப்போறன்னு சொல்லி அழுதத நீ பாத்தியா? இல்லியா?"

"ஆமாம்" என்பது மாதிரி ஷாலினி தலையை மட்டும் ஆட்டினாள். பிள்ளைகளுக்கு வகுப்பு எடுப்பது மாதிரி தலைமை ஆசிரியர் சொன்னார்.

"இந்தப் பள்ளிக்கூடத்தில ஒரு நாளக்கிப் பத்து புள்ளகளாவது வந்து 'எனக்கு பொறந்த நாளு'ன்னு சாக்லேட் கொடுக்குதுவோ. அப்பிடியா சந் தோசமின்னு சொல்லிட்டு சாக்லேட் எடுத்துத் திங்கிறன். அதயெல்லாமா கேக்குறம்? பணக்காரன் ஊட்டு புள்ளங்க காசுத் திமிருல, பணத் திமிருல இந்த மாரியெல்லாம் செய்யுதுவோ. அதெப் பாத்துட்டு இந்தப் பசங்களும் ஆடுதுவோ. புள்ளங்க மட்டுமா அப்பிடிச் செய்யுதுவோ. பெரியவங்களும்தான் பொறந்த நாளு, கல்யாண நாளுன்னு கொண்டாடுறாங்க. நேத்திக்கு டி.வி. பாத்தியா?"

'அதுக்கெல்லாம் நேரம் எங்க சார் இருக்கு? காலயில ஏழு மணிக்கு ஊட்ட வுட்டு வந்தா ஊட்டுக்குப் போவ ராத்திரி ஒம்போது ஆயிடும்" என்று சொன்ன வள்ளி "வாத்திப் பசங்களுக்கு ஆளு கெடச்சா போதும். பேசியே பொழுதப் போக்குவானுங்க" வாய்க்குள்ளாகவே முனகினாள்.

"கல்யாண நாளக்கி புதுப் பொடவ எடுத்துக்கொடுக்கிலன்னு ஒரு பொண்ணு தூக்குல தொங்கி செத்துப்போயிட்டா. மூணு மாசக் கைக் குழந்த இருக்கு. கல்யாணம் ஆயி ரெண்டு வருசம்தான் ஆவுதாம். ராத்திரி டி.வி.யில காட்டுனான். அந்த மாரிப் பழக்கம்

நமக்கு எதுக்கு? தனியார் பள்ளிக்கூடம்ங்கிறது டியூசன் செண்டர்தான். அது பள்ளிக்கூடமில்லெ. டியூசன் செண்டர்ல மார்க் மட்டும்தான். அதுக்குத்தான் சனங்க லட்சம் லட்சமா கொட்டிக் கொடுத்துட்டுப் புள்ளயச் சேத்துக்கச் சொல்லி வரிசயில நிக்குதுவோ. அந்த மாரி நெலமயிலயா நீ இருக்குற?"

வள்ளி வாயைத் திறக்கவில்லை. ஷாலினியை அருகில் கூப்பிட்டு 'நீ இன்னம் நாலு அஞ்சி மாசம்தான் இந்தப் பள்ளிக்கூடத்தில இருக்கப்போற? அப்பறம் எதுக்கு இந்த வாத்தியாரு மூஞ்சியில முழிக்கப்போற? இருக்கிற வரைக்கும் சொல்றதக் கேட்டுட்டுப் போயன். என்னா கெட்டுடப்போவுது?" அப்போது பொன்னம்பலமும் பியூனும் அறைக்குள் வந்தனர்.

"போன வாரம் சி.இ.ஓ. ஆபிசுக்கு ஒரு புள்ளிவிவரம் எடுத்துக்கிட்டுப் போனனில்ல? அதோட ஓ.சி. காப்பி எங்க இருக்குன்னு தெரியுமா? இல் லன்னா கிளார்க்குக்கு போன் போட்டுக் கேளு.'

"கிளார்க் டேபில்மேல இருக்கான்னு பாக்குறன் சார்" என்று சொல்லி விட்டு பியூன் பக்கத்து அறைக்குச் சென்றார்.

"நான் பெத்தது ஒழுங்க இருந்தா எதுக்கு வந்து இங்க நிக்குறன்? நான் என்னக்கி பொறந்தன்னு எனக்கும் தெரியாது, என்னெ பெத்தவங்களுக்கும் தெரியாது. இம்மாம் புள்ளங்க இருக்கும்போது இவ எதுக்கு முட்டாய் கொடுக்குறா?" என்று சொல்லி வள்ளி அழுதாள். அவள் அழுவதைப் பொருட்படுத்தாத தலைமையாசிரியர் "சரிம்மா. நீ வீட்டுக்குப் போ. பாப்பா. நீ கிளாசுக்குப் போ" என்று சொன்னார்.

"நீ ஒழுங்க மரியாதியா இல்லாததாலதான் நான் அலயுறன். இம்மாம் புள்ளங்க இருக்கயில ஒனக்கு மட்டும் என்ன?" என்று ஷாலினியை கேட்டு விட்டு "இன்னிய பொழப்பு போச்சு" என்று சொல்லிக்கொண்டே கோபத் துடன் வள்ளி வெளியே போனாள்.

நின்றுகொண்டிருந்த பொன்னம்பலத்தை உட்காரச் சொன்னார். சிறு பிள்ளைக்குச் சொல்வது மாதிரி சொன்னார்: "அரசாங்கப் பள்ளிக்கூடத் துக்கு வர்றதெல்லாம் படிக்க வர்றதில்லெ. பொழுதுபோக்கத்தான் வருதுவோ. எல்லாத்தயும் இலவசமாகக் கொடுத்தா எந்தப் புள்ள படிக்கும்? பொறந்த நாளு கொண்டாடறது, கல்யாண நாளு கொண்டாடுறது எல்லாம் வெள்ளக்காரன் நம்ப நாட்ட வுட்டு இன்னும் போவலங்கிறதுக்கு

அட யாளம். எல்லாத்துக்கும் மேல நம்ப நாட்டோட தலயெழுத்து சினிமாக் காரங்க கையில இருக்கும்போது சினிமாக்காரன் பொறந்த நாளுக்குத்தான சாக்லேட் கொடுப்பாங்க? எந்தக் கழுத எக்கேடு கெட்டா நமக்கென்ன? வந்தமா, பாடத்த நடத்தனமான்னு போங்க, பாடத்த நடத்தாட்டியும் போவுது. எனக்கு வம்பக் கொண்டாந்து வுடாதீங்க. கொம்பு இருக்கிற மாடுதான் முட்டுமின்னு இல்லெ. கொம்பு இல்லாத மாடும் முட்டும் சார்" என்று சொல்லிவிட்டுத் தலைமை ஆசிரியர் லேசாகச் சிரித்தார்.

"கிளாஸ் இருக்கு வர்றன் சார்" என்று சொல்லிவிட்டு எழுந்தார் பொன்னம்பலம்.

"சரி" என்று சொன்ன தலைமை ஆசிரியர் பியூனை அழைத்து "இண் டர்வல் பெல் அடிச்சாச்சா?" என்று கேட்டார். அப்போது ஒரு பிள்ளை உள்ளே வந்தது.

"என்னா?" என்று தலைமை ஆசிரியர் கேட்டார்.

"டீச்சர் ஒங்களப் பாத்திட்டு வரச் சொன்னாங்க சார்" என்று சொன்னது.

அ.வெண்ணிலா

திருவண்ணாமலை மாவட்டம் வந்தவாசியில் வசிக்கும் இவர் 1971ஆம் ஆண்டு பிறந்தவர். கணிதப் பாடத்தில் இளநிலைப் பட்டம் பெற்ற இவர் பின்னர் உளவியலில் முதுநிலை, வணிகவியலில் முதுநிலைப் பட்டங்களைப் பெற்றதோடு தொடர்ந்து கல்வியியலில் முனைவர் பட்டத்தையும் பெற்றுள்ளார். இவரது கணவர் மு. முருகேசும் தமிழ் இலக்கிய உலகின் கவனத்தை ஈர்த்து இயங்கிவரும் முக்கியமான கவிஞராக அறியப்படுகிறார். கவிஞராகப் பயணம் துவக்கிய இவர் சிறுகதைகள், நாவல், கட்டுரைகள், பதிப்புகள் எனப் பல தளங்களில் இயங்கி வருகிறார். தம்முடைய அகநி பதிப்பகத்தின் மூலம் 'ஆனந்தரங்கம் பிள்ளை நாட்குறிப்பு', 'இந்திய சரித்திரக் களஞ்சியம்' உள்ளிட்ட பல முக்கியமான நூல் தொகுதிகளைப் பதிப்பித்துள்ளார். ஆணாதிக்க உலகின் பல பரிமாணங்களைத் தன் படைப்புகள் மூலம் கிழித்துக் காட்டுகிறார்.

18

வெளிய

- அ.வெண்ணிலா

முள் தோப்பெங்கும் மலநாற்றம். இந்தத் தெருவிலேயே பெரியம்மா தான் முதலில் தோட்டத்துக்குப் போகும். தெருக் குழாயில் ராத்திரி முழுக்க தண்ணீர் மெல்லிசாகச் சொட்டிக் கொண்டிருக்கும். தண்ணீர் பிடிப்பதற்காக பெரியம்மாவுக்கு விடியற்காலை இரண்டு மூன்று மணிக்கெல்லாம் விழிப்பு வந்துடும். தண்ணீர் பிடித்துக்கொண்டு இருக்கும்போதே பறவைகள் சத்தம் கேட்கிறதா எனப் பார்க்கும். பறவைகள் சத்தம் கேட்டால் பூச்சி. பொட்டெல்லாம் போய்விடும்னு பெரியம்மா சொல்லும்.

தோட்டத்துக் கதவைத் திறந்து முதல் ஆளாகப் பெரியம்மா குப்பைப் பள்ளத்திற்குப் போகும். குப்பைப் பள்ளத்தைவிட்டுத் தள்ளிப்போய் உட்காராது. முன்னாடியே உட்கார்ந்துவிடும். பெரியம்மா போன உடனே அடுத்தடுத்து அக்காக்கள் மூன்று பேரும் போவார்கள். கடைசியாய் அம்மா போகும்.

நான் போகும்போது கால் வைக்க இடமிருக்காது. கட்டை விரலை ஊன்ற வைத்து எம்பிக் குதித்து, நல்ல இடம் தேடி உட்காருவதற்குள் போதுமென்றிருக்கும். அந்நேரத்திற்குள் எல்லோர் வீட்டுக் குப்பைப் பள்ளத்தையும் சுற்றிச் சுற்றி இருந்து வைத்திருப்பார்கள். பன்றிகள் வரும்வரை கால் வைக்க முடியாது. நாற்றம் குடலை முறுக்கும். மழைப் பெய்கின்ற நேரம் என்றால் பொழுது விடியவே கூடாது என்று வேண்டிக் கொள்வேன். யாரும் குப்பைப் பள்ளத்திற்குக் கிட்டக்கூடப் போக மாட்டார்கள். வழி முழுக்க தண்ணீர் தேங்கும். நான் வரும்போது தண்ணீரும் மலமும் சேர்ந்து 'வ்வா......'

நான் குப்பைப் பள்ளத்துக்கு அருகில் உட்காந்துபோக மாட்டேன். எனக்குன்னு குப்பைப் பள்ளத்தைத் தாண்டி ஒரு முள்ளு மரம் இருக்கு. குடை பிடிச்ச மாதிரி படர்ந்திருக்கும். அந்த முள்ளு மரத்துக்குப் பின்னால் இரண்டு பேர்கூட உட்காரலாம். வெளியே தெரியாது. வேர் அவ்வளவு தடிமன். அந்த மரத்துப் பின்னால் உட்கார்ந்து போனால்தான் பயமில்லாமல் இருக்கும். பின்னாடியும் நிறைய மரமிருக்கும். யாருக்கும் தெரியாது. மரத்துப்

பின்னால் உட்கார்ந்து கொண்டு வேரின் ஓரத்தில் சாய்ந்து பார்த்தால் யார் வீட்டுத் தோட்டத்துக் கதவு திறந்திருக்கிறது, யார் வெளியெ வருகிறார்கள்... எல்லாம் பார்க்கலாம். எட்டு மணிக்கு மேல் போனால் பெண்கள் யாரும் இருக்க மாட்டார்கள். ஆண்கள் மட்டும் வாயில் பிரஷ்ஷை வைத்துக்கொண்டு குப்பைக்கிட்ட நின்றிப்பார்கள். "எந்தப் பொட்டச்சி எந்த முள்ளு மரத்துக்குக்கீழ் உட்கார்ந்திருக்காள்"ன்னு கண்ணு அலஞ்சிக்கிட்டிருக்கும்.

வாயில் வைத்த பல்பொடி நுரை போய், பிறகு வெறும் எச்சிலைத் துப்பி, வராத சளியைக் காறித் துப்பிக்கொண்டு கண்களால் முள் மரத்தை மேய்ந்து கொண்டிருப்பார்கள். மூணாவது வீட்டு வடிவேலு அண்ணனுக்கு இதுதான் வேலையே. மரத்துச் சந்திலிருந்து அவன் வருவதைப் பார்த்தால் வேகமாக வீட்டுக்குள் ஓடிவிடலாம்.

சாயந்திரம் பள்ளிக்கூடம் விட்டவுடன் தினமும் வீட்டுக்குள் பையைத் தூக்கிப்போட்டுவிட்டு நானும் சங்கரியும் நேராகத் தோட்டத்திற்கு ஓடும். எனக்கொரு மரம்டி அவளுக்கொரு மரம். பாவாடையை நல்லா சுருட்டிவிட்டுக்கொள்வோம். மரத்தடியில் உட்கார்ந்துகொண்டு பேசுவோம். கையில் ஆளுக்கொரு குச்சி. இருந்து கொண்டே பள்ளம் தோண்டுவோம். சின்னச் சின்ன நட்சத்திரம் வரைவோம். சில சமயம் குச்சியைப் போட்டுவிட்டு மண்ணை அள்ளி, சின்னச் சின்ன நிலாக் கும்பல் வைப்போம். நிலாக் கும்பல் வைத்துக் கொண்டே நகர்வோம். அவள் என் பக்கம் நகர்வாள் நான் அவள் பக்கம். நிலா கும்பல் சுவாரசியத்தில் நகர்ந்து வந்து முட்டிக் கொள்வோம். 'அய்ய' என ஓர் அசட்டு சிரிப்பு. மீண்டும் நகர்ந்து அவரவர் மரத்தடிக்குப் போவோம். சங்கரி காலையில் என்னுடன் வரமாட்டாள். அவங்க அம்மா விடமாட்டாங்க.

காலையில் பெரியம்மா, அம்மா, பக்கத்து வீட்டு மீரா சித்தி யாரும் ஒருத்தரை ஒருத்தர் பார்க்க மாட்டாங்க. அவசரத்துக்கு வெளிய போயிட்டு வேலையைப் பார்க்கத் திரும்பிடுவாங்க. சாயந்திரம் பேசுவதற்காகத்தான் குப்பைப் பள்ளத்திற்கு வருவார்கள். பக்கம் பக்கமாய் உட்கார்ந்துகொண்டு குசுகுசுவென பேசுவார்கள் அம்மாவும் மீரா சித்தியும். இருட்டினாத்தான் எழுந்து வருவார்கள். எழுந்து நின்றுகொண்டு கொஞ்ச நேரம் பேசுவார்கள். நடந்து தோட்டத்துக்கு வந்து அங்கு நின்றும் பேசிக் கொள்வார்கள்.

பேசும்போது மீரா சித்தியின் முகத்தைப் பார்க்க வேண்டும். கண்கள் பக்கத்து வீட்டுக் கதவுகளைப் பார்த்துக் கொண்டே இருக்கும். முகம் தீவிரமாக இருக்கும். அடிக்குரல். உதடுகள் இடைவெளியின்றி அசைந்து கொண்டிருக்கும். அம்மா ஒன்றிரண்டு வார்த்தைகள் சொல்லும். சித்தி பேசிக் கொண்டேயிருக்கும். தலையைச் சுற்றி கொசு மொய்க்கும். வாய்க்குள் ஒன்றிரண்டு பூச்சிகள் நுழையும். காறித் துப்பிவிட்டு, “கண்ணு, வாங்கடி போலாம். பொழுது போச்சி. பூச்சி பொட்டு வரும்” என்று சொல்லிக் கொண்டே தோட்டத்து வாசற்படியில் வைத்திருக்கும் ஒரு டப்பா தண்ணீரில் கால் கழுவிக் கொள்ளும்.

மண்ணு வீட்டுக் கன்னியம்மா கிழவி நல்ல வெயில் நேரத்தில்தான் சுள்ளி பொறுக்கப் போகும். கிழவிக்கு எந்த முள்ளு மரம் காஞ்சிருக்கு, எந்த மரத்துல காய் பழுத்து விழுற மாதிரி இருக்கு, வேர் பட்டுப்போன மரத்தை எப்படி பொளந்துகிட்டு வர்றது எல்லாம் தெரியும். எல்லா மரத்துக்குக் கீழேயும் யார் வெளிய போவாங்கன்னும் தெரியும். அந்தத் தெருவில் யார் யாருக்குத் தீட்டுன்னு மதியத்திற்குள் குழாயடியில் கிழவி சொல்லிவிடும். “ஏழு புள்ள பெத்திருக்கேன்... எனக்குக் கூடத்தான் உதிரம் பட்டிருக்கு. ஆனா இந்த காஞ்சூர்த்தாளுக்கு மட்டும் ஒன்னுக்குப் போற மாதிரி போதே. குறுக்கு விண்ணுன்னு தெரிச்சுப் போயிடும்” என்பாள். எல்லார் பத்தியும் தெரியும்.

“சின்ன பசங்கதான கீது. வாய சும்மா வெச்சிட்டிரு மாமி” என்பாள் அம்மா.

“ஆமாம். இவள்லாம் குடிசையில ஒக்காரப் போறதில்ல. வூட்டுக்காரன் கூட படுத்துப் புள்ளப் பெத்துக்கப் போறதில்ல. ரொம்பத்தான்டி அதிசயம் காட்றீங்க.”

நொடிக்கும் அம்மா இடத்தைக் காலி செய்யும். சங்கரி இரண்டு நாட்களாகப் பள்ளிக்கூடம் வரவில்லை. வெளிய போகவும், சாயந்திரம் வரவில்லை. தோட்டத்தில்போய் பின்கதவைத் தட்டினேன். சங்கரி அம்மா தான் திறந்தார்கள்.

“அக்கா, சங்கரியக் கூப்பிடுக்கா.”

“அவ இப்பத்தாண்டிப் போயிட்டு வந்தா. நீ போயிட்டு வா.”

கதவைச் சாத்திவிட்டுப் போய்விட்டாங்க. அவளுக்கு அவசரமாக வந்துவிட்டிருக்கும். அதுதான் போயிட்டுப்

போய்விட்டாள். நான் மட்டும் போனேன். சங்கரியின் மரத்தடி சுத்தமாக இருந்தது. இந்நேரத்திற்குப் பன்றி வராதே என்று யோசனையாய் இருந்தது.

நான்கைந்து நாட்கள் ஆகிவிட்டன. சங்கரி பள்ளிக்கூடமும் வரவில்லை. கண்ணிலும் படவில்லை. ஒருநாள் சாயந்திரம் இவள் வெளிய போகப் போனாள். சங்கரி வெளிய போகும் இடத்தில் நிலா கும்பல் வைப்பதுபோல் சின்னச் சின்ன மண் குவியல்கள் இருந்தன. காலால் லேசாகக் கீறிப் பார்த்தேன். ரத்தமாய் இருந்தது. அவளுக்கு உடம்பு சரியில்லைப் போலிருக்கிறது. அதுதான் என்கூட வெளிய போக வரவில்லை. அவளுக்கு உடம்புக்கு என்னன்னு பயமாக இருந்தது. ராத்திரியானால் கரண்ட் கம்பத்திற்குக் கீழே உருளைக்கிழங்கு விளையாட்டு விளையாடுவோம். சங்கரி அங்கும் வரவில்லை. போய்க் கூப்பிட்டேன். "ஏய், அவளுக்கு பேதியாகுதுடி. ஒரு வாரத்திற்கு எங்கும் வரமாட்டா."

சங்கரியம்மா என்னை உள்ளேயே கூப்பிடவில்லை.

ஒரு வாரம் கழித்துத் தான் சங்கரி வெளிய போக வந்தாள். "ஏம்ப்பா, இத்தன நாள் வரல"ன்னு கேட்டவுடனே, "எங்க அம்மாகிட்ட கேட்கக் கூடாது என்ன? நான் வயசுக்கு வந்துட்டன்டி. எங்கம்மா சும்மான்னாலும் பேதியாச்சுன்னு சொன்னாங்க. யார்ட்டயும் சொல்லாதப்பா என்ன?" என்றாள் சங்கரி. குச்சியைக் கீழே போட்டு சங்கரியைப் பார்த்தேன். முகத்தில் மஞ்சள் பூசியிருந்தாள். பாவாடையை நன்றாக விரித்து முன்னால் கீழே இறக்கிவிட்டுக் கொண்டிருந்தாள். பின்னால் இடக்கையால் பாவாடையைப் பின்புறத்தை மறைக்குமாறு நீட்டிப் பிடித்துக் கொண்டிருந்தாள்.

ஒன்னுக்கு பெல்லடிச்ச உடனே குழாயில் தண்ணீர் குடிக்க ஓடி வந்தேன். கன்னியம்மா கிழவி இருந்தது. என்னைப் பார்த்தவுடன், "என்னாடி, ஒன் கூட்டாளி குடிசையில் ஒக்காந்துட்டாளா? சூத்துத் துணியைத் தூக்கிக்கினு கதை பேசிக்கிட்டிருக்கிறதெல்லாம் இனிம கூடாது. அவ ஆத்தா என்னமோ கோழிய கவுத்துப் போட்ற மாதிரி கவுத்துப் போட்டிருக்கா. விடிஞ்சா தெறந்து விட்டுத் தானே ஆகணும். எல்லா வேசம் காட்றாங்க" என்றது.

.....

கைகள் பாவாடையை மெல்ல கீழே இறக்கின. சங்கரியின் மரத்திற்குப் பக்கத்தில் வெள்ளையாய் ஒன்று அசைந்தது. சங்கரியின் மரத்தில் ஜோட்டான். ஜோட்டானாய் மஞ்சள் காய்கள் தொங்கின. பச்சை மரத்தில் மஞ்சள் காய்கள். இடையில் வெள்ளையாய் ஏதோ ஒன்று.

வீணான துணியை யாராவது தூக்கிப் போட்டிருப்பார்கள். முள்ளில் மாட்டி காற்றில் ஆடிக்கொண்டிருக்கிறது. நினைத்துக் கொண்டே விரித்தப் பாவாடையைச் சுருட்டிப் பிடித்தேன்.

குச்சியால் நட்சத்திரம் வரைந்துவிட்டுச் சங்கரியின் மரத்தைத் திரும்பிப் பார்த்தேன். வெள்ளைத் துணியைக் காணவில்லை. "எங்கே போயிருக்கும்? கீழே விழுந்திருக்குமோ?" சமாதானத்துடன் எழுந்தேன்.

குப்பைப் பள்ளத்தில் கறுப்பு-சிவப்பு கோடுடன் குச்சி போன்ற பொருள் கிடந்தது. குச்சியால் கிளறினேன். பென்சில். அட, இந்தப் பென்சிலைத் தானே இரண்டு நாளாகத் தேடிக் கொண்டிருந்தோம்? அம்மா தான் பெருக்கி வாரிக் கொட்டியிருக்கும். திட்டிக் கொண்டே பென்சிலைப் பீச்சாங்கையில் எடுத்தேன்.

தோட்டத்து வாசற்படியில் தண்ணீர் டப்பா இருந்தது. சங்கரி வீட்டில் இருக்கிற மாதிரி பிளாஸ்டிக் குவளை வேண்டும் என்று ஆசையாய் இருக்கும். ஆனால். அம்மா காசு கொடுத்து குவளை வாங்காது. ஒவ்வொரு டப்பாவாய்த் தொலையத் தொலைய யார் வீட்டில் இருந்தாவது ஒரு பெயின்ட் டப்பா வாங்கி வந்துவிடும். பிடியும் இல்லாமல், மேலெல்லாம் பெயின்ட் ஊத்தி, வாந்தி எடுத்த மாதிரி இருக்கும். குளிக்க, தோட்டத்திற்குப் போக, கை கழுவுகிற தொட்டிக்கு... எல்லாத்துக்கும் டப்பாதான்.

ஒரு டப்பா தண்ணீரில்தான் கால் கழுவ வேண்டும். அம்மா, பெரியம்மா, மீரா சித்தி எல்லாம் அந்த ஒரு டப்பாவில்தான் கழுவிக் கொள்வார்கள். வீட்டிற்கு உள்ளே போய், தொட்டித் தண்ணீரில் கையையும் காலையும் கழுவுவார்கள். எனக்கு மட்டும் எப்பவும் தண்ணீர் பற்றாது. அம்மா திட்டும். "அரிசி, பருப்பு செலவு செய்யற மாதிரிதான் தண்ணீரையும் செலவு செய்யணும். காசு கொடுத்து வாங்கலேன்றதுக்காக மானாவாரியா ஊத்தக் கூடாது."

பென்சிலைக் கழுவினேன். அரை டப்பா தீர்ந்துவிட்டது. "அய்யய்யோ, பென்சிலை உள்ளே போய்க் கழுவியிருக்கலாமே?"

தலையில் கொட்டிக் கொண்டேன். அரை டப்பா தண்ணீர்தான் மீதி இருந்தது. என்ன செய்வது? பத்தாதே! காலில் தண்ணீரை ஊற்றிக்கொண்டு வெளி வாசலில் இருக்கும் தண்ணீர் தொட்டிக்கு நடந்தேன்.

அம்மா உள்வாசலில் பாத்திரம் தேய்த்துக் கொண்டிருந்தது. அப்பா, தம்பி யாரும் இல்லை. வெளிவாசலை ஒட்டியிருந்த பெரியம்மா வீட்டைப் பார்த்தேன். ஒருவரும் கண்ணில் படவில்லை. சட்டென்றுத் தொட்டிப் பக்கத்தில் உட்கார்ந்து நான்கைந்து டப்பாக்கள் தண்ணீர் மொண்டு கால் கழுவினேன். "இப்படி போற வர்ற வழியில் கால் கழுவினா. நாங்கள்லாம் நடக்கிறதா இல்லயா? வெளிய போனா தோட்டத்தில் கால கழுவிட்டு வர வேண்டியதுதானே? சின்ன பப்பா பாரு? உள்ள வர?" பெரியம்மா வாசல் கழுவித் தள்ளிய துடைப்பத்துடன் கூச்சல் போட்டது.

பக்கத்தில் பெரியம்மாவைப் பார்த்தது தூக்கி வாரிப் போட்டது. இதையொட்டி அம்மாவுக்கும். பெரியம்மாவுக்கும் நடக்கப் போகிற சண்டையை நினைத்தேன். தாராளமாகத் தண்ணீர் ஊற்றிக் கழுவிய சந்தோஷம் போனது. உடம்பு ஆடியது.

அம்மா வெளியே வந்தது. சாமான் கழுவிக் கொண்டிருந்த கையோடு என் முடியைக் கொத்தாகப் பிடித்தது. பெரியம்மா கையிலிருந்த துடைப்பத்தைப் பிடுங்கி முதுகிலும் காலிலும் தொடையிலும் என வசதியாக அகப்பட்ட இடங்களில் எல்லாம் அடி விழுந்தது. "அய்யோ, அடிக்காதம்மா, அடிக்காதம்மா. இனிமே தோட்டத்துல கழுவுறம்மா, வலிக்குதும்மா..." கத்தினேன்.

"அவ அவ பல்லுக்கு நிக்காதன்னு சொன்னா கேட்டாத்தானே. இங்க தான் எப்ப எப்பன்னு நிக்கறாங்களே? தண்ணீய ஊத்துனா ஒரு சண்ட. ஊத்தலன்னா ஒரு சண்ட. வெடிஞ்சா ஒரு சண்ட. பொழுதுபோனா ஒரு சண்டன்னு தெனம் ராமாயணம். போதாததுக்கு நீ வேற."

"இப்ப என்னா சொன்னன்னு அந்தப் பொண்ணப் போட்டு இந்த அடி அடிக்கிற. வெளிய போயிட்டு வந்து கால கழுவுறா. பின்னாடியே கழுவிக்கிட்டு வர வேண்டியது தானேன்னு கேட்டதுக்கு இந்த அடி அடிக்கிற? போற வர்ற வழியில் மெறிச்சு மெறிச்சு நடக்கணுமா? தூங்கி எழுந்தா நல்லா அவலை வறுக்கிற! நல்லாயில்ல சொல்லிட்டன்."

“நானா அவல வறுக்கிறது? யார் வறுக்கிறாங்கன்னு அவங்கங்களுக்கு தெரியும்.”

வெற்றுடம்பில் தோளில் துண்டுடன் அப்பா உள்ளே வருவது தெரிந்தது. அம்மா துடைப்பத்தைக் கீழே போட்டுவிட்டுச் சாமான் தேய்க்கப் போனது. பெரியம்மா இறைந்து கிடந்த துடைப்பக்குச்சியை ஒவ்வொன்றாகப் பொறுக்கி துடைப்பத்துள் செருகியது. வீட்டுச் சண்டை ஆம்பளைங்க வரைக்கும் போனால் பெரிசாகிவிடும். கை கலப்பு ஏற்படும். அம்மாவும். பெரியம்மாவும் என்ன சண்டைன்னாலும் அவங்களுக்குள்ள வைத்துக் கொள்வார்கள். காலையில் சண்டை போடுவார்கள். சாயந்திரம் திண்ணையில் உட்கார்ந்து யாரிடமோ பேசுவதுபோல் ஜாடையாகப் பேசிக் கொள்வார்கள். அப்பாவும் பெரியப்பாவும் சண்டை போட்டால் இதெல்லாம் முடியாது.

அப்பா செருப்புக் காலை ஒருக்களித்து வைத்து நடந்து வந்தார். தொட்டிக்கருகில் வந்தவுடன். செருப்பை கழட்டினார். “டப்பா எடும்மா!” டப்பாவை நீட்டினேன். “கருமம் - நாய் கண்ட எடத்தில போய் வைக்குது!” தொட்டியிலிருந்து தண்ணீரை எடுத்து ஊற்றி செருப்புக்குள் காலை விட்டு வேகவேகமாயத் தேய்த்தார். நாறியது.

அம்மா சாமானைக் கழுவித் தண்ணீரை ஊற்றியது. பெரியம்மா ஒரு நிமிடம் நின்று அப்பாவைப் பார்த்துவிட்டுத் தண்ணீரை வாசலில் விசிறி ஊற்றிவிட்டுச் சென்றது.

முதுகிலும் தொடையிலும் வீங்கிப் போயிருந்தது. தொட்டுப் பார்த்தேன். பாவாடையை லேசாகத் தூக்கிப் பார்த்தேன். வீங்கியிருந்தது. பென்சில் எங்கே? தேடினேன். தண்ணீர் போகும் சாக்கடை வாயிலில் கிடந்தது. அப்பா செருப்பைக் கழுவிய தண்ணீர் தேங்கியிருந்தது.” “சீசீ... வேணாம்...” தொடையைத் தேய்த்தபடி ஓடினேன். ஒன்னாம் பெல் அடிச்சது. பையைத் தேடினேன். சாப்பிடவில்லை.

★ ★ ★

“ஒன்னுக்குப் பெல் எப்ப அடிப்பாங்கன்னு தெரியலையே?” வயிறு கலக்கியது. காலையில் ஒழுங்காகப் போகவில்லை. முள்ளு மரத்தின்மேல் கிடந்த துணியைப் பார்த்து பயந்த பிறகு வெளிய வரவேயில்லை. இப்ப கலக்குது. பத்து நிமிசம் இருக்கும். அதுக்குள்ள ஓடிப்போய் வந்துரலாம். லேட்டானாலும் டிரில்

டீச்சர் மொத கேட்லதான் நிப்பாங்க. நாம பின்னாடி பக்கமா உள்ள வந்துடலாம்.”

சங்கரியைப் பார்த்தேன். எழுதிக் கொண்டிருந்தாள். கணக்கு வாத்தியார் போர்டில் எழுதிப் போட்டிருந்ததை எழுதவில்லை. அவள் வாய்ப்பாடு எழுதிக் கொண்டிருந்தாள். தினம் வாய்ப்பாடு எழுதிவிட்டால் போதும், வாத்தியார் வேறொன்னும் கேட்க மாட்டார். “வாய்ப்பாடு படிங்கடா, தானா கணக்கு வரும். என்னையப் பாருங்க. காலரிக்கா என்ன, அரையரிக்கா என்ன, ரெண்டையும் கூட்டினா என்ன, கழிச்சா என்ன, பெருக்கனா என்ன, எல்லாஞ் சொல்வேன். யோசிக்கிற வேலையே கிடையாது. தண்ணீயா வரும். நா பன்னெண்டு என்னன்னா ஒருத்தஞ் சொல்லு பார்ப்போம். ஒருத்தனும் சொல்ல மாட்டாங்க. மனப்பாடம் பண்ணத்தான் வணங்க மாட்டேங்குதே? பின்ன எப்படி கணக்கு வரும்”னு தினம் சொல்வார். அவர் என்ன நடத்தினாலும் வாய்ப்பாடு எழுதினால் போதும். அடிக்க மாட்டார்.

சங்கரியின் தொடையைச் சுரண்டினேன். “என்ன?” கண்ணால் கேட்டாள். ரெண்டு விரலைக் காட்டினேன். “அய்யோ, இப்ப எப்படி போறது? நான் வரலை.”

“வயிறு வலிக்குதுப்பா. இப்ப வேணாம். பெல்லடிச்சப் பிறகு போகலாம். பத்து நிமிஷத்துக்குள்ள ஓடியாந்திடலாம். வாப்பா.”

“எங்க அம்மா பார்த்தா தொடப்பக்கட்ட தான். கண்ட நேரத்தில் எல்லாம் தோட்டத்துக்குப் போகக் கூடாதுன்னு சொல்லியிருங்காங்க.”

“வயிறு வலிக்குதுப்பா.”

“இப்ப முள்ளு மரத்துக்குக் கீழ் நிறையப் பேர் குடிச்சிட்டு சீட்டாடுவாங்க. அப்புறம் நம்ம குப்ப பள்ளத்தாண்ட இந்நேரத்துக்கு நிறைய பன்னிங்க இருக்கும். ஒரு பன்னி வேற குட்டிப் போட்டிருக்கு. அதப் பார்த்தாலே பயம். நான் வர மாட்டேம்ப்பா.”

எனக்கும் தெரியும். வெயில் வந்தா போதும். எல்லார் வீட்டுத் தோட்டத்துக் கதவையும் ஒருக்களித்து வைப்பது தெரிந்தால் போதும். முள்ளு மரத்திற்குக் கீழே ஒரு கும்பல் வந்துவிடும். வாயில் பீடியை சொருகிக் கொண்டு சீட்டு ஆட்டம் நடக்கும். சில்லறையும், ரூபாயுமாக நடுவில் கிடக்கும். மஞ்சள் சிவப்புக்

கலரில்தான் பனியன் போட்டிருப்பார்கள். பனியன் கலரும் பீடி நாற்றமும் பயமாக இருக்கும். பகலில் யாருமே தோட்டத்துப் பக்கம் போக முடியாது. "ஏன்டா இங்க வந்து விளையாட்றீங்க"ன்னு யாராவது கேட்டால் போதும். அன்றைக்கு ராத்திரிக்குள் பொதை பொதையாய் இருக்கிற அவங்க முள்ளு மரத்தில் ஒரு சுள்ளி இருக்காது. அடி வேர் வரைக்கும் வெட்டி எடுத்துவிடுவார்கள். காலையில் பார்த்தால் மறைப்பே இல்லாமல் முழு வெளிச்சமாக இருக்கும் அவர்கள் தோட்டம்.

தோட்டத்தில் வைக்கிற அலுமினிய அன்னக்கூடை, குடம், பக்கெட், வராண்டாவில் விடுகிற சைக்கிள் எல்லாம் காணாமல் போகும். யாரையும் ஒன்றும் கேட்க முடியாது. "அந்த பொறம்போக்குக்கிட்டல்லாம் நம்மால பேச முடியாது. நீங்க ஒழுங்கா இருங்க. வேலையா போனமா, வந்தமான்னு நடந்துக்கங்க. அவஞ் சீட்டு வெளையாட்றான், சிகரெட் பிடிக்கிறான்னு சொல்லிக்கிட்டிருக்காம. நம்ம வேலையைப் பாருங்க..." சொல்லிவிட்டுப் போய்விடுவார் அப்பா.

பத்துமணி ஆனால் போதும். முள்ளுக் காய்களுக்காகப் பன்றிகள் வந்துவிடும். பெரிய பெரிய பன்றிகள். பார்க்கவே பயமாக இருக்கும். ஒரு பெரிய பன்றி போனால் சிறியதும் பெரியதுமாக இருபது பன்றிகள் கூட ஓடும். ஒரு பன்றியின் காலில் மற்றொன்று காலைவிட்டுச் சிக்கிச் சிக்கி அவை ஓடும் நேரத்தில் தூசு கிளம்பும். மல நாற்றமடிக்கும். வாலைத் தூக்கி பன்றி உறுமிக் கொண்டு ஓடும் சப்தத்தில் பயம் உச்சிமயிரைப் பிளக்கும்.

நிறைய பன்றிகளுக்கு பயமே இருக்காது. உட்கார்ந்து வெளிய போய்க் கொண்டிருக்கிற நேரத்திலேயே பக்கத்தில் வரும். அம்மா பெரியம்மால்லாம் கையில் குச்சியை வைத்துக்கொண்டு, "ச்சூ... ஓடு" என்று விரட்டிவிடுவார்கள். கன்னிம்மா கிழவி, "வா.. என்... இருந்தே எடுத்துக்க" என்று பல்லை இளித்துக் காட்டும். ஈ என்று கிழவி பல்லை இளித்துப் போடும் சப்தத்திற்குப் பன்றி பயந்து அடுத்தத் தோட்டத்திற்கு ஓடிப் போகும்.

எனக்குப் பன்றியைப் பார்த்தாலே நடுக்கம் வந்துவிடும். "உர் உர்" ரென்று மண்ணை முகர்ந்து பார்த்துக்கொண்டு அது நடக்க நடக்க சர்வ நாடியும் ஒடுங்கும். நான் பயந்து உட்கார்த்திருப்பதைப் பன்றி கண்டுபிடித்துவிடும். நான், "ஏய் போ" என மெதுவாகச் சொல்வேன். எனக்கே கேட்காது. "வா" என கூப்பிட்ட மாதிரி பன்றி நெருங்கி வரும். நான் பயந்து

எழுந்திருப்பேன். அடிக்க வருவேன் எனப் பயந்து இரண்டடி பின்னுக்குப் போகும். நானும் இரண்டடி பின்னால் வைத்தவுடன், பன்றி முன்னுக்கு வரும். அலறியடித்து நான் வீட்டை நோக்கி ஓடினால் போதும். பன்றியும் எதிர்த்திசையில் ஓடிக் கொண்டிருக்கும்.

பன்றிகள் வராத பகல் நேரங்களில் மட்டுமே நான் கூட்டாளிகளுடன் வெளிய போவேன். அவசரமா வந்தாலும் அம்மாவைக் கூப்பிட்டால் வராது. தறியை விட்டு இறங்காது. "கெக்கலனுக்கு காக் குழிக்குள்ள கால வுட்டாத்தான் கால் வயிறு கஞ்சி. எண்ணிப் பார்க்கிறதுக்குள்ள எட்டு எழை குறைஞ்சிடும்"னு எதையாவது சொல்லும். கன்னிம்மா கிழவிதான் பகல் பூரா தோட்டத்துல நடமாடும். சீட்டாடுகிறவன், குட்டிப் போட்ட பன்றி, எந்த பயமும் கிடையாது. கிழவி இருக்கிற தைரியத்தில் போகலாம். ஆனால், அது கண்ணில் படும்படி வெளிய போனால் அடுத்த நாள் குழாயடியில் என் பேச்சு தான் நாறும்.

வயிறு கீழே இறங்கி வருவதுபோல் மீண்டும் கனத்தது. சங்கரியின் கையை மீண்டும் சுரண்டினேன்.

"போப்பா, அம்மா திட்டும்ப்பா. வயசுக்கு வந்துட்ட பிறகு காத்துக் கறுப்பு அண்டும். வெயில் நேரத்தில் எங்கும் போகக்கூடாதுன்னு அம்மா சொல்லியிருக்கு. இப்ப நான் வந்தன்னு தெரிஞ்சா, சாயங்காலம் துடைப்பக்கட்ட பிச்சுக்கும்."

கோபம் வந்தது. நாமே போகலாம் என்று வெளியே வந்தேன். பீடி நாற்றமும் பன்றியின் உறுமலும் கேட்டது. பயத்தில் நெஞ்சடைத்தது. ஒன்னுக்கு பெல் அடிக்க பியூன் அண்ணன் மணிக்கட்டையை எடுத்துக்கொண்டு போனார்.

பள்ளிக்கூடத்திற்குப் பின்னால் போனேன். மஞ்சள் கனகாம்பரம் செடி மண்டிக் கிடக்கும் முள்ளுத் தோப்பு. முள்ளு கனகாம்பரம் பூவே எனக்குப் பிடிக்காது. தொடும்போதே விரல் முழுதும் மஞ்சளாய் மகரந்தம் அப்பிக் கொள்ளும். தலையில் வைத்தவுடன், தலை முழுக்க மஞ்சள் தூள் தேய்த்தது மாதிரி இருக்கும். கட்டிச் சந்தனம் மாதிரி அந்தக் கலர் மட்டும் அழகாக இருக்கும். அப்புறம் முள்ளு கனகாம்பரத்தை வேகமாக பறிக்க முடியாது. நெறிஞ்சி முள்ளு மாதிரி, முள்ளு கொத்துக் கொத்தா இருக்கும். ஒவ்வொரு பூவா பறிச்சி எடுக்கறதுக்குள்ள கையில் அங்கங்கே ரத்தம் வரும். பெரிய பயம். முள்ளு கனகாம்புரம் புதருக்குள்ளே பன்றி நிறைய இருக்கும். பெரிய பெரிய பள்ளம் போட்டு இருக்கும். ஒரு பன்றி தானே இருக்கிறது என்று

பார்த்தால் பெரிய பன்றி எழுந்தவுடன் அடியிலிருந்து பத்துப் பனிரெண்டு குட்டிகள் எழுந்து ஓடும். பன்றிக்காகவே முள்ளு கனகாம்பரம் புதர்ப் பக்கம் போகமாட்டேன்.

ஒன்னுக்கு பெல் முடியறதுக்குள்ள போகணும். பயந்துகொண்டே புதர்களை விலக்கினேன். "முள்ளு கனகாம்பரப் புதருக்குள்ள கட்டாயம் பாம்பு இருக்கும்" அம்மா சொன்னது, ஞாபகம் வந்தது. உடல் வேர்த்தது. வயிற்றுக் கனமும் அதிகமானது. கால் வழியே வந்துவிடும்போல் இருந்தது. மெல்ல நடந்தேன். வெளிச்சம் இல்லை. கண்கள் பழகியிருந்த குறைந்த வெளிச்சத்தில் ஓர் இடம் தேடினேன். ரொம்ப உள்ளப் போய்விடக் கூடாது. பயந்து கொண்டே சுற்றும் முற்றும் பார்த்தேன்.

நிறைய பேர் போய் வைத்திருந்தார்கள். காலைக் கவனமாகப் பார்த்து வைத்தேன். மிதித்துவிடப் போகிறோம் என்ற அருவருப்பு. உள்பக்கமாய் நகர்ந்தேன். நல்ல இடமாய்த் தேடியதில் புதரின் உள்ளே வந்துவிட்டிருந்தேன். பெருக்கி வைத்ததுபோல் ஓர் இடம் இருட்டிலும் வெள்ளையாய் தெரிந்தது. அப்பாடா... சட்டென்று உட்கார்ந்தேன்.

கண்களில் இருந்து தண்ணீர் வழிந்தது. வயிற்றின் கனம் குறைந்தது. இடது கையால் கண்ணைத் துடைத்தேன். வலது கையால் குச்சியொன்றை எடுத்து மண்ணைக் கீறினேன். பாவாடையைச் சுருட்டி இடுப்புக்குமேல் ஏற்றிக் கொண்டேன்.

மண்ணைக் கீறி நட்சத்திரம் வரைந்தேன். சிறிய நட்சத்திரம், பெரிய நட்சத்திரம் என்று முள்காட்டில் நட்சத்திரங்களை வரைந்தேன். நட்சத்திரங்களைச் சுற்றி வட்டம் வரைந்தேன். வட்டத்திற்குள் அடைபட்ட நட்சத்திரங்கள். சின்னச் சின்ன நட்சத்திரங்களை மண்ணில் உருவாக்கிக் கொண்டு மெல்ல நகர்ந்தேன். எழுந்திருக்காமலேயெ நகர்ந்து சென்று கொண்டிருந்தேன். என்னைச் சுற்றி நட்சத்திரங்கள் வளர்ந்து கொண்டிருந்தன. மண் காடெங்கும் புதுப்புது நட்சத்திரங்கள் முளைத்தன. காலடியில் துவங்கி, முட்டிபோட்டு, கை எட்டும் தொலைவு வரை நட்சத்திரங்கள் முளைத்தன. நட்சத்திர மண்டலமாய் முள் புதர் ஒளிர்ந்தது.

முன்னும் பின்னும் இடமும் வலமுமாக நகர்ந்து கொண்டிருந்தேன். மேகங்களுக்கிடையில் நட்சத்திரங்களைத் தேடிப் பொறுக்கி குவித்து வைப்பது போல் உற்சாகத்துடன்

தொடர்ந்தேன். கனமான மேகம் என்று நினைத்து கால் வைக்கப் பஞ்சு பொதிபோல் உள்ளிழுத்தது ஒரு மேகம். கால் சறுக்கியது. லேசாக நினைவு இடற, பள்ளத்திற்குள் காலை விட்டிருந்தேன். பள்ளத்தில் கால். மேட்டில் நான். நிதானித்தேன். சுற்றி அடர்ந்த இருள். நட்சத்திரம் வரைந்து கொண்டே முள் புதருக்குள் நிறைய தூரம் வந்துவிட்டிருந்தேன். வயிறு கலங்கியது. அழுகை வந்தது.

இருட்டுக்குக் கண்ணைப் பழக்கினேன். குட்டையான அடர்ந்த முள்ளூ கனகாம்பரம் செடியில் மஞ்சளாக அடர்ந்து பூக்கள் தெரிந்தன. வேறொன்றும் தெரியவில்லை. சுற்றிப் பார்த்தேன். எழுந்து போகலாம். அசைந்தேன். பக்கத்தில் "உர்" ரென்று உறுமல். தூக்கிவாரிப் போட்டது. திரும்பிப் பார்க்க முடியாமல் கழுத்துப் பிடித்துக் கொண்டதுபோல் இழுத்தது. மறுபடியும் "உர்" கால்கள் நடுங்கின. கண்களை மட்டும் தோள்பட்டை வரை திருப்பி, பின்னால் பார்த்தேன். அம்மா... சத்தமாய்க் கத்தினேன். பெரிய பன்றி. தலைமேல் யாரோ ஓங்கிக் கொட்டினார்கள். மீண்டும் திரும்பினேன். பன்றி தலையை மட்டும் மெல்லத் தூக்கியிருந்தது. பன்றி உடல் முழுவதும் மேலேறிக் கொண்டும் இறங்கிக் கொண்டும் பத்துப் பனிரெண்டுக் குட்டிகள். ரொம்பக் குட்டி. ஒரு நாள், இரண்டு நாள் தான் ஆகியிருக்கும், குட்டிப் போட்டு.

"குட்டிப் போட்ட பன்றி யாரையும் கிட்ட சேர்க்காது. விரட்டி கடிக்கும்." அம்மா சொன்னதெல்லாம் முதுகில் அடியாய் விழுந்தது. என்னால் அசைய் முடியவில்லை. பன்றி அரை மயக்கத்தில் என் அசைவைக் கணித்தபடி அசையாதிருந்தது. நான் காலை நகர்த்த மெதுவாக அசையும்போது, பன்றியின் உடம்பு மெல்ல உயர்ந்தது. காது மடல்கள் நேராகி விரைத்து நின்றன. வேர்த்தது. நெஞ்சடைத்தது. தொடைகள் கனத்தன.

அழுகையாய் வந்தது. சங்கரியை திட்டினேன். அம்மாவை வெறுத்தேன். கன்னியம்மா கிழவியின் கையைக் கடிக்க நினைத்தேன். இன்று பன்றியால் கடிபடப் போகிறோம் என்று தெரிந்துவிட்டது. ஒன்னுக்கு பெல் அடிச்ச சத்தமே கேட்கவில்லை. கேட்டுத் தொலைச்சிருந்தா அப்பவே போயிருக்கலாம் என்னைத் திட்டிக் கொண்டேன்.

பன்றி அசையாமல் இருந்தது. நான் அசைந்தால் அதுவும் அசைந்தது. யாராவது வருவார்களா இந்த முள்காட்டிற்குள்? பார்வையால் துழாவினேன். பெரிய புதருக்குப் பின்னால் மஞ்சள்

பூக்களுக்கு மத்தியில் சிகப்பாய் ஒரு புள்ளி. இன்னும் பயம் கூடியது. அப்போதுதான் பீடி நாற்றத்தை உணர்ந்தேன். ”அய்யய்யோ... யாரோ ஆள் மறைஞ்சிருக்கான்... நம்மை பார்த்துட்டிருக்கான்... ”உயிர் நரம்பை உருவி எடுத்ததைப்போல் வாய்விட்டு அலறினேன். அம்மா ... சிகப்புப் புள்ளி லேசாக அசைந்து இடம் மாறியது. “சங்கரி” கத்தினேன். வார்த்தை என் தொண்டைக்குள்ளேயே முடிந்துபோனது.

திரும்பிப் பார்த்தேன்... பன்றி அமைதியாய்த் தலையைக் கீழே சாய்த்திருந்தது. தேம்பித் தேம்பி அழுதேன். யாரை நினைத்துக்கொண்டு

அழுவது என்று தெரியவில்லை. வாய்விட்டு அழுதேன். அழுது அழுது இப்பொழுது சத்தம் மட்டம் வந்தது. கண்ணீர் வரவில்லை. தலை சுற்றுவதுபோல் இருந்தது. சாப்பாட்டு மணி அடிக்கிற சத்தம் கேட்டது. மணிச் சத்தம் கேட்டவுடன் வீட்டுக்கு ஓடிப்போக வேகமாக எழுந்தேன்.

சட்டென்று நான் எழுந்தவுடன் பன்றி ‘உர்’ரென்று உறுமி, குட்டிகளை உதறித் தள்ளி எழுந்து நின்றது. என்னைப் பார்த்துச் சீறியது. வேகமாக எழுந்ததில் தலைமுடி முள்ளுச் செடியில் கொத்தாக மாட்டிக் கொண்டது. அம்மா... என்று அலறியபடியே தலைமுடியைப் பிடித்துக் கொண்டேன். எதிரே பார்த்தேன். சிகப்பு புள்ளி மறைந்து போயிருந்தது. யாரோ நடக்கும் சத்தம். பச்சை பனியன் புதரில் இருந்து பிள்ளைகள் ஓடிவரும் திசை நோக்கி நகர்ந்தது.

பயத்தில் எனக்குச் சிறுநீர் வருவதுபோல இருந்தது. தலைமுடியை இழுத்துப் பார்த்தேன். முள்ளில் பின்னலோடு மாட்டியிருந்ததில் அசைக்க முடியவில்லை. பன்றி எதிரில் உறுமியபடி நின்றிருந்தது. பாவாடை நனைந்தது.’ஒன்னுக்குப் போயிட்டமோ?’ அம்மாவிடம் பாவாடையை நனைத்துக் கொண்டுபோய் உதைவாங்க போகிறோம் என்ற பயம் வந்தது.

தொடையிடுக்கில் ரத்தம் கசிந்து கொண்டிருந்தது.

பாமா

விருதுநகர் மாவட்டம் வத்திராயிருப்பை ஒட்டிய வ.புதுப்பட்டி கிராமத்தில் 1958இல் பிறந்தார். இளவயதில் கிறித்துவ கன்னியாஸ்திரியாகச் சில ஆண்டுகள் இருந்துவிட்டுப் பின்னர் அதிலிருந்து வெளியேறி ஆசிரியராகப் பணியாற்றி ஓய்வு பெற்று இப்போது தன் சொந்த ஊருக்கருகே கோபாலபுரத்தில் வசித்து வருகிறார். இவரது 'கருக்கு' நாவல் மக்கள் மொழியில் எழுதப்பட்டு பெரும் விவாதப்புயலை உருவாக்கியது. தொடர்ந்து சாதிய ஒடுக்குமுறைக்கு எதிராக வலுவான குரலில் சிறுகதைகளையும் நாவல்களையும் எழுதி வருகிறார். தன்னுடைய பள்ளி ஆசிரியர் வாழ்க்கையை அடிப்படையாகக்கொண்டு 'விருட்சங்களாகும் விதைகள்' என்கிற புதினத்தை சமீபத்தில் வெளியிட்டுள்ளார்.

மஞ்சள் நிற வண்ணத்துப்பூச்சி

- பாமா

சித்திரப்பட்டி ஊராட்சி ஒன்றியத் தொடக்கப் பள்ளியில் ஐந்தாம் வகுப்பு ஆசிரியை சாரதா. அவளது வகுப்பில் மொத்தம் முப்பது பிள்ளைகள். ஆண்கள் பதினாறு; பெண்கள் பதினான்கு பேர். தமிழ், ஆங்கிலம், கணக்கு, அறிவியல், சமூக அறிவியல் என எல்லாப் பாடங்களையும் சாரதாதான் கற்பித்தாள். குழந்தைகள் அனைவரும் ஆர்வமாகக் கற்றார்கள். தமிழ் வகுப்பில் பாட்டுப்பாடி ஆடுவது அவர்களுக்கு மிகவும் பிடிக்கும். ஆங்கிலப் பாடல்களை அபிநயத்துப் பாடுவதும், அகராதியைப் பயன்படுத்தி ஆங்கில வார்த்தைகளுக்கு அர்த்தம் கண்டுபிடிப்பதும் அனைவருக்கும் விருப்பம். மற்றவர்களைவிட தான்தான் முதலில் அர்த்தத்தைக் கண்டுபிடித்துச் சொல்லிவிட வேண்டும் என்ற முனைப்பு எல்லோரிடமும் இருந்தது. கணக்குகளைக் கரும்பலகையில் செய்விட்டு அதனருகில் தங்கள் பெயரை எழுதுவதில் அலாதிப் பிரியம் கொண்டிருந்தார்கள். அறிவியல் வகுப்பு என்றால் அனைத்து குழந்தைகளுக்கும் தனிப்பட்ட ஆனந்தமாக இருக்கும். அதிலும் முக்கியமாக அறிவியல் சோதனைகளைச் செய்து பார்ப்பதில் தங்களைப் பெரிய விஞ்ஞானிகளாவே பாவித்துக் கொண்டு மகிழ்ச்சி கொள்வார்கள். செய்யும் சோதனைகள் வெற்றி அடைந்தால் எல்லையில்லா சந்தோஷம், வெற்றி பெறவில்லை என்றால் எப்படியாவது வெற்றி பெற்றுவிட வேண்டுமென்றமுனைப்பும் அவர்களைத் தொற்றிக் கொள்ளும். சமூக அறிவியல் பாடத்தில் வரைப்படத்தைப் பார்த்துக் கடல்களையும், கண்டங்களையும், நாடுகளையும், ஊர்களையும் கண்டுபிடிப்பதில் உற்சாகமடைவார்கள்.

சாரதா டீச்சருக்குத் தன் வகுப்புப் பிள்ளைகளை அதிகம் பிடிக்கும், பாடங்களை நடத்தும்போதும் அதையொட்டிய பல கருத்துகளைச் சொல்லி பிள்ளைகளை யோசிக்கச் செய்வார்கள். தினமும் காலையில் வகுப்பில் செய்திகள் வாசிப்பது. பழமொழி, பொதுஅறிவு, திருக்குறள் சொல்வதில் ஒருவருக்கொருவர் போட்டி போட்டுக்கொண்டு தயாரித்து வந்து சொல்வார்கள். அவர்கள் பயன்படுத்துவதற்காக டீச்சரும் சிறுவர்மணி இதழ்களைக் கொண்டுவந்து வகுப்பில் வைத்திருப்பார்கள். அதேபோல் திருக்குறள், பாரதியார் கவிதைகள், சிறுவர்களுக்கான கதைப்புத்தகங்கள், ஆங்கில – தமிழ் அகராதிகள், பயன்பாட்டுக்காக

வகுப்பில் வைத்திருப்பார்கள். பிள்ளைகளும் அவற்றை அதிக ஆர்வத்துடன் பயன்படுத்தினார்கள்.

ஒருமுறை டீச்சர் தன் பள்ளிக்கு வரும் வழியில் பார்த்த பலவகையான பறவைகளைப் பற்றிச் சொல்லிவிட்டு அவர்களுக்குத் தெரிந்த பறவைகள். அவர்களுக்குப் பிடித்த பறவைகளைப் பற்றிக் கூறச் சொன்னார்கள். அனைவரும் கூறினார்கள். பறவைகளை, உயிரினங்களை நாம் நேசிக்க வேண்டும் என்றும் அவற்றைத் துன்புறுத்தக்கூடாது என்றும் கூறினார்கள். அப்போது ரூபிணி எழுந்து சொன்னாள்.

நீங்கள் முன்னால் கூட இப்பிடிச் சொல்லி இருக்கீங்க டீச்சர். ஆனா இந்த மோகன் பையனும், தரண் பையனும் எப்பப் பாரு ஓணான அடிச்சுக் கொல்றானுங்க டீச்சர். அவ பாவந்தான் டீச்சர் . ஏய் அடிக்காதிங்கடான்னு சொன்னதுக்கு, 'நீயி ஒன் வேலையப் பாத்துட்டுப் போ; டீச்சரு ஓணான் பத்தி ஒன்னுஞ் சொல்லல'னு சொல்லறானுங்க டீச்சர்"

"ஏண்டா ஓணானும் ஒரு உயிருதானடா? அத எதுக்குடா கொல்றீங்க?"

"டீச்சர் இவங் கூட டீச்சர் வண்ணத்துப்பூச்சி, தும்பி எல்லாம் புடுச்சு வெளாண்டுட்டு கடைசில கொன்னு குழி தோண்டிப் பொதைப்பாங்க டீச்சர்"பதிலுக்கு தரண் அவர்கள் மீது குற்றம் சாட்டினான்.

"அப்பிடியா?"

"யாரெல்லாம் அப்பிடி செய்றவுங்க ? கை தூக்குங்க பாப்போம்"

வகுப்பில் நிறைய பேர் கை தூக்கினார்கள். சாரதாவுக்கு மிகவும் ஆச்சரியமாக இருந்தது. எதற்காக அப்பிடிச் செய்கிறார்கள் என்று கேட்டதற்கு. அப்பிடி கொன்று குழி தோண்டிப் புதைத்து வைத்துவிட்டு சில நாள்கள் கழித்து அதைத்தோண்டிப் பார்த்தால் அந்தக் குழிக்குள் பணம் இருக்குமாம். அதனால்தான் அப்படிச் செய்ததாகச் சொன்னார்கள்.

"சரி , அப்படி எவ்வளவு பணம் இதுவரையில் எடுத்திருக்கீங்க?"

"எதுவும் எடுக்கல டீச்சர்"

“அப்படின்னா அது சும்மாதான சொல்றாங்க. இனிமே இப்பிடி உயிர்களைக் கொல்லலாமா? எந்த உயிரையும் கொல்லக்கூடாது. துன்புறுத்தவே கூடாது. சரியா?”

“சரிங்க டீச்சர்”

“டீச்சர் இப்பக்கூட நீங்க சிவக்குமார் பையில் பாருங்களேன். குருவிக்குஞ்சு வச்சிருக்கான் டீச்சர்”

“அப்பிடியா சிவா? எங்க எடுத்துட்டு வா பாப்போம்”

“அவன் தயங்கித் தயங்கி எழுந்து வந்தான். அவன் கையில் எதுவும் எடுத்து வரவில்லை”

“குருவிச் குஞ்சு வச்சிருக்கியாம்லடா. அத எடுத்துட்டு வா பாப்போம்” டீச்சர் சொன்னார்கள்.

சிவா டீச்சருக்குப் பக்கத்தில் வந்து தன் காற்சட்டைப் பைக்குள் கையை விட்டு ஒரு குஞ்சை எடுத்துக் காட்டினான். அதைப் பார்த்த உடனே டீச்சருக்கும் கோபம் வந்தாலும் அடக்கிக் கொண்டு கேட்டார்கள்.

“இது மட்டுந்தானா இல்ல, இன்னும் வச்சிருக்கியா?”

“மூணு குஞ்சி வச்சிருக்கான் டீச்சர்” ரூபிணி சொன்னாள்.

சிவா திரும்பி அவளை ஒரு முறை முறைத்துவிட்டு பைக்குள் கையை விட்டு இன்னும் இரண்டு குஞ்சுகளை எடுத்து மேசைமேல் மூன்றையும் வைத்தான். அவற்றைப் பார்க்கும்போதே டீச்சருக்குக் கண்கள் கலங்கின. மூன்றும் மிகவும் சிறிய குஞ்சுகள். கண்களைக்கூட இன்னும் திறக்கவில்லை. ஏதோ மூன்று பம்பரங்களையோ அல்லது கோலிக்குண்டுகளையோ எடுத்து வைப்பது போல அவற்றை எடுத்து வைத்துவிட்டு சிவா நின்று கொண்டிருந்தான். டீச்சர் அவனிடம் கேட்டார்கள்.

“என்ன சிவா, எதுக்கு இந்தக் குஞ்சுகளை இப்பிடிச் சாகடுச்சு வச்சிருக்கெ? எங்கருந்து இத எடுத்துட்டு வந்தெ?”

“நானும் இதுகளச் சாகடிக்கல டீச்சர். நானு எடுத்துப் பைக்குள்ள போட்டுருந்தன். அதுகளாச் செத்துப் போச்சுங்க டீச்சர்”

“ஏன்டா இப்படி இவ்வளவு சின்னக் குருவிகள பைக்குள்ள போட்டு அடச்சு வச்சா எப்பிடிடா மூச்சு உட முடியும்? காத்து இல்லாமெ இப்பிடி என்னமோ சாமாஞ்சட்டுகளப் போட்டு வைக்கிறது மாதிரி பைக்குள்ள திணுச்சு வச்சிருக்கியே. உன்னய

இப்பிடி எங்கயாச்சும் போட்டு காத்தே இல்லாம அடச்சு வச்சா நியி செத்துத்தான போவ? அப்பிடித்தான் இந்தக் குஞ்சுகளுக்கும் இருக்கும். சே, பாவம்டா உன்னால மூனு குஞ்சுக செத்துப் போச்சு. உனக்கு வருத்தமாக இல்லியாடா?"

" நானு குஞ்சுகளச் சாகடிக்கணும்னு புடிக்கல டீச்சர்: சாயங்காலம் வீட்டுக்குக் கொண்டு போயி அதுகள வளக்கணும்தான் புடுச்சு எடுத்துட்டு வந்தேன். இங்க பள்ளிக்கூடத்துல அதுகள எங்க வைக்கன்னு தெரியல டீச்சர். அதுனால பத்துரமா சட்டப் பைக்குள்ள வச்சேன். இப்பப் பாத்தா செத்துப் போச்சுங்க டீச்சர்"

"ஆமா, நீயி பத்துரமா வச்செ. அதுவே அதுகளுக்குப் பாதுகாப்பில்லாமெ போச்சு. இப்ப இத என்ன செய்யப் போற?"

"இன்டர்வல்ல இல்லாட்டின்னா மதியம் சாப்பாட்டுக்குப் பெறகு இதுகளத் கொண்டு போயி குழி தோண்டிப் பொதைச்சிறுவேன் டீச்சர்"

"ஆமாடா நீயி கொன்னு போட்டு பொதச்சிருவெ. இதுங்களோடா ஆத்தா வந்து கூட்டப் பாத்துட்டு குஞ்சுகளக் காணும்னு அழுமே... அப்ப அதுங்களுக்கு யாருடா பதிலு சொல்றது?

இவெ இப்பிடித்தான் டீச்சர். அப்பப்பெ என்னத்தையாச்சும் புடுச்சுப் புடுச்சுச் சாகடிச்சுக் கொன்னு பொதைப்பான் டீச்சர். நானே எவ்வளவோ பாத்திருக்கேன் டீச்சர்" ஹேமலதா கோபமாகக் கத்தினாள்.

"அப்பிடியாடா?"

அவன் அமைதியாக இருந்தான்.

"சரி சிவா, இந்தக் குஞ்சுகளோட அம்மா வந்து கூட்டுல தேடும்ல. அப்பக் குஞ்சுகளக் காணாமெ அழும்ல. இத எங்கருந்து எடுத்தெ?"

"நானு ஸ்கூலுக்கு வார வழில ஒரு மஞ்சணத்தி மரத்துலருந்து எடுத்தேன்?"

"ஆமா டீச்சர் நாங்கூட பாத்தேன் டீச்சர். டேய் டேய் எடுக்காதடா பாவம்டா இதுகளோட ஆத்தா வந்து அழும்டா அந்தப் பாவம் உன்னயத்தாண்டா சேரும்னு சொன்னேன் டீச்சர். இவெங்க கேக்கவே இல்ல டீச்சர். அந்தக் கூட்டுல இருந்தானாச்சும் உசுரோட இருந்துருக்கும். இப்ப எடுத்துட்டு வந்து சாவடுச்சுட்டான்"

ஆத்திரத்தோட சொன்னாள் சரளா.

“நீயி என்ன சொல்ற சிவா?”

” இனிமே இப்பிடி எடுக்கமாட்டேன் டீச்சர். நானு வளக்கலாம்னுதான் எடுத்தேன் டீச்சர். இனிமே எதையுமே எடுக்கமாட்டேன் டீச்சர்”

“சரி, யாருமே இப்பிடிச் செய்யக்கூடாது. தெருவுல போகும்போதே சும்மா படுத்துக்கெடக்குற நாய கல்லெடுத்து அடிக்கிறது. ஓணான அடிக்கிறது, வண்ணத்துப் பூச்சி தும்பிகளப் புடுச்சுக் கொல்றது இப்பிடி எதையும் செய்யக்கூடாது. இது எல்லாத்துக்கும் உயிர் இருக்குதுல்ல. அப்ப அதுகளுக்கு வலிக்கும்ல? செலபேரு குச்சிய வச்சிக்கிட்டு செடிகளப் பூரா அடுச்சுக்கிட்டே போவாங்க. இல்லன்னா மரத்துக் கிளைகளை ஒடச்சு வெளையாடுவாங்க செடி கொடிங்க மரங்களுக்கெல்லாம் உயிரு இருக்குதா இல்லையா?”

“இருக்கு டீச்சர்”

அப்ப அதுகள அடிச்சு நாசமாக்கக் கூடாதுல்ல. என்ன சிவா? சரி இப்ப நீயி இந்தக் குருவிகளைக் கொண்டு போயி பொதச்சுட்டு வா டேய் விக்னேஷ் நீயும் கூடப் போயிட்டு சீக்கிரமா வாங்கடா.

அவர்கள் சென்று புதைத்துவிட்டு வந்தபிறகு, டீச்சர் பாடம் நடத்த ஆரம்பித்தார்கள். பாடம் நடத்துவதற்கு முன்னால் வீட்டில் செய்து பார்த்துவிட்டு வரச்சொன்ன அறிவியல் சோதனைகளை வீட்டில் செய்து பார்த்தார்களா என்று கேட்டார். செய்து பார்த்துவிட்டு வந்தவர்களை வகுப்பில் வந்து அச்சோதனைகளைச் செய்து காட்டச் சொன்னார்.. நிறைய பேர் முன்னால் வந்து, காற்றுக்கு அழுத்தம் உண்டு; காற்றுக்கு எடை உண்டு என்று தண்ணீர் ,அட்டை, பலூன் இவற்றை வைத்து அவர்களே சோதனைகளைச் செய்து காட்டினார்கள். தங்கள் வீடுகளிலும் டம்ளர்களில் தண்ணீரை எடுத்து அட்டையை வைத்து அதன் வாய்ப்பகுதியை மூடிக்கொண்டு அதைத் தலைகீழாகக் கவிழ்த்தி அட்டை கீழே விழாததைத் காட்டிக் கொண்டு மந்திரமில்லை மாயமில்லையென தங்களது அம்மாக்களிடமும் பாட்டிகளிடமும் அமர்க்களம் செய்து அவர்களை ஆச்சரியப்படுத்தி ஆனந்தமடைந்த நிகழ்வுகளை வகுப்பில் பகிர்ந்து கொண்டார்கள். அவர்களுக்குக்கெல்லாம் கூடுதல் மதிப்பெண்கள் கொடுத்துவிட்டு வகுப்பில் கைதட்ட வைத்து பாராட்டினார்.. அதன்பிறகு

வண்ணத்துப்பூச்சியின் வாழ்க்கைப் பருவங்களைப் பற்றி பாடம் நடத்தினார்கள்.

வண்ணத்துப் பூச்சியின் வாழ்க்கையில் முட்டை, புழு ,கூட்டுப்புழு , வண்ணத்துப்பூச்சி என நான்கு பருவங்கள் உள்ளன என்று கூறி கரும்பலகையில் படம் வரைந்து விளக்கினார்கள்.

“டீச்சர் வண்ணத்துப்பூச்சி படம் சூப்பரா வரைறீங்க டீச்சர்” ரவி சொன்னான்.

“நீங்களும் அறிவியல் நோட்ல இப்பிடி வரையணும்”

“ஜாலி ஜாலி இப்பமே வரைறோம் டீச்சர்” கோரசாகச் சொன்னார்கள்.

“இப்ப இல்ல. அப்பறமா நானு சொல்லும்போது வரஞ்சாப் போதும். அதுக்கு முன்னால நாம இந்த நாலு பருவங்களையும் செய்து பார்ப்போம்”

“எப்படி டீச்சர் செய்ய முடியும்?”

“ஒரு கண்ணாடி பாட்டில்ல வண்ணத்துப்பூச்சியோட முட்டையப்போட்டு அத லேசான துணியால மூடி வச்சுட்டுக் கவனிச்சிக்கிட்டே வரணும். நாளாக அந்த முட்டைலிருந்து புழு , கூட்டுப்புழு , முழுசா வளந்து வண்ணத்துப்பூச்சி வாரத நாம பாக்கலாம்”

“நெசம்மாவா டீச்சர்? ஹைய்யா... ஜாலி டீச்சர். மெய்யாலுமே வண்ணத்துப்பூச்சி வருமா டீச்சர்?”

“மெய்யாலுமே வரும். அத நீங்கதான் செஞ்சு பாக்கப் போறீங்க. சரியா?”

“சரி டீச்சர். நீங்க சொல்லுங்க டீச்சர். நாங்க செஞ்சுடுறோம் டீச்சர்” சத்தமாகக் கத்தினார்கள்.

வண்ணத்துப்பூச்சியின் பிறப்பைக் காண வேண்டும் என்ற ஆர்வம் அனைவரின் முகத்திலும் தெரிந்தது.

“சரி, யாரு வீட்லயாவது பெரிய கண்ணாடி பாட்டில் இருக்குதா?”

“எங்க வீட்ல பெரிய ஹார்லிக்ஸ் கண்ணாடி பாட்டில் இருக்குது டீச்சர்‘ பவானி சொன்னாள்.

“சரி பவானி. நாளைக்கு நீயி உங்கம்மாகிட்ட கேட்டு அந்த பாட்டில எடுத்துட்டு வா. என்ன?”

சரியென்று தலையை ஆட்டினான்.

“பாட்லை மூடுறதுக்கு நான் மெல்லிசா வெள்ளத்துணிகொண்டு வருவேன்”

“வேற டீச்சர்?”

“வேற ஒன்னும் பெருசா வேண்டாம். வண்ணத்துப் பூச்சியோட முட்டதான் வேனும் . அத நீங்கதான் தேடிக் கொண்டுக்கிட்டு வரணும்”

“நாங்க எப்பிடி டீச்சர் கண்டுபிடிக்கிறது”?

“ரொம்பா ஈசி. நீங்க எல்லாரும் எருக்குஞ்செடி. பார்த்திருக்கீங்களா?

“பாத்துக்கோம் டீச்சர். நாங்க வார ஏரிக்கர மேல நெறய்ய வளந்து கெடக்குது டீச்சர்”

அந்தப் பூவத்தான் டீச்சர் கட்டி பிள்ளையார் சதுர்த்தி அன்னைக்கு பிள்ளையாருக்கு மாலையாப் போடுவாங்க டீச்சர்”

“ஆமா அதேதான்”

“டீச்சர் அந்தப் பாலு நம்ம கண்ணுல பட்டுச்சுன்னா அவ்ளோதான், நம்ம கண்ணே குருடாகிப்போகும் டீச்சர்”

“ஆமா டீச்சர். எங்க ஊர்ல அன்னக்கொடி அன்னக்கொடின்னு ஒரு அக்கா டீச்சர். அவுங்களுக்கு கண்ணுல எருக்குப் பாலு பட்டு ஒரு கண்ணே குருடாகிப் போச்சு டீச்சர். என்னடா?”

“ஆமா. நம்ம அதக் கவனமாக் கையாளனும். அந்த எருக்கு எலைக்கு அடிப்புறத்துல பாத்தீங்கன்னா நானு இந்த போர்டுல வரஞ்சு போட்டுருக்கன்ல இதே மாதிரி சின்னச் சின்ன முட்டைகளா இருக்கும். பாத்திருக்கீங்களா?”

ஒரு சிலர் பார்த்திருப்பதாகச் சொன்னார்கள். அந்த முட்டைகளைத்தான் எடுத்துக் கொண்டு வந்து இந்த பாட்டிலுக்குள்ள போட்டு மெல்லிசு துணினால மூடி வைக்கணும். முட்டைகள எடுக்கும்போது எலைகளோட புடுங்கிட்டு வரணும். எலைகளைப் புடுங்கும்போது கண்ணுல பால் பட்டுறாம கவனமாகப் புடுங்கணும்.

வெறும் முட்டைகளை மட்டும் தனியா சொரண்டிக்கிட்டு வந்துடாதீங்க. எலையோட எடுத்துட்டு வரணும் . சரியா? யாரு முட்டை எடுத்துட்டு வருவீங்க?

“டீச்சர் நானு இன்டர்வல்லுக்குப் போம்போது அப்படி முட்டைகளைப் பாத்துருக்கேன் டீச்சர். நானு எடுத்துட்டு வாரேன்? தனியே எடுத்துட்டு வந்தா நானு முட்டைய கீழ உட்டுறுவம்னா டீச்சர்?” திவ்யா கேட்டாள்.

“இல்ல இல்ல. முட்டையிலிருந்து புழு வரும்போது அது சாப்புடுறதுக்கு எல வேணும்ல, அதுக்குத்தான்.”

“நாங்ககூட முட்ட பாத்துருக்கோம் டீச்சர். அந்த எலையத்தான் திங்குமா டீச்சர்?”

“ஆமா . நீங்களே அந்தப் புழு எலையத் திங்கிறதப் பாப்பீங்க. சரி திவ்யா நீதான் முட்டைக்குப் பொறுப்பு . பவானி நீயி பாட்டிலுக்குப் பொறுப்பு. நானு துணிக்கிப் பொறுப்பு சரியா?”

“எப்ப டீச்சர் ஆரம்பிக்கலாம்?”

“நீங்க எப்ப எல்லாம் கொண்டுட்டு வாரீங்களோ அப்பயே ஆரம்பிக்கலாம். மொதல்ல பாட்டுலுதான் வேணும். நாளைக்குக் கொண்டுட்டு வந்தா நாளைக்கே துணி கொண்டுட்டு வருந்துருவேன். பவானி நீயி எப்ப பாட்லு எடுத்துட்டு வருவெ? உங்க வீடு ஸ்கூலுக்குப் பக்கத்துலதான இருக்குது. அதுனால நீயி ஈசியா எடுத்து வந்துடலாம். என்ன நாளைக்குக் கண்டிப்பா எடுத்துட்டு வந்துடுறியா?”

“சரியென்று தலையசைத்தாள்.

“அவ மறந்துட்டு வந்தாலும் நாங்க காலைல அவுங்க வீட்டுக்குப் போயி அவுங்கம்மாட்ட கேட்டு வாங்கிட்டு வந்துடுவோம் டீச்சர்”

“இல்ல டீச்சர், நானே ஞாபகமா கேட்டு வாங்கிட்டு வந்துருவேன் டீச்சர்” பவானி உறுதியாச் சொன்னாள்.

சொன்னபடியே மறுநாள் பவானி பாட்டில் எடுத்து வந்தாள். டீச்சர் துணி எடுத்து வந்தார்கள். திவ்யாவும் இலைகளோடு முட்டைகளை எடுத்து வந்திருந்தாள். டீச்சர் பாட்டிலின் உட்புறத்தைத் துணியால் சுத்தம் செய்துவிட்டு முட்டைகளிலிருந்த இலையோடு வேறு இரண்டு இலைகளையும் பாட்டிலுக்குள் போட்டார்கள்.

பாட்டிலின் வாய்ப்பகுதியை மெல்லிய வெள்ளத் துணியால் கட்டினார்கள்.

“டீச்சர் இப்பிடிச் கட்டிட்டா வண்ணத்துப்பூச்சி மூச்சு உடக் காத்துக்கு என்ன செய்யும் டீச்சர்?”பாலாஜி கேட்டான்.

“என்ன செய்யலாம் அதுக்கு?” டீச்சர் கேட்டார்கள்.

“டேய் பாலா, லூசு மாதிரி கேக்குறடா, அதுக்குத்தாண்டா மெல்லிசான துணிய வச்சுக் கட்டியிருக்காங்க அது வழியா காத்து போகாதாடா?” அபிதா கேட்டாள்.

“இல்ல இல்ல அபிதா அவெங்கேட்டது சரிதான். மெல்லிசான துணி வழியாகாத்துப் போகுந்தான். வேற என்ன செய்யலாம்னு நீயி நெனைக்கற பாலாஜி?”

“சரி அப்பிடியே ஒரு சின்னதா ஒரு பொத்தல் போட்டுறுவோம். சரியா?“

கேட்டுக்கொண்டே துணியில் பிளேடு வைத்து டீச்சர் சின்னதாகச் கீறினார்கள்.

“முதல்ல முட்டய வச்சாச்சு டீச்சர். அப்பறம் எப்ப டீச்சர் புழு வரும்?” மோகன் கேட்டான்.

“இப்பத்தானடா வச்சுருக்கோம். தெனமும் கண்ணாடி பாட்ல பாருங்க. எத்தன நாளு கழுச்சு புழு வருதுன்னு நீங்களே கண்டுபிடிக்கலாம்ல?”

“ஆமா டீச்சர், கண்ணாடி பாட்டிலுதான டீச்சர். நாங்களே கண்ணாடி வழியாப் பாத்துப் பாத்துப் கண்டுபிடிப்போம் டீச்சர். அதுக்குத்தான் கண்ணாடி பாட்ல வச்சீங்களா? பிளாஸ்டிக் பாட்டிலுன்னா தெரியாதுல்ல?”

“அதெல்லாஞ் சரிதான். கண்ணடி வழியாப் பாக்குறோம்னு சொல்லிக்கிட்டு பாட்டில யாரும் தொட்டு அசைக்க க்கூடாது. தூரத்துல தள்ளி நின்னுக்கிட்டுதான். பாக்கனும் புருஞ்சுதா?”

“சரிங்க டீச்சர்” ஆர்வமுடன் கத்தினார்கள்.

அன்றிலிருந்து தினமும் வண்ணத்துப்பூச்சியைப் பற்றிய பேச்சுத்தான் வகுப்பில் நடைபெற்றது. சில நாட்கள் கழித்து முட்டையிலிருந்து ஒரு புழு வந்தது. புழுவைப் பார்த்த மகிழ்ச்சியில் வகுப்பே ஆரவாரமாக இருந்தது.

அந்தப் புழு இலைகளைத் தின்ன ஆரம்பித்தது. சில நாட்களில் அது பெரிய புழுவானது. அது எப்போது கூடு கட்டும் என்று திரும்பத் திரும்பக் கேட்டுக் கொண்டே இருந்தார்கள். டீச்சருக்கும் அதன் வளர்ச்சியைப் பார்த்து சந்தோசமாக இருந்தது.

வீட்டில் ஒரு குழந்தையின் பிறப்பை எவ்வளவு ஆவலாக எதிர்பார்ப்போமோ அதைவிட அதிக அளவு வண்ணத்துப்பூச்சியின் பிறப்பைக் காண ஆர்வத்துடன் காத்துக்கிடந்தார்கள். திடீரென்று ஒரு நாள் காலையில் பாட்டிலின் உட்புறச் சுவற்றில் ஓர் ஆழகான கூடு தொங்கிக் கொண்டிருந்தசது. முதலில் அதைப் பார்த்த திவ்யா மற்றவர்களுக்குச் சொல்ல வகுப்பே கலகலப் பாய் இருந்தது. டீச்சர் வகுப்புக்குள் நுழைந்த உடனே அனைவரும் கத்தினார்கள். என்னவென்று விசாரித்தபோது கூட்டைப் பற்றி கூறினார்கள். கூட்டைப் பார்த்து டீச்சரும் அதிசயப்பட்டார்கள். கூட்டின் மேல்பகுதியில் இருந்து பொன்னிற வளையத்தைப் பார்த்து பார்த்து ரசித்தார்கள். இனி எத்தனை நாட்கள் கழித்து வண்ணத்துப்பூச்சி வருமென டீச்சரை அடிக்கடி கேட்டுக்கொண்டே இருந்தார்கள். டீச்சரும் அந்த நாளை ஆவலுடன் எதிர்பார்த்திருந்தார்கள்.

கூடு வந்த ஏறக்குறைய ஒரு வாரத்துக்கு மேல் ஆகிவிட்டது.

“இந்தக் கூட்டுக்குள்ள வண்ணத்துப்பூச்சி வளந்துக்கிட்டு இருக்கும். இல்ல டீச்சர்?”

“டேய் , டீச்சர்தான் மூன்றாம் பருவத்துல இறக்கைகளும் உடல் உறுப்புகளும் வளரும்னு சொன்னாங்கள்ள. திரும்பத் திரும்பக் கேக்குற? டீச்சர் சொல்லும் போது தூங்கிக்கிட்டு இருந்தியாடா?” சிநேகா கேட்டாள்.

“ஏய் நானு உங்கிட்ட ஒன்னும் கேக்கல. டீச்சர்ட்டதான கேட்டேன். உனக்கென்ன?” மணிகண்டன் பதிலுக்குக் கத்தினான்.

“சரி சரி உடுங்க. ஆமா மணிகண்டன். மூன்றாம் பருவம் கூட்டுப்புழு பருவம். இப்பத்தான் இந்த கூட்டுக்குள்ள வளரும் . நீ சொன்னது சரிதான். முழுசா வளந்தப் பெறகு வெளிய வந்து பறக்கும்”

“பறக்குமா? பெறந்த ஒடனே பறக்குமா டீச்சர்?”

“டீச்சர், இந்த வண்ணத்துப்பூச்சி கூட்டுல இருந்து வெளியே வரும்போது கரெக்டா அந்த நேரத்துல எப்பிடி வருதுன்னு பாக்கணும் டீச்சர்”

“அதெப்படி முடியும்? நம்ம ஸ்கூலு முடிஞ்சு வீட்டுக்குப் போனபெறகு வந்துச்சுன்னா எப்பிடிப்பாக்க முடியும்?”

“ஆமால்ல.”

ஆளாளுக்குப் பேசிக் கொண்டே இருந்தார்கள். அந்த வாரத்தில் யாரும் எதற்கும் விடுமுறை எடுப்பதைத் தவிர்த்தார்கள். வீட்டிலும் பெற்றோரிடம் வண்ணத்துப்பூச்சி பிறக்கப் போவதால் எதற்காகவும் விடுமுறை எடுக்க முடியாது என்று சொல்லிவிட்டார்கள். ஒவ்வொரு நாளும் பார்த்துப் பார்த்து ஏமாந்தார்கள். டீச்சரிடமும் அடிக்கடி தங்களது ஏமாற்றத்தை அவ்வப்போது சொல்லிச் சலித்துக் கொண்டார்கள். டீச்சருக்கும் எதிர்ப்பார்பு அதிகமாகிக் கொண்டே போனது. இந்த குழந்தைகள் ஏமாந்து விடக்கூடாது என்ற தவிப்பு அவர்களிடம் இருந்தது. வண்ணத்துப்பூச்சி வந்துவிடும் என்று உறுதியாக நம்பிக் கொண்டிருந்தார்கள். நாட்கள் நகர்ந்து கொண்டே இருந்தன.

“டீச்சர் , இந்த திவ்யா பொண்ணு அநேகமா வேறு ஏதோ பூச்சியோட முட்டையத்தான் எடுத்துட்டு வந்துருப்பான்னு நெனைக்கேன் டீச்சர். நீங்களும் அவள நம்பி முட்டைய வச்சிட்டீங்க . அதான் வரவேமாட்டேங்கிது” ஜெகன் சொன்னான்.

“இல்லடா . அது வண்ணத்துப்பூச்சியோட முட்டதான். அடுத்த வாரத்துல கண்டிப்பா வந்துரும் பாரு” டீச்சர் சொன்னாங்க.

அடுத்த வாரம்வரை பொறுமையாகக் காத்துக்கிடந்தார்கள். அடுத்த வாரத்தில் புதன்கிழமை காலையில் சாரதா டீச்சர் பள்ளிக்குள் நுழையும் போதே அவர்கள் வகுப்புப் பிள்ளைகள் அனைவரும் நுழைவாயில் கூட்டமாக நின்று கொண்டிருந்தார்கள். டீச்சரைப் பார்த்த தும் அனைவரும் ஒரே நேரத்தில் உற்சாகமாகச் சொன்னார்கள்.

“டீச்சர் , வண்ணத்துப்பூச்சி பெறந்துருச்சு டீச்சர். மஞ்சள் கலருல கறுப்புப் புள்ளியும் வெள்ளக் கோடும் போட்டுருக்கு டீச்சர். ரொம்பா அழகா இருக்குது டீச்சர். பாட்லுக்குள்ளயே பறந்துகிட்டு இருக்குது டீச்சர்”

“எப்பப் பொறந்துச்சு?”

“தெரியல டீச்சர். ராத்திரி பெறந்துருக்கும் டீச்சர். நாங்க ஸ்கூலுக்கு வந்த ஒடனே வழக்கம் போல பாட்ல பாத்தமா... அப்பயே உள்ளுக்குள்ள ஜாலியா பறந்துட்டு இருக்குது டீச்சர்”

“சரண்யா அதுக்கு ஒரே பேரு கூட வச்சுட்டா டீச்சர்”

“என்ன பேரு?”

“ஜனனி”

“எப்படி இந்தப் பேரு வச்ச?” ஆச்சரியமாகக் கேட்டார் டீச்சர்.

“அது எங்க தங்கச்சி பாப்பாவோட பேரு டீச்சர். அதுக்குத்தான் வச்சேன்.”

“பொறுத்தமான பேருதான். ஜன்னம்னா பிறப்பு. அதுனால ஜனனின்னு வச்சது நல்லாத்தான் இருக்குது சரண்யா”

சாரதா டீச்சர் பிள்ளைகள் புடைசூழ நேராக ஐந்தாம் வகுப்புக்குச் சென்றார்கள். பாட்டிலுக்குள் பறந்து கொண்டிருந்த மஞ்சள் நிற வண்ணத்துப்பூச்சியைப் பார்த்து அவர்களும் பிரமித்தார்கள். அதன் அழகையும் நிறத்தையும் பார்த்து வியந்தார்கள். உடைந்த கூடு உள்ளே தொங்கிக் கொண்டிருந்ததை பிள்ளைகளிடத்தில் காட்டினார்கள். அனைவருக்கும் பெரிய அதிசயமாக இருந்தது. அனைவர் முகத்திலும் சந்தோசம்.

“சரி , இதுதான் நான்காவது பருவம். நான்கு பருவங்களையும் பார்த்தாச்சுல்ல. இனி ஜனனிய என்ன செய்யலாம்?” டீச்சர் கேட்டாங்க.

“நாமளே வளப்போம் டீச்சர்”

“ஐய்யே, இதென்ன நாய்க்குட்டியா இல்ல பூனக்குட்டியா? நாம எப்பிடிடா வளர்க்க முடியும்? வண்ணத்துப்பூச்சி என்ன சாப்புடும்?” டீச்சர் கேட்டார்கள்.

“அது பூப்பூவாப் போயி தேன் குடிக்கும் டீச்சர்”

“அப்ப அத ஃபீரியா உட்டுட்டம்னா அதுபாட்ல போய் தேன் குடிச்சுப் பொழச்சுக்கும்ல. அப்டி உட்றுவமா?”

சிலர் சரியென்றும், சிலர் வேண்டாமென்றம் வாக்குவாதம் செய்தபிறகு பறக்கவிடலாம் என்று முடிவெடுத்தார்கள்.

“வெரி குட். பாட்லுக்குள்ளயே இருந்தா வண்ணத்துப்பூச்சி செத்துப்போயிடும் இல்லையா?“

என்று கேட்டபடி டீச்சர் பாட்டிலைக் கட்டியிருந்த துணியை அவிழ்த்து எடுத்துவிட்டு பாட்டிலை சன்னலோரம் காட்டினார்கள். எல்லோரும் அமைதியாக இருந்தார்கள். சிறிது நேரம் பாட்டிலுக்குள்ளேயே பறந்து திரிந்த வண்ணத்துப்பூச்சி பாட்டிலின் வாய்ப்பகுதியின் வழியாக பறந்து வெளியே சென்றது. அது தூரத்தில் உயர உயர பறந்து சென்றதைப் பார்த்து அனைவரும் கைதட்டிப் கொண்டே இருந்தார்கள். அது கண் பார்வையிலிருந்து

மறைந்து சென்றது. ஆனால் அனைவரின் நெஞ்சங்களிலும் நினைவுகளிலும் நீக்கமற நிறைந்திருந்தது. அந்த மகிழ்ச்சியோட ரூபிணி சத்தமாகச் சொன்னாள்.

"டீச்சர், ஜனனி பெறந்த பெறகு இனிமேயெல்லாம் நாங்க எல்லா வண்ணத்துப்பூச்சியவும் பார்த்து ரசிப்போம். எப்பிடி பூ மாதிரி அது பறந்து போகுது!"

அன்றைய வகுப்பு வழக்கத்தை விட மிக ஆனந்தமாகத் தொடங்கியது.

■

www.ingramcontent.com/pod-product-compliance
Lightning Source LLC
LaVergne TN
LVHW090303051026
849518LV00005B/1625